बंदूकद्वीप

अमिताभ घोष यांचा जन्म १९५६ साली कलकत्ता येथे झाला. त्यांचे लहानपण भारत, बांग्लादेश आणि श्रीलंका येथे गेले आणि शिक्षण दिल्ली, ऑक्सफर्ड आणि अलेक्झांड्रिया येथे झाले. अमिताव यांचे लिखाण तीसहून अधिक भाषांमध्ये अनुवादित झाले आहे. द *न्यू यॉर्कर*, द *न्यू रिपब्लिक* आणि द *न्यूयॉर्क टाइम्स* ह्या नियतकालिकांमध्ये त्यांचे निबंध प्रसिद्ध झाले आहेत. त्यांच्या लेखनासाठी त्यांना जगभरातून मानसन्मान आणि पुरस्कार प्राप्त झाले आहेत. फॉरेन पॉलिसी नावाच्या नियतकालिकाने २०११ साली सरत्या दशकातील महत्त्वाच्या जागतिक विचारवंतांपैकी एक असा त्यांचा गौरव केला. त्याच वर्षी त्यांना ज्ञानपीठ पुरस्कार हा भारतातील सर्वोच्च साहित्य सन्मान प्रदान करण्यात आला. हा पुरस्कार मिळवणारे ते पहिले इंग्रजी लेखक होते.

आश्लेषा गोरे यांनी नोबेल पारितोषिक विजेते लेखक काझुओ इशिगुरो यांच्या 'रिमेन्स ऑफ द डे' या बुकर पारितोषिक विजेत्या कादंबरीचा तसेच अनुजा चौहान लिखित 'बॅटल ऑफ बिट्टोरा' या बेस्टसेलर कादंबरीचा मराठी अनुवाद केला आहे. हे अनुवाद वेस्टलँडतर्फे प्रकाशित झाले आहेत. पुणे पोलिसांनी सोडवलेल्या गुन्ह्यांवर आधारित 'पोलीस फाईल्स' या मराठी पुस्तकाचे सहलेखन त्यांनी केले आहे. यातील बरेच लिखाण व अनुवाद त्यांनी ट्रान्सलेशनपॅनाशियासाठी केले आहेत. 'हाकारा' या ऑनलाईन नियतकालिकासाठी त्यांनी लेखन व भाषांतर केले आहे.

eka

अनेक कथा, अनेक भाषा

एका म्हणजे एकता. एका म्हणजे 'अनेकांना' 'एक' म्हणून एकत्र आणणे. भारतातील अनेक भाषांमधील चांगले साहित्य एकत्र आणण्याच्या उद्देशाने आणि वेगवेगळ्या भाषांमधील वाचनास प्रोत्साहन देण्याकरिता उत्कृष्ट साहित्य प्रकाशित करण्याच्या उद्देशाने वेस्टलँडने भाषेविषयीचे एक नवीन ओळखचिन्ह तयार केले आहे. उपलब्ध साहित्यांचे अन्य भाषांमध्ये भाषांतर करून आणि वेगवेगळ्या संस्कृती व पार्श्वभूमी असलेल्या लेखकांना वाचकांच्या संपर्कात आणून संबंधित साहित्य वैविध्यपूर्ण व वेगवान भाषिक बाजारपेठांमध्ये नेण्याचे कामही एका करणार आहे. जिथे २३ अधिकृत भाषा आणि ७०० पेक्षा जास्त बोली भाषा बोलल्या जातात तिथे भाषांतर म्हणजे केवळ चैनीची बाब नसून—तातडीची गरज आहे.

एकातर्फे दहा भाषांतील मूळ साहित्य प्रसिद्ध केले जाणार आहे. त्या भाषा आहेत: हिंदी, उर्दू, बंगाली, गुजराती, मराठी, उडिया, कन्नड, तेलुगू, तमिळ आणि मल्याळम. या भाषांमध्ये आणि या भाषांतून इंग्लिशमध्ये अनुवादित झालेले उत्तम आणि वैविध्यपूर्ण साहित्यदेखील एकातर्फे प्रसिद्ध केले जाईल. २०२० मध्ये प्रकाशित होणाऱ्या पुस्तकांच्या यादीत पुढील लेखकांचा समावेश आहे—मनोरंजन व्यापारी (बंगाली), सिरशो बंडोपाध्याय (बंगाली), पेरुमल मुरुगन (तमिळ), कैफ़ी आझमी आणि जाँ निसार अख्तर (उर्दू), होल्गा(तेलुगू),उन्नी आर. (मल्याळम),व्हीजे जेम्स (मल्याळम),जॉनी मिरांडा(मल्याळम),विश्वास पाटील (मराठी), रणजीत देसाई (मराठी), शिवाजी सावंत (मराठी), पवन के. वर्मा, संजीव सान्याल, अमिश, अश्विन सांघी, चेतन भगत, राजेश कुमार (तमिळ) डॉ. एम.मुकुंदन (मल्याळम), चेतन भगत (इंग्रजी), अमीश, विजय त्रिवेदी, संजीव पालीवाल (हिंदी), नारायण (मल्याळम), मनु पिल्लई (इंग्रजी), अमिताभ घोष (इंग्रजी), काका विधाते (मराठी), लिझा गाझी (बंगाली), आणि भैरप्पा (कन्नड).

वेस्टलँडला यापूर्वी भाषांतराच्या क्षेत्रात प्रचंड यश मिळालेले आहे. नोबेल पुरस्कार विजेते कादंबरीकार काझुओ इशिगुरो यांचे *व्हेन वुई वेअर ऑर्फन्स* आणि द *रिमेन्स ऑफ* द डे, तसेच स्विडीश लेखक स्टेग लार्सन यांचे मिलेनियम ट्रायालॉजी, जपानी लेखक कियोगोहिगाशिनो यांचे द *डिव्होशन ऑफ सस्पेक्ट एक्स* आणि जेफरी आर्चर यांचे *केन अँड अबेल* अशी आंतरराष्ट्रीय स्तरावरील सर्वाधिक खपाची पुस्तके प्रसिद्ध करण्याचा महत्त्वाकांक्षी कार्यक्रम एकाने हाती घेतला आहे.

एकाच्या या रंजक प्रवासात सहभागी होण्यासाठी तुम्हाला वेस्टलँड तुम्हाला आमंत्रित करीत आहे.

बंदूकद्वीप

अमिताभ घोष

अनुवाद

आश्लेषा गोरे

eka

eka

First published in English as *Gun Island* in 2019 by John Murray, (Publishers)
An Hachette UK company

First published in Marathi as *Bandukdweep* in 2020 by Eka, an imprint of Westland Publications Private Limited

1st Floor, A Block, East Wing, Plot No. 40, SP Infocity, Dr MGR Salai, Perungudi, Kandanchavadi, Chennai 600096

Westland, the Westland logo, Eka and the Eka logo are the trademarks of Westland Publications Private Limited, or its affiliates.

ISBN: 9789389648744

10 9 8 7 6 5 4 3 2 1

Marathi Edition Co-ordination by TranslationPanacea
Printed at Shree Maitrey Printech Pvt. Ltd., Noida

आना नदौती

आणि

इरेने बिनयारदी

ह्या दोघींना

भाग पहिला

बंदुकीचा व्यापारी

कलकत्ता

ह्या चमत्कारिक प्रवासाबद्दलची सर्वात चमत्कारिक गोष्ट अशी की, त्याची सुरुवात झाली ती एका शब्दामुळे. तो शब्दही काही विशेष दमदार नव्हे तर पार कैरोपासून कलकत्त्यापर्यंत मोठ्या प्रमाणांत वापरात असलेला असा अगदी रटाळ, सर्वसामान्य व्युत्पत्ती असलेला शब्द. तो शब्द म्हणजे–*बंदूक*. बंगाली ह्या माझ्या मातृभाषेसकट अनेक भाषांमध्ये हा शब्द ह्याच अर्थानं वापरला जातो. इंग्रजीलाही हा शब्द अनोळखी नाही. ब्रिटिश वसाहतीच्या काळात वापरला गेल्यामुळे *ऑक्सफर्ड इंग्लीश डिक्शनरी*मध्ये त्यानं जागा पटकावली आणि तिथे 'रायफल' असं रुपडं घेऊन तो चमकतो आहे.

प्रवासाला सुरुवात झाली त्या दिवशी मात्र रायफल किंवा बंदूक ह्यांपैकी काहीच दृष्टीपथात नव्हतं. खरंतर एखाद्या शस्त्राचा उल्लेख करणं हाही त्या शब्दाचा हेतू नव्हताआणि अगदी म्हणूनच माझं लक्ष तिकडे वेधलं गेलं होतं. ही बंदूक एका नावाचा भाग होती – 'बोंदुकी सौदागर' हे ते नाव, ज्याचं भाषांतर 'बंदुकीचा व्यापारी' असं करता येईल.

हा 'बंदुकीचा व्यापारी' माझ्या आयुष्यात आला तो मी जिथे राहतो आणि काम करतो त्या ब्रूकलिन शहरात नव्हे, तर मी जिथे जन्मलो आणि वाढलो त्या कलकत्ता (किंवा आता ज्याला कागदोपत्री कोलकाता म्हणतात त्या) शहरात. गेल्या कित्येक वर्षांप्रमाणे त्याही वर्षी थंडीचा बराचसा काळ मी कोलकात्यात होतो. त्यामागचं वरवरचं कारण सांगायचं तर -बिझिनेसच्या निमित्तानं - असं म्हणता येईल. दुर्मिळ पुस्तकं आणि आशिया खंडातल्या पुरातन वस्तूंचा विक्रेता म्हणून माझं काम असल्यामुळे मला प्रत्यक्ष त्या-त्या ठिकाणी जाऊन पुष्कळच टेहळणी करावी लागते. शिवाय कोलकात्यात माझ्या मालकीचं एक लहानसं अपार्टमेंट असल्यामुळे (मला आणि माझ्या बहिणींना आईवडिलांकडून वारसाहक्कानं मिळालेल्या घरातून ते बाजूला काढलेलं आहे) हे शहर म्हणजे माझ्या कामकाजाचा आणखी एक तळच झालाय.

अर्थात दरवर्षी इकडे येण्यामागे फक्त काम हेच एक कारण नव्हतं. कोलकाता म्हणजे ब्रूकलिनच्या बोचऱ्या थंडीपासूनच नव्हे तर वैयक्तिक आयुष्यातल्या एकटेपणापासूनही सुटका करून देणारं ठिकाण होतं. माझी व्यावसायिकदृष्ट्या भरभराट होत असली तरीही आयुष्य मात्र दिवसागणिक आणखी भकास होत चाललं होतं. त्या वर्षी तर आयुष्यात कधी नव्हे इतका जास्त भकासपणा होता.

ज्याच्याकडून पुष्कळ आशा ठेवाव्यात असं एक नातं अचानक संपल्याचा मोठा धक्का मला बसला होता. कित्येक दिवस ज्या बाईशी माझ्या भेटीगाठी चालल्या होत्या तिनं कोणतंही स्पष्टीकरण न देता मला तोडून टाकलं होतं. एकमेकांशी संपर्क साधायला आम्ही जे काही मार्ग वापरत होतो त्या सर्व मार्गांवरून तिनं मला बाद केलं होतं.'घोस्टिंग' ह्या प्रकाराशी झालेली ही माझी पहिलीच तोंडओळख. हा अनुभव जितका अपमानास्पद तितकाच वेदनादायी असतो.

अचानक डोळ्यासमोर 'साठी' रेंगाळताना दिसू लागली आणि मला कधी नव्हे इतकं एकाकी वाटू लागलं. म्हणूनच त्यावर्षी मी एरवीपेक्षा लवकर कलकत्त्याला गेलो. उत्तरगोलार्धात थंडी सुरू झाली की वार्षिक स्थलांतर सुरू होतं आणि माझ्यासारख्या 'फॉरेन-सेटल्ड' कलकत्तावासियांचे मोठमोठाले जथ्थे सराईतपणे विमान पकडून हिवाळा घालवायला ह्या शहरात परतू लागतात. माझी येण्याची वेळ मी ह्या स्थलांतराच्या सुमारासच साधली. मित्रमंडळींचे आणि नातेवाईकांचे थवेच्या थवे आपल्याला भेटणार, दुपारच्या जेवणावळी, रात्रीच्या पार्ट्या आणि लग्नाची रिसेप्शनं ह्या वावटळीत आठवड्यांमागून आठवडे सहज निसटून जाणार ह्याची खात्री बाळगायला हरकत नाही हे मला माहीत होतं. शिवाय जिच्याबरोबर आयुष्य घालवता यावं अशी एखादी स्त्री ह्या सगळ्यात कुठेतरी आपल्याला भेटू शकेल हा विचारही काही अगदीच माझ्या मनात नव्हता असं नाही. (कारण माझ्या वयाच्या कितीतरी पुरुषांच्या बाबतीत हे घडलेलं आहे)

मी लोकांमध्ये मिसळायची एकही संधी सोडली नसली आणि साजेशा वयाच्या बऱ्याच घटस्फोटीत, विधवा आणि इतर सिंगल बायकांशी माझी ओळख करून देण्यात आली असली तरीही अर्थातच असलं काही घडलं नाही. एक-दोनदा मला आशेचे धूसर किरण दिसायला लागले होते... पण ह्यापूर्वी जी गोष्ट अनेक वेळा माझ्या ध्यानात आली होती तीच आत्ताही आली. ती अशी की, 'दुर्मिळ पुस्तकांचा विक्रेता' ह्याइतके बायकांना कमी आकर्षक वाटणारे फारच थोडे वाक्प्रचार असतील.

तर अशा निराशेच्या वर्षावात महिने सरले आणि ब्रूकलिनला परत जायचा दिवस अगदी गळ्याशी येऊन ठेपला. मोसमातल्या शेवटच्या भेटीगाठींच्या कार्यक्रमाला मी गेलो होतो: एका चुलतभावाच्या मुलीच्या लग्नाचं रिसेप्शन.

मी कार्यक्रमाच्या ठिकाणी नुकताच पोहोचलो होतो. हे ठिकाण म्हणजे ब्रिटिशांच्या काळातला कुठलातरी एक कोंदट क्लब होता. तर तेवढ्यात मला एका लांबच्या नातेवाईकानं हटकलं. त्याचं नाव कनई दत्त.

मी कित्येक वर्षात कनईला भेटलो नव्हतो. अर्थात त्यात फार हळहळ वाटण्यासारखं काही नव्हतं. बढाईखोर, वाचाळ, आगाऊ आणि आपल्याला सगळं काही ठाऊक असल्याच्या आविर्भावात वावरणारा हा माणूस आपल्या वाक्चातुर्य आणि देखणेपणाच्या जोरावर बायकांना भुलवण्यात आणि सगळीकडे स्वतःचं घोडं पुढे दामटण्यात पटाईत होता. तो मुख्यत्वे राहायचा तो दिल्लीत. विविध उलाढालींना पोषक अशा तिथल्या वातावरणात त्याची चांगलीच भरभराट झाली

होती. मिडियाचं लाडकं व्यक्तिमत्व म्हणून त्यानं स्वतःचा जम बसवला होता. टीव्ही चालू केलाय आणि हा कोणत्यातरी टॉकशो मध्ये बेंबीच्या देठापासून ओरडताना दिसतोय ही काही नवलाची बाब राहिली नव्हती. त्याची सगळ्यांशी ओळख होती आणि मासिकांमधून, वर्तमानपत्रातून किंवा चक्क पुस्तकातूनसुद्धा त्याच्याबद्दल कायम लिहून येत असे.

कनईच्या ज्या एका गोष्टीचा मला सर्वात जास्त वैताग येत असे ती गोष्ट म्हणजे मला चाट घालून पाडायचा एखादा नवीनच मार्ग त्याच्याकडे दरवेळी असायचा. आत्ताचा प्रसंगही त्याला अपवाद नव्हता. त्यानं सुरुवातीलाच दिनू ह्या माझ्या लहानपणच्या नावानं हाक मारून गुगली टाकला. (हे नाव मी कधीच टाकून देऊन 'डीन' असं अधिक अमेरिकन धर्तीचं नाव धारण केलं होतं.)

"दिनू, मला सांग," ओझरतं हस्तांदोलन करून झाल्यावर तो म्हणाला, "तू म्हणे स्वतःला बंगाली लोकसाहित्याचा तज्ज्ञ म्हणवून घेतोस... खरं का ते?"

त्याच्या बोलण्यातले कुत्सित भाव स्पष्ट जाणवून मी गडबडलो. "अं..." मी गोंधळून म्हणालो, "खूप पूर्वी मी तसल्या काही गोष्टींवर जरा संशोधन केलं होतं. पण शिक्षणक्षेत्र सोडल्यावर मी ते ही सोडलं आणि पुस्तक विक्रेता झालो."

"पण पीएचडी तर मिळवलीस ना तू?" तो म्हणाला. त्याच्या आवाजातला उपरोध लपत नव्हता. "म्हणजे टेक्निकली तू ह्यातला एक्स्पर्ट आहेस..."

"मी काही तसं म्हणणार नाही..."

माझी मुळीच माफी न मागता माझं बोलणं अर्ध्यात तोडत तो म्हणाला, "तर मिस्टर एक्स्पर्ट, तुम्ही बोंदूकी सौदागर नावाच्या पात्राबद्दल ऐकलंय? सांगा बरं..."

मला आश्चर्यचकित करण्याचा त्याचा हेतू उघडच होता आणि त्यात तो यशस्वीही झाला. 'बोंदूकी सौदागर' (बंदुकीचा व्यापारी) हे नाव मला इतकं नवीन होतं की, कनई मनानंच काहीतरी रचून सांगत असावा असा विचार करायचा मला अगदी मोह झाला.

"पात्र म्हणजे?" मी म्हणालो, "कोणी लोकनायक म्हणायचंय का तुला?"

"होय... म्हणजे दोख्खिन राय किंवा चाँद सौदागर..."

त्यानं बंगाली लोककथांमधल्या आणखी काही प्रसिद्ध पात्रांची नावं घेतली – सत्या पीर, लखींदर आणि असेच काही लोक. ही अशी पात्रं अगदी देव म्हणून येत नाहीत पण ती केवळ सज्जन वृत्तीची मर्त्य माणसंही नसतात. बंगालच्या त्रिभुज प्रदेशातल्या सरकत्या खाजणांप्रमाणे अनेक प्रवाह एकत्र येऊन ती तयार झालेली असतात. कधीकधी त्यांची आठवण म्हणून स्मारकं बांधली जातात आणि बहुतेक वेळेस त्यांची नावं एखाद्या दंतकथेशी जोडलेली असतात. बंगाल हा समुद्री प्रदेश असल्यामुळे सागरसफरी हा अशा कथांचा एक महत्त्वाचा भाग असतो.

ह्या कथांपैकी सर्वात प्रसिद्ध आख्यायिका आहे चाँद नावाच्या व्यापाऱ्याची. चाँद सौदागरची. मनसा देवीच्या छळापासून सुटका करून घेण्यासाठी तो सातासमुद्रापार पळून गेला असं म्हणतात. मनसा देवी ही साप आणि इतर विषारी प्राण्यांची देवता.

मी इंग्रजी शिकून कॉमिक्स वाचायला लागलो तेव्हा बॅटमॅन आणि सुपरमॅन यांनी माझं स्वप्नविश्व जेवढं व्यापून टाकलं तेवढंच लहान असताना एकेकाळी चाँद सौदागर आणि त्याची कट्टर शत्रू मनसा देवी यांनीही व्यापलं होतं. त्याकाळी भारतात टीव्ही नव्हते आणि मुलांची करमणूक करण्याचा एकमेव उपाय म्हणजे त्यांना गोष्टी सांगणे हाच होता. त्यातून जर गोष्ट सांगणारा बंगाली असेल तर कधी ना कधी तो फिरून ह्या व्यापाऱ्याच्या आणि त्यानं आपला भक्त व्हावं अशी मागणी करणाऱ्या देवीच्या गोष्टीवर यायचाच.

ह्या कथेचं आकर्षण ओडिसीसारख्या कथेप्रमाणे नाही असं माझं मत आहे. एका हिकमती मानवी नायकाचा त्याहून कैक पटींनी शक्तीशाली अशा ऐहिक आणि दैवी शक्तिंशी होणारा संघर्ष हे ओडिसीचं आकर्षण आहे. मात्र चाँद व्यापाऱ्याची आख्यायिका वेगळी अशासाठी की, ती ह्या ग्रीक महाकाव्याप्रमाणे नायकाची त्याच्या कुटुंबाशी भेट घडवून आणि त्याला त्याचा वारसाहक्क मिळवून देऊन संपत नाही. व्यापाऱ्याच्या मुलाला म्हणजे लखींदरला त्याच्या लग्नाच्या रात्रीच एक नाग ठार करतो. त्याची गुणी पत्नी बेहुला पाताळलोकात जाऊन त्याचे प्राण परत मिळवते आणि व्यापारी आणि मनसा देवीचा संघर्ष एका नाजूक निर्णयावर आणून ठेवते.

मी ही कथा पहिल्यांदा केव्हा ऐकली किंवा मला ती कोणी सांगितली ते आता आठवत नाही पण सतत ऐकल्यामुळे ती माझ्या नेणीवेत इतकी खोलवर रुतून बसली होती की, ती तिथे आहे हेही जाणवेनासं झालं होतं. मात्र काही विशिष्ट सजीवांप्रमाणेच काही कथांमध्येही अशी काही चेतना असते की, त्यामुळेच त्या इतरांपेक्षा जास्त जगतात. व्यापारी आणि मनसा देवी ह्यांची गोष्टही खूप जुनी असल्यामुळे, पुष्कळ काळ सुप्तावस्थेत पडून राहण्याचा हा गुण तिच्यात पुरेपूर असावा. असणारच. विसाव्या वर्षी जेव्हा मी विद्यार्थी म्हणून अमेरिकेत नवीनच आलो होतो आणि शोधनिबंधासाठी विषय धुंडाळत होतो तेव्हा माझ्या आठवणीत गोठून राहिलेल्या व्यापाऱ्याच्या त्या कथेनं प्रवाही स्वरूप धारण करून माझं सगळं लक्ष वेधून घेतलं होतं.

व्यापाऱ्याची कथा सांगणारी बंगाली काव्यं मी वाचू लागलो (अशी बरीच काव्यं आहेत) तेव्हा माझ्या असं लक्षात आलं की, पूर्व भारतीय संस्कृतीतलं ह्या आख्यायिकेचं स्थान आणि माझ्या स्वतःच्या डोक्यात असलेला त्या कथेच्या आयुष्याचा पट हयात आश्चर्यकारक साम्य आहे. बंगाल प्रांत अगदी बाल्यावस्थेत असतानाच्या काळापर्यंत ह्या कथेची मुळं सापडतात. ह्या प्रांतातल्या मूळ, स्थानिक रहिवाशांमध्ये तिचा उगम झाला असावा आणि ऐतिहासिक पात्रं किंवा घटनांच्या माध्यमातून तिचा पुढे प्रसार झाला असावा. (लोकमानसाच्या दृष्टीनं ह्या व्यापाऱ्याशी आणि त्याच्या कुटुंबाशी निगडित असलेले पुरातत्त्व अवशेष आसाम, पश्चिम बंगाल आणि बांग्लादेश इथे आजही विखुरलेले सापडतात). सार्वजनिक स्मृतीत देखील ह्या आख्यायिकेचे अनेक टप्पे दिसून येतात. कधी ती शतकानुशतकं सुप्तावस्थेत पडून राहिली आणि मग अचानक एखाद्या नवीन

पद्धतीनं तिचं कथन करण्याची लाट आली. त्यातल्या काही कथांमध्ये कथा वस्तूत केलेल्या सूक्ष्म बदलांसकट हीच ओळखीची पात्रं नवीन नाव धारण करून येतात.

ह्यातली काही काव्यं बंगाली साहित्यात अभिजात म्हणून गणली जातात आणि असंच एक काव्य हा माझ्या शोधनिबंधाचा विषय होता. ते काव्य म्हणजे प्राचीन बांग्ला भाषेतली सहाशे पानांची एक कविता. हे लिखाण चौदाव्या शतकातलं असल्याचं रूढअर्थानं मान्य केलं गेलं होतं पण रूढ मताचा एखाद्या होतकरू विद्वानाला जितका त्रास होतो तितका आणखी क्वचितच कशानं होत असेल. तेव्हा माझ्या शोधनिबंधात मी कवितेतलेच काही संदर्भ (उदाहरणार्थ, बटाट्यांचा उल्लेख असणं) देऊन असा युक्तिवाद केला होता की, कवितेचं दिसणारं अंतिम स्वरूप हे बरंच नंतरचं असणार. सतराव्या शतकात जेव्हा पोर्तुगीजांनी आशिया खंडाला नवीन जगातल्या वनस्पतींची ओळख करून दिली त्यानंतर दुसऱ्याच कोणीतरी हे काव्य पूर्ण केलं असावं असा मी दावा केला.

ह्या कथेचे विविध टप्पे किंवा खूप काळ सुप्तावस्थेत राहिल्यानंतर त्याचं वारंवार होणारं पुनरुज्जीवन बघितलं तर ते खूप उलथापालथीच्या किंवा विनाशाच्या कालखंडाशी निगडित आहे असाही मी पुढे दावा केला होता. भारताच्या ह्या काही विशिष्ट भागाबद्दल बोलायचं तर सतराव्या शतकाचा काळ असाच होता कारण तेव्हाच इथे युरोपियन लोकांनी आपल्या वसाहती वसवल्या.

माझ्या शोधनिबंधातल्या ह्या शेवटच्या भागाचीच मला वाटतं परीक्षकांवर सर्वात जास्त छाप पडली असावी. (शिवाय हे सगळे युक्तिवाद एकत्र करून मी जो लेख लिहिला तो छापणाऱ्या मासिकावरही ती तेवढीच पडली असावी.) आता मागे वळून बघताना हे असले युक्तिवाद करण्यामागचा तारुण्यसुलभ उद्धटपणा आठवून मला इतकं आश्चर्य वाटत नाही. मात्र, आपण ह्या आख्यायिकेबाबत काढलेले निष्कर्ष हे आपल्या आठवणीतल्या त्या कथेच्या अस्तित्त्वाचा इतिहास बघता त्यालाही लागू होतात हे लक्षात न येण्याइतका स्वतःचा बथ्थडपणा जाणवून आश्चर्य वाटतं. माझ्या आयुष्यातला सर्वात वादळी कालखंड तेव्हा चालू असल्यामुळे त्या आख्यायिकेनं आपल्या मनात डोकं वर काढलं असेल का, हा प्रश्न मी कधीच स्वतःला विचारला नाही. ज्या स्त्रीवर प्रेम केलं तिचा मृत्यू आणि दैवयोगानं तेव्हाच मिळालेल्या शिष्यवृत्तीमुळे तरुणपणातल्या त्या अशांत कलकत्त्यातून मध्यपश्चिमी अमेरिकेतल्या खेडेवजा विद्यापीठ-परिसरामध्ये झालेलं स्थलांतर ह्या दुहेरी धक्क्यातून सावरत असतानाचा तो काळ. एकदाचा तो काळ संपला तेव्हा असल्या खळबळ माजवणाऱ्या भानगडींमध्ये पुन्हा कधीही न पडण्याचा माझा पक्का निश्चय झाला होता. त्यानंतर पडद्याआडचं, शांत आणि सामान्य आयुष्य जगण्यात मी कोणतीही कसूर केली नाही. त्यात मी इतका यशस्वी झालो की, त्या दिवशी कोलकत्त्यातल्या लग्नाच्या रिसेप्शनमध्ये जेव्हा बंदुकीच्या व्यापाऱ्याच्या रूपात सौदागरनं माझ्या आयुष्यात पुन्हा नव्यानं प्रवेश केला तेव्हा आयुष्यात आपण अगदी काळजीपूर्वक जपलेली शांतता परत एकदा बिघडू शकते हे माझ्या ध्यानातच आलं नाही.

"तू नक्की बरोबर नाव सांगतोयस ना?" मी काहीसा झिडकारण्याच्या सुरात कनईला म्हणालो. "काहीतरी चुकीचं ऐकलं असशील..."

कनईनं मात्र आपला मुद्दा सोडला नाही. आपण जाणूनबुजूनच 'बंदुकीचा व्यापारी' असे शब्द वापरले असं त्यानं ठासून सांगितलं. "तुला माहीतच असेल," त्याच्या त्या डोक्यात जाणाऱ्या आगाऊपणानं तो म्हणाला, "आपल्या लोककथांमधून ह्या व्यापाऱ्याचं पात्र वेगवेगळी नावं घेऊन येतं. कधीकधी त्या गोष्टी काही विशिष्ट ठिकाणांशी जोडलेल्या असतात आणि मला असं वाटतंय की बंदुकीच्या व्यापाऱ्याची गोष्ट त्यापैकीच एखादी स्थानिक लोककथा असावी."

"का?"

"कारण ही कथा एका स्मारकाशी म्हणजे धामाशी संबंधित आहे आणि ते धाम सुंदरबनात आहे."

"सुंदरबनात!" वाघांनी खच्चून भरलेल्या पाणथळ प्रदेशातल्या जंगलात एखादं स्मारक लपलेलं असेल ही कल्पनाच इतकी अशक्य होती की मी जोरजोरात हसत सुटलो. "दलदलीत कशाला कोणी धाम बांधायला जाईल?"

"कदाचित असं असेल," कनई शांतपणे म्हणाला, "की, बंगालमधून समुद्री मार्गानं बाहेर जाणारा प्रत्येक व्यापारी सुंदरबनातूनच जातो. समुद्राकडे जायला आणखी दुसरा रस्ताच नाही. व्यापार आणि जंगल जिथे थेट एकमेकांच्या डोळ्याला डोळा भिडवतात त्याची हद्द म्हणजे सुंदरबन. इथेच तर नफातोटा आणि निसर्गातलं युद्ध रंगतं. मनसादेवीचं स्मारक उभारायला सापांनी भरलेल्या जंगलापेक्षा आणखी चांगली जागा कुठली?"

"पण हे स्मारक कोणी बघितलंय का?" मी विचारलं.

"मी स्वतः तिकडे गेलो नाहीये," कनई म्हणाला, "पण माझी नीलिमा आत्या जाऊन आली आहे तिकडे."

"तुझी आत्या? म्हणजे नीलिमा बोस?"

"होय, तीच," कनई म्हणाला. "तिनंच मला बोंदुकी सौदागर आणि त्या धामाबद्दल सांगितलं. तू कोलकात्यात आल्याचं तिला कळलं आणि म्हणूनच तू येऊन भेटलास तर बरं होईल असा तिनं तुला निरोप दिलाय. तिची आता ऐंशी उलटून गेलीये आणि सध्या ती झोपूनच असते. बुद्धी मात्र अगदी तल्लख आहे. तिला तुझ्याशी त्या स्मारकाबद्दल बोलायचंय. तुला त्यात बराच इंटरेस्ट असेल असं वाटतंय तिला."

मी जरासा घुटमळलो. "मला तेवढा वेळ मिळेल का नाही सांगता येत नाही." मी म्हणालो. "न्यूयॉर्कला परतायचा दिवस अगदी जवळ आलाय."

त्यानं खांदे उडवले. "तुझ्यावर आहे." पेन काढून त्यानं एका कार्डवर एक नाव आणि नंबर खरडला आणि ते माझ्याकडे दिलं.

त्याच्या आत्याचं नाव असेल असं समजून मी कार्डकडे नजर टाकली पण तिथे तिचं नाव लिहिलेलं नव्हतं.

"पिया रॉय?" मी विचारलं, "ही कोण आहे?"

"मैत्रीण आहे एक," तो म्हणाला, "बंगाली अमेरिकन आहे. ओरेगॉनमध्ये कुठेतरी शिकवते. तिकडे थंडी पडली की तीही तुझ्यासारखीच इकडे येते आणि सहसा आत्याकडे राहते. आत्ता ती इकडेच आलीये आणि तू जायचं ठरवलंस तर ती सगळी व्यवस्था करेल. तिला फोन कर आणि मला वाटतं, तुला पश्चात्ताप नाही व्हायचा. पिया म्हणजे इंटरेस्टिंग बाई आहे."

कनईच्या आत्याच्या नावामुळे आत्तापर्यंत नुसत्याच बाता वाटणाऱ्या गोष्टीला वजन आलं. नीलिमा बोसकडून एखादी बातमी आली असेल तर ती उडवून लावणं शक्य नव्हतं. जिच्यापुढे राजकारणी गोंडा घोळायचे, हौशी समाजकारणी जिच्या भजनी लागायचे, देणगीदारांनी जिला आपलंसं केलं होतं आणि पत्रकारांनी जिला डोक्यावर घेतलं होतं अशा नीलिमा बोसची विश्वासार्हता वादातीत होती. नीलिमाचा जन्म कलकत्त्यातल्या एका श्रीमंत वकिली घराण्यात झाला होता. घरच्यांच्या विरोधात जाऊन तिनं एका निराश्रित शाळामास्तरशी लग्न केलं होतं. ही गोष्ट आहे पार १९५०च्या सुरुवातीची. लग्नानंतर नीलिमा आपल्या नवऱ्याबरोबर लुसीबाडीला गेली होती. सुंदरबनाच्या टोकावरचं ते एक लहानसं गाव आहे. काही वर्षांनंतर तिनं तिथे बायकांचा एक गट स्थापन केला होता आणि एव्हाना त्याचं रूपांतर बाडाबोन ट्रस्ट नावाच्या भारतातल्या सर्वात प्रतिष्ठित अशा एका सेवाभावी ट्रस्टमध्ये झालं होतं. त्या ट्रस्टतर्फे आता मोफत रुग्णालयं, शाळा, दवाखाने आणि कार्यशाळा चालवल्या जात होत्या.

गेल्या काही वर्षांमध्ये आमच्या कुटुंबाच्या चॅटग्रुपवरूनच मुख्यतः मला नीलिमाबद्दलची खबरबात कळायची. माझी आणि तिची वैयक्तिक ओळख झाली ती पार मी किशोरवयात असताना. तेव्हा काही घरगुती समारंभांमध्ये आमची भेट झाली होती. ह्यातली शेवटची भेट होऊनही इतकी वर्षं उलटली होती की, आपण अजून निलीमाच्या आठवणीत आहोत हे कळल्यावर मला आश्चर्य तर वाटलंच पण मी मनातून बराच सुखावलोही. असं असताना आपण कनईनं दिलेल्या नंबरवर साधा फोनही केला नाही तर तो उद्धटपणा होईल असं मी स्वतःलाच बजावलं.

दुसऱ्या दिवशी सकाळी मी तो नंबर फिरवला तेव्हा पलीकडून हमखास अमेरिकन वाटणाऱ्या आवाजात उत्तर आलं. मी फोन करणार हे पियाला अपेक्षितच असावं कारण "हॅलो, मिस्टर दत्ता का?" असं विचारतच तिनं बोलायला सुरुवात केली.

"हो, आणि प्लीज मला डीन म्हणा. दीनानाथचा शॉर्टफॉर्म आहे."

"आणि मी पिया, पियालीचा शॉर्टफॉर्म." ती म्हणाली. ती बोलायला चटपटीत आणि मनमोकळी वाटत होती. "तुम्ही एखादवेळेस फोन कराल असं कनई म्हणाला होता. नीलिमा-दी तुमची चौकशी करत होत्या. त्यांना येऊन भेटायला जमेल का तुम्हाला?"

तिच्या आवाजात असं काहीतरी होतं ज्यानं मी बांधला गेलो. एकप्रकारचा सडेतोडपणा आणि काहीसं गांभीर्य त्यात डोकावत होतं. मला कनईचं बोलणं

आठवलं, "पिया म्हणजे एक इंटरेस्टिंग बाई आहे." आणि अचानक मला तिच्याबद्दल फार उत्सुकता वाटायला लागली. मी मनाशी ज्या काही सबबी तयार ठेवल्या होत्या त्या पार विसरून गेलो आणि म्हणालो, "मला अगदी आवडेल यायला. पण आपण लवकरच ठरवूया कारण काही दिवसातच मी यूएसला परत जातोय."

"थांबा हं जरा," ती म्हणाली, "मी नीलिमा-दीशी बोलून घेते."

थोड्याच वेळात तिचा आवाज पुन्हा ऐकू आला. "आजच सकाळी यायला जमेल का तुम्हाला?"

त्या दिवशीच्या सकाळचे माझे बेत आधीच ठरलेले होते पण आता अचानक ते महत्त्वाचे वाटेनासे झाले. "हो," मी म्हणालो, "तासाभरात पोहोचतो. चालेल?"

पियानं दिलेला पत्ता बेलीगंज प्लेसमधल्या नीलिमाच्या पिढीजात घरचा होता. हा भाग म्हणजे कोलकात्याच्या सर्वात उच्चभ्रू भागांपैकी एक. कित्येक वर्षांत मी त्या घरी गेलो नसलो तरीही लहानपणी आईवडिलांबरोबर तिथे जात असल्यानं मला ते चांगलं आठवत होतं.

एका ओला कॅबने मला बेलीगंज प्लेसला नेऊन सोडलं. आधीचं जुनं घर केव्हाच नाहीसं झाल्याचं कॅबमधून उतरताना माझ्या लक्षात आलं. कलकत्त्यातल्या इतर अनेक भव्य हवेल्यांप्रमाणेच हेही घर पाडून तिथे त्या पिढीजात मालमत्तेवर वारसाहक्क सांगणाऱ्या प्रत्येकाला पुरेल एवढी मोठी आधुनिक पद्धतीची इमारत उभी राहिली होती.

नवीन इमारतीची शैली अगदी खास होती. ज्या लिफ्टनं मी वरती निलीमाच्या घरापर्यंत गेलो ती लिफ्टआणि जाताना वाटेत दिसणाऱ्या प्रत्येक घराचं पुढचं दार ऐटबाज 'डिझायनर' पद्धतीनं सजवलेलं होतं. त्याला अपवाद फक्त नीलिमाच्या घराचं दार. त्यावर नीलिमा बोस, बाडाबोन ट्रस्ट एवढी पाटी सोडली तर इतर कसलीही कलाकुसर नव्हती.

मी दाराची घंटा वाजवली आणि एका लहानखुऱ्या, शिडशिडीत बाईनं दार उघडलं. तिनं केस बारीक कापलेले होते आणि कडेनं ते हळूहळू पिकायला लागले होते. जीन्स आणि टी-शर्ट ह्या पोषाखामुळे तिची चण अधिकच मुलगीलीशी वाटत होती. एकंदरच ती अगदी सडपातळ आणि आटोपशीर दिसत होती, हां... डोळ्यांचा अपवाद वगळता. तिचे डोळे मात्र चांगले मोठे होते आणि तिच्या सावळ्या, रेशमी अंगकांतीवरते उठून दिसत असल्यामुळे की काय, पण आणखीनच मोठे वाटत होते. तिच्या चेहेऱ्यावर जराही मेकअप नव्हता आणि तिनं कसले दागिनेही घातले नव्हते. तिची एक नाकपुडी मात्र टोचलेली दिसत होती. त्यावरून एकेकाळी ती चमकी घालत असावी असा अंदाज बांधता येत होता.

"हॅलो डीन," हस्तांदोलन करत ती म्हणाली. "मी पिया. या ना आत. नीलिमा-दी तुमची वाटच बघतायत..."

घराचे दोन भाग केले असल्याचं आत गेल्यावर माझ्या लक्षात आलं. बाहेरचा भाग हा ट्रस्टचं ऑफिस म्हणून वापरला जात होता. कॉम्प्युटर पडद्यांच्या उजेडानं

तो भाग झगझगीत झाला होता. तळमळीची वाटणारी डझनभर तरूण पोरंपोरी कामात गढून गेलेली दिसत होती. तो भाग ओलांडून आम्ही मागच्या बाजूला नीलिमाच्या खोल्यांकडे गेलो. जाताना त्या पोरापोरींनी आमच्याकडे जेमतेम एखादा कटाक्ष टाकला असेल.

दार उघडून पिया मला एका नीटनेटक्या, व्यवस्थित उजेड असलेल्या खोलीत घेऊन गेली. डोक्याखाली काही उशा घेऊन नीलिमा एका आरामशीर पलंगावर पहुडलेली दिसत होती. तिच्या अंगावर अर्ध्यापर्यंत चादर होती. ती तशी कायमच लहान चणीची होती पण ह्याआधीच्या आमच्या भेटींपेक्षा तिची काया अधिकच आक्रसलेली दिसत होती. तिचा चेहेरा मात्र माझ्या आठवणीत होता तसाच होता. वाटोळा, खळीदार, चंदेरी काड्यांचा चष्मा असलेलाअसा आणि तिच्या डोळ्यांतली चमकही अगदी तशीच होती.

पियानं माझ्यासाठी एक खुर्ची आणून ती पलंगाजवळ सरकवली. “तुम्हाला दोघांना आता मी इथेच निवांत सोडते.” निलीमाचा हात स्नेहानं घट्ट दाबत ती म्हणाली, “फार दमणूक करून घेऊ नकोस हं नीलिमा-दी!”

“नाही बेटा,” नीलिमा इंग्लीशमध्ये म्हणाली, “आय प्रॉमिस.”

खोलीतून बाहेर जाणाऱ्या पियाकडे बघून तिच्या चेहेऱ्यावर एक प्रेमळ हसू पसरलं. “किती गोड मुलगी आहे,” ती बंगालीत म्हणाली. “आणि कणखरही आहे. पियाशिवाय मी काय केलं असतं कोण जाणे!”

निलीमाच्या बंगालीनं बोलीभाषेचा एक गावरान ढंग पकडला असल्याचं माझ्या ध्यानात आलं, तो बहुधा सुंदरबनातून आला असावा. त्याउलट तिचं इंग्लीश मात्र कुलीन घराण्यातल्या शिकवणुकीप्रमाणे अजूनही गोलाकार उच्चारातलंच राहिलं होतं.

“आजकाल पियाच हा ट्रस्ट चालवतेय,” नीलिमा पुढे म्हणाली. “ती ज्या दिवशी सुंदरबनात आली तो दिवस आमच्यासाठी भाग्य घेऊन आला असंच म्हटलं पाहिजे.”

“म्हणजे? ती बऱ्याचदा तिकडेच असते का?” मी विचारलं.

“हो तर, भारतात असली की ती बहुतेक वेळ सुंदरबनातच असते.”

मरीन बायोलॉजीतल्या संशोधनासाठी पिया पहिल्यांदा सुंदरबनात आली असं नीलिमानं सांगितलं. नीलिमानं तिची राहायची सोय केली होती आणि तिच्या कामालाही प्रोत्साहन दिलं होतं. पुढल्या काही वर्षांमध्ये पिया हळूहळू ट्रस्टच्या कामात अधिकाधिक गुंतत गेली होती.

“दर सुट्टीला ती आमच्याकडे येते,” नीलिमा म्हणाली. “उन्हाळ्यात, थंडीत, जेव्हा जमेल तेव्हा इकडेच येते ती.”

“खरं की काय?” अति चौकशा करतोय असं वाटू नये ह्याची काळजी घेत मी म्हणालो, “घरचं कोणी नाही तिला?”

माझ्याकडे एक चाणाक्ष नजर टाकत नीलिमा म्हणाली, “तिचं लग्न झालंय का असं विचारत असशील तर, नाही...” ह्यावर मी नजर फिरवली आणि आपल्याला त्यात काहीही रस नाही असं दाखवण्याचा प्रयत्न केला.

"पण तसं बघायला गेलं तर पियाचं कुटुंब आहे," नीलिमा पुढे म्हणाली, "तिला तिच्या संशोधनात मदत करत असताना सुंदरबनातला एक गावकरी गेला. तिनं त्याच्या बायकोला आणि मुलाला दत्तक घेतलंय. त्या पोराला वाढवण्यासाठी त्याच्या बायकोला, मोयनाला तिनं शक्य ती सगळी मदत केलीये." स्वतःला सावरत ती पुढे म्हणाली, "निदान तिनं तसा प्रयत्न तरी केलाय..."

मग एक सुस्कारा सोडत, आपण ह्याला इथे कशासाठी बोलवलंय त्याची आठवण होऊन तिनं मान हलवली. "माझी बडबड नको आता." ती म्हणाली, "तुला वेळ कमी आहे ते ठाऊक आहे मला."

खरं सांगायचं तर पियाबद्दल आणखी जाणून घ्यायला मी इतका उत्सुक होतो की, ती ह्याच तारेत आणखी बडबडत राहिली असती तर त्याला माझी काहीही हरकत नव्हती. मात्र अर्थातच असं काही म्हणणं मला शक्य नसल्यामुळे मी जाकिटाच्या खिशात हात घालून माझा नेहमीचा व्हॉईसरेकॉर्डर बाहेर काढला. प्राचीन वस्तूंच्या मागावर असताना मी तो कायमच बरोबर घेऊन जातो.

"तू हे सगळं रेकॉर्ड करणारेस?" आश्चर्यानं नीलिमानं विचारलं.

"सवयच आहे ती एक," मी म्हणालो. "लिहून घेतल्याशिवाय आणि नोंदी ठेवल्याशिवाय मला राहवत नाही. ते यंत्र विसरून जा... एवढं काही महत्त्वाचं नाही ते."

आपण पहिल्यांदा बंदुकीच्या व्यापाऱ्याबद्दल केव्हा ऐकलं ती तारीख नीलिमाला पक्की आठवत होती. 'वादळग्रस्तांच्या मदतीचा जमाखर्च, १९७०' असं नाव असलेल्या नोंदवहीत तिनं ती त्या दिवशीच लिहून ठेवली होती. बाडाबोन ट्रस्टच्या संग्रहातून नुकतीच ती वही तिच्यासाठी बाहेर काढण्यात आली होती. वही उघडून तिनं मला ती नोंद दाखवली. एका पानावर 'बोंदुकी सौदागर धाम' अशी बंगालीतली अक्षरं होती. खाली तारीख होती, '२० नोव्हेंबर १९७०'.

आठ दिवस आधी म्हणजे नक्की सांगायचं तर १२ नोव्हेंबर १९७० रोजी, चौथ्या श्रेणीच्या चक्रीवादळानं बंगालच्या त्रिभुज प्रदेशात धुमाकूळ माजवला होता. भारतातलं पश्चिम बंगाल राज्य आणि तेव्हाचं पूर्व पाकिस्तान नावाचं राज्य (वर्षभरातच त्याचं नामकरण बांग्लादेश असं होऊन नवीन देश तयार झाला होता) असा दोन्हीकडे त्याचा तडाखा बसला होता. तेव्हा ह्या प्रदेशात चक्रीवादळांना नाव देत नसत पण नंतर १९७० सालचं चक्रीवादळ भोला चक्रीवादळ नावानं ओळखलं जाऊ लागलं.

दुर्घटनाग्रस्त व्यक्तींची मोजदाद केली तर भोला चक्रीवादळ ही विसाव्या शतकातली सर्वात मोठी नैसर्गिक आपत्ती होती. अगदी हात राखून मोजलं तरी मेलेल्या व्यक्तींची संख्या सुमारे तीन लाख असावी असा अंदाज होता पण प्रत्यक्षात ती संख्या पाच लाख इतकी जास्त असू शकते. ह्यातले बहुतेक मृत्यू पूर्व पाकिस्तानात झाले होते. बराच काळ तिथे राजकीय तणावाचीही परिस्थिती होती. पश्चिम पाकिस्तानने आपत्तीकाळात मदत देण्यात केलेली दिरंगाई हे स्वातंत्र्यलढा सुरू होण्यासाठी महत्त्वाचं कारण झालं आणि बांग्लादेशची निर्मिती झाली.

पश्चिम बंगालमध्ये चक्रीवादळाचा तडाखा बसला तो सुंदरबनाला. नीलिमा आणि तिचा नवरा राहायचे त्या लुसीबाडी बेटावर पुष्कळच नुकसान झालं. बेटाचा फार मोठा भाग आणि घरं इत्यादी गोष्टी वादळाच्या लाटेत सापडल्या.

मात्र लुसीबाडीचं झालेलं नुकसान हे दक्षिणेकडेच्या बेटांच्या आणि वसाहतींच्या नुकसानापेक्षा कमीच म्हणायला हवं. नीलिमाला मात्र पुढे कित्येक दिवसांनी त्याची माहिती समजली. तिच्या ओळखीच्या एका तरुण कोळ्यानं-होरेन नस्करनं तिला त्याबद्दल सांगितलं. मासेमारीसाठी समुद्रात गेला असताना त्यानं स्वतःच्या डोळ्यांनी तो विध्वंस पाहिला होता.

होरेनकडून सगळी हकीकत ऐकल्यावर नीलिमानं आपत्कालीन मदत गोळा करून ती वाटण्यासाठी स्वयंसेवकांचा एक गट तयार केला. एका भाडोत्री नावेचं सुकाणू होरेनच्या हातात देऊन नीलिमा आणि तिच्या गटानं किनाऱ्याजवळच्या काही गावांमध्ये मदत पोहोचवली होती.

मदतीसाठी काढलेल्या प्रत्येक मोहिमेत त्यांना भयंकर दृश्यं बघायला मिळाली. कुठे वादळाच्या तडाख्यात लहान लहान खेडी संपूर्ण नष्ट झाली होती, काही बेटांवरच्या प्रत्येक झाडाचं पानन् पान ओरबाडलं गेलं होतं, कुठे प्राण्यांनी अर्धवट खाऊन टाकलेली प्रेतं पाण्यात तरंगत होती तर काही गावांमधले सगळेच्या सगळे गावकरी मरून गेले होते. पूर्व पाकिस्तानातून येणाऱ्या निर्वासितांच्या अखंड लोंढ्यांमुळे परिस्थिती आणखीनच बिकट झाली होती. गेले कित्येक महिने पलीकडच्या राजकीय अंदाधुंदीतून सुटण्यासाठी माणसं सीमा ओलांडून भारतात येत होती. आता तर त्या लोंढ्याचं रूपांतर माणसांच्या महापुरात झालं होतं. आधीच भयंकर अन्नटंचाई असणाऱ्या त्या भागात भुकेली तोंडं आणखी वाढत होती.

सुंदरबनात जिथे रायमंगल नावाची बलाढ्य नदी सीमेला लागून वाहते तिथे एके दिवशी सकाळी होरेननं नाव नेली. नदीच्या दोन काठांवर दोन वेगळे देश आहेत. नदीच्या ह्या भागात येणं नीलिमा सहसा टाळायची. त्या भागात तस्करांची सतत ये-जा असायची आणि नदीचा प्रवाह इतका ताकदवान होता की, अनवधानानं बोटी कायम सीमेपलिकडे फेकल्या जायच्या.

होरेन कशीबशी बोट भारताच्या बाजूनं हाकत होता. थोड्याच वेळात ते एका वाळू तटापाशी आले. एकेकाळी तिथे एक अख्खं गाव वसलेलं होतं. आता मात्र काही वाकलेले खांब वगळता तिथे मानवी वस्तीच्या कोणत्याही खुणा नव्हत्या. चक्रीवादळानंतर आलेल्या लाटेच्या तडाख्यानं होती नव्हती ती सगळी घरं वाहून गेली होती.

नदीच्या काठावर काही माणसं दिसल्यामुळे नीलिमानं होरेनला थांबायला सांगितलं. त्या ठिकाणचा एकंदर रागरंग पाहून ह्या खेड्यातली बरीचशी माणसं मारली गेली असावीत किंवा जखमी झाली असावीत असाच तिचा समज झाला. चौकशी केल्यावर मात्र अनपेक्षित उत्तर मिळालं. खेड्यातल्या कोणालाही कसलीही इजा झालेली नाही आणि त्यांचं सामान आणि अन्नसाठेही सुरक्षित आहेत असं तिला समजलं.

त्या गावाचं नशीब एवढं बलवत्तर कशामुळे होतं?

उत्तर ऐकून नीलिमा थक्क झाली. हा चमत्कार मनसा देवीमुळे झाला असल्याचं तिला तिच्या बातमीदारांनी सांगितलं. सापांची देवता असलेली मनसा देवी जवळच असलेल्या एका स्मारकाची राखणदार असल्याचं ते म्हणाले.

वादळ येण्याच्या जरासं आधी आभाळ भरून येत असताना तिथल्या स्मारकाची घंटा वाजायला लागली होती. जमेल तेवढं अन्न आणि सामान घेऊन गावकऱ्यांनी तिकडे धाव घेतली होती. स्मारकाच्या भिंतींनी आणि छतानं त्यांना वादळापासून सुरक्षित ठेवलं होतंच पण नंतरही त्यांना आश्रय दिला होता. सुंदरबनात एरवी दुर्मिळ असणारं स्वच्छ आणि ताजं पाणीही तिथल्या विहिरीत त्यांना मिळालं होतं.

नीलिमानं ते स्मारक बघण्याची इच्छा व्यक्त केल्यामुळे गावकरी तिला तिकडे घेऊन गेले. वाळूच्या तटापासून ते बरंच आत, किंचित उंचावर होतं. एका वाळूच्या मैदानाच्या मध्यभागी असलेलं ते स्मारक पाणथळ प्रदेशातल्या दाट झाडीनं वेढलेलं होतं.

प्रत्यक्ष ती वास्तू मात्र नीलिमाला अगदी अंधुक आठवत होती. शेकडो लोक इकडेतिकडे फिरत होते. त्यांचं सामान सगळीकडे पसरलेलं होतं. तिला फक्त उंच भिंती आणि एका बाजूनं बघितलं तर उलट्या बोटीसारखं दिसणारं वळणदार छप्पर आठवत होतं. तो आकार बघून तिला बिष्णुपूरच्या प्रसिद्ध देवळांची आठवण झाली होती.

तिथला कोणी राखणदार असेल तर त्याच्याशी बोलायची इच्छा नीलिमानं व्यक्त केली होती. थोड्याच वेळात करड्या रंगाची दाढी असलेला आणि पांढरी गोल टोपी घातलेला एक मध्यमवयीन मुसलमान माणूस बाहेर आला होता. तो *माझी* किंवा नाखवा असल्याचं आणि मूळचा रायमंगल नदीच्या पलिकडल्या काठावरचा असल्याचं नीलिमाला समजलं होतं. लहानपणी तो ह्या स्मारकाची देखरेख करणाऱ्या लोकांकडे काम करत असे. ते एक *गायन* - पोवाडेगायकांचं- हिंदू कुटुंब होतं. त्या स्मारकाची कथा सांगणारं काव्य (*पांचाली*) त्यांनी मौखिक परंपरेद्वारा पिढ्यानपिढ्या जतन केलं होतं. गेल्या काही वर्षांत मात्र कुटुंबातल्या सदस्यांची संख्या रोडावत जाऊन एकच अखेरचा वारसदार उरला होता. त्यानेच ह्या नाखव्याला आपल्यानंतर त्या स्मारकाची काळजी घ्यायला सांगितलं होतं. हे घडूनही बरीच वर्षं उलटली होती. १९४७ साली भारतीय उपखंडाची फाळणी झाली त्याच्याही दहा वर्षं आधीची ही घटना होती. तेव्हापासून तो नाखवाच त्या धामाची देखभाल करत होता. तेच आता त्याचं घर झालं होतं आणि आपल्या बायको-मुलाबरोबर तो तिथे राहत होता.

"तू स्वतः मुसलमान असूनही एका हिंदू देवतेच्या स्मारकाची देखभाल करतोस, ह्यात काही विचित्र नाही वाटत?" असं नीलिमानं त्याला विचारलं होतं. त्यावर सगळ्या धर्माच्या लोकांची ह्या धामावर सारखीच श्रद्धा आहे असं त्यानं उत्तर दिलं होतं. मनसा देवी त्या स्मारकाचं रक्षण करते अशी हिंदूंची श्रद्धा होती तर ह्या जागी

जीवात्मे असून इल्यास नावाचा मुस्लिम *पीर* (म्हणजे संत) त्यांचं रक्षण करतो अशी मुसलमानांची श्रद्धा होती.

पण हे स्मारक बांधलं कोणी होतं आणि कधी?

त्याचं उत्तर द्यायला तो नाखवा विशेष राजी नव्हता. आपल्याला ती कहाणी नीटशी माहीत नसल्याचं तो म्हणाला आणि एका कवितेच्या काही ओळीच फक्त आठवतायत असंही त्यानं सांगितलं.

"ती कविता कुठे लिहिलेली नाही का?" नीलिमानं विचारलं होतं. त्यावर नकारार्थी उत्तर देत तो नाखवा म्हणाला की, ही कविता कधीही लिहिली जाऊ नये तर फक्त मौखिक परंपरेनं पुढे जावी अशी इच्छा बंदुकीच्या व्यापाऱ्यानं बोलून दाखवली होती. दुर्दैवानं त्या नाखव्यानं ती कविता पाठ केली नव्हती आणि त्याला फक्त काही ओळीच आठवत होत्या.

नीलिमाच्या आग्रहावरून नाखव्यानं काही ओळी म्हणून दाखवल्या होत्या आणि ते शब्द नीलिमाच्या आठवणीत घर करून बसले होते. कदाचित ते निरर्थिका किंवा बडबडगीतासारखे होते म्हणून असेल. (तिला अशा प्रकारातलं साहित्य खूप आवडायचं)

कोलकाताए तोखोन ना छिलो लोक ना मकान
बांगलार पाटानी तोखोन नगर-ए-जहान

तेव्हा कलकत्त्यात ना माणूस होतं ना घर
बंगालमधलं मोठं बंदर म्हणजे होतं जगाचं नगर

माझ्याकडे एक नजर टाकत नीलिमा किंचित अवघडून हसली. जणू असं मूर्खासारखं काहीतरी माझ्या नजरेला आणून दिल्याबद्दल तिला संकोच वाटत होता.

"काहीच अर्थ लागत नाही, नाही का?" ती म्हणाली.

"लगेच तरी नाही," मी म्हणालो, "पण तू सांग पुढे."

नीलिमानं त्या नावाड्याला पुढे आणखीही प्रश्न विचारले पण उत्तरादाखल तो आणखीनच घुमा होत गेला. एकीकडे तो आपल्याला काही माहीत नसल्याचं अजीजीनं सांगत होता आणि दुसरीकडे त्या कहाणीचा अर्थ लावणं बहुतेकांना अशक्य आहे असंही अगदी ठासून म्हणत होता. नीलिमानं मात्र चिकाटी सोडली नव्हती आणि त्याच्याकडून त्या कहाणीचा साधारण आराखडा माहीत करून घेण्यात ती यशस्वी झाली होती. ती बरीचशी चाँद व्यापाऱ्याच्या कथेशी मिळतीजुळती असल्याचं सिद्ध झालं होतं.

चाँदप्रमाणे हा बंदुकीचा व्यापारीसुद्धा एक श्रीमंत सौदागर होता असं म्हणतात. त्यानंदेखील मनसा देवीची भक्ती करायचं नाकारून तिचा कोप ओढवून घेतला होता. सापांनी पिडलेल्या, दुष्काळ, उपासमार, वादळं आणि इतर आपत्तींनी ग्रासलेल्या अवस्थेत तो देवीचा कोप टाळण्यासाठी सातासमुद्रापार निघून गेला

होता. अखेर त्यानं साप नसलेल्या प्रदेशात आश्रय घेतला होता. त्या जागेचं नाव होतं बंदूक-द्वीप.

इथे नीलिमा बोलायची थांबली आणि तू ह्या नावाचं कोणतं ठिकाण ऐकलंयस का, अशी तिनं चौकशी केली.

मी मान हलवली. "नाही. कधीच नाही," मी म्हणालो. "लोककथेत ऐकायला मिळतात त्यातल्या एखाद्या काल्पनिक देशांपैकी असणार ते."

नीलिमानं मान डोलावली. त्या कथेत तशी आणखीही काही ठिकाणं होती असं ती म्हणाली. आत्ता मात्र तिला त्यांची नावं आठवत नव्हती.

बंदुकद्वीपावर येऊनही व्यापाऱ्याला मनसा देवीपासून लपता आलं नाही. एकेदिवशी एका पुस्तकाच्या पानातून ती त्याच्यासमोर प्रकट झाली आणि माझी सर्वत्र नजर आहे असं त्याला म्हणाली. त्या रात्री त्यानं लोखंडी भिंती असलेल्या खोलीत लपायचा प्रयत्न केला होता पण तिनं तिथेही त्याला शोधून काढला होता. एका फटीतून आत शिरलेल्या एका बारीकशा, विषारी प्राण्यानं त्याला दंश केला होता. त्यातून जेमतेम वाचलेल्या व्यापाऱ्यानं जहाजात बसून बंदूक-द्वीपावरून पोबारा केला होता. पण समुद्रातही त्याला चाच्यांनी धरलं होतं. ते त्याला अंधारकोठडीत टाकून 'शृंखला बेटावर' (शिकोल-द्वीप) विकायला निघाले होते. तेव्हा मनसा देवी पुन्हा एकदा त्याच्यासमोर प्रकट झाली होती. माझा भक्त होऊन तू बंगालमध्ये माझ्यासाठी एक धाम बांधलंस तर मी तुला मुक्त करेन आणि धनाढ्य बनवेन असं तिनं त्याला वचन दिलं.

अखेर व्यापाऱ्यानं हार मानली. देवीनं जर आपल्याला मायदेशी जाण्याचा रस्ता शोधायला मदत केली तर आपण तिचं एक देऊळ बांधू अशी त्यानं प्रतिज्ञा केली. त्यावर देवीनं त्याला मुक्त केलं आणि चमत्कार घडवला: आकाशातल्या आणि समुद्रावरच्या सर्व प्रकारच्या प्राण्यांनी जहाजाला घेराव घातला. चाचे त्या प्राण्यांशी लढाई करत असताना जहाजावरच्या बंदीवानांनी जहाजाचा ताबा घेतला आणि कैद करणाऱ्या चाच्यांचीच संपत्ती हडप केली. त्यातल्या व्यापाऱ्याच्या वाट्याला आलेल्या संपत्तीच्या जोरावर तो घराकडे निघाला. जाताजाता वाटेत त्यानं व्यापार करून भरपूर नफा कमावला. बंगालमध्ये परत येताना तो बरोबर इतकी सारी संपत्ती आणि इतकी अद्भुत कथा घेऊन आला की, त्याचं नाव बोंदुकी सौदागर म्हणजे बंदुकीचा व्यापारी असं पडलं. अशा तऱ्हेनं स्मारकाला ते नाव मिळालं.

"इतकीच होती गोष्ट," खांदे उडवत निलीमा म्हणाली.

"मी त्या नावाड्याला म्हटलं, ह्याचा काहीच अर्थ लागत नाही. त्यावर त्याला मुळीच नवल वाटलं नाही. तो म्हणाला: "मी म्हणालो नव्हतो का तुम्हाला? त्या आख्यायिकेत पुष्कळ रहस्यं ठासून भरलेली आहेत आणि तुम्हाला त्यांचा अर्थ माहीत नसेल तर ते कळणं अशक्य आहे." आणि पुढे तो म्हणाला: "पण एक ना एक दिवस, योग्य वेळ आली की, कोणाला तरी ते समजेल. आणि कोणी सांगावं? त्या माणसापुढे असं काही जग उलगडेल जे आपल्याला दिसूच शकत नाही."

नीलिमा संकोचून हसली. "काय ते मला माहीत नाही, पण त्या गोष्टीत असं काहीतरी होतं जे माझ्या डोक्यात घर करून राहिलं. त्यानं माझा पिच्छाच पुरवला आणि मला त्याबद्दल आणखी जाणून घ्यावंसं वाटायला लागलं. पण इतर काही ना काही इतकं करण्यासारखं होतं की, मी ते विसरूनच गेले. अगदी परवा त्या १९७० च्या चक्रीवादळाबद्दल काहीतरी वाचेपर्यंत मला त्याची आठवण नव्हती. तेव्हा अचानक सगळं आठवलं."

"पण तू तेवढं एकदाच ते देऊळ बघितलंस ना?" मी विचारलं.

"हो," ती म्हणाली. "तेवढी एकदाच मी प्रत्यक्ष तिथे गेले. पुन्हा एकदा मी लांबून ते बघितलं होतं, पण तेव्हा थांबण्याइतका वेळ नव्हता. ही साधारण दहा वर्षांपूर्वीची गोष्ट आहे. मला असं वाटतंय की ते धाम अजूनही तिथे आहे पण आणखी किती काळ राहील कोणास ठाऊक? सुंदरबनातली बेटं सतत समुद्राच्या पोटात गडप होतायत. आपल्या डोळ्यांदेखत नाहीशी होतायत ती. म्हणूनच मला वाटतंय की, त्याची काहीतरी नोंद होणं आवश्यक आहे. ते देऊळ म्हणजे एक महत्त्वाचं ऐतिहासिक स्मारक असू शकतं एवढं मला माहीत आहे."

तिला मदत करण्याच्या उद्देशानं मी म्हणालो: "आर्किओलॉजिकल सर्व्हे ऑफ इंडियाशी बोलून पाहिलंस का?"

"एकदा मी त्यांना पत्र लिहिलं होतं पण त्यांनी ह्यात काहीच रस दाखवला नाही."

मग तिनं माझ्याकडे नजर टाकली आणि तिच्या चेहेऱ्यावर खळीदार हसू फुललं. "मग मात्र मला तुझी आठवण झाली."

थक्क होऊन मी विचारलं, "माझी? का?"

"कारण तुला प्राचीन वस्तूंची बरीच आवड आहे, हो ना?"

"हो, पण असल्या गोष्टींची नाही," मी म्हणालो, "मी जास्त करून जुनी पुस्तकं आणि हस्तलिखितं बघतो. ग्रंथालयं, वस्तुसंग्रहालयं, जुन्या हवेल्या आणि असल्याच गोष्टींना मी सतत भेटी देत असतो पण हे असलं काही मी कधी केलेलं नाही."

"तरीही, निदान एकदा जाऊन ते ठिकाण बघून यायला आवडेल ना तुला?"

ह्यावर मी थेट नाही असं उत्तर दिलं नाही ह्याचं एकमेव कारण म्हणजे ते उद्धट वाटलं असतं एवढंच. त्याक्षणी कोणत्याही ठिकाणाला अशी भेट देणं मला अशक्य वाटत होतं. कारण आठवड्याभरात मी न्यूयॉर्कला जायला निघणार होतो, माझे पुढले सगळे दिवस भेटीगाठींच्या कार्यक्रमानं अगदी खच्चून भरलेले होते आणि (सगळ्यात महत्वाचं) मला दलदलीबद्दल आणि पाणथळ प्रदेशातल्या झाडांबद्दल काहीही देणंघेणं नव्हतं.

काहीतरी निमित्त सांगून मी अंग काढून घ्यायचा प्रयत्न केला. "मला किती वेळ मिळेल सांगता येत नाही, परतीचं विमान आहे माझं..."

पण नीलिमा काही सहजासहजी हार मानणारी बाई नव्हती.

"फार वेळ नाही लागायचा त्याला," तिनं मुद्दा लावून धरला. "एका दिवसात जाऊन परत येता येईल. मी अगदी आनंदानं तुझी व्यवस्था करेन."

आता नम्रपणे नकार कसा द्यावा ह्याचा मी विचार करत असतानाच आत कोण यावं? तर पिया.

जराही वेळ न दवडता नीलिमानं तिला बोलण्यात ओढलं. "पिया, सांग बरं त्याला... त्या स्मारकाला भेट देऊन यायला फार वेळ नाही लागायचा म्हणून. त्याला अमेरिकेचं विमान चुकायची भीती वाटतेय."

माझ्याकडे वळून पियानं परतीच्या विमानाचा दिवस विचारला. तो सांगितल्यावर मला धीर देत ती म्हणाली: "काळजी करू नका... तुम्ही विमानाच्या वेळेत परत याल."

"नक्की का?"

"जितकं नक्की सांगणं शक्य आहे तितकं नक्की." माफीच्या सुरात ती पुढे म्हणाली: "मला स्वतःलाच तुमच्याबरोबर यायला आवडलं असतं. दुर्दैवानं ते जमणार नाही कारण मी एका कॉन्फरन्ससाठी भुवनेश्वरला जातेय. पुढच्या आठवड्यात परत येईन. पण तुम्ही जायचं ठरवलंत तर तुमची चांगली व्यवस्था लावून जाईन."

तिच्या हसण्यानं मला पुन्हा एक़दा विचार करायला भाग पाडलं. "विचार करतो," मी म्हणालो.

माझ्या सगळ्या वस्तू गोळा करून मी नीलिमाचा निरोप घेतला. मग पिया मला शेजारच्या खोलीत घेऊन गेली. तिथे नर्सच्या निळ्या-पांढऱ्या साडीत एक पोक्त, जाडजूड भिवया असलेली बाई बसली होती. पियानं तिच्याशी माझी ओळख करून दिली.

"ह्या मोयना मोंडल," पिया म्हणाली. "नीलिमाची आवडती नर्स आहे."

नर्सच्या खांद्यावर हात टाकत तिनं तिला मिठी मारली. "मोयना आणि मी आता घरच्यासारख्याच आहोत. एवढ्या वर्षात आता आम्ही एकमेकींच्या बहिणी झालोय. तुम्ही जायचं ठरवलंत तर ही सगळी व्यवस्था करेल. तुम्हाला काही काळजी करायला नको. अगदी पटकन आणि सहज जाऊन येता येईल."

पियाचा सूर इतका उत्साही होता की, मला होकार द्यायचा मोह झाला पण काहीतरी वाटून मी थांबलो.

"मला जरा काही गोष्टी बघाव्या लागतील." मी म्हणालो. "उद्या सकाळपर्यंत सांगितलं तर चालेल?"

"जरूर. तुम्हाला हवा तेवढा वेळ घ्या."

चीनता

नीलिमाच्या फ्लॅटमधून बाहेर पडलो तेव्हा माझ्या डोक्यात नुसता गोंधळ उडाला होता. तार्किक विचार करणारं, व्यवहारी, सावध असं एक मन तिकडे जाण्याच्या साफ विरोधात होतं. प्रवासात मी कायमच अस्वस्थ असतो आणि आता विमान चुकण्याच्या विचारानं मी पुरता धास्तावलो होतो. शिवाय कामाच्या दृष्टीनं विचार केला तरीही तिथे फार काही रोचक गोष्ट सापडेल असं मला वाटत नव्हतं. त्या स्मारकात काही मौल्यवान गोष्ट असलीच तरी एव्हाना ती खात्रीनं तिथून गायब झाली असणार.

दुसरीकडे होती पिया. तिच्यात असं काहीतरी होतं ज्यामुळे मला दुर्गाची आठवण येत होती. दुर्गा म्हणजे फार फार पूर्वीची माझी पहिली प्रेयसी. पियाच्या वरवरच्या रंगरुपापेक्षाही तिची एकंदर लकब, तिची नजर दुर्गासारखी होती. मला तिच्यात एकनिष्ठपणा आणि एकप्रकारचा आदर्शवाद जाणवत होता आणि तो दुर्गाची आठवण करून देत होता.

पियाला माझ्याबरोबर येणं जमलं असतं तर मी आनंदानं तिकडे गेलो असतो हे मला कळत होतं. त्यामुळेच मी घाबरलो होतो आणि माझ्या गोंधळात भर पडली होती. मी एका चमत्कारिक हळव्या मनःस्थितीत असल्याचं काही महिन्यांपूर्वीच ब्रूकलिनमधल्या माझ्या थेरपिस्टनं मला सांगितलं होतं. ज्यातून पुढे काहीही निष्पन्न होण्याची शक्यता नाही अशा नात्यांबद्दल मी नसते भ्रम करून घेण्याची शक्यता आहे असंही तिनं मला सांगितलं होतं. अनुरूप नसलेल्या किंवा मिळवायला अशक्य अशा बायकांबद्दल माझ्यासारख्या परिस्थितीतल्या माणसाला काही प्रसंगात आसक्ती वाटू शकते असं सांगत तिनं मला विशेष सावध केलं होतं. "पुन्हा एकदा स्वतःहून अपयश पत्करायला जाऊ नकोस."

घराकडे जाताना रस्ताभर हेच शब्द माझ्या कानात घुमत होते.

रात्रीच्या जेवणापर्यंत माझा न जाण्याचा विचार जवळजवळ पक्का झाला होता. मात्र त्या संध्याकाळी मला एका बहिणीकडे जेवायला बोलावलं होतं. मी तिच्या घरी गेलो तेव्हा ती आणि अनेक पिढ्या एकत्र नांदत असलेल्या तिच्या कुटुंबातले सगळेजण अगदी मन लावून टीव्ही बघत होते. आणि ते काय बघत असतील? तर मनसा देवी आणि व्यापाऱ्याची (अजब पद्धतीचा आधुनिक साज चढवलेली) कथा. सध्या प्रादेशिक वाहिनीवरचा हा सर्वात लोकप्रिय कार्यक्रम असल्याचं मला सांगण्यात आलं. व्यापाऱ्याच्या आख्यायिकेचं पुन्हा एकदा नियमित पुनरुज्जीवन

होऊ घातलं होतं हे उघड होतं. केवळ माझ्या डोक्यात नव्हे तर एकूणच सांस्कृतिक जीवनात सुद्धा.

ह्या विचारानं मी अस्वस्थ झालो.

नंतर घरी परत आल्यावर सामान आवरत असताना माझी नजर व्हॉईसरेकॉर्डरवर गेली. नीलिमाबरोबर झालेलं बोलणं पुसून टाकावं म्हणून मी तो हातात घेतला पण चुकून भलतंच बटण दाबलं. नीलिमाची मुलाखत पहिल्यापासून ऐकू यायला लागली. नीलिमानं म्हटलेल्या ओळी ऐकू येईपर्यंत मी निवांत ऐकत बसलो होतो :

तेव्हा कलकत्त्यात ना माणूस होतं ना घर
बंगालमधलं मोठं बंदर म्हणजे होतं जगाचं नगर

हे ऐकत असताना मात्र मी कशामुळे तरी एकदम चमकलो. पॉझचं बटण दाबून मी तेवढा भाग पुन्हा-पुन्हा ऐकला.

सुरुवातीला ऐकताना त्या ओळी अगदीच निरर्थक वाटत होत्या. मात्र जसजशा मी त्या ऐकत गेलो तसतसं त्यांचा छंद आणि ताल बंगाली लोककाव्याच्या एका विशिष्ट शैलीशी मिळताजुळता असल्याचं माझ्या लक्षात आलं. ऐतिहासिक गोष्टींचं मर्म जाणवून देण्यासाठी ही काव्यशैली प्रसिद्ध आहे. हे स्मारक केव्हा बांधलं? ह्या नीलिमाच्या प्रश्नाचं उत्तर नावाड्यानं त्या ओळीतून द्यावं हेही मला विशेष वाटलं. कदाचित तो एखादी तारीख किंवा कालखंड सांगायचा प्रयत्न करत असावा?

अशाप्रकारच्या कवितांना मुद्दाम गूढ स्वरूप दिलेलं असतं हे सांगायलाच नको. तरीही ह्या बाबतीत तरी पहिली ओळ विशेष गूढ नव्हती. कलकत्ता शहर अस्तित्त्वात नसतानाच्या काळात व्यापाऱ्याचं स्मारक बांधलं गेलं असा बहुधा तिचा अर्थ असावा. म्हणजेच १६९० मध्ये शहर बांधलं त्यापूर्वी.

पण मग त्या दुसऱ्या अनाकलनीय ओळीचं काय?

'बंगालमधलं मोठं बंदर' हे शब्द उघडच बंगालमधलं सर्वात महत्त्वाचं नागरी केंद्र म्हणून कलकत्त्याच्या पूर्वज नगराकडे निर्देश करत होते आणि ते शहर कोणतं याबद्दल शंका असायचं काही कारणच नव्हतं. ते शहर होतं ढाका (सध्याच्या बांग्लादेशाची राजधानी)

दुसरीकडे पाहिलं तर, 'जगाचं नगर' ह्या वाक्प्रयोगाचा इथल्या संदर्भात काहीच अर्थ लागत नव्हता. *नगर-ए-जहान* सारखे पर्शियन किंवा उर्दू शब्द ढाक्याच्या संदर्भात वापरलेले मी कधी ऐकले नव्हते. मग ते ह्या काव्यपंक्तीत आले कुठून?

तेव्हा माझ्या डोक्यात प्रकाश पडला की, पहिल्या ओळीप्रमाणेच ही ओळसुद्धा एखाद्या तारखेकडे निर्देश करत असणार.

कर्मधर्म संयोगानं माझ्या स्वतःच्या कुटुंबाचं मूळ त्रिभुज प्रदेशाच्या ज्या भागात आहे तो भाग आता बांग्लादेशात येतो. भारतीय उपखंडाचं विभाजन झालं तेव्हा माझे आईवडील आणि आजी-आजोबा सीमा ओलांडून भारतात आले होते.

त्यापूर्वी मात्र त्यांनी बराच काळ ढाक्यात घालवला होता. आत्ताही पूर्वजांच्या ढाक्याबद्दलच्या कथा आठवायचा प्रयत्न करत असताना माझ्या डोक्यात काहीतरी चमकून गेलं. लॅपटॉप उघडून मी काही गोष्टी शोधायला सुरुवात केली.

काही सेकंदातच उत्तर समोर आलं.

मला जे कळलं ते असं: बंगाल मुघल साम्राज्याचा एक प्रांत असताना त्याची राजधानी ढाका होती. चौथा मुघल सम्राट होता बादशाह जहांगीर. ('जगज्जेता' ह्या अर्थाने) त्याच्या कारकिर्दीत आणि त्यानंतरही काही वर्षं त्याच्या सन्मानार्थ ढाक्याचं नाव बदलून जहांगीर-नगर ठेवण्यात आलं होतं.

म्हणजे *नगर-ए-जहान* हा शब्दांचा खेळ असेल का? सतराव्या शतकातल्या ढाका शहराचा उल्लेख करण्यासाठी वापरलेली गूढ शब्दरचना?

तसं असेल तर जहांगीर सत्तेवर आला तेव्हापासून म्हणजे १६०५ पासून ते ब्रिटिशांनी कलकत्ता वसवलं तेव्हापर्यंत म्हणजे १६९० पर्यंतच्या काळात केव्हातरी ते स्मारक बांधलं गेलं असावं.

एकदा ही कल्पना डोक्यात शिरल्यावर इतरही तपशील जुळायला लागले. उदाहरणार्थ, त्या कवितेच्या ओळींवर उघडउघड दिसून येणारा पर्शियन प्रभाव. बंगाली भाषेनं पर्शियन, अरेबिक इतकंच काय पण पोर्तुगीज आणि डच भाषांमधले देखील कित्येक शब्द आणि वाक्प्रचार सामावून घेतले, ते सतराव्या शतकातच.

१६०५ ते १६९० ह्या कालखंडाला पुष्टी देणारा आणखी एक तपशील नीलिमाच्या कहाणीत होता. ते स्मारक बघून तिला बिष्णुपूरच्या देवळांची आठवण झाली होती. अगदी ह्याच काळात बिष्णुपूर पद्धतीची स्थापत्यशैली (इस्लाम आणि हिंदू शैलीतील घटकांचा अप्रतिम संगम ह्या शैलीत बघायला मिळतो) बंगालभर बहरली होती.

पुन्हा पुन्हा येणारा बंदुकीचा उल्लेख (*बंदूक* हा शब्द पर्शियन आणि अरेबिक भाषेतून बंगालीत आला) हाही तितकाच विलक्षण होता. मुघल साम्राज्य अर्थातच 'बंदुकीच्या दारूचं साम्राज्य' म्हणून प्रसिद्ध होतं. तुर्की ओटोमान साम्राज्य आणि पर्शियन साफविद साम्राज्य ह्या समकालीनांप्रमाणे मुघलांची शक्ती मुख्यत्वे दारूगोळ्यात होती. त्याचं स्मरण म्हणून तर हे बंदुकीच्या व्यापाऱ्याचं धाम उभारलं नसेल?

ही शक्यता बरीच रोचक वाटत होती पण सुंदरबनला जाण्याचे कष्ट आणि धोका पत्करण्याइतकी ती मुळीच महत्त्वाची नाही असं मी ठरवलं.

एकदा तो विषय मार्गी लागल्यानंतर माझ्या डोक्यात माझ्या दुसऱ्या आयुष्याचे म्हणजे ब्रूकलिनमधल्या आयुष्याबद्दलचे विचार येऊ लागले. आपल्या अमेरिकेतल्या सेलफोनचा चार्ज संपला असेल का, याचा विचार माझ्या मनात येणं हा काही अगदीच योगायोग म्हणता येणार नाही. भारतात असताना मी तिथलं स्थानिक सिमकार्ड आणि वेगळा फोन वापरायचो. त्यामुळे गेले कित्येक आठवडे माझा ब्रूकलिनचा फोन टेबलाच्या एका कोपऱ्यात न वापरता तसाच पडून होता.

आत्ता मी तो चालू केला तेव्हा त्याचा चार्ज जवळजवळ संपलेलाच दिसला. थोडावेळ शोधाशोध केल्यानंतर त्याचा चार्जर सापडला आणि मी तो फोनला जोडला. त्यानंतर फोनवरचे ॲप्स धुंडाळताना मला असा शोध लागला की, एवढे दिवस मी फोनपासून लांब असताना अक्षरशः कोणीही किंवा निदान कोणा मनुष्यप्राण्यानं तरी (बॉटसचा अपवाद वगळता) मला फोन किंवा मेसेज करायचा प्रयत्न केलेला नव्हता.

आता असा शोध लागल्यावर जी एक हमखास दुखावल्याची भावना होते त्या भावनेनं मी घडल्या प्रकाराचा विचार करू लागलो. तेवढ्यात अचानक विझता निखारा फुलून यावा तसा फोनचा पडदा उजळून निघाला. क्षणातच त्या यंत्रातून कंपनं ऐकू यायला लागली आणि इतकी कर्कश घंटा वाजली की, घराच्या खिडकीबाहेर केकाटणाऱ्या मांजरीनं धूम ठोकली.

मी इतका दचकलो होतो की सुरुवातीच्या काही घंटा वाजेपर्यंत मी स्क्रीनकडे एकटक बघत गोठल्यासारखा बसून होतो. तो फोन एका इटालियन नंबरवरून आलेला असून फोन करणारी व्यक्ती आपली जुनी मैत्रीण किंवा त्याहीपेक्षा गुरू प्राध्यापिका *जाचीनता सकीअवॉन* आहे हे बघून माझं आश्चर्य कैकपटींनी वाढलं. गेल्या वर्षी *चीनता*ची (तिच्या मित्रमंडळींमध्ये ती ह्याच नावानं ओळखली जायची) तब्येत फारशी ठीक नव्हती हेही मला आठवलं. त्यानंतर मला तिची काहीच खबरबात मिळाली नव्हती. तिची तब्येत आणखी बिघडली की काय असा विचार मी करू लागलो.

कायम दमदार असणाऱ्या *चीनता*च्या आवाजात मात्र नेहमीसारखाच चटपटीतपणा आणि उत्साह होता. *"कारो! कौमे स्ताई?"*

"मी मस्तंय *चीनता*," आश्चर्यानं मी म्हणालो. "आणि तू? तुझी तब्येत कशी आहे?"

"अरे, मी छान आहे. *तूतो आ पोस्तो*"

"छान. कुठे आहेस?"

"व्हेनिसमध्ये," ती म्हणाली. "एअरपोर्टवर आहे."

"कुठे निघालीस?"

"हायडेलबर्गला... एका कॉन्फरन्ससाठी." पुढे ती म्हणाली: "माझं मुख्य भाषण आहे."

आता हे स्पष्टीकरण देण्याची काही आवश्यकताच नव्हती. *चीनता* एखाद्या कॉन्फरन्समध्ये भाग घेत असेल तर ती कॉन्फरन्सच नशीबवान म्हणायची. अशावेळेस तीच त्या कॉन्फरन्सची शान असायची. 'व्हेनिसचा इतिहास' ह्या तिच्या क्षेत्रात ती फार मोठी होती. तरुणपणी ती *फेर्नान्द ब्राउदेल* आणि *एस. डी. गॉयटेन*सारख्या थोर लोकांबरोबर शिकलेली होती आणि भूमध्य समुद्राच्या आसपासच्या भागातल्या सगळ्या मुख्य भाषा तिला अस्खलित येत होत्या. पांडित्य आणि कीर्तीत तिचा हात धरणारे विद्वान फार थोडे होते. किंचितशी किंवा हास्यास्पद म्हणता येईल अशी गर्विष्ठपणाची झाक हे तिचं लोभस स्वभाववैशिष्ट्य प्रसिद्धीचा वारा लागून कोमेजलं नव्हतं हे बघून बरं वाटायचंच पण किंचित आश्चर्यही वाटायचं.

“आणि तू कुठेयस?” तिनं विचारलं, *“दोवे सेइ?”*

“कलकत्त्यात,” मी म्हणालो. “माझ्या बेडरूममध्ये. तुला आठवतेय?”

“चेर्तो कारो!” तिच्या आवाजात मृदू भाव डोकावले. “मी कशी विसरेन? आणि अजूनही तुझ्याकडे ते हे... आहे का रे? काय म्हणता तुम्ही त्याला? ‘डचवुमन’ ना?”

“डचवाईफ”

बंगाली लोकांना अतिशय प्रिय असलेल्या पलंगावरच्या तक्क्यांचं किंवा मांडीवर ठेवण्याच्या उशांचं हे इंग्लीश नाव मी तिला सांगितलं होतं तेव्हा ती कशी हसली होती ते मला आठवलं. “मला टाकून द्यायला लागला तो. त्याला कसर लागली. आता मी एकटाच आहे.”

“पण बरा आहेस ना?”

तिच्या आवाजातला काळजीचा सूर जाणवून मी कोड्यात पडलो.

“हो, मी बराय. असं का विचारतेस?”

“कोण जाणे... मला आत्ता एक स्वप्न पडलं.”

“एयरपोर्टवर?” मी थक्क होऊन विचारलं.

“हो ना! पण त्यात एवढं काही विचित्र नाही... मी आत्ता एका मस्त लाऊंजमध्ये मोठ्या खुर्चीत बसलेय. कुठेतरी, कसलातरी पूर आल्यामुळे माझ्या विमानाला झालाय उशीर. आणि इथे बसून मी त्याची वाट बघत्येय आणि काही *कामेरिएरि*- तरुण वेट्रेस पोरी माझ्यासाठी प्रोसेको वाईनचे ग्लासेस घेऊन येतायत. आलं ना तुझ्या लक्षात?”

“हो.”

चीनता आत आल्यानंतर एकंदर काय नाट्य रंगलं असेल त्याची मला चांगलीच कल्पना आली. तिच्या तरुणपणातल्या सिनेतारकांसारख्या स्टाईलनं सेट केलेला मानेपर्यंत रुळणारा पांढरा केशसंभार आणि चमकते काळेभोर डोळे असलेल्या ह्या उंच आणि रुंद खांद्याच्या स्त्रीकडे लाऊंजमधल्या प्रत्येकाची नजर वळली असणार. तिथली प्रत्येक वेट्रेस तिच्याभोवती घुटमळत असणार आणि ती खुर्चीत येऊन बसली की तिच्यासाठी प्रोसेकोचे ग्लास आणायला धावपळ करत असणार, ह्यावर *चीनता*ला ओळखणाऱ्या कोणालाही शंका आली नसती.

“*कारो*, मी अशी इथे बसले होते,” ती पुढे बोलायला लागली, “तर मला डुलकी लागली आणि माझ्या डोळ्यासमोर एक चित्र उभं राहिलं. ते स्वप्न होतं का आठवण होती ते मला ठाऊक नाही. वय वाढलं की असं होतंच माहितेय? स्वप्न आणि आठवणी ह्यातला फरक सांगता येत नाही.”

“काय पाहिलंस तू नक्की स्वप्नात?”

“मला तू एका तंबूसमोर उभा असलेला दिसलास. सर्कसचा असतो ना तसा मोठा तंबू. आत बरीच माणसं होती... काहीतरी बघत होती... *स्पेताकोलो*... नक्की काय ते मला माहीत नाही. तुला माहितेय काय असेल?”

मी डोकं खाजवलं. “हो, मला काहीतरी आठवतंय... बहुतेक तू कलकत्त्याला पहिल्यांदा आलीस तेव्हा ते घडलं होतं. किती वर्षं झाली त्याला?”

"वीस? पंचवीस?"

"असो, बरीच वर्षं झाली एवढं खरं." मी म्हणालो. "आपण इंडियन म्युझियमला गेलो होतो. चौरंगीच्या इथल्या आणि नंतर तुला 'मैदान'ला फिरायला जायचं होतं. आठवतंय? शहराच्या मध्यभागी मोठं हिरवं पटांगण आहे ते. तुला एक मोठा तंबू दिसला. तिकडे जत्रा चालली होती. कसला तरी लोकनाट्य-संगीताचा कार्यक्रम होता. तुला तिकडे काय चाललंय ते बघायचं होतं म्हणून आपण दाराशी थांबलो आणि तू आत डोकावलंस."

"*आहसी!* आठवतंय मला."

व्हेनिस एयरपोर्टवर बसल्या-बसल्या तिला इतका किरकोळ आणि निसटता क्षण आठवावा हे मला फारच विचित्र वाटलं. "आपण अगदी काही मिनिटं तिकडे होतो," मी म्हणालो. "इतक्या वर्षांनी, इतक्या गोष्टी सोडून तुला तोच प्रसंग का बरं आठवला?"

"*ई वेरो,*" ती म्हणाली. ती स्वतःच जरा कोड्यात पडल्यासारखी वाटत होती. "मलाही ते इतकं का महत्त्वाचं वाटलं ठाऊक नाही. असो, मी तुला झोपेतून उठवलं नाही ना?"

"छे. छे. मुळीच नाही. तुझा आवाज ऐकून मला खरंच खूप आनंद झाला."

"हो, हो. मलाही तुझा आवाज ऐकून बरं वाटलं," ती घाईघाईनं म्हणाली. एकंदर घडल्या प्रकारानं ती चांगलीच कोड्यात पडली असावी आणि आता तिला फोन ठेवायची घाई झाली असावी हे माझ्या लक्षात आलं. "चाऽओ, *काऽरो,* चाओ! बोलू आपण पुन्हा. *तान्ति बासी!*"

कसलाही आगापिछा नसताना आलेल्या त्या फोनमुळे अस्वस्थ होऊन मी पलंगावर पडलो आणि काही दशकांपूर्वीच्या त्या दिवसाचा विचार करू लागलो. त्या दिवशी *चीनता* आणि मी 'मैदान'ला फिरायला गेलो होतो. पण पुष्कळ प्रयत्न करूनही मला लक्षवेधक असं काहीच आठवेना. तो क्षण तिच्या आठवणीत रेंगाळावा असं काय झालं असेल तेही आठवेना.

मग माझ्या डोक्यात एक कल्पना आली. टिपणं काढण्यात आणि नोंदी ठेवण्यात उस्ताद असल्यामुळे त्या दिवसाबद्दल मी काहीतरी लिहून ठेवलं असणार ही शक्यता नाकारता येत नव्हती. तसं असेल तर ते शोधून काढणं तितकंसं अवघड नव्हतं. माझी कागदपत्रं, लिखाण, डायऱ्या आणि असल्या सगळ्या गोष्टी रचून ठेवलेली स्टीलची गंजकी ट्रंक अगदी हाताशीच तर होती.

पलंगाखाली हात घालून मी धुळीच्या लोटाबरोबर ती ट्रंक बाहेर काढली. बिजागऱ्या कुरकुरल्या आणि मी झाकण उघडलं तसं बारीक-बारीक किडे जमिनीवर पसरले. धुळीच्या थराखाली ट्रंकेतलं सामान होतं तसंच होतं. व्यवस्थित वर्गवारी करून लेबल लावून ठेवलेलं.

आणि तिथेच ती होती! तपकिरी रंगाच्या वेष्टणातली बारीकशी पॉकेट डायरी. *चीनता* ज्यादिवशी कलकत्त्यात आली त्या दिवशीच्या पानावर तिच्या विमानाचे सगळे तपशील होते. (मी तिला एयरपोर्टवर घ्यायला गेलो होतो.) दुसऱ्या दिवशीची

नोंद अशी होती: "*चीनता*बरोबर जुन्या कलकत्त्याची भटकंती आणि मग इंडियन म्युझियम. पार्क स्ट्रीटवरचा झगमगाट पहायला तिला आवडेल असं वाटलं होतं पण तिला त्यात काही रस नव्हता. तिला मैदानला जाऊन चक्कर मारायची होती. तिकडे एक जत्रा चालली होती. *चीनता*चं लक्ष एका मोठ्या फलकाकडे गेलं. त्यावर एका स्त्रीची आकृती होती आणि तिच्या अंगाला सापांनी विळखा घातला होता. मनसा देवी."

मग मात्र मला ते सगळं काही आठवलं.

*चीनता*ला मी आदल्या वर्षी अमेरिकेत भेटलो होतो. तेव्हा मी नुकता तिशीत होतो आणि *चीनता* साधारण दहा वर्षं मोठी असेल. नुकतीच मला मिडवेस्टर्न युनिव्हर्सिटीच्या ग्रंथालयात नोकरी मिळाली होती. मी त्याच युनिव्हर्सिटीतून पीएचडी झालो होतो. (मी अर्थातच सर्व प्रकारच्या शिक्षकी जागांसाठी अर्ज भरले होते पण त्यातून विशेष काही निष्पन्न झालं नव्हतं. एकूणच अमेरिकेत अर्वाचीन बंगाली लोककलेच्या तज्ञाला फारशी मागणी दिसत नव्हती.)

एव्हाना *चीनता*नं बऱ्याच आघाड्यांवर उल्लेखनीय यश मिळवलं होतं. ती आकर्षक आणि हुशार होतीच. एक इतिहासकार म्हणून अगोदरच तिच्या नावाचा दबदबा होता. 'इनक्वीझिशन इन व्हेनिस' वरती तिनं सप्रमाण चिकित्सा प्रकाशित केली होती. मात्र केवळ तिच्या पुस्तकामुळे तिला एवढी प्रसिद्धी मिळाली नव्हती. एका वैयक्तिक दुर्घटनेमुळे तिला प्रसिद्धी (किंवा बदनामी) मिळाली होती. तिनं त्या दुर्घटनेला जाहीररीत्या तोंड दिलं होतं.

वयाच्या पंचविशीत असताना एका प्रमुख इटालियन वर्तमानपत्राच्या संपादकाशी *चीनता*चे सूर जुळले. तो तिच्यापेक्षा वयानं बराच मोठा होता. तिच्यासाठी तो आपल्या बायकोला सोडून आला होता आणि त्या दोघांना नंतर एक मुलगी झाली होती. त्यांचं नातं एकूणच सर्व बाजूंनी सुखाचं होतं. आपल्या मुलीला *लूचीआ*ला मोठं करता-करता *चीनता*नं पहिलं पुस्तक लिहिलं होतं.

*चीनता*चं पुस्तक प्रकाशित झालं तेव्हा तिची मुलगी बारा वर्षांची होती. त्यानंतर लगेचच तिला साल्झबुर्गच्या एका कॉन्फरन्सचं आमंत्रण आलं. तिनं आणि तिच्या नवऱ्यानं ह्या प्रवासातच कौटुंबिक सहलही करायची ठरवली आणि *चीनता* विमानानं पुढे निघून गेली. तिच्या नवऱ्याला वेगवान गाड्यांचा षौक होता. तो काही दिवसांनी मुलीला घेऊन निघाला. मात्र वाटेत डोलोमाईट्स पर्वत ओलांडताना त्याच्या मेझराटी गाडीचे ब्रेक निकामी झाले होते आणि तो आणि *लूचीआ* उंच कड्यावरून खाली कोसळले होते.

अपघाताच्या वेळची एकंदर परिस्थिती आणि एका प्रसिद्ध पत्रकाराचा अपघात झाल्याची वस्तुस्थिती अशा दोन्ही गोष्टी त्या अपघाताला इटलीत प्रसिद्धी मिळवून द्यायला पुरेशा होत्याच. त्याव्यतिरिक्त नंतर त्याभोवती तयार झालेलं गूढ वलय आणि काहीतरी दगाफटका झाला असल्याचा संशय ह्यामुळे ती बातमी जगभरातल्या वर्तमानपत्रांच्या पहिल्या पानावर झळकली.

त्याअगोदर त्या वर्षी *चीनता*च्या नवऱ्यानं माफियांचे कारनामे उघडकीस आणणारी एक लेखमालिका प्रकाशित केली होती. त्याला योजनाबद्ध रीतीनं लक्ष्य करून मारण्यात आल्याच्या अफवा त्याच्या मृत्यूनंतर पसरू लागल्या होत्या. यथावकाश हे प्रकरण इटलीच्या संसदेत गेलं आणि तपासकामासाठी एका न्यायाधीशाची नेमणूक करण्यात आली. साहजिकच *चीनता* अनावश्यक प्रसिद्धीच्या भोवऱ्यात सापडली आणि अखेर पापाराइझ्झींपासून सुटका करून घेण्यासाठी कामातून सुट्टी घेऊन तिला अमेरिका गाठावी लागली.

टॅब्लॉईड्स आणि गॉसिपला वाहिलेल्या मासिकांमधून जशी ही बातमी उलगडत जात होती तसे मी आणि ग्रंथालयातले माझे बरेच सहकारी त्यावर लक्ष ठेवून होतो. मात्र *चीनता* नक्की कुठे निघून गेली ते काही फारसं कोणाला माहीत नव्हतं. म्हणूनच ती जवळपासच कुठेतरी मिडवेस्टमध्ये आहे हे कळल्यावर आम्हाला फार आश्चर्य वाटलं. तिनं संचालकांना पत्र पाठवून आमच्या ग्रंथालयातला दुर्मिळ ग्रंथांचा विभाग वापरण्याची परवानगी मागितली होती. (त्या विभागात ऐतिहासिक कागदपत्रांचा फार महत्त्वाचा साठा होता. महायुद्धाआधी इकडे स्थलांतरित झालेल्या इटलीतल्या एका विद्वानानं आपल्या मृत्यूपत्रात तो ग्रंथालयाला दान केला होता.)

तिला अगदी सहजच परवानगी मिळाली. ज्या दिवशी *चीनता* पहिल्यांदा ग्रंथालयात आली तेव्हा कर्मचारी वर्गापैकी एकजण असा नसेल जो तिची एक झलक मिळावी म्हणून कोणतं ना कोणतं काम काढून दुर्मिळ ग्रंथविभागात डोकावला नसेल. एखाद्या सिंहासनावर बसल्यासारखी ती पुस्तकांच्या एका भल्या मोठ्या कपाटामागे बसली होती. तिचे ते ऐटबाज पण साधे कपडे आणि तिच्याभोवती असलेली उदासीची एक अस्पष्ट छाया ह्यामुळे ते दृश्य काही विलक्षणच वाटत होतं.

साधारणपणे दवाखान्यांमध्ये शवागाराकडे जसं बघितलं जातं तसंच त्या ग्रंथालयात दुर्मिळ ग्रंथ आणि विशेष संग्रह विभागाकडे बघितलं जायचं. (दोन्ही ठिकाणी जाताना हातमोजे घालावे लागत असल्यामुळे ओढूनताणून केलेल्या विनोदांना पुष्कळ बहर आलेला होता.) त्या खोलीत स्मशानशांतता असायची आणि अधूनमधून येणाऱ्या एखाद्या गबाळ्या विद्यार्थ्याचा अपवाद वगळता ती सहसा रिकामीच असायची. कर्मचारी वर्गाबद्दल सांगायचं तर त्या खोलीत बसलेल्यांना हवी ती पुस्तकं आणून देण्याइतकं नकोसं काम दुसरं कोणतंच नसे. मी त्या ग्रंथालयात नवीन असल्यामुळे दुर्मिळ ग्रंथ आणि विशेष संग्रह विभागातली कॅटलॉग सहाय्यकाची कामगिरी साहजिकच माझ्याकडे आली होती.

तेव्हा झालं असं की, ते दोन आठवडे *चीनता* ग्रंथालयात येत असताना मी म्हणजे तिनं सांगितलेले संदर्भ आणून देणारा हरकाम्या गडी होतो. तिच्या भरदार आणि घोगरट आवाजातलं *'ग्राझ्झिमिलेऽ'* ऐकायला मिळावं म्हणून का होईना पण मी ते काम मनापासून करत होतो. तिच्या वागण्या-बोलण्यात एक विलक्षण सहजता होती आणि एक-दोन दिवसातच तिनं माझ्यासाठी 'दिनो' (म्हणजे इटालियन भाषेत 'डीन') असं तिच्यापुरतं एक नाव शोधून काढलं होतं.

मात्र अधूनमधून थोड्याफार शब्दांची देवाण-घेवाण करण्यापलिकडे आम्ही त्या खोलीच्या चार भिंतीत एकमेकांशी क्वचितच काही बोलायचो. तेव्हा माझी आणि तिची ओळख होण्याचं खरं कारण हे तिच्याप्रमाणेच तेव्हा मीही धूम्रपान करायचो हे होतं.

त्यावर्षी वसंतऋतूत बोचरी थंडी होती. ग्रंथालयाच्या मुख्य दाराशेजारी असलेल्या एका बोळकांड्यात आम्हा धूम्रपान करणाऱ्यांना घोळका करून उभं राहावं लागायचं. एकदा आम्ही दोघंच तिथे होतो आणि जुजबी बातचीत करावी म्हणून, "मिडवेस्टमधल्या कडक हवामानाचा तुला त्रास होत नाही का?" असं मी तिला विचारलं.

"छे, छे!" धुराचं वलय सोडत ती म्हणाली. "मी अर्धी मिडवेस्टर्नच आहे. माझी आई लेक्सिंगटनची आहे."

"लेक्सिंगटन, केंटकी?" मी विचारलं.

तिनं हसत मान डोलावली. "हो. माझी आई ॲलिस लेक्सिंगटनची आहे."

ॲलिस केंटकीच्या एका दारू गाळणाऱ्या कुटुंबातली असल्याचं *चीनता*नं सांगितलं. मला त्या कुटुंबांचं नाव चांगलंच माहीत होतं कारण त्यांची बर्बन प्रकारातली व्हिस्की माझ्या खूप आवडीची होती. तरुणपणी ॲलिसला युरोपात विशेषतः इटलीत प्रवास करायची खूप इच्छा होती. दुसऱ्या महायुद्धाला तोंड फुटल्यामुळे तिला काही काळ आपलं स्वप्न बाजूला ठेवावं लागलं पण युद्ध संपल्यावर लवकरच ती तिकडे रवाना झाली होती आणि व्हेनिसच्या प्रेमात पडली होती.

तेव्हाचा इटलीतला काळ हा एखादी व्यक्ती केवळ अमेरिकन आहे म्हणून सन्मान मिळायचा काळ होता. प्रत्येकाला इंग्लीश बोलायची खुमखुमी असायची. एकदा ती एका फेरीत बसून ग्रँड कॅनलमधून चालली होती तेव्हा फेरी चालवणाऱ्या अतिशय देखण्या तरुणानं-*कोन्दुसेन्ते* ने ॲलिस अमेरिकन असल्याचं ताडलं. त्यानं तिला विचारलं होतं: "तुम्ही मला एक मदत कराल? इंग्लिशसाठी? मी शिकायचा प्रयत्न करतोय..."

"सि," तिनं उत्तर दिलं होतं, *"सेर्तो!"* हे ऐकून त्यानं खांद्यावरच्या चामड्याच्या पिशवीतून एक पुस्तक बाहेर काढलं होतं आणि अधोरेखित केलेल्या एका वाक्याचं स्पष्टीकरण विचारलं होतं. ॲलिस स्वतः पट्टीची वाचणारी होती. त्यामुळे ते पुस्तक म्हणजे हेन्री जेम्सनं व्हेनिस शहराच्या पार्श्वभूमीवर लिहिलेली *द ॲस्पर्न पेपर्स* नावाची लहानशी कादंबरी आहे हे बघून तिला खूप आनंद झाला होता. त्यानंतर ती त्या विशिष्ट फेरीची आणि त्या विशिष्ट कोन्तुसेन्तेची वाट बघू लागली. काही महिन्यातच त्यांचं लग्न झालं.

"माझी आई अगदी हाडाची रोमँटिक होती," *चीनता* म्हणाली.

"असणारच. मुलीचं नाव जिया *चीनता* ठेवणारी आई रोमँटिकच असली पाहिजे, नाही का?"

"आणि तुझे वडील?"

ती हसली. "ते पक्के व्हेनेशियन आहेत. त्यांना वस्तू खरेदी करायला आणि त्या विकायला भरपूर आवडतं आणि त्यांना ते चांगलं जमतंही. दोघं एकत्र खूश आहेत."

"व्हेनिसमध्ये राहतात ते?"

"हो, कायमच तिथे राहिलेत ते. माझा जन्मही तिथेच झाला आणि मी लहानाची मोठीही तिथेच झाले. मी व्हेनेशियन आहे. शेवटच्या काही व्हेनेशियन्सपैकी." हसून तिनं एक झुरका घेतला. "*बास्ता*, माझी कहाणी पुरे. तुझं काय? तू कसा काय इकडे मिडवेस्टला आलास?"

"स्कॉलरशिप मिळाली," मी म्हणालो, "पीएचडी साठी."

"अच्छा, म्हणजे तू स्कॉलर आहेस? फक्त अभ्यासासाठी इकडे आलास?"

ज्या परिस्थितीत मी कलकत्ता सोडलं त्याबद्दल मी सहसा बोलायचो नाही पण तेव्हा मला काय झालं कोणास ठाऊक? *चीनता* स्वतः इतकी थेट बोलत होती की काही कळायच्या आत माझ्या तोंडातून शब्द निसटले: "नाही, तेवढंच नव्हतं."

"आणखीही काही कारण होतं म्हणजे?"

मी मान डोलावली.

तिनं तिचे काळेभोर डोळे माझ्यावर रोखले आणि असं वाटलं जणू काही ती थेट माझ्या मनात डोकावून बघते आहे.

"एखादी स्त्री?"

"होय."

"तिला शोधायला निघाला होतास का तिच्यापासून लांब पळून जात होतास?"

"दोन्हीही नाही," मी म्हणालो. "वारली ती, अगदी अचानक आणि मग मला तिथून निघून येणं भाग होतं."

मी एक खोल श्वास घेतला. "बरीच मोठी कहाणी आहे ती."

तिनं डोळे बारीक केले पण मला आणखी काही विचारलं नाही. "मग तू आहेस कुठला?"

"कलकत्त्याचा," मी म्हणालो, "भारतात आहे ते शहर."

"कालकूता?" तिच्या त्या खास पद्धतीत ती म्हणाली. "तिथेच इंडियन नॅशनल लायब्ररी आहे, *गुस्तो*?"

तेव्हा मला असं कळलं की, सुट्टी संपताना आशियामार्गे इटलीला परत जायचं आणि वाटेत इंडियन नॅशनल लायब्ररीत एक आठवडा घालवायचा असा *चीनता*चा विचार होता. का? तर तिचा सध्याचा संशोधन प्रकल्प हा 'मध्ययुगीन काळातल्या मसाल्यांच्या व्यापारात व्हेनिसची भूमिका' असा होता.

मसाल्यांच्या व्यापारात व्हेनिसची कधी काही भूमिका असेल ही बातमी माझ्यासाठी नवीनच होती. मात्र तसं असल्याचं *चीनता*नं मला खात्रीपूर्वक सांगितलं. "मसाले हा व्हेनेशियन अर्थव्यवस्थेचा फार मोठा भाग होता. मसाल्यांच्या व्यापारात व्हेनिस शहराचं अख्ख्या युरोपात कित्येक शतकं वर्चस्व होतं." मान मागे टाकत तिनं धूर सोडला. "त्यात इतका नफा व्हायचा की

बाकीच्यांना मत्सर वाटायला लागला. म्हणून तर पोर्तुगीज आणि स्पॅनिश लोक जगाच्या सफरी करायला लागले... त्यांना मसाल्याच्या व्यापारातलं व्हेनिसचं वर्चस्व मोडून काढायचं होतं."

तिनं जे काही सांगितलं त्यामुळे, की जसं सांगितलं त्यामुळे ते मला माहीत नाही, पण मला त्याची भुरळ पडली. व्हेनिसच्या इतिहासाचा अभ्यास करायला कोणाला भारतात प्रवास करावासा वाटावा हे मला विलक्षण वाटलं. एकंदरीत *चीनता* कोण होती ते बघता तिला अगदी ऐटीत भारतात प्रवास करायचा असेल आणि तिची सगळी व्यवस्था आधीच झाली असेल असं मी धरून चाललो होतो. ती मलाच त्याबद्दल विचारेल अशी माझी मुळीच अपेक्षा नव्हती... मी एक साधा कॅटलॉग सहाय्यक होतो! ती मलाच राहण्याचं ठिकाण सुचवायला सांगेल असं मला वाटलंच नाही, पण तिनं विचारलं खरं आणि थोडावेळ विचार करून मी म्हणालो, "मला वाटतं तुला ग्रँड हॉटेल आवडेल."

"खूप भारी आहे का ते?"

"नक्कीच. कलकत्त्यातलं सगळ्यात भारी हॉटेल आहे ते." मी म्हणालो. (तेव्हा ते खरंही होतं.)

तिनं मान हलवली. "मग मला नाही चालायचं ते. मला एखादी शांत जागा आवडेल. साधी पण स्वच्छ. जिथे खरेखुरे विद्वान राहतात अशी जागा..."

तिनं धुराचं एक वलय सोडून ते बाजूला सारलं. "म्हणजे कसंय," नजर खाली वळवत ती हळूच म्हणाली, "मला गुप्तपणे राहायचंय. कळतंय ना मला काय म्हणायचंय ते? मला शांतता हवी आहे आणि मला काम करायचंय... आणि मला ते शहरही बघायचंय. येतंय ना लक्षात? मी तिथे आहे ते मला फार लोकांना... विशेषतः वर्तमानपत्रांना कळू द्यायचं नाहीये..."

आपल्या शोकाचा आणि त्यानंतर आलेल्या प्रसिद्धीच्या वादळाचा इतपतच उल्लेख तिनं त्या दोन आठवड्यात केला.

"हो, मी समजू शकतो," मी म्हणालो. "मला एक चांगली जागा माहितेय. अगदी तुझ्यासाठीच आहे ती. एक स्वच्छ, शांत गेस्ट-हाऊस आहे. माझ्या घरापासून फार लांबही नाहीये. ह्या हिवाळ्यात मी स्वतःच तिकडे असणार आहे. तेव्हा तुला चालणार असेल तर मी आनंदानं तुला शहर दाखवेन."

तिनं तिचं एक दिलखेचक हास्य माझ्याकडे फेकलं "हो... मला अगदी आवडेल. *ग्राझ्झि!*"

चीनता कलकत्त्यात आल्याच्या दुसऱ्या दिवशी आम्ही मैदानला चक्कर मारायला गेलो. शहरातलं ते सगळ्यात मोठं खुलं पटांगण असल्यामुळे त्याकाळी सर्कशीचे किंवा नकलाकारांच्या फडांचे तंबू तिथेच पडायचे. माझ्या आठवणीप्रमाणे त्या दिवशी असाच एक तंबू विशेष लोकप्रिय झालेला दिसत होता. सर्व दिशांनी येणाऱ्या माणसांची तिकडे रीघ लागली होती.

तंबूच्या दाराशीच एक मोठा (आणि माझ्या दृष्टीनं तरी भीषण) जाहिरातफलक

लावला होता. त्यावर सापांनी विळखा घातलेल्या एका स्त्रीचं चित्र होतं. त्या प्रतिमेनं *चीनता*चं लक्ष वेधून घ्यावं हे बहुधा साहजिकच होतं. तिनं मला त्याबद्दल विचारलं तेव्हा, तंबूत कसलातरी नाट्यप्रयोग चालला असणार असं मी तिला म्हणालो. ते लोकनाट्य सर्पदेवतेच्या एका लोकप्रिय आख्यायिकेवर आधारित असल्याचंही मी तिला सांगितलं.

तिनं विषय सोडून द्यावा ह्या आशेनं मी सगळी माहिती अगदीच नीरसपणे आणि निरुत्साहानं दिली. मात्र माझ्या ह्या स्पष्टीकरणामुळे तिचं कुतूहल आणखीनच वाढलं.

'पोस्सो?' तंबूकडे बोट दाखवत ती म्हणाली. "मी आत जाऊन बघू?"

माझ्या पोटात गोळा आला. मला जत्रेतल्या खेळांची मुळीच आवड नव्हती. त्यांचे ते तासंतास चालणारे खेळ, चित्रविचित्र कपडे घातलेली आणि कृत्रिम तारस्वरात किंचाळणारी पात्रं... माझ्या दृष्टीनं त्यातला सगळ्यात वाईट भाग म्हणजे ह्या खेळांमधून अभिजात वाङमयाला साध्यासुध्या विडंबनाचं स्वरूप येत असे.

मात्र *चीनता*ला हे सगळं स्पष्ट करून सांगायला बराच वेळ लागला असता. तेव्हा मी तिच्या मागोमाग तंबूकडे गेलो खरा पण किंचित औपरोधिक टिप्पणी करायची संधी मात्र सोडली नाही. "हं... तुला हा असलाच भारत बघायचा होता वाटतं, हो ना?" मी म्हणालो.

तिनं गोंधळून माझ्याकडे पाहिलं. "असं का म्हणतोस?"

"एकदम विदेशी प्रकार वाटतो ना," मी म्हणालो. "विशेषतः भारत म्हणजे गारुड्यांचा देश असा इतर बऱ्याच परदेशी लोकांसारखा विचार केला की नक्कीच."

तिनं एक भुवई उंचावली. "आणि ही आत बसलेली माणसं?" गजबजलेल्या तंबूकडे हात दाखवत ती म्हणाली. "ती काय परदेशी आहेत? त्यांनाही हा प्रकार विदेशी वाटतो असं म्हणायचंय तुला?"

मी खांदे उडवले. "ती साधी माणसं आहेत. त्यांना काय... कसातरी वेळ घालवायचा..." ती हसली. "असं? मग मलाही थोडासा वेळ घालवावासा वाटतोय. तेव्हा मी थोडावेळ आत जाऊन बघितलं तर तुझी काही हरकत नाही ना? "

"मुळीच नाही," मी म्हणालो. "आणि तुला इथे सोडून मी जरा चक्कर मारून आलो तर *तुझीही* काही हरकत नाही ना? मी पंधराएक मिनिटात परत येतो. चालेल?"

"हो, अगदी."

तर मी तिला तिथेच सोडून थोड्या वेळानं परत आलो. ती अगोदरच दाराशी येऊन थांबली होती.

"आवडला का प्रयोग?"

तिनं जोरजोरात मान डोलावली. "खूपच. मला अर्थात एक शब्दही कळला नाही पण प्रेक्षकांकडे बघायला मजा आली. इतका भारावून गेलेला प्रेक्षक मी कधीच बघितला नाहीये. त्यांच्यावर जणू कोणीतरी मोहिनीच घातली होती..."

"असेल तर काय," मी म्हणालो, "असली माणसं कशावरही विश्वास ठेवतात, नाही का?"

तिनं आश्चर्यानं माझ्याकडे नजर टाकली. "तुला खरंच ही कहाणी आवडत नाही वाटतं? तुझ्या अभिरुचीच्या मानानं ती बरीच गावंढळ आणि सामान्य दिसतेय." हे ऐकून मात्र मी चांगलाच खजील झालो. "मला वाटतं तुझा काहीतरी गैरसमज झालाय." निषेध नोंदवत मी म्हणालो. "मी लहानपणापासून ही कहाणी ऐकतोय. माझा शोधनिबंधसुद्धा ह्याच कथेवर होता. आत्ताचा प्रयोग ज्या काव्यावर होता त्याच महाकाव्यावर माझा एक लेखही प्रकाशित झालाय."

एवढ्या नावाजलेल्या जिया *चीनता* स्कॅव्होननं आपला लेख वाचला (आणि त्याहीपेक्षा उत्तम म्हणजे त्यावर काही टिप्पणी केली) तर करियरच्या दृष्टीनं आपला चांगलाच फायदा आहे असं अचानक माझ्या ध्यानात आलं.

"तुला चालणार असेल तर मी तुला तो लेख देतो," मी म्हणालो. "फार मोठा नाहीये. फक्त दहाएक पानं असतील."

"हो, का नाही?" ती म्हणाली. "दे ना. मी अगदी आनंदानं वाचेन."

आता मागे वळून बघताना तेव्हा मी ज्या अधाशीपणे ही संधी साधली ते आठवलं की, किंचित ओशाळायला होतं. (माझी बाजू सावरायचीच असेल तर असं म्हणता येईल की, आपण दांभिक आणि अति इंग्रजाळलेले शिष्ट वाटून *चीनता*च्या नजरेतून उतरलो आहोत असं मला वाटत होतं. म्हणून मी स्वतःला त्या आरोपातून मुक्त करू बघत होतो.) दुसऱ्या दिवशी सकाळीच मी ती राहत होती तिथं म्हणजे रामकृष्ण मिशनच्या गेस्ट-हाऊसवर गेलो आणि तिला माझ्या लेखाची एक प्रत देऊन आलो. तो लेख होता – 'बंगाली लोककाव्याच्या कालखंडाविषयीच्या नोंदी'

तिच्या गेस्ट-हाऊसपासून चालत वीस मिनिटाच्या अंतरावर एक रेस्टॉरंट होतं. त्या दिवशी संध्याकाळी आम्ही तिथे जेवायला भेटायचं ठरवलं होतं. मी *चीनता*ला घ्यायला गेलो तेव्हा ती माझी वाटच बघत होती. काही मिनिटांतच म्हणजे आम्ही सदर्न अव्हेन्यूच्या शांत रस्त्याला लागल्यावर लगेच ती म्हणाली: "मी वाचला तुझ्या लेख. आत्ता तू यायच्या आधीच."

"अच्छा? कसा वाटला तुला?"

"*ब्राव्हो!* खूपच इंटरेस्टिंग आहे. तू ते बटाट्यांचं म्हणतोयस ते बरोबर असणार हां!"

तिच्या बोलण्यातला चेष्टेचा सूर ऐकून तिला आणखीही काही म्हणायचं असावं हे माझ्या लक्षात आलं. मी वाट बघत राहिलो.

"तू कवितेबद्दल जसं लिहितोस, ते मला फार इंटरेस्टिंग वाटतं. एखाद्या पुरातत्त्वशास्त्रज्ञानं एखादा खापराचा तुकडा पारखावा तसं वाटतं. केवढी चिकित्सक आणि नेमकी भाषा वापरतोस!"

"थँक यू," मी म्हणालो, "माझ्या दृष्टीनं तरी तुझं हे बोलणं कौतुकाचंच आहे."

रस्त्यावरच्या एका दिव्याखालून जात असताना तिनं गोंधळून माझ्याकडे एक कटाक्ष टाकला.

"तुझ्यासाठी हे काव्य इतकंच आहे का म्हणजे? केवळ त्याचा काळ ठरवता येतोय म्हणून त्यात रस वाटावा असा एक निर्जीव तुकडा?"

"तसं आहे खरं," मी म्हणालो. "शेवटी मी काही साहित्य समीक्षक नव्हे."

"*पेरो*... काल त्या खेळाला जमलेली ती माणसं, ती तरी कुठे समीक्षक होती? पण काय ऐकत होती ती! त्यांच्याकडे नुसतं बघून ती कहाणी जिवंत असल्याचं कळत होतं."

"म्हणजे काय?"

"ते किती तल्लीन होऊन बघत होते तू पहायला हवं होतंस!" ती म्हणाली. "आणि कित्ती माणसं होती! आज तू युरोपात गेलास तर अशा खेळांना असली गर्दी बघायलाच मिळणार नाही. समजा कोणी *ओर्लांदो फुरिओसोचा* प्रयोग लावला तर विद्वान समीक्षक आणि प्राध्यापक सोडून त्यांना कदाचित कोणी प्रेक्षकच मिळणार नाही. ही अशी माणसं तिथे कधी येणार नाहीत – साधी माणसं, लहानथोर, स्त्रीपुरुष सगळे. फक्त काल्सिओ-फुटबॉल बघायला अशी गर्दी दिसेल पण तीही अशी नाहीच कारण तिथे एवढ्या बायका दिसायच्या नाहीत. छे, कालच्या त्या प्रेक्षकांच्या दृष्टीनं ते काव्य अजून जिवंत आहे! आज, आत्ता, ह्याक्षणी सुद्धा! अगदी खऱ्या आयुष्यापेक्षाही अस्सल आहे ते."

"हं, आणखी काय म्हणणार?" मी ताडकन म्हणालो. "तू म्हणालीस तशी ही माणसं अगदी साधी आणि अशिक्षित आहेत. गावंढळ माणसं म्हणजे बटाट्याच्या पोत्यासारखी असतात असं कोण मार्क्सच म्हणाला होता ना? देव-देवता आणि सैतानांनी त्यांची आयुष्यं व्यापून टाकलेली असतात त्यात काय नवल?"

पुन्हा एकदा तिनं माझ्याकडे नजर टाकली. "तुला सामान्य माणसांशी खरंच काही देणं-घेणं दिसत नाहीये, हो ना?"

माझ्यावर असा उच्चभ्रूपणाचा ठपका ठेवलेला बघून मी चिडलो. "अगदीच चुकते आहेस तू!" मी म्हणालो. "मी स्वतःला डाव्या विचारसरणीचा समजतो. विद्यार्थीदशेत माझा कल माओवाद्यांकडेच होता. मी कायमच शेतकरी आणि कामगार वर्गाच्या बाजूनं उभा राहिलोय."

"हो तर, *सेर्तो!*" हसू दाबत ती म्हणाली. "इटलीत माझ्याही बऱ्याच माओवाद्यांशी आणि त्या विचारांकडे कल असलेल्या लोकांशी ओळखी होत्या. गरीबांच्या पोटाची आणि हातापायांची त्यांना हरप्रकारे काळजी असायची पण त्यांच्या डोक्यात जे काही आहे त्याची मात्र फिकीर नसायची."

"त्या गोष्टी तर्काला धरून नसतील तर नाहीच करणार फिकीर." मी म्हणालो. "मी एक तर्कनिष्ठ, धर्मनिरपेक्ष, विज्ञानवादी माणूस असल्याचा मला अभिमान आहे. भारतीयांबद्दलच्या साचेबद्ध कल्पनेत ते बसत नसेल तर मला माफ कर पण मी धार्मिकही नाही आणि असल्या अतींद्रिय गोष्टींवर माझा विश्वासही नाही. काय वाट्टेल ते झालं तरी अंधश्रद्धाळू अर्थहीन कर्मकांडावर मी विश्वास ठेवणार नाही."

काही पावलं पुढे जाईपर्यंत ती शांत होती. "तसं असेल तर," ती मृदू आवाजात म्हणाली, "तू हे सगळे धार्मिक शब्द कशाला बरं वापरतोस?"

"कसले धार्मिक शब्द?"

"अंधश्रद्धाळू आणि अतींद्रिय ह्यासारखे?" दोन्ही हातांच्या तर्जनीनं हवेत अवतरण चिन्हाची खूण करत ती म्हणाली. "कॅथॉलिक इनक्वीझिशनच्या वेळेस हे शब्द वापरात आले हे तुला माहीत नाही की काय? 'अंधश्रद्धा' बंद करून त्याऐवजी खरेखुरे धार्मिक रीतीरिवाज लागू करणं हे त्या चौकशी अधिकाऱ्याचं काम होतं. 'ऐंद्रीय' काय आणि 'अतींद्रिय' काय, हेही तो अधिकारीच ठरवायचा. जेव्हा तुझा 'अतींद्रिय' गोष्टींवर विश्वास नाही असं म्हणतोस तेव्हा तो विरोधाभास होतो कारण त्याचा अर्थ-तुझा 'ऐंद्रीय' गोष्टींवरही विश्वास नाही असा होतो. एकाशिवाय दुसऱ्याचं अस्तित्त्वच असू शकत नाही."

"काहीतरी काय," मी उतावीळ होत म्हणालो. "हा नुसता शब्दच्छल झाला."

"होय, बरोबर आहे तुझं. पण असा शब्दच्छल जगात सगळीकडे आहे आणि तू करत असलेला शब्दच्छल सतराव्या शतकातला आहे. तू स्वतःला एवढा आधुनिक समजत असलास तरीही."

हे विधान मात्र मला विशेष लागलं आणि मी कठोरपणे तो वार परतवत म्हणालो:

"तुझ्या दृष्टीनं कोणीही भारतीय माणूस आधुनिक किंवा तर्कनिष्ठ असू शकत नाही वाटतं? देवी-देवता, चेटकिणी आणि राक्षसांवर आम्हा सगळ्यांचा विश्वास असणं आवश्यक आहे का?"

"मॅडोना!" अचानक थांबून तिनं अविश्वासानं हात हवेत उडवले. "का? इतर देशातल्या लोकांचा अशा गोष्टींवर विश्वास नसतो असं वाटतं का तुला? चुकतोयस तू! फ्रान्स आणि इटलीत आज कित्येक लोक असे आहेत ज्यांच्या दृष्टीनं चेटकिणी किंवा भुतानं पछाडणं ह्या गोष्टी अगदी रोजच्या जगण्यातल्या आहेत."

"शक्यच नाही!"

माझ्या तोंडून सहज शब्द निसटले. ती जे सांगत होती ते माझ्या युरोपच्या कल्पनेत कुठेच बसत नव्हतं. युरोप मला नेहमीच विज्ञानवादी, तर्कनिष्ठ दृष्टीकोनाचं भांडार वाटायचं.

"मला नाही खरं वाटत."

"पण खरंय ते!" तिनं ठासून सांगितलं. "तू टॅरंटिझम (नृत्योन्माद) बद्दल ऐकलंयस?"

"नाही. काय असतं ते?"

"तो शब्द *तारानतोला*वरून आलाय. *तारानतोला* म्हणजे दक्षिण इटलीमध्ये सापडणारा एक विषारी कोळी. तो चावला तर माणसावर विचित्र परिणाम होतात. दक्षिण इटलीतल्या काही भागांमध्ये लोकांची अशी कल्पना आहे की, *तारानतोला* चावल्यावर तुमच्या शरीरात मृतात्मे शिरतात. मग ती भूतबाधा नाहीशी करायला संगीताचा आणि विशेषतः नृत्याचा वापर होतो. *टॅरान्टेला* नावाचा नाच तिथूनच आलाय."

"अगं पण," मी म्हणालो, "टॅरान्टेला हा संगीताचा एक प्रकार आहे ना? माझ्या माहितीप्रमाणे तो अगदी जुना, सतराव्या शतकातला आहे. ह्या असल्या कल्पना आता कधीच गेल्या असतील ना?"

"खरं म्हणजे नाही गेलेल्या!" *चीनता* म्हणाली. "टॅरंटिझम अजूनही अस्तित्त्वात आहे. आत्ता एवढ्यातच एकानं त्यावर एक उत्कृष्ट प्रबंध सादर केलाय. मी ओळखते त्याला–*एर्नेस्तो दे मार्तीनो*. तू ऐकलंयस त्याच्याबद्दल?"

"नाही," मी म्हणालो. "नाव तरी काही ओळखीचं वाटत नाही."

"त्यात काही नवल नाही. दे मार्टिनो इटलीच्या बाहेर फारसा कोणाला माहीत नाही. विसाव्या शतकातल्या महत्त्वाच्या बुद्धिवाद्यांपैकी तो एक आहे असं माझं मत असलं तरीही. तो एक इतिहासकार, लोककलांचा अभ्यासक आणि मानववंश शास्त्रज्ञ होता. शिवाय तो समाजवादीही होता आणि ग्रामसीचा चेलाही होता. तो नावाजला जातो तो मात्र त्याच्या टॅरंटिझमच्या अभ्यासामुळे. १९६० मध्ये जेव्हा ह्या सगळ्या प्रथा केव्हाच नष्ट झाल्या असं मानलं जात होतं तेव्हा त्यानं हा अभ्यास केला. म्हणून त्याचं काम इतकं इंटरेस्टिंग आहे. त्यानं असं दाखवून दिलं की, इटलीच्या काही भागांमध्ये म्हणजे चक्क प्रबोधनाच्या किंवा रेनसांच्या जन्मभूमीत टॅरंटिझम फोफावलेला आहे! अशा प्रथांचा अभ्यास करणाऱ्या इतर लोकांपेक्षा त्याचं वेगळेपण असं की, त्यानं खुल्या दिलानं ह्या विषयाला हात घातला. ह्या गरीब बिचाऱ्या शेतकरी बायकांना भ्रम झाला असणार असं त्यानं मुळीच गृहीत धरलं नाही आणि त्या सगळ्या होत्याही बहुतेक बायकाच. आपल्या ठराविक कारणमीमांसेपलिकडे असं काहीतरी असावं जे त्यांना अनुभवता येत असावं ही शक्यता त्यानं नाकारली नाही."

"मृतात्मे, सैतान वगैरे सगळं ख़रं असतं असं त्याला वाटायचं असं तुला म्हणायचंय? कोळ्याच्या चाव्याचा उपयोग करून ते माणसांशी संवाद साधतात असं?" मी अविश्वासानं विचारलं.

"छे, छे!" *चीनता* म्हणाली. "नेहमी बुद्धिवादी करतात तसं आपण 'अतींद्रिय' असा शिक्का मारूनच सुरुवात करणं बरोबर नाही असा त्याचा युक्तिवाद होता. एखादा कार्यकारणभाव समजण्याच्या पलिकडे असेल तर तो *मुळात* अस्तित्त्वातच नाही असं ते गृहीत धरून चालतात. तरीही, दे मार्टिनोनं असं दाखवून दिलं की, तथाकथित 'ऐंद्रीय' कार्यकारणभावानं समजावता येणार नाहीत अशा अनेक घटनांच्या व्यवस्थित नोंदी सापडतात."

"म्हणजे कशा?"

"हं..." ती थांबून विचार करायला लागली. "उदाहरणार्थ, पुढे घडणाऱ्या घटनांची आधीच चाहूल लागणे. आजकाल ज्याला पूर्वज्ञान म्हणतात ते. एखादी गोष्ट घडण्याच्या आधीच ती घडणार आहे हे समजणं."

"म्हणजे भविष्यवेत्ते किंवा आकाशवाणी वगैरे?" मी तुच्छतेनं म्हणालो. "तुझा खरंच असल्या गोष्टींवर विश्वास आहे म्हणतेस?"

"खरंच?" ती म्हणाली, "मग ॲझ्टेक लोकांचं काय झालं ह्याचं स्पष्टीकरण कसं देणार?"

"काय? माफ कर मला."

"तू ॲझ्टेक भविष्यवाणीबद्दल ऐकलंयस ना? समुद्रापलिकडून हल्लेखोर येणार आहेत हे स्पॅनिश प्रत्यक्ष यायच्या कितीतरी आधी ॲझ्टेक लोकांना माहीत होतं. ते

'आगीच्या काठ्या' घेऊन येतील हेही त्यांना ठाऊक होतं. एवढंच काय, पण त्यांची शिरस्त्राणं काय आकाराची असतील तेही त्यांना माहीत होतं. त्यांना हे सगळं माहीत होतं म्हणूनच तर प्रत्यक्ष आक्रमण झालं तेव्हा ते हतबल ठरले. भविष्य माहीत झालं की पुढे जे घडणार आहे त्यासाठी आपण तयार राहतो असं लोकांना वाटतं. पण बऱ्याचदा त्यामुळे तुम्ही शक्तीहीनच होता."

आता मात्र मी जोरजोरात हसत सुटलो. सुदैवानं आम्ही आमच्या इच्छित ठिकाणी पोहोचलो होतो. लॅन्सडाऊन रस्त्यावरचं ते एक चायनीज रेस्टॉरंट होतं. त्या रेस्टॉरंटचं मोठं लाल रंगाचं अर्धचंद्राकृती दार उघडत वातावरण हलकं करण्याच्या उद्देशानं मी म्हणालो, "एका गोष्टीचं मात्र मला अगदी हमखास पूर्वज्ञान आहे. ते म्हणजे, ह्या रेस्टॉरंटमध्ये मिळणारं जेवण चायनीज कमी आणि भारतीयच जास्त असेल."

मी त्या युक्तिवादानं जरासा हललो होतो हे कबूल करायला हवं. *चीनता* काहीतरी विचित्र बोलून गेली होती म्हणून नव्हे. कितीतरी माणसं असं काहीतरी विचित्र बोलतातच की. मी हललो होतो ते तिनं स्वतःच्या बोलण्याचं समर्थन करण्याचा प्रयत्न केला होता म्हणून. ते वागणं अगदीच अयोग्य, अप्रस्तुत आणि चक्क उद्धटपणाचं होतं. शेवटी, एखाद्या लहान मुलाला झोपताना एखादी परीकथा सांगणं वेगळं आणि तीच गोष्ट एखाद्या मोठ्या माणसाला अगदी गंभीरपणे सांगणं वेगळं.

पण तरी अजूनही मला *चीनता* आवडत होतीच आणि तिची मैत्री मला गमवायची नव्हती. तेव्हा मी तो विषय सोडून द्यायचं ठरवलं. *चीनता*नंही तसंच ठरवलेलं दिसत होतं. त्यामुळे आमचं जेवण अगदी आनंदात पार पडलं. आमच्यातला मतभेद मात्र मिटलाही नाही आणि आम्ही तो विसरलोही नाही. त्यामुळे आलेला ताण आम्ही परत गेस्ट-हाऊसपर्यंत चालत जात असताना हवेत रेंगाळत होता. काहीसा अवघडूनच मी तिला गुडनाईट म्हणालो. तरीही माझा फोन नंबर देऊन काही लागलं तर मला फोन करायला मी तिला सांगितलं.

मात्र मला लगेच परत भेटायची *चीनता*ची इच्छा असेल असं काही मला वाटलं नाही. त्यामुळे नंतरचे काही दिवस तिची काही खबर आली नाही तेव्हा मला विशेष आश्चर्य वाटलं नाही. उरलेला आठवडा ती इथेच असल्याचं मला माहीत होतं. आणखी एक-दोन दिवस गेल्यानंतर मग शक्यतो नॅशनल लायब्ररीतच तिला पुन्हा भेटायला जावं असं मी ठरवलं.

त्याऐवजी *चीनता*नंच माझ्याशी संपर्क साधला. एके दिवशी संध्याकाळी, माझं जेवण नुकतं संपत असताना फोन (जुन्या पद्धतीचा, डायल आणि गोल भोकं असलेला) वाजायला लागला. पलिकडे *चीनता* असल्याचं कळल्यावर मला आश्चर्य वाटलं : "चाओ, *कारो*!"

तिच्या आवाजात ताण जाणवत होता. "कशी आहेस *चीनता?*" मी विचारलं, "सगळं ठीक आहे ना?"

"फारसं नाही," ती म्हणाली. "एक बातमी द्यायची होती. मला ताबडतोब इटलीला जावं लागणार आहे. उद्या निघतेय मी."

फाजील चौकशा करायची माझी इच्छा नव्हती पण आपण अगदीच बेफिकीर दिसू नये असंही वाटत होतं. “फार काही गंभीर मामला नाही ना?”

किंचित घुटमळत काहीशा अनिच्छेनं ती पुढे म्हणाली: “तुला कदाचित माझ्या नवऱ्याबद्दल आणि मुलीबद्दल माहीत असेल... काय घडलं होतं ते?”

“हो, अर्थातच.”

तिचा स्वतःशीच चालू असलेला झगडा मला जाणवला. तिला बोलायचं तर असावं पण फोनवर बोलायची इच्छा नव्हती हे मी ताडलं.

“*चीनता*,” मी म्हणालो, “मी येऊ का तिकडे?”

“हो, ये.”

“दहा मिनिटांत पोहोचतो.”

ती गेस्ट-हाऊसच्या दाराशीच माझी वाट बघत उभी होती. “आपण जाऊया का कुठेतरी?” ती म्हणाली, “जरा चक्कर मारूया?”

त्या संध्याकाळची हवा काही विशेष चांगली नव्हती. रोगट वासाच्या दाट धुक्यानं रस्ते आच्छादलेले होते. जानेवारी महिन्यात कलकत्त्यात बऱ्याचदा असं होतं.

“आज चक्कर मारण्यात इतका काही मतलब नाही.” मी म्हणालो, “त्याऐवजी आपण माझ्या घरी जाऊया? फार लांब नाहीये ते.”

“*वा बैने*. चल जाऊया.”

एरवी गजबजलेले रस्ते आता शांत आणि जवळजवळ निर्मनुष्य होते. घरी पोहोचेपर्यंत आम्ही कोणीच काही बोललो नाही.

माझं घर काही फार मोठं नाही पण बाहेरची खोली पुरेशी आरामशीर आहे. *चीनता* दिवाणावर बसली आणि मी ड्यूटीफ्रीमधून आणलेल्या बाटलीतून आम्हा दोघांसाठी ब्रॅन्डीचा एकेक शॉट ओतून घेतला.

एक घोट घेऊन ती हातातल्या ग्लासकडे एकटक बघत राहिली. मग मी काही न विचारताच ती बोलायला लागली. त्यादिवशी सकाळी तिला नवी दिल्लीतल्या इटालियन राजदूताकडून फोन आला होता.. तिच्या नवऱ्याच्या आणि मुलीच्या अपघाताची चौकशी करणाऱ्या न्यायाधीशानं तिला एक विनंती केली होती. वास्तविक ते समन्सच होतं.

एका पोलिस अहवालाच्या स्वरूपात एक नवीन पुरावा हाती लागला होता आणि त्याबद्दल त्याला *चीनता*ला काही प्रश्न विचारायचे होते.

“नक्की काय चाललंय ह्याची तुला कल्पना आहे?” मी विचारलं.

तिनं मान डोलावली. “हो, आहे.” थोडावेळ थांबून ती पुढे म्हणाली: “त्या दिवशी साल्झबुर्गला काहीतरी घडलं होतं, त्याबद्दल आहे ते. अपघाताच्या जरासं आधी मी हॉटेलात बसून माझ्या मुलीची आणि नवऱ्याची वाट बघत होते तेव्हा घडलं ते. ते मिलानवरून कारने येत होते. *जाकोमो*ला ड्रायव्हिंग खूप आवडायचं...”

त्या दिवशी साल्झबुर्गच्या हॉटेलात *चीनता*ला मध्यरात्रीनंतर काहीसं अस्वस्थ वाटून जाग आली होती. असं होणं काही नवलाचं नव्हतं. तिच्या नवऱ्याला,

*जाकोमो*ला अज्ञात व्यक्तींकडून धमक्या यायला लागल्यापासून ती भयंकर अस्वस्थ होती. पण त्या दिवशी सकाळी मात्र ती अरिष्टसूचक भावना विशेष तीव्र होती. इतकी की, एकदोनदा तिला उलट्या पण झाल्या.

तिनं पहाटेपर्यंत कळ काढली आणि मग *जाकोमो*ला मिलानला फोन लावून प्रवास रद्द करण्याची कळकळीची विनंती केली.

त्याला फार आश्चर्य वाटलं: "का?"

"मला आपलं असं वाटतंय... *प्रेसागिओ*... तुला एवढ्या साऱ्या धमक्या येतायत..." ह्याव्यतिरिक्त आणखी काय सांगायचं तिला कळत नव्हतं.

*जाकोमो*नं तिचं बोलणं झटक्यात कानाआड केलं. त्याचा आत्मविश्वास आणि जिद्द जबरदस्त होती. त्याला धमक्यांची सवय होती. तिनं कसलीही काळजी करू नये असं तो म्हणाला. कुठल्यातरी नीच गुन्हेगाराच्या धमकीला तो घाबरणार नव्हता. त्यांची मुलगी *लूचीआ* ह्या सुट्टीची फार आतुरतेनं वाट बघत असल्याचं त्याचं म्हणणं होतं. ती रद्द केली तर तिला भयंकर वाईट वाटेल असं तो म्हणाला.

मग त्यानं आश्चर्याचा एक धक्का दिला. वर्तमानपत्रानं नुकताच त्याला एक सॅटेलाइट फोन दिला असल्याचं त्यानं सांगितलं. मिलान ते साल्झबुर्ग अंतर येत असताना तिला केव्हाही त्याला फोन करता येणार होता. त्यानं तिला नंबर वाचून दाखवला आणि लिहून घ्यायला लावला.

ह्या आधुनिक तंत्रज्ञानाबद्दल ऐकून *चीनता*ला स्वतःच्या आतल्या आवाजावर शंका वाटू लागली होती. तिनं आणखी आग्रह धरला नाही. एकतर तो तसाही ऐकणार नाही हे तिला ठाऊक होतं आणि दुसरं म्हणजे आपण भोळसट आणि मूर्ख वाटू नये अशीही तिची इच्छा होती. शिवाय, जिया कोमोचा आत्मविश्वास आणि स्वतःबद्दलची खात्री बघून तिला आश्वस्त वाटलं होतं. तिची हुरहूर काही अंशी तरी कमी झाली होती. फोन संपता संपता *चीनता* बऱ्यापैकी पूर्वीसारखी झाली होती. *जाकोमो* आणि *लूचीआ*ची आपल्याला फार आठवण येत असल्याचं तिनं त्यांना सांगितलं. तुम्ही दोघं कधी एकदा साल्झबुर्गला येताय असं झालंय असंही ती म्हणाली.

त्यानंतर मात्र सकाळी कॉन्फरन्समध्ये असताना पुन्हा एकदा भीतीनं तिचा ताबा घेतला. तिला कामावर लक्ष केंद्रित करणं अवघड होऊन बसलं. सार्वजनिक फोनपाशी जाऊन तिनं जिया कोमोनं दिलेला नंबर फिरवला. दोन-तीनदा घंटा वाजल्यावर त्यानं तो उचलला. तो हसत होता: "*एकोऽ*! बघ चालतोय की हा सॅटेलाइट फोन! आम्ही हायवेला लागलोय आणि मी चक्क इथे तुझ्याशी बोलतोय!"

"कुठे आहात तुम्ही?"

"ब्रेस्सानोने आणि इन्सब्रुकच्या मध्ये कुठेतरी. दोनेक तासात साल्झबुर्गला पोहोचू."

त्यानं *लूचीआ*कडे फोन दिला.

"ममा!" *लूचीआ* ओरडली. "किती छान आहे हा रस्ता. तू पण असायला हवी होतीस आमच्या बरोबर."

"मलाही तसंच वाटतंय, *तेजोरो!*"

थोडावेळ त्यांनी गप्पा मारल्या आणि मग *चीनता*नं त्यांचा निरोप घेतला. तरीही, सगळं काही व्यवस्थित दिसत असतानाही तिची भीती गेली नव्हती. कॉन्फरन्सला परत जाण्याऐवजी ती हॉटेलमध्ये जाऊन तिच्या खोलीत जाऊन बसली. शून्य दृष्टीनं खिडकीकडे बघत खुर्चीत बसलेली असताना तिला *लूचीआ*चा आवाज ऐकू आला: "*ममा! ममा! ति वोलियो बैने*... आय लव्ह यू!"

हे शब्द इतके स्पष्ट होते की तिनं गर्रकन मागे वळून पाहिलं. *जाकोमो* आणि *लूचीआ* लवकर आले असतील आणि काहीतरी करून खोलीत शिरले असतील असंच तिला वाटलं. मागे कोणीच नाही हे बघून *लूचीआ* आपली चेष्टा तर करत नसेल अशीही तिला शंका आली. कपाटात, पलंगाखाली असं सगळीकडे डोकावत तिनं अख्खा स्वीट पालथा घातला. खोलीत आणखी कोणीही नाही हे जेव्हा स्पष्ट झालं तेव्हा तिनं फोन उचलला, बाहेरची लाईन जोडली आणि *जाकोमो*च्या सॅटेलाइट फोनचा नंबर फिरवला.

उत्तरादाखल तिला फक्त कसलातरी स्टॅटिक आवाज ऐकू आला. तिनं बोटं स्थिर ठेवायची धडपड करत पुन्हा प्रयत्न केला. तरीही काही उत्तर आलं नाही. एखादवेळेस देशाचा कोडनंबर किंवा आणखी काहीतरी तपशील चुकला असेल असं वाटून तिनं हॉटेलच्या टेलिफोन ऑपरेटरला फोन केला. ऑपरेटरला नंबर देऊन ती फोनकडे एकटक बघत बसून राहिली. त्यानंतर बराच वेळ गेला. तेवढ्यात ती आणखीनच कावरीबावरी होत गेली. वाट बघणं अशक्य झालं तसा तिनं रिसेप्शनला फोन लावला आणि तिथल्या माणसाला टेलिफोन ऑपरेटरशी बोलायला सांगितलं. एखाद-दोन मिनिटांत काय ते कळेल असं तिला वाटलं होतं. तसं झालं नाही तेव्हा ती सरळ आपली खोली सोडून निघाली आणि जिन्यावरून धावत तिनं रिसेप्शन डेस्क गाठलं.

रिसेप्शनिस्ट आणि टेलिफोन ऑपरेटर ऑफिसात घोळका करून उभे होते. *चीनता* थेट आत गेली आणि तिनं त्यांना जाब विचारला. त्यावर त्यांनी अनेक वेळा सॅटेलाइट फोन लावूनही काही उत्तर आलं नसल्याचं सांगितलं.

तुम्ही तुमच्या नवऱ्याशी शेवटचं कधी बोललात आणि तेव्हा ते कुठे होते असं रिसेप्शनिस्टनं तिला विचारलं. "ब्रेस्सानोने आणि इन्सब्रुकच्या मध्ये" असं तिनं त्यांना सांगितलं. तिनं दिलेली उत्तरं टिपून घेत रिसेप्शनिस्टनं गयावया करत तिला शांत व्हायला आणि आपल्या खोलीत परत जायला सांगितलं. हायवेच्या त्या भागात गस्त घालणारे जबाबदार अधिकारी कोण आहेत ते शोधून तो त्यांच्याशी संपर्क साधणार होता.

चीनता सावकाश आपल्या खोलीत परत गेली आणि नंतर थोड्याच वेळात फोन वाजू लागला. तिनं तो पटकन उचलला. पलिकडून कोणीतरी पोलित्सिओतो बोलत होते. ते इटलीच्या भागात गस्त घालणारे पोलिस होते. तिनं त्यांना *जाकोमो*च्या गाडीचा नंबर दिला. तो सॅटेलाइट फोन उचलत नसल्यामुळे काहीतरी बरंवाईट झालं असल्याची काळजी लागून राहिल्याचंही तिनं त्यांना सांगितलं.

गस्त घालणाऱ्या कर्मचाऱ्यानं तिला सांगितलं, "तुम्ही काही काळजी करू नका. रस्त्याच्या काही भागात सॅटेलाइट कव्हरेज नसतं. पण तरीही शंका नको म्हणून मी सूचना देऊन ठेवतो."

तासाभरानं *चीनता*चा फोन वाजला. तो त्या गस्त कर्मचाऱ्याचा होता. त्यानं बातमी दिली, "*जाकोमो*ची कार एका हेलिकॉप्टरला एका खोल दरीच्या तळाशी दिसली आहे. अपघातात कोणीही वाचलेलं नाही."

"तर असं आहे," *चीनता* म्हणाली. "कुठेतरी माझ्या त्या फोनची आणि तो कोणत्या वेळेला केला ह्याची नोंद असणार हे मला माहीत होतंच. कोणी ते अहवाल कधी काळजीपूर्वक वाचले तर अपघात झाल्याचं कळलं त्याच्या तासभरपेक्षाही जास्त वेळ आधी मी पोलिसांना फोन केल्याचं त्यांना समजणार हे मला ठाऊक होतं. काहीतरी गडबड झाल्याचं पोलिसांना कळायच्या आधीच मला कसं काय कळलं असेल हा प्रश्न त्यांना पडणारच होता. मला वाटतं आता तेच झालंय."

"आणि तू काय सांगणारेस त्यांना?"

"सोपंय : मी सांगेन की, मी सहज *जाकोमो*च्या सॅटेलाइट फोनवर फोन केला होता आणि त्यानं उचलला नाही म्हटल्यावर मला काळजी वाटायला लागली."

"आणि बाकीचं? तुझ्या मुलीचा तो आवाज?"

तिनं तिरस्कारानं माझ्याकडे एक कटाक्ष टाकला "अर्थातच मी त्याबद्दल काही सांगणार नाहीये. ते सांगणं बरोबर नाही हे तुला चांगलं माहितेय. त्यांना मी *पाझ्झा* वाटेन... वेडसर..."

हे सगळं सांगत असताना *चीनता*नं स्वतःला कठोरपणे आवरून धरलं होतं. आता मात्र तिचे खांदे गदगदून हलायला लागले आणि तिनं दोन्ही हातांनी चेहेरा झाकून घेतला.

तिचे ते कोरडे, धपापते हुंदके ऐकताना फार वेदना होत होत्या. थोड्यावेळानं मी दिवाणापाशी गेलो आणि तिच्या खांद्यावर हात टाकला. माझ्या खांद्यावर रेलून ती रडायला लागली. तिच्या त्या रडण्यात जी एक मूक विषण्णता होती तशी मी ह्यापूर्वी कधीच ऐकली नव्हती. कोणाची ही अशी भळभळती जखम पाहणं कठीण खरं पण तिच्या बाबतीत ते अधिकच कठीण जात होतं. विशेषतः एरवी तिचं स्वतःवर इतकं नियंत्रण असायचं की, त्यामुळे ते जास्त जाणवत होतं. तिनं तसं काही सांगितलं नसलं तरीही साल्झबुर्गच्या हॉटेलमध्ये आलेल्या त्या अनुभवाबद्दल ती ह्याआधी कधीच कोणाला बोलली नसणार हे मला समजलं.

असे आम्ही कितीवेळ तिथे बसून होतो मला सांगता येणार नाही पण थोड्यावेळानं, "तू गेस्ट-हाऊसला परत जाण्याच्या अवस्थेत नाहीस. मी माझ्या खोलीत तुझी झोपायची व्यवस्था करतो आणि मी इकडे दिवाणावर झोपेन." असं मी तिला म्हटल्याचं आठवतं.

ह्यावर तिनं मान डोलावली आणि माझी खोली तयार झाल्यावर ती आत निघून गेली. मी इकडे बाहेरच दिवाणावर ताणून दिली.

मला तशी अशांतच झोप लागली. पहाटे जाग आली तेव्हा *चीनता* बाहेरच्या खोलीतच पलिकडल्या बाजूला उभी असलेली दिसली. सिगरेट ओढत आणि खालच्या रस्त्यावरची वर्दळ बघत ती खिडकीपाशी उभी होती.

मी उठलेला बघून ती येऊन माझ्याशेजारी बसली. माझ्या खांद्यावर हात टाकून तिनं गालाचा हलकासा मुका घेतला.

"ग्राल्झि, ग्राल्झि!"

"काहीतरीच काय *चीनता*... माझे आभार मानायची काय गरज आहे?"

"नाही कशी? तू एवढा तर्कनिष्ठ! पण तरी तू किती सहानुभूतीनं माझं बोलणं ऐकून घेतलंस. मला त्याबद्दल कृतज्ञच वाटतंय."

"अगं, खरंच ह्याची काही गरज नाही."

माझ्यापासून थोडी दूर होत पण खांद्यावरचा हात तसाच ठेवत ती हसली. "तुला आता माझ्याबद्दल बरंच काही माहीत झालंय. तुझ्याविषयी मात्र मला फारसं काहीच ठाऊक नाही."

"सांगण्यासारखं फार काही नाही," मी म्हणालो. "ती एक म्हण माहितेय ना तुला? भारतीय पुरुषांना आतलं असं काही वेगळं जग नसतंच मुळी. त्यांना खरंच कशाची काळजी असेल तर स्वतःच्या पचनशक्तीची."

"खरंच असं असेल?" ती ह्यावर अगदी खरोखरच विचारात पडलेली दिसली. "मला नाही तसं वाटत हं, दिनो. मला आठवतंय, तू मला एक बरीच इंटरेस्टिंग गोष्ट सांगितली होतीस. तू अमेरिकेला का निघून आलास त्याबद्दलची..."

"अच्छा ती. तुला खरंच ऐकायचंय?"

तिनं मान डोलावली. "हो, सांग ना मला."

मी उठून स्टोव्हवर किटली ठेवली.

"कॉलेजात असताना माझा कल माओवाद्यांकडे होता ते मी तुला सांगितलंच आहे, हो ना? त्याकाळी इथे ते गट फार जोरात होते. सगळ्या हुशार आणि आदर्शवादी विद्यार्थ्यांना त्या गटांचं आकर्षण असायचं."

तिनं मान डोलावली. "हो, मी कॉलेजात असताना इटलीतही तसंच होतं."

"तू ही...?"

तिनं नकारार्थी मान हलवली. "नाही. मला त्यांची तत्त्वं नेहमीच खूप बाळबोध वाटत आलीयेत. पण कदाचित तुला नसेल तसं काही वाटलं, नाही का?"

"त्यात तत्त्वांचा फारसा काही संबंध होता असं मला वाटत नाही."

"मग? एखाद्या बाईचा?"

"होय. तिचं नाव दुर्गा होतं. दुर्गा म्हणजे युद्धाची देवता आणि माझ्या दृष्टीनं ती तशीच होती. मी एक कल्पनाविश्वात रमणारा पुस्तकी तरुण पोरगा होतो तेव्हा. प्रवास करायचा, आपण ज्या ठिकाणांबद्दल वाचलंय त्या जागा बघायच्या अशी माझी स्वप्नं होती आणि मग दुर्गा माझ्या आयुष्यात आली. अगोदरच तिचा खूप बोलबाला होता. तिच्या बेदरकार साहसी वृत्तीमुळे ती प्रसिद्ध होती. ती अशक्य धोके पत्करून गावागावातल्या सशस्त्र बंडखोरांना निरोप पोहोचवायची. मला तिचा

दरारा वाटायचा. तिच्यासमोर आपण अगदी कुचकामी, स्वार्थी आणि किरकोळ बूर्झ्वा आहोत असं वाटायचं.

"तर मग तू तिच्या प्रेमात पडलास?"

"हो."

"आणि ती? तिचं प्रेम होतं तुझ्यावर?"

"असावं. मला वाटतं, ती मला जितकी अनाकलनीय वाटायची तितकाच मी ही तिला वाटायचो. काही म्हणा पण आमचं प्रेमप्रकरण सुरू झालं. तिच्या दृष्टीनं ते धोक्याचं होतं कारण मी काही माओवादी कॉम्रेड नव्हतो. नुसताच पाठिंबा देणाऱ्यांपैकी होतो. तिची पार्टी आणि तिचे ते कॉम्रेड्स म्हणजे एक पंथच होता. "आतल्या गोटातला" नसलेला प्रत्येकजण संशयित असायचा. माझ्या बाबतीत तर खासच संशय असणार कारण माझे एक काका पोलिसांत मोठ्या हुद्द्यावर होते ते त्यांना माहीत होतं. मी दुर्गाकडून गुप्त बातम्या काढून घ्यायच्या मागे असेन असं त्यांना वाटलं असावं. माहीत नाही. ते काही असो, एक दिवस मला कुठे जातेय वगैरे काही न सांगताच दुर्गा शहराबाहेर गेली. त्यात काही वेगळं नव्हतं पण फरक इतकाच की ह्यावेळेस ती परत आलीच नाही. काही दिवसांनी मला असं कळलं की एका 'एन्काऊंटर' मध्ये ती पोलिसांकडून मारली गेली."

"तुला कोणी सांगितलं?"

"पोलीसातल्या माझ्या काकांनी. तिच्याच कॉम्रेड्सनी तिचा विश्वासघात केला असं ते म्हणाले."

"का?"

"बहुधा तिचे माझे संबंध होते म्हणून. किंवा कदाचित काकांना गोत्यात आणायचा तिच्या कॉम्रेड्सचा विचार असेल. ते काही असलं तरी कोणीतरी माझं नाव आणि पत्ता तिच्याकडे सापडेल अशी व्यवस्था केली होती."

"अरे बापरे!"

"होय. मी हे प्रकरण मिटवेन असं काका म्हणाले पण त्यासाठी मला ताबडतोब शहर सोडून जावं लागणार होतं. मग सामान बांधून माझी रवानगी नवी दिल्लीतल्या नातेवाईकांकडे झाली. तेव्हाच मी अमेरिकन युनिव्हर्सिटीजमध्ये अर्ज करायला लागलो... आणि माझं नशीब फळफळलं म्हणायचं..."

चीनता उठून माझ्याशेजारी येऊन उभी राहिली. "त्यात तुझी काही चूक नव्हती. स्वतःला दोष देऊ नकोस."

त्या सगळ्या घटनांचा विचार मनात येऊन आता फार काळ लोटला होता. आपला स्वतःवरचा ताबा सुटत असल्याचं मला जाणवत होतं. भावनेच्या आहारी जाऊन, कोलमडून रडण्याचा धोका मला पत्करायचा नव्हता... निदान तेव्हा तरी नाही. म्हणून मी घड्याळाकडे नजर टाकली.

"*चीनता*, आपण आता खरंच निघायला हवं. तुझं नवी दिल्लीचं विमान चुकायला नको."

मिडवेस्टमधल्या त्या ग्रंथालयातल्या कामावर तू खूश आहेस का असं टॅक्सीत बसून एयरपोर्टकडे जाताना *चीनता*नं मला विचारलं. त्यावर मला त्या कामाचं फारसं कौतुक नाही पण सध्या तरी काही मार्ग दिसत नाही असं मी म्हणालो.

"हं, काहीतरी केलं पाहिजे," ती म्हणाली. "आपण आणखी काहीतरी तुला साजेलसं शोधूया."

मिडवेस्टला परत गेल्यानंतर सहा महिन्यात खरंच मला न्यूयॉर्कच्या एका कंपनीकडून एक पत्र आलं. दुर्मिळ पुस्तकं आणि प्राचीन वस्तूंसंदर्भात काम करणारी ती कंपनी होती. त्यांच्या आशियातल्या शाखेसाठी त्यांना एखादा माणूस भरती करायचा होता. एका संचालकांच्या अगदी जवळच्या स्नेही प्राध्यापिका *जाचीनता सकीअवॉन* ह्यांनी जोरदार शिफारस केल्यामुळे त्यांनी माझ्याशी संपर्क साधला होता.

प्रस्ताव अगदी मोहात पडावं असाच होता पण मी घुटमळत होतो. न्यूयॉर्कला बस्तान हलवण्याचा विचार अगदी अंगावर येणारा किंवा क्वचित घाबरवणारा होता. त्या शहरात तुला दडपून जायला होईल असं ओळखीच्या प्रत्येकानं मला सांगितलं होतं.

एकदा अचानक *चीनता*चा फोन आला तेव्हा मी अजूनही द्विधा मनःस्थितीत होतो. मी भीतीच्या आहारी जाऊ नये असा सल्ला तिनं मला दिला. केवळ सवय म्हणून सोपी गोष्ट करून टाकणं हे नेहमीच चुकीचं ठरतं असं ती म्हणाली.

त्या फोननंतर गणित बदललं. मी ती नोकरी स्वीकारली आणि ती अगदी मला हवी तशीच निघाली. माझी इतकी भरभराट झाली की पंधरा वर्षातच मी ब्रूकलिनमध्ये स्वतःचा व्यवसाय सुरू केला.

ह्याच काळात *चीनता*चंही एक विदुषी म्हणून नाव होऊ लागलं. तिचे दौरे आणखीनच वाढले. ती न्यूयॉर्कला आली की आम्ही कायम निवांत जेवायला म्हणून भेटायचो. कधीकधी आम्ही कॉन्फरन्सेस, बैठका, लिलाव अशा कार्यक्रमांनाही भेटू लागलो. वेगवेगळ्या खंडात राहत असलो तरी ह्या ना त्या निमित्तानं वर्षभरात आम्ही बऱ्याचदा एकमेकांना भेटायचो. ती खूपदा माझ्याकडे ग्राहक पाठवत असे. त्यातले बरेचसे इटालियन असत. त्यामुळे पुढल्या काही वर्षांमध्ये मला त्यांची भाषासुद्धा कामापुरती यायला लागली.

*चीनता*ला माझ्यात काय दिसलं असेल हे एक कोडंच आहे खास. म्हणूनच तिच्या मैत्रीविषयी मला आणखीनच कृतज्ञ वाटत राहिलं. ती नसती तर कदाचित मिडवेस्टमधल्या त्या उदासवाण्या ग्रंथालयात मी कायमचा गाडला गेलो असतो. तिचा माझ्या आयुष्यातला सहभाग हा असा असल्यामुळे तिचा कोणताही फोन हसण्यावारी नेणं मला शक्यच नव्हतं. जरी कोलकात्यात बसून त्या दिवशी तो अविचारीपणाचा वाटला तरीही. जणू काही केवळ सवय म्हणून सोपी गोष्ट करायला जाऊ नकोस असंच तिला पुन्हा एकदा मला सांगायचं होतं.

पियाला फोन करायला फारसा उशीर झालेला नाही असं घड्याळाकडे नजर टाकल्यावर माझ्या लक्षात आलं. मी तिचा नंबर फिरवला आणि काही घंटांनंतर तिनं तो उचलला.

"हॅलो पिया, हे बघ मी त्या देवळाकडे जायचं म्हणतोय." मी तिला सांगितलं.

"अरे वा!"

"उद्यासाठीची व्यवस्था करता येईल? का मला फोन करायला उशीर झालाय?"

"उद्या चालेल. ट्रस्टची एक मिनीबस घेऊन मोयना उद्या पहाटेच निघणार आहे. ती बसोंतीपर्यंत तुझ्याबरोबर येईल. बसोंती म्हणजे सुंदरबनातलं एक मोठं बंदर आहे. तिथे तुला होरेन नस्कर नावाचा एक माणूस भेटेल. तो तुला बोटीतून स्मारकापर्यंत घेऊन जाईल आणि अंधार पडायच्या आत बसोंतीला परत आणून सोडेल. तिथून तुला कोलकात्याला यायला आपण टॅक्सीची व्यवस्था करूया. नशीब जरा जोरावर असेल तर रात्री जेवणाच्या वेळेपर्यंत घरी परतशील."

"हरकत नाही."

"मग गोल पार्क चौकात पहाटे ५ वाजता येशील? तिथेच बस तुला न्यायला येईल."

"चालेल."

"आणखी एक," पिया म्हणाली. "पहाटेच्या त्या वेळात बोटीवर वारं असेल आणि किंचित थंडीही असेल. तेव्हा त्या तयारीनं ये. आणि हो, कपड्यांचा एक जास्तीचा जोड बरोबर ठेव."

"कशाला?"

ती हसली. "त्याचं असंय की, सुंदरबनात खूप चिखल आहे आणि पुष्कळ पाणीसुद्धा आहे."

"आलं लक्षात. आणि तुझं काय? तू कधी निघतेयस भुवनेश्वरला?"

"उद्या सकाळी. मी परत येईपर्यंत तू नसशील ना?"

"नाही, पण कदाचित," मी आशेनं म्हणालो, "पुढच्या वर्षी पुन्हा आपली भेट होऊ शकेल, नाही का?"

"हो, नक्कीच. तोवर अच्छा. काळजी घे."

"तू ही काळजी घे."

टिपू

एक पातळ स्वेटर आणि विंडचीटर घालून दुसऱ्या दिवशी मी पाच वाजायच्या थोडासा आधीच गोल पार्क चौकात पोहोचलो. माझ्या खांद्यावर कॅनव्हासची एक पिशवी होती. पियानं दिलेली सावधगिरीची सूचना मनावर घेऊन मी एक नव्हे तर चांगले दोन कपड्यांचे जोड बरोबर घेतले होते. शिवाय कॅमेरा, व्हॉईस-रेकॉर्डर आणि ई-रीडर एवढ्या गोष्टी बरोबर ठेवल्या होत्या.

अजून अंधारलेलंच होतं. संबंध चौकावर थंडीतल्या रोगट वासाच्या धुक्याचं आवरण पसरलेलं होतं. रस्त्यावरचे दिवे त्या अंधुक प्रकाशात गूढपणे लुकलुकत होते. पाच वाजून काही मिनिटांतच मला लांबवर कोणाच्यातरी चिडक्या आवाजाचे अस्पष्ट पडसाद ऐकू येऊ लागले. हळूहळू ते आवाज मोठे होत गेले आणि धुक्यातून हेडलाइट्सचा मंद प्रकाश पुढे येताना दिसला. थोड्याच वेळात बाडाबोन ट्रस्टचा लोगो झळकत असलेली एक पिवळी मिनीव्हॅन माझ्यासमोर येऊन थांबली. त्या व्हॅनच्या दारा-खिडक्यातून बाचाबाचीचे आवाज येत होते.

मी आत शिरलो तसं ते भांडण शांत झालं. मोयना बसमध्ये पुढेच बसली होती आणि माझ्यासाठी तिनं स्वतःशेजारी जागा ठेवली होती.

मी जागेवर बसेपर्यंतच शांतता टिकली. बस सुरू झाल्या-झाल्या लगेच भांडणांचे आवाज वाढले.

वळून मागे पाहिलं तर बसमध्ये आपण एकटेच प्रौढ पुरुष असल्याचं माझ्या लक्षात आलं. बाकी सगळ्या बायका आणि लहान मुलं होती. पुढच्या रांगा ट्रस्टच्या कर्मचारी बायकांनी भरलेल्या होत्या. सगळ्याजणी मोयनासारख्याच नीटनेटक्या, कडक स्टार्च केलेल्या कॉटनच्या साड्या नेसून आल्या होत्या. मागे बसलेल्या बायका मात्र रंगीबेरंगी दिसत होत्या. त्यांच्या अंगावर भडक रंगाचे, भपकेबाज पण सिंथेटिक कपडे होते. काही बायका स्वतःच्या मुलांना घेऊन आलेल्या होत्या आणि काही बायका पदराआड आपल्या तान्ह्या बाळांना पाजत होत्या.

भांडण पुन्हा पेटलं तशी मोयना माझ्या कानात कुजबुजायला लागली. मागे बसलेल्या बायका 'सेक्सवर्कर्स' होत्या म्हणे. (तिनं त्यासाठी हे इंग्रजीच शब्द वापरले). कोलकाता आणि आसपासच्या भागातल्या वेगवेगळ्या वेश्यावस्तीतून पोलिसांनी त्यांना उचलून आणलं होतं. त्या बायका मूळच्या सुंदरबनच्याच होत्या. कार्यशाळा आणि रोजगार निर्मिती कार्यक्रमांचा वापर

करून त्यांच्या पुनर्वसनात मदत करण्यासाठी पोलिसांनी ट्रस्टला बोलावणं धाडलं होतं.

पैशांच्या रूपात फारशी मदत देणं मात्र ट्रस्टला शक्य नव्हतं आणि हाच मतभेदाचा मुद्दा होता. देऊ केलेल्या वेतनात आमचं भागणार नाही असा निषेधाचा सूर मागच्या बाकावरच्या बायकांनी लावला होता आणि ट्रस्टच्या कर्मचारी महिला रागानं त्यांचं म्हणणं खोडून काढत होत्या.

दुर्दैवानं ही लढाई हरल्यात जमा असल्याचं मला मोयनानं सांगितलं. सोडवलेल्या बायकांपैकी अगदी सगळ्या जरी नाही तरी बऱ्याचजणी लवकरच आपल्या पूर्वीच्या आयुष्याकडे वळत असा ट्रस्टचा अनुभव होता.

"पण त्याची तुम्हाला इतकी खात्री कशी काय?" मी विचारलं.

मोयनानं वैतागून एक सुस्कारा सोडला.

"बरीच वर्षं आम्ही असल्या अडचणींना तोंड देतोय," ती म्हणाली. "अगदी *ऐला*च्या वेळेपासून."

२००९ साली सुंदरबनाला तडाखा देणाऱ्या *ऐला* चक्रीवादळाशी माझी ओळख झाली ती अशी.

पूर्वीच्या चक्रीवादळांपेक्षा ह्या आपत्तीचे परिणाम वेगळ्या तऱ्हेनं जाणवले होते असं मोयनानं सांगितलं. १९९० च्या उत्तरार्धात ह्या संपूर्ण भागात वादळाची पूर्वसूचना देणाऱ्या यंत्रणा बसवण्यात आल्या होत्या. त्यामुळे तयारीसाठी पुष्कळ वेळ मिळाला होता. मोठ्या प्रमाणातल्या स्थलांतराची आखणी वेळीच करता आली होती. भारत आणि बांग्ला देशातल्या लाखो लोकांना सुरक्षित ठिकाणी हलवण्यात आलं होतं. त्यामुळे हानीचा आकडा आश्चर्यकारक म्हणता येईल इतका कमी होता, निदान १९७० च्या चक्रीवादळाच्या तुलनेत तरी.

असं असलं तरीही *ऐला*चे झालेले दूरगामी परिणाम हे आधीच्या चक्रीवादळांपेक्षा कितीतरी अधिक विनाशकारक होते. शेकडो मैल लांबीचे बंधारे वाहून गेले होते. ह्यापूर्वी कधी शिरलं नसेल अशा ठिकाणी समुद्राचं पाणी शिरलं होतं. एकेकाळी सुपीक असणाऱ्या जमिनीचे मोठमोठाले प्रदेश खाऱ्या पाण्यानं वाहून नेले होते आणि अगदी कायमचे नाही पण एका पिढीसाठी तरी नापीक करून सोडले होते.

स्थलांतरामुळे देखील कोणी कधी भाकीतही केलं नसेल असे परिणाम झाले होते. एकदा गाव सोडल्यावर कित्येक निर्वासितांनी गावी परत न जायचा निर्णय घेतला होता. आधीपासूनच खडतर असलेलं आपलं आयुष्य आता आणखी असुरक्षित होणार हे त्यांना ठाऊक होतं. वस्त्या नष्ट झाल्या होत्या, कुटुंबं विखुरली होती, तरुणांनी शहराचा आसरा घेतला होता आणि अगोदरच ओसंडून वाहणाऱ्या झोपडपट्ट्यांमध्ये भर घातली होती. म्हाताऱ्या माणसांपैकी अनेकांनी उदरनिर्वाहासाठी खटपट करणं सोडून रस्त्यावर भीक मागण्याचा पर्याय निवडला होता.

सुंदरबनातल्या गरिबीमुळे तिथे तस्करांची पुष्कळच ये-जा असायची पण *ऐला*नंतर त्यांची संख्या प्रचंड वाढली. त्यांच्या झुंडीच्या झुंडी तिथे अवतरल्या

होत्या. सुंदरबनातल्या बायकांची रवानगी त्यांनी दूरच्या वेश्यागृहांमध्ये केली होती आणि धट्टयाकट्ट्या पुरुषांना दूरवरच्या शहरात किंवा परदेशीसुद्धा कामाला पाठवून दिलं होतं. गाव सोडून गेलेल्या कित्येकांची नंतर काहीही खबरबात नव्हती.

"सुंदरबनातच थांबलेल्या माणसांविरुद्ध तर जमीन आणि पाणी दोघांनी असहकार पुकारलाय की काय असं वाटायचं कधीकधी," मोयना म्हणाली. लोक विहिरी खोदायला गेले तर जमिनीतून अर्सेनिकचा फेस बाहेर येऊ लागायचा, बंधारे बांधायला गेले तर आणखी उंच लाटा येऊन सगळं बांधकाम जमीनदोस्त करून जायच्या. मासेमारांचंही जेमतेम भागत होतं. एकेकाळी त्यांच्या बोटी मासळीनं भरून जायच्या पण आता मूठभर मासोळी जाळ्यात गावली तरी नशीब बलवत्तर म्हणायची वेळ आली होती.

तरुणांनी करायचं काय?

सुंदरबनात राहून उदरनिर्वाह करणं इतकं कठीण झालं होतं की, दरवर्षी तरुणांचे बाहेर पडणारे लोंढे वाढत चालले होते. दुसरीकडे काम शोधून देण्यासाठी तरुण पोरं-पोरी उधार-उसनवार करून नाहीतर चोऱ्यामाऱ्या करून दलालांचे पैसे भरत होती. काहीजण हळूच सीमारेषा ओलांडून बांग्लादेशात जात होते आणि गल्फमध्ये निघालेल्या कामगारांच्या घोळक्यात सामील होत होते. तेही जमलं नाही तर बोटीनं गुपचूप मलेशिया नाहीतर इंडोनेशियाला घेऊन जाण्यासाठी तस्करांना पैसे चारत होते.

हे भविष्य चुकवण्यासाठी तरुणांपुढे एकच मार्ग होता-तो म्हणजे शिक्षण घेणे. पण जंगलात वाढलेली, मेणबत्तीच्या प्रकाशात अभ्यास करणारी आणि अभ्यासाची जुनीपानी पुस्तकं वापरणारी पोरं-पोरी ट्यूशन सेंटरला जाणाऱ्या आणि इंटरनेटचा वापर करण्याची सहज संधी असलेल्या शहरातल्या मुलांना कशी टक्कर देऊ शकणार होती?

मोयनाचा आवाज आता कापत होता आणि पदराच्या टोकानं ती डोळे टिपत होती.

थोड्याच वेळात तिच्या तोंडून पुन्हा एकदा धबधब्यासारखे शब्द कोसळू लागले.

तिच्या मुलाचा जन्म झाला तेव्हा तिनं खूप स्वप्नं पहिली होती. आपल्या घरात सगळ्यात पहिला कॉलेज पूर्ण करणारा हा मुलगा असेल, तो डॉक्टर नाहीतर इंजिनियर होईल... पण त्याच्या बाबतीत काहीच चांगलं घडलं नाही. लहानपणापासून तो कमनशिबीच ठरला. सुरुवात झाली ती त्याच्या वडिलांच्या मृत्यूपासूनच. पियासाठी काम करत असताना ते मारले गेले होते.

अर्थात सगळ्यांनीच खूप सांभाळून घेतलं होतं असं मोयना म्हणाली. नीलिमा, ट्रस्टची माणसं, शेजारीपाजारी आणि सगळ्यात महत्त्वाचं म्हणजे पियानं. त्यांना पियाकडे कधी काही मागावंच लागलं नव्हतं. झाल्या अपघाताचं तिच्या मनावर इतकं मोठं ओझं होतं की, ज्याची अपेक्षा करायचं त्यांच्या मनातही येणार नाही त्याहून कितीतरी अधिक तिनं त्यांना दिलं होतं. मोयना आणि तिच्या मुलासाठी तिनं लुसीबाडीत एक लहानसं घर विकत घेतलं होतं, बँकेत त्यांची खाती उघडली

होती. एक त्यांच्या रोजच्या खर्चासाठी आणि एक मुलाच्या शिक्षणासाठी. त्या मुलाला इंग्रजी शिकवण्यात तिनं तासंतास घालवले होते. अमेरिकेला असेल तर ती फोन आणि नेटवरून त्याला शिकवे. तिनं त्याला लॅपटॉप, टॅबलेट्स, लेटेस्ट फोन्स, गेम कन्सोल्स, म्युझिक सिस्टिम्स अशा सगळ्या गोष्टी भेट म्हणून दिल्या होत्या. सतत दिवे जात असल्यामुळे आपल्याला ही उपकरणं वापरता येत नाहीत अशी त्या पोरानं तक्रार केली तर तिनं पियानं घरात सौरऊर्जा आणण्यासाठी पैसे दिले होते.

"इथे सुंदरबनात - जिथे कोणीही असल्या गोष्टी कधी पाहिलेल्या सुद्धा नाहीत तिथे राहून हे सगळं मिळाल्यावर त्याचं काय झालं असेल ह्याची कल्पना येतेय?"

मोयनानं वाचलेली भेटवस्तूंची यादी म्हणजे पियाच्या दिलदारपणामुळे मोयना आणि तिच्या मुलासमोर जो भलताच पेच उभा राहिला होता त्याची कहाणी होती हे माझ्या लक्षात आलं. ते दोघं प्रत्यक्षात जिथे राहत होते तो भाग दिवसेंदिवस आणखी गरीब होत चालला होता आणि त्यांच्याभोवती मात्र समृद्धीचा एक पोकळ बुडबुडा तयार झाला होता.

पिया हे सगळं अर्थातच चांगल्या उद्देशानं करत होती, असं मोयना म्हणाली पण त्याचा परिणाम असा झाला होता की, तिच्या मुलाला इथल्या लोकांमध्ये मिसळणं दिवसेंदिवस कठीण होत गेलं होतं. अजून पुरेसा मोठा झालेला नसतानाच तो मुलगा मला अमेरिकेला जायचं आहे असं म्हणू लागला होता. तो तेरा वर्षांचा म्हणजे हायस्कूलमध्ये जायच्या वयाचा झाला तेव्हा पिया त्याला युनिव्हर्सिटी असलेल्या ओरेगॉन नावाच्या लहानशा गावात घेऊन गेली होती. ती स्वतः तिथेच राहायची आणि कामही करायची. हा प्रयोग मात्र अगदी वाईट तऱ्हेनं फसला होता आणि तसं होणारच होतं. पिया एका लहानशा अपार्टमेंटमध्ये एकटीच राहायची. बाहेरून खाणं मागवून ते खायची आणि कामासाठी सतत प्रवास करायची. तिला स्वतःचं असं काही कुटुंब नव्हतं किंवा मुलं कशी वाढवायची ह्याबद्दल काही माहितीही नव्हती. बऱ्याचदा असं आपापलं बघायला लागल्यामुळे तो मुलगा वाईट संगतीला लागला होता आणि एक-दोनदा पोलिसांच्या तावडीत सापडता सापडता राहिला होता. अमेरिकेतल्या बालगुन्हेगार सुधारगृहात त्याची रवानगी होईल ह्या भीतीनं एक-दोन वर्षात पिया त्याला पुन्हा भारतात घेऊन आली होती.

मधल्या काही काळात आपला मुलगा इतका बदललेला पाहून मोयना थक्क झाली होती. त्याचे कपडे, वागण्या-बोलण्याची तऱ्हा, त्याचे केस–काहीच पूर्वीसारखं राहिलं नव्हतं. त्यानं स्वतःचं नावसुद्धा बदललं होतं. आपलं मूळ नाव तुतुल हे अमेरिकन लोकांना अवघड वाटतं म्हणून ते बदलून टिपू केल्याचं त्यानं तिला सांगितलं होतं. सगळ्यांनी आपल्या नवीन नावाची सवय करून घ्यावी असा त्यानं आग्रह धरला होता आणि तो इतर कोणत्याही नावानं मारलेल्या हाकेला 'ओ' देईनासा झाला होता.

टिपू लुसीबाडीतल्या शाळेत जाणं अशक्य होतं म्हणून पियानं त्याला कोलकात्याच्या एका महागड्या बोर्डिंगस्कूलमध्ये घातलं. मात्र तोही प्रयत्न सपशेल

फसला. टिपूनं अमेरिकेहून ज्या रीतीभाती उचलल्या होत्या त्या त्याच्याबरोबरच्या विद्यार्थ्यांच्या आणि शिक्षकांच्या फारशा पचनी पडल्या नाहीत. तो सुंदरबनातून आलेला एक दलित मुलगा आहे हे जेव्हा त्याच्या शाळासोबत्यांच्या लक्षात आलं तेव्हा प्रकरण आणखीनच चिघळलं. एके दिवशी वर्गातला एक मुलगा त्याला म्हणाला की, सुंदरबनातून फक्त नोकरमाणसं आणि वेश्या येतात. हे ऐकून टिपूचं डोकं तापलं आणि त्यानं त्या पोराला यथास्थित बदडून काढलं. मात्र तो मुलगा एका बड्या घरातला असल्यामुळे त्यांनी टिपूची शाळेतून हकालपट्टी होईल ह्याची काळजी घेतली होती.

सुंदरबनात परत आल्यानंतर टिपूनं शिक्षण चालू ठेवायला साफ नकार दिला होता. मोयना काय किंवा पिया काय किंवा आणखी कोणीही त्याचं मन वळवू शकलं नव्हतं. कोणी जास्त आग्रह केला तर तो म्हणायचा: "कोणताही मास्तर काय शिकवेल मला, त्यापेक्षा जास्त तर मी नेटवरून शिकू शकतो."

तो कॉम्प्युटर्स हाताळण्यात हुशार होता हे खरंच. शिवाय तो एखाद्या अमेरिकन माणसासारखं इंग्लीश बोलत असल्यामुळे गरज पडली तर त्याला बरीच साधनं उपलब्ध होती. तेव्हा तो नुक्ता सोळा वर्षांचा होता तरीही सगळीकडून माणसं त्याच्याकडे मदत मागायला यायची. लवकरच तो पैसे कमवायला लागला. कधीकधी तो काही दिवस गायबच व्हायचा. तो कुठे जायचा आणि त्याच्याकडे पैसे नक्की कुठून यायचे ते मोयनाला माहीत नव्हतं. तिनं विचारलं तर आपण कॉल सेंटरचं काहीतरी काम करतो असं तो सांगायचा. आता त्याचं कॉलेजात जायचं वय होतं. तिचा जो काही थोडाफार धाक असेल तोही कधीच संपला होता. त्याला आवडेल ते तो करायचा आणि हवं तिथे जायचा. तिच्या दृष्टीनं तो आता अनोळखीच झाला होता.

मोयनानं पुन्हा डोळे टिपले. खिडकीतून मागे पडणाऱ्या भातशेतांकडे आणि माशांच्या तलावांकडे एकटक बघत ती गप्प झाली.

टिपूला भेटण्याचा योग आपल्या नशीबात असेल असं मला वाटलंच नव्हतं. बसोंतीला पोहोचल्यावर आम्ही बंधाऱ्याजवळ बोलत थांबलो होतो तर अचानक मोयना ओरडली: "अरे हा काय... हा इथेच आहे! टिपू!"

"कुठेय?"

तिनं समोर बोट दाखवलं. एक लहानसा, बारीक तरुण पोरगा खाली मान घालून आणि कंबरेवरून खाली घसरणाऱ्या जीन्सच्या खिशात दोन्ही हात खुपसून आमच्याकडेच येत होता.

"हा इथे असेल असं वाटलंच नव्हतं मला," मोयना म्हणाली. "तुम्ही येत असल्याचं नीलिमा-दीनं सांगितलं असणार त्याला. तो फक्त तिचंच ऐकतो."

मोयनानं केलेलं वर्णन ऐकून माझ्या डोळ्यासमोर एखादा दरिद्री, दुर्मुखलेला तरुण मुलगा आला होता. टिपू हे मात्र काही वेगळंच प्रकरण असल्याचं पहिल्या नजरेतच लक्षात येत होतं. त्याची नजर तीक्ष्ण होती आणि हालचाली एखाद्या

भुकेल्या राक्षसी माशाप्रमाणे चपळ होत्या. चंदेरी कानातलं आणि केसातल्या चंदेरी हायलाईट्स ह्यामुळे तो माशासारखाच चमकतही होता. दोन्ही बाजूंनी चपटे आणि वरती स्पाईक्स असलेले केस त्यानं ठेवले होते. कपड्यांबद्दल बोलायचं तर त्यानं एक नेट्सटीमचा टीशर्ट आणि ढगळ जीन्स घातली होती. ती सारखी खाली घसरत होती आणि आतली गडद लाल रंगाची बॉक्सर दिसून येत होती. हे कपडे ब्रूकलिनमध्ये बघायला जराही विचित्र वाटले नसते.

आम्हाला बसोंतीला येऊन भेटायला नीलिमानंच टिपूला सांगितलं होतं हे आम्हाला लवकरच समजलं. "त्यांनी मला तुमच्याबरोबर येऊन त्या धामाचे जीपीएस को-ऑर्डिनेट्स घेऊन यायला सांगितलेत," टिपू म्हणाला. "मी ते ठिकाण रेकॉर्ड करावं असं वाटतंय त्यांना."

आत्तापर्यंत तो बंगालीतच बोलत होता आणि तेही अगदी निरुत्साहानं, तोंडातल्या तोंडात. माझ्याकडे वळल्यावर मात्र त्याला कंठ फुटला आणि हात पुढे करत तो म्हणाला,

"हेऽ देअर, हाऊ यू डुइन...?"

त्याचा हात हातात घेऊन हलवत मी म्हणालो, "हाय, मी..."

"पॉप्स, आपल्याला माहितेय रे तू कोण आहेस," टिपू हसत म्हणाला. "आपल्याकडे सगळी खबर आहे तुझी."

मी अवाक झालो. "कशी काय?"

"नेटवर शोधलं ना तुला."

मला त्याच्या सुरातल्या उर्मटपणाचा जास्त राग आला की एखाद्या कॉमिक्समधलं पात्र असल्यासारखं त्यानं मला पॉप्स म्हणावं ह्याचा जास्त राग आला ते सांगता येणार नाही. पण चांगलंसं प्रत्युत्तर न सुचल्यामुळे त्याच्या हल्ल्याकडे दुर्लक्ष करणंच मला योग्य वाटलं.

"बोट कुठे आहे?" मी विचारलं.

"ती काय तिकडे," त्यानं नदीकाठाकडे बोट दाखवलं. तिथे सर्व प्रकारच्या बोटी लागल्या होत्या.

"आपली कुठली आहे?"

"ती."

एखाद्या तुकतुकीत, ऐटबाज आणि सराईतपणे पाणी कापत पुढे जाणाऱ्या मोटारबोटीत बसवून आपल्याला त्या स्मारकाला घेऊन जातील अशी माझी कल्पना होती. पण त्याऐवजी आलेली ही बोट म्हणजे एक कुरूप असा मचवा होता. कोलकात्याहून एक दिवसाच्या सहलीला येणाऱ्या लोकांना आकर्षक वाटेल अशा तऱ्हेनं तो बांधलेला होता. त्याच्या दोन्ही बाजूंना वाघांची आणि मगरींची भीषण चित्रं रंगवलेली होती. त्या भपकेबाज रंगांमुळे काय किंवा कडेला बांधलेल्या फलकामुळे काय (सनी सुंदरबन टूर्स, प्रो. हौरेन नस्कर) शेवटी ही बोट जुन्या पद्धतीची, बंगालीत ज्याला भोटभोटी म्हणतात तसल्या आगबोटीची लहान आवृत्ती आहे ही वस्तुस्थिती काही लपून राहत नव्हती.

मोयना आता इथेच रेंगाळण्याची चिन्हं दिसू लागली होती. आपल्या मुलाबरोबर थोडा का होईना वेळ घालवायला मिळावा म्हणून तिला आमच्याबरोबर यायला आवडलं असतं असं मला वाटलं. टिपू मात्र असलं काही ऐकून घेणारा नव्हता. त्यानं आधीच हात हलवून आईला घालवून दिलं. काठावरून तो मला बोटीला जोडलेल्या फळीकडे घेऊन गेला. "कम ऑन पॉप्स," तो घाईनं म्हणाला, "फालतूच्या गप्पात नको वेळ घालवायला. आपल्या बोटीचा कप्तान रागावलाय. ओहोटीची वेळ गाठायचीये त्याला. चढ पटकन बोटीत."

बोटीला जोडलेली फळी माझ्या दृष्टीनं जरा अरुंदच होती पण मी व्यवस्थित पलीकडे गेलो. बोटीत पाय ठेवत असताना मागून भसाड्या आवाजातलं हसणं ऐकू आलं.

"गुड गोईंग पॉप्स!" चपळाईनं फळीवर चढत टिपू म्हणाला. "जमलं की तुला! आपल्याला वाटलं धडपडणार तू आता तिकडे." बोटीला जोडलेली फळी आत घेऊन तो बोटीचे दोर सोडायला पुढे गेला. इकडे खाली बोटीच्या पोटातलं इंजिन धडधडायला लागलं आणि दाट काळ्या धुराची एक रेषा वर जाताना दिसू लागली. एका क्षणातच आम्ही इंजिनाच्या भोट-भोट-भोट आवाजाच्या तालावर आमच्या मार्गाला लागलो.

अचानक टिपू पुन्हा माझ्या शेजारी अवतरला. "काय मग पॉप्स, आजची रात्र इथेच राहणार का?"

"नाही," मी म्हणालो. "मला कोलकात्याला परत जायचंय."

"अरेरे! तुझ्या मजेची चांगली सोय केली असती आपण." डोळा मारून त्यानं एखाद्या स्त्रीचे स्तन कुरवाळण्याचा आविर्भाव करत हातांचे दोन्ही पंजे स्वतःच्या छातीवर धरले. "कळलं ना आपण काय म्हणतोय ते?"

ढुंगणाला आणि कोपरांना एक झटका देत तो म्हणाला. "तुझ्यासाठी जरा माल शोधून आणला असता. इकडं चिकार आहे. हां, बघायचं कुठं ते माहीत पाहिजे."

मी काहीही न बोलता त्याच्याकडे बघत राहिलो. तोंडून शब्दच फुटेना. "नायतर ह्यातलं काय हवंय का?" एक जॉईंट बाहेर काढत तो म्हणाला. "बघ हां, तू जरा म्हातारबाबा दिसतोस म्हणून पहिला फुकट देतो तुला."

तो आपल्याला उचकवायचा प्रयत्न करतोय हे मला दिसत होतं. एक शब्दही न बोलता मी वळलो आणि सुकाणूसाठी ठेवलेल्या छोट्या खोलीच्या दिशेला तोंड करून बसलो.

होरेन नस्कर हा ठेंगणा ठुसका, रुंद खांद्यांचा असा साठीतला माणूस दिसत होता. अंगातला पांढरा शर्ट आणि लुंगी त्याच्या पोटावर घट्ट बसले होते.

स्टील फ्रेमच्या भल्यामोठ्या चष्म्यानं त्याच्या चेहेऱ्याचा वरचा भाग बराचसा झाकला गेला होता. उरलेला अर्धा चेहेरा एखाद्या जुन्या टायरसारखा रापला होता. उन्हानं होरपळलेल्या कातडीवर खोल सुरकुत्या दिसत होत्या.

बाकावर त्याच्या शेजारी बसत मी वही बाहेर काढली. "आत्ता आपण ज्या स्मारकाकडे चाललोय तिकडे तुम्ही नीलिमा-दीबरोबर पण गेला होतात, आठवतंय?"

"आठवतंय तर," होरेन म्हणाला. "१९७० साल होतं ते. नुकतंच ते वादळ येऊन गेलं होतं. *ऐला*पेक्षा बेकार वादळ..."

होरेनच्या दृष्टीनं वादळं म्हणजे काळ मोजायचं एक साधन होतं हे माझ्या लवकरच लक्षात आलं. चायनीज जसे चानलॉन्ग किंवा जियाजींग सम्राटांच्या कालखंडाबद्दल बोलतात किंवा अमेरिकन जसे केनेडी किंवा रिगनच्या कारकिर्दीविषयी बोलतात तसा होरेन भोला आणि *ऐला* चक्रीवादळांबद्दल बोलायचा. एका मोठ्या कालखंडाच्या दोन टोकांना घडलेल्या दोन घटना.

विशेषतः *ऐला*मुळे त्याच्या आयुष्यात बरीच महत्त्वाची उलथापालथ झाली होती. त्याचा अगोदर मासेमारीचा धंदा होता. अनेक बोटी त्याच्या मालकीच्या होत्या. २००९ च्या वादळात मात्र त्याच्या दोन मच्छीमार बोटी आणि आणखी काही साध्या बोटीही उलटल्या होत्या. त्यानंतर त्यानं मासेमारीच्या धंद्यातून पूर्णच अंग काढून घ्यायचं ठरवलं. गेल्या काही वर्षात नफा कमी होत गेला होता आणि परिस्थिती आणखी बिघडणार हे स्पष्ट होत गेलं होतं. त्याऐवजी आपले विम्याचे पैसे वापरून त्यानं पर्यटनक्षेत्रात शिरायचं ठरवलं. त्यानं हा बदल केला तो अगदी योग्यवेळी. सुंदरबन तेव्हा नुकतंच पर्यटकांमध्ये लोकप्रिय होऊ लागलं होतं.

१९७० सालचं चक्रीवादळ होरेनला वेगळ्याच कारणासाठी आठवत होतं. तेव्हा त्यानं स्वतःचे प्राण जवळजवळ गमावले होते. वादळ आलं तेव्हा तो काकांबरोबर समुद्रात होता. त्यांची बोट किनाऱ्यावर फेकली गेली पण सीमारेषेच्या विरुद्ध बाजूला. बोट काही वाचली नाही पण ते एका झाडावर चढून बसले. दोन दिवसांनंतर त्यांना भारतातल्या आपल्या गावातलेच काही मासेमार दिसले. चमत्कार म्हणजे त्यांची बोट चक्क भक्कम राहिली होती. त्या दोघांनी होरेनला आणि इतरांना आपल्याबरोबर घेऊन जायची तयारी दाखवली. घरी परतताना कल्पनाही केली नसेल अशी दृश्यं त्यांना बघायला मिळाली. वाटेत त्यांना काही टोळ्यांशी दोन हात करावे लागले, चोरांना आणि नदीवरच्या डाकूंना चुकवावं लागलं. एकंदर अंदाधुंदीचा फायदा घेऊन हे सगळे लुटारू गिधाडांसारखे चालून आले होते.

बंदुकीच्या व्यापाऱ्याच्या स्मारकापर्यंत होरेननं नीलिमाची बोट नेली तेव्हा ह्या घटना घडून आठवडाही उलटला नव्हता. त्यामुळे त्या आख्यायिकेची त्याच्या मनातली आठवण नीलिमापेक्षा बरीच वेगळी होती. कथेत येणाऱ्या नैसर्गिक आपत्ती त्याला तिच्यापेक्षा जास्त तपशीलात आठवत होत्या. उदाहरणार्थ, ज्या आपत्तीमुळे बंदुकीच्या व्यापाऱ्याला मायदेश सोडून निघून जावं लागलं ती आपत्ती त्याला खूपच ठळकपणे आठवत होती. इतका भयानक दुष्काळ पडला होता की, झरे, नद्या, तळी पार कोरडी पडली होती. सडक्या माशांचा आणि मेलेल्या जनावरांचा दर्प हवेत भरून राहिला होता. अर्धेअधिक लोक भुकेनं मृत्यूमुखी पडले होते, आईवडिलांनी आपली पोरं विकून टाकली होती आणि माणसं प्राण्यांची आणि माणसांची प्रेतं खाऊन दिवस काढत होती.

होरेनच्या तोंडून ती आख्यायिका ऐकत असताना मला त्याच्या आणि निलीमाच्या सांगण्यातला आणखी एक फरक जाणवला. तिच्या गोष्टीतला बंदुकीचा व्यापारी परिस्थितीचा बळी वाटत होता. होरेनच्या सांगण्याप्रमाणे मात्र त्या व्यापाऱ्यानं दुर्दैव ओढवून घेतलं होतं ते स्वतःच्या गर्विष्ठपणामुळे आणि आपण चिकार श्रीमंत आणि हुशार असल्यामुळे आपल्याला नागदेवतेच्या ताकदीला भीक घालायची गरज नाही ह्या समजुतीतून.

होरेनच्या सांगण्याप्रमाणे बंदुकीचा व्यापारी आपल्या कुटुंब-कबिल्यासह नदीच्या उगमापासून दूर पळाला ते आपण देवीच्या तावडीतून निसटू शकू ह्या विश्वासामुळे. मात्र त्याच्या बोटीवर एक मोठी लाट येऊन आदळली होती (अगदी नेमकं सांगायचं तर *बान* किंवा भरतीची लाट. बंगालातल्या नद्यांमध्ये कायम घडणारी ही घटना आहे.) आणि तो सगळी संपत्ती गमावून बसला होता. त्याचं कुटुंब मात्र वाचलं होतं आणि त्यांनी नदीकाठच्या एका लहानशा गावात आश्रय घेतला होता. आपली उरलीसुरली संपत्ती खर्च करून व्यापाऱ्यानं एका मोठ्या, भक्कम घरात आपल्या कुटुंबाची राहण्याची सोय केली होती. इथे ते सुरक्षित राहतील असं त्याला वाटत होतं. मग शहरात जाऊन तो व्यापारासाठी माल घेऊन आला होता. परत आल्यावर बघतो तर काय, तो नसताना मोठा पूर येऊन त्याच्या घरात सापांचं आणि विंचवांचं साम्राज्य पसरलं होतं. त्याची बायको आणि सातही मुलं त्यांनी मारून टाकली होती.

तरीही व्यापाऱ्यानं मनसा देवीला चकवण्याचे प्रयत्न सोडले नाहीत. एका जहाजावर आश्रय घेऊन तो दूरवरच्या प्रदेशात सफरीला निघाला होता. अर्ध्या वाटेत असतानाच त्याच्या जहाजावर समुद्री चाच्यांनी हल्ला केला होता आणि त्याला ताब्यात घेऊन ते आपल्या अड्ड्यावर घेऊन आले होते. तिथे गेल्यावर व्यापाऱ्याच्या सुदैवानं त्याला एका जहाजाच्या दयाळू कप्तानानं विकत घेतलं होतं. (होरेननं त्यासाठी वापरलेला शब्द होता *नखुडा*, प्राचीन काळी हिंदी महासागरात चालणाऱ्या व्यापारात हा शब्द मोठ्या प्रमाणात वापरला जाई. त्याचे 'जहाजाचा मालक' आणि 'जहाजाचा कप्तान' असे दोन अर्थ होते.)

इथे होरेन थांबला आणि डोकं खाजवत काहीतरी आठवण्याचा प्रयत्न करू लागला.

"त्या *नखुडाचं* काहीतरी मुसलमान नाव होतं," तो म्हणाला, "काहीतरी 'इल'... पासून सुरू होणारं. एवढंच आठवतंय."

"कदाचित 'इलीयास' असेल?" मी त्याला सुचवलं.

चाकावर एक थाप मारत होरेन म्हणाला, "खरंच की! बरोबर. त्याचं नाव होतं नखुडा इलीयास! त्याच्याबरोबरच तो व्यापारी एकामागून एक देश फिरत होता आणि फिरताफिरता शेवटी तो बंदूकद्वीपावर येऊन पोहोचला."

"त्या बाकीच्या प्रदेशांची नावं आठवतात?" मी विचारलं.

होरेन पुन्हा डोकं खाजवू लागला.

"आठवतायत," तो म्हणाला, "एक प्रदेश होता साखरेचा. तिथे सगळं काही गोड होतं. एक देश कापडाचा बनलेला होता आणि एक होतं शृंखलाद्वीप – बेड्यांचं बेट."

माफी मागायच्या आविर्भावात त्यानं खांदे उडवले.

"*माफ कोरबेन,*" तो म्हणाला, "माफ करा बरं का... फार मोठी कहाणी आहे बघा ती आणि त्यातल्या बऱ्याचशा गोष्टींचे मला अर्थच लागत नाहीत."

"आणि तुला ज्या मुसलमान नावाड्यानं ही गोष्ट सांगितली त्याचं काय झालं? त्याचं कुटुंबही होतं ना?"

"तो म्हातारा माणूस मरेपर्यंत ते त्या धामातच राहिले. आता त्या घरातला एकच मुलगा राहिलाय. त्या म्हाताऱ्याचा नातू. त्याची आई नुकतीच वारली वाटतं."

"तू ओळखतोस त्या मुलाला?"

होरेननं मान डोलावली. "थोडाफार. कधीतरी पाण्यावरच भेटतो. त्याचं नाव आहे रफी. तरुण पोरगा आहे. सतरा-अठरा वर्षांचा असेल."

"काय करतो तो?"

"मुख्य म्हणजे मासेमारी करतो. कसंबसं भागवतो."

"मला ह्या रफीला भेटता येईल? त्याला त्या स्मारकाबद्दल नक्कीच काही ना काहीतरी माहीत असणार." मी म्हणालो.

होरेननं ओठ आवळून धरले. "जरा आणखी राहणार असता तर तुमची गाठ घालून देणं सोपं झालं असतं पण तुम्ही एकच दिवस आहात ना?" तो म्हणाला.

"हो."

"अरेरे!"

माझी निराशा स्पष्टच दिसून आली असावी कारण होरेन पुढे म्हणाला: "कोणी सांगावं, आज धामापाशी रफीची गाठ पडेलही. मासेमारीवर असला की तो त्या बाजूला जातोच मला वाटतं."

आमच्या आगबोटीनं आता अचानक एक वळण घेतलं आणि नदीचं रुंद पात्र मागे टाकून आम्ही एका खाडीत शिरलो. ती खाडी इतकी अरुंद होती की, एखाद्या जंगलातल्या बोगद्यातून जात असल्यासारखं वाटत होतं. ओहोटीमुळे बोट खाली राहिली होती आणि आजूबाजूची झाडं उंच भासत होती. कालव्याच्या दोन्ही बाजूला चिखलाचे अभेद्य बुरूज आणि एकमेकांत गुंतलेल्या पानांची दाट जाळी दिसत होती. आजूबाजूला क्वचितच एखादा प्राणी दिसून येत असेल पण तिथल्या प्रत्येक घटकातून – जंगलातून, पाण्यातून आणि जमिनीतून चैतन्य सळसळत होतं.

होरेनचं सगळं लक्ष आता समोर पाण्याच्या वळणावळणाच्या, फसव्या प्रवाहावर केंद्रित झालं होतं. इतका वेळ मोकळेपणी वाहणारे त्याचे शब्द आता आटू लागले होते. त्याचं लक्ष विचलित होऊ नये म्हणून मी त्याच्या केबिनमधून बाहेर पडलो आणि बोटीच्या मुख्य चबुतऱ्यावर जाऊन बसलो.

आजूबाजूच्या झाडीकडे बघत मी मधल्या भागात उभा होतो तेवढ्यात टिपू शेजारी अवतरला. मगाशी मला देऊ केलेला जॉइंट आता त्यानं कानामागे अडकवलेला होता. उजव्या हातात एक दुर्बीण होती.

“काय पॉप्स, बघायचंय का?” माझ्या हातात ती दुर्बिण देत तो म्हणाला. “तू नुसता टूरिस्ट नाय तेव्हा आपण काय पैसे लावणार नाही तुला.”

मी त्याच्याकडे दुर्लक्ष केलं तर त्यावर तो हसला.

“पॉप्स, अजून भडकलाय काय आपल्यावर?” माझ्या हातात दुर्बिण कोंबत तो म्हणाला. “अरे, आपण जरा खेचत होतो तुझी.”

त्याचा प्रस्ताव नाकारणं तिरसटपणाचं वाटलं असतं म्हणून जमेल तितकं औदार्य दाखवत मी ती दुर्बिण घेतली. ती डोळ्यासमोर धरून मी फोकस करायचा प्रयत्न करत होतो तेवढ्यात बोट वळली आणि अचानक खाडीचा शेवट दिसू लागला. समोर जवळजवळ क्षितिजापर्यंत पाणी पसरलेलं होतं.

“ती तिकडे दिसतेय ती रायमंगल नदी,” टिपू म्हणाला. “पलीकडच्या काठावर बांग्लादेश आहे.”

“दिसतेय पण अगदी अंधुक.”

“पॉप्स, तू गेलाय कधी तिकडे?”

मला लायटर पेटवल्याचा आवाज आला आणि पाठोपाठ गांजाच्या धुराचा उग्र वास नाकात शिरला.

“एक-दोनदा ढाक्याला गेलोय मी,” मी म्हणालो. “आमचं मूळ घर पूर्व बंगालात होतं. फाळणीच्या वेळेस सगळे इकडे आले.”

एक क्षणही न थांबता टिपू म्हणाला: “हो, माहितेय आपल्याला. तुम्ही मदारीपूर जिल्ह्यातले ना?”

दुर्बिण खाली करून मी त्याच्याकडे एकटक बघत राहिलो, “तुला काय माहीत?”

“तुमच्या फॅमिली चॅटग्रुपवर तू काहीतरी टाकलं होतंस. ते वाचलं आपण.” सिगरेटीतून येणाऱ्या धुराकडे डोळे बारीक करून बघत तो म्हणाला.

“काय?” मी संतापून ओरडलो. “पण तो तर खाजगी ग्रुप आहे. फक्त इनव्हिटेशन असेल तरच येता येतं त्यात. तू कसा आलास तिथे?”

“हां... आपल्याकडे उपाय असतात,” आपले शिकारी माशासारखे दात दाखवत हसत तो म्हणाला.

काय बोलावं हे न कळून मी नुसताच त्याच्याकडे रागानं बघत राहिलो.

तो हसायला लागला.

“पॉप्स, त्यात काय एवढं? नीलिमाची काही सोशल मिडिया अकाऊंटस आपण बघतो. ती तुमच्या फॅमिली चॅटग्रुपवर आहे ना? काय?”

“हो.”

“हां... तर तिकडे आपण वाचलं की, तुझे आजी-आजोबा मदारीपूरचे होते म्हणून. आपल्याला चांगला ठाऊकाय तो भाग.”

आता हे आणखी एक नवल होतं. “तू बांग्लादेशला गेलायस? मदारीपूरला?”

माझा शंकेखोरपणा आणि त्याहीपेक्षा भोळेपणा बघून त्याला आणखी एकदा हसण्याची उबळ आली. “म्हणजे काय! आपण गेलोय एकदोनदा तिकडे. ही नदी ओलांडायची की झालं. कसं जायचं माहीत असेल तर सोपंय एकदम. जायचंय तुला?”

“नाही!” मी म्हणालो. “बेकायदेशीरपणे तरी नक्कीच नाही.”

ओठाच्या टोकाशी सिगरेट लटकावत त्यानं खांदे उडवले. “म्हणजे तुझा पासपोर्ट, व्हिसे आणि असल्या फालतूपणावर विश्वास आहे तर?”

“विश्वास आहे म्हणजे?” मी ताडकन म्हणालो, “पासपोर्ट ही काय विश्वास ठेवण्या - न ठेवण्याची गोष्ट आहे?”

“मग एवढं दचकायला काय झालं तुला?”

“म्हणजे...”

तो बरोबर बोलतोय हे तेव्हा माझ्या लक्षात आलं. पासपोर्ट, व्हिसे, परवाने, ग्रीनकार्ड्स असल्या सगळ्या गोष्टींवर माझा खरंच विश्वास होता. माझ्या दृष्टीनं ते काही नुसतेच कागदाचे किंवा प्लॅस्टिकचे तुकडे नव्हते. त्यांच्यात एक प्रकारचं पावित्र्य होतं आणि ही कागदपत्रं जारी करणाऱ्या संस्थांशी ते पावित्र्य निगडित होतं. पासपोर्ट आणि व्हिसा काऊंटरवर घालवलेले तासंतास मला आठवले, इमिग्रेशन अधिकाऱ्याच्या कपाळावरची एखादी आठी आजही माझ्या मनात किती दहशत निर्माण करते तेही आठवलं. ह्या सगळ्या गोष्टींना तो अगदी खुशाल धाब्यावर बसवत असल्याचं पाहून मला संतापमिश्रित असूया वाटली हे नाकारता येणार नाही.

“पण तुझ्याकडे पासपोर्ट आहे ना?” मी म्हणालो. “तू काही काळ यूएसमध्ये होतास ना?”

“होतो ना,” तो म्हणाला. “तेव्हा होता आपल्याकडे पासपोर्ट. पण त्याची मुदत संपली आणि आपण नंतर नवीन नाही काढलाय. त्या सरकारी ऑफिसात एवढा वेळ कोण घालवणार? पासपोर्ट मिळवणं त्याहून चिकार सोपंय. आणि तुमच्याकडे पैसे असतील तर हवा तो पासपोर्ट मिळतो – बांग्लादेशी काय, इंडियन काय, मलेशियन, श्रीलंकन. नाव घ्यायचा अवकाश. सगळ्याची किंमत ठरलेली आहे. पण दोन-तीन दिवसांसाठी जायचं असेल तर ह्यातलं काहीसुद्धा लागत नाही. फक्त ती नदी ओलांडायची की पोचलो बांग्लादेशात.”

“पण तुला बांग्लादेशात जायची गरज काय आहे? मला वाटलं तू कॉल सेंटरमध्ये काम करतोस.”

“कॉल सेंटरला?” काहीतरी भयंकर अपमान झाल्यासारखा तो चवताळला. “आपण कॉल सेंटरला काम करतो असं तुला का वाटलं?”

“तुझ्या आईनं तर तेच सांगितलं.”

“हां , *तिला* काय माहितेय?” तो तुच्छतेनं म्हणाला. “ज्यांना दुसरं काही जमत नाही त्यांच्यासाठी कॉल सेंटर असतात. आपण नाय बा कधी तिकडं काम करणार.”

तो डिवचला गेल्याचं माझ्या लक्षात आलं आणि त्याला आणखी थोडं टोकायचा मोह मला आवरला नाही. “मग तू कोणासाठी काम करतोस? कुठल्यातरी ड्रगमाफियासाठी? फुकट गांजा फुकायला मिळावा म्हणून?”

माझं बोलणं उडवून लावत तो उपहासानं हसला. "ड्रग्ज? काहीही काय पॉप्स, त्या इंडस्ट्रीत काय दम नाय. मार्जिन कमी, नफा कमी, बॅडरिस्क प्रोफाइल. छे, आपल्याला नाही ते चालायचं. आपल्याला ग्रोथवाली इंडस्ट्री आवडते. आत्ता आपण ज्यात आहे तसली."

"म्हणजे कुठली?"

"माणसं मिळवून द्यायची रे पॉप्स," तो हसत म्हणाला. "जगातली सगळ्यात मोठी इंडस्ट्री आहे ती आणि अजून जोमात आहे. मागच्या वर्षी अब्जात टर्नओव्हर होता. तुला त्यातलं काय माहीत असेल असं वाटत नाय, काय?"

"बरोबर आहे. तू काय बोलतोयस मला काहीही समजत नाहीये."

"हे बघ नीट समजावून सांगतो," टिपू म्हणाला. "आपल्या गिऱ्हाईकाला मस्त आयुष्य जगायला मदत हवी असते."

तो नक्की काय सांगायचा प्रयत्न करतोय ते एकदाचं माझ्या ध्यानात यायला लागलं. "म्हणजे तू स्थलांतर करणाऱ्या लोकांबद्दल बोलतोयस?"

"तर काय. तुझ्यासारखी माणसं. तू माझ्या वयाचा होतास तेव्हा कसा होतास? तशी माणसं."

"पण मी कायदेशीरपणे परदेशी गेलो होतो." मी म्हणालो. "तू जे बोलतोयस ते ह्यूमन ट्रॅफिकिंग् वाटतंय."

तो पुन्हा हसला. "अरे पॉप्स, तुला हे असले मोठाले शब्द भारी आवडतात राव! आपण काय करतोय? तर एक आवश्यक सेवा पुरवतोय. इकडच्या भागात चिकार गरीब आणि अशिक्षित माणसं आहेत. मासेमारी करून, शेती करून नाहीतर जंगलातून बांबू आणि मध गोळा करून ते गुजराण करतात. किंवा निदान पूर्वी करायचे. पण आता मासे गावणं कमी झालं, जमीन खारट होत चालली आणि रखवालदारांना लाच दिल्याशिवाय जंगलात जाता येत नाही. त्यातून दर एक वर्षाआड इथे वादळ येतं आणि सगळ्याची धूळधाण करून जातं. मग लोकांनी काय करायचं? अशावेळेस कोणीही काय करेल? तरणी माणसं काय भुकेनं मरेपर्यंत बूड टेकवून बसून राहणार? प्राणीसुद्धा निघून जातायत. पियाला विचार. थोडं जरी डोकं ठिकाणावर असेल तरी माणूस बाहेर पडणारच आणि त्यासाठी कोणीतरी मदत करणारा लागतो."

"म्हणजे तुझ्यासारखा?" मी अविश्वासानं म्हणालो. "सुंदरबनातल्या एका लहान गावात बसलेला एक पोरगा?"

"पॉप्स, पोरं काही गोष्टीत हुशार असतात बरंका! त्यातली एक गोष्ट म्हणजे इंटरनेट. तुला माहितेय ना इंटरनेट म्हणजे काय ते?"

"इंटरनेटचा ह्याच्याशी काय संबंध?"

"अरे, त्याचाच तर सगळा संबंध आहे." समोरच्याचा अपमान होईल इतक्या सोशीक आवाजात तो आता म्हणाला. जणू काही तो एखाद्या मंदबुद्धी माणसाशी बोलत असावा. "इंटरनेट म्हणजे स्थलांतर करणाऱ्यांसाठी जादूच्या चटईसारखं असतं. त्यांचा कनव्हेयरबेल्ट असतो तो. मग ते विमानानं जातात का बसनं जातात

का बोटीत बसून जातात, काही फरक पडत नाही. सगळी चक्रं इंटरनेटमुळे हलतात. इतकं साधंय ते पॉप्स."

"एक मिनिट, आत्ताच तू म्हणालास ना की, ह्यापैकी बरेच लोक अगदी गरीब आणि अशिक्षित असतात म्हणून? मग ते नेट कसं काय वापरतात?" मी ताबडतोब त्याला विचारलं.

"पॉप्स! हे काय विसावं शतक नाहीये राव. नेट वापरायला अख्खा कॉम्प्युटर लागत नाही आता. फोन पुरेसा असतो आणि आजकाल सगळ्यांकडे असतो तो. आणि अशिक्षित असल्यानं काही फरक पडत नाही. नुसतं फोनवर बोलून तुम्ही वाट्टेल ते शोधू शकता. मग तुमचा व्हर्चुअल असिस्टंट बाकी सगळं करतो. माणसं किती पटकन शिकतात आणि कशी सराईतपणे ते वापरायला लागतात हे बघितलंस तर थक्क होशील. त्यांचा प्रवास सुरू होतो तो असा, तिकीट काढून किंवा पासपोर्ट काढून नाही. फोन आणि व्हॉईस रेकग्निशन टेक्नॉलॉजी वापरून तो सुरू होतो."

"म्हणजे ते कोणाशी तरी फोनवर बोलून हे सगळं करतात?" मी विचारलं.

"नाही. त्याच्याही आधीपासून ह्या सगळ्याची सुरुवात होते. आपल्याला चांगलं आयुष्य जगायचंय हे त्यांना कुठून कळतं असं वाटतंय तुला? चांगलं आयुष्य म्हणजे काय असतं ह्याची कल्पना तरी त्यांना कशामुळे येत असेल असं वाटतंय? ती येते फोनमुळे. तिथेच त्यांना इतर देशांचे फोटो बघायला मिळतात, सगळं छान-छान दिसणाऱ्या जाहिराती ते तिथेच बघतात, सोशल मिडियावर काहीबाही बघतात. ते त्यांच्याच शेजाऱ्यांनी पोस्ट केलेलं असतं. त्यांनी हा प्रवास केलेला असतो. ते पाहिल्यावर ते काय करत असतील असं वाटतंय तुला? पुन्हा भात पिकवायला जात असतील? तू कधी भात पिकवून बघितलायस का रे? दिवसभर उन्हातान्हात ओणवं उभं राहायचं, आजूबाजूला साप आणि किडे फिरत असतात. बर्लिनच्या कॅफेत कॅरॅमेल लाते पीत बसलेल्या स्वतःच्याच मित्रांचे फोटो बघितल्यावर कोणाला तरी भात लावायला परत जावंसं वाटेल का? आणि ज्या फोनवर त्यांना हे फोटो दिसतात त्याच फोनवरून त्यांना मधल्या माणसाशी संपर्क साधता येतो."

"मधला माणूस म्हणजे?"

"बंगालीत त्यांना *दलाल* म्हणतात. स्थलांतर करणाऱ्यांना लागणारी सगळी कनेक्शन्स ते करतात. एका फोनवरून दुसरा फोन जोडून देतात. तिथून पुढे तो फोन हेच त्यांचं आयुष्य होत जातं, त्यावरूनच त्यांचा प्रवास होतो. प्रवासाच्या प्रत्येक टप्प्यावर त्यांना जे काही पैसे भरावे लागतात ते फोनवरूनच भरले जातात. कोणता मार्ग चालू आहे आणि कोणता बंद आहे तेही त्यांना फोनवरच समजतं. फोनवरूनच त्यांना राहायची जागा शोधता येते, ते जिथे कुठे असतील तिथून तो फोनच त्यांना मित्रांशी आणि नातेवाईकांशी जोडून ठेवतो. आणि एकदा का ते जायचं तिथे जाऊन पोहोचले की त्या फोनच्या मदतीनंच त्यांच्या कहाण्या तयार होतात."

"कहाण्या? म्हणजे काय?"

"अरे पॉप्स, आपल्या कामातला सगळ्यात बेस्ट भाग आहे तो... आपल्या गिऱ्हाईकांसाठी कहाण्या तयार करायच्या! आपल्याला त्यासाठीच तर ओळखतात, आपण रचलेल्या कहाण्यांसाठी"

"मला काही समजलं नाही."

"हे बघ, ते असंय..."

एव्हाना टिपू नुसताच बोलत नव्हता तर चक्क दोन्ही बाजूंना हात उडवत आणि सिगरेट हवेत नाचवत एखाद्या रॅपरसारखा स्वतःच्याच आवाजाच्या तालावर नाचत होता. "समजा एखाद्यानं स्वीडनला अर्ज केला असेल तर त्याला एखादी कहाणी सांगावी लागते आणि ती कहाणी वाट्टेल ती असून चालत नाही. तिकडच्या लोकांना जशी ऐकायला आवडेल तशी असावी लागते. म्हणजे समजा पूर आल्यामुळे त्या माणसाची उपासमार होत असेल किंवा जमिनीतल्या पाण्यात अर्सेनिक मिसळल्यामुळे त्याच्या अख्ख्या गावात रोगराई पसरली असेल किंवा मग कर्ज फेडता येत नसल्यामुळे त्याचा घरमालक त्याला बदडून काढत असेल तर असलं काहीही ऐकून स्वीडीजना अजिबात फरक पडत नाही. राजकारण, धर्म आणि सेक्स एवढंच त्यांना हवं असतं. त्यांनी तुमचं ऐकून घ्यायला हवं असेल तर तुमच्याकडे अशी एखादी छळवणुकीची कहाणी लागते. तिथे आपण आपल्या गिऱ्हाईकांना मदत करतो. आपण त्यांना असल्या कहाण्या तयार करून देतो."

हा खरं सांगतोय का नुसतीच छाप पाडायचा प्रयत्न करतोय मला समजेना. काहीही असलं तरी मी आश्चर्यानं थक्क झालो होतो. "जरा आणखी माहिती सांग. उदाहरण दे एखादं."

"म्हणजे समजा ते बांग्लादेशातून आले असतील तर, मी त्यांना आम्ही हिंदू किंवा बौद्ध आहोत आणि मुसलमान लोक आमच्यावर अत्याचार करतायत असं सांगायला सांगतो. जर भारतातले असतील तर उलटं सांगायचं – त्याचाही चांगला उपयोग होतो. शिवाय सेक्शुअल ओरिएंटेशन आणि लैंगिक ओळख वगैरे आहेच. तिकडे त्यांना असल्या गोष्टी भयंकर आवडतात. पण पॉप्स, तिथेच तर खरी कला आहे. कोणाला कोणती गोष्ट निभावून नेता येईल ते ओळखता यावं लागतं. त्यासाठी आपल्या गिऱ्हाईकाला ओळखता यावं लागतं आणि कोणाला कोणती कहाणी फिट होईल ते बघावं लागतं. तर आपण अशी पॉईंट टू पॉईंटसर्व्हिस देतो बरं का."

"पण तुझ्या गिऱ्हाईकांना तुझ्याबद्दल समजतं कुठून?" मी विचारलं "तू कुठे जाहिरात वगैरे करतोस का?"

"छे. सगळं काही तोंडी आणि सोशल मिडिया वरून. आधीच्या गिऱ्हाईकानं काहीतरी पोस्ट केलं असेल तर ते कोणीतरी बघतो आणि मग आपण पण हेच करायचं असं ठरवतो. किंवा मग त्याला आणि त्याच्या मित्रांना नुसती उत्सुकता वाटायला लागते. ते येऊन बोलतात आणि मग त्यांना पुढे जायचं असेल, पैसे उभे करणं त्यांना जमत असेल तर मी त्यांची दलालांशी गाठ घालून देतो."

नाचाची एखादी मुद्रा करावी तसा त्यानं हात लांब करून अंगाला पीळ दिला. पलीकडच्या किनाऱ्याकडे हात दाखवत तो म्हणाला, "त्यातले बरेचसे दलाल

तिकडे बांग्लादेशात आणि त्यातही खूपसे मदारीपूरमध्ये आहेत. म्हणून तर मला अधूनमधून तिकडे जावं लागतं."

"म्हणजे भारतात अशी सर्व्हिस मिळत नाही का?"

"मिळते की. पण बांग्लादेशातली सिस्टीम जास्त चांगली आहे. म्हणजे ते आपल्यापेक्षा खूप आधीपासून हे काम करतायत म्हणून त्यांना ते जास्त चांगलं जमतं इतकंच. पॉप्स, तुझ्या घरचे लोक इकडे आले ना तेव्हापासूनच चालू आहे हे. तेव्हा जे ते देश सोडून जायला लागले ते अजून चालूच आहे. तुझे आजी-आजोबा नदी ओलांडून इकडे आले तेव्हा त्यांच्याकडे पासपोर्ट आणि व्हिसा होता का काय? नाही ना?"

"खरंय ते," मी म्हणालो. "पण तेव्हाची गोष्ट वेगळी. आता सीमेवर नक्कीच पहारा असणार. तुला पकडलं जायची भीती नाही वाटत? त्या भागात सीमारक्षकांच्या नुसत्या झुंडी असतील ना?"

"मग काय झालं?" सिगरेट संपवत तो म्हणाला. "अर्धी जमीन आणि अर्धं पाणी असलेल्या, ह्या असल्या जंगलातून जाणाऱ्या सीमेवर कडेकोट बंदोबस्त ठेवणं सोपं वाटतं तुला? ज्याला ह्या भागाची माहिती असते त्याला पहारा कसा चुकवायचा ते कळतं. आणि समजा, तुमचं नशीब खराब निघालं आणि तुम्ही एखाद्या माणसाच्या हातात सापडलात तर त्यालाही खरं काय ते माहीत असतंच. प्रश्न फक्त पैशाचा असतो आणि आपल्या इंडस्ट्रीत असा इकडेतिकडे फिरवायला बराच पैसा असतो."

अचानक तो माझ्याकडे वळला. त्याचे डोळे चमकत होते. "पॉप्स, तू ह्यातलं काही आईला किंवा पियाला सांगणार नाहीस ना?" सिगरेटचं थोटूक पाण्यात फेकत तो म्हणाला.

"तू नको म्हणालास तर नाही सांगणार."

"नको सांगूस. ह्यातलं काहीही कोणाजवळही बोलू नकोस, समजलं?"

"ठीक आहे. नाही बोलणार."

"बघ हां," तो गमतीनं हसत असला तरी त्याच्या आवाजात धमकी डोकावत होती. "नाहीतर राडा होईल..."

"कसला राडा?"

तो पुन्हा एकदा दात दाखवत हसला. "मी कदाचित तुझ्या कॉम्प्युटरमध्ये घुसेन आणि मग तिथे काय मिळेल कोणाला माहीत?"

स्मारक

पाण्याची पातळी आता इतकी खाली गेली होती की सापासारखा लांबवर पसरलेला समोरचा नदीचा काठ चिखलाच्या उंच भिंतीसारखा भासत होता. त्यावर चिवट झालेल्या पानांची आणि कोळ्याच्या पायासारख्या मुळांची अभेद्य जाळी पसरली होती.

आसपासच्या प्रदेशाला अजिबात न रुळलेल्या माझ्या डोळ्यांना ते गडद तपकिरी आणि हिरवे रंग वैशिष्ट्यहीन वाटत होते, वाचता येत नव्हते. तरीही ज्या पद्धतीने होरेनची नजर एकेका तपशीलावरून फिरत होती त्यावरून, काय बघायचं हे ठाऊक असलेल्यांसाठी ह्या जंगलात पुष्कळ खुणा पेरलेल्या आहेत हे माझ्या ध्यानात आलं. एखाद्या पुरातन लिपीसारख्या त्या खुणा वाचून त्यांचे अर्थ लावणं शक्य होतं.

असं असलं तरी थोड्या वेळानं होरेन गोंधळात पडलेला दिसला.

"माझ्या आठवणीप्रमाणे, ते धाम इथेच कुठेतरी असायला हवं होतं," समोर बोट दाखवत तो म्हणाला. "मागे एकदा मी आलो होतो त्यापेक्षा नदीचा हा भाग खूपच बदललाय."

शेवटी टिपूलाच दुर्बिणीतून बघताना ती जागा सापडली.

"ऑइए!" थेट समोर बोट दाखवत तो ओरडला. "ते बघा तिकडे!"

होरेननं डोळ्यावरचा काळा चश्मा बाजूला करून नदीच्या लांबवरच्या टोकाला दिसणाऱ्या एका पुसट आकृतीकडे बारकाईनं बघितलं.

"बरोबर बोलतोय पोरगा," तो गुरगुरला. "मला वाटत होतं तिथे नाहीच आहे ते."

"असं कसं काय? ते धाम तर हललं नसणार ना?"

"नदीचं पात्र बदललंय." मला उत्तर मिळालं. "मागच्या वेळेस आलो होतो तेव्हा ही जागा किनाऱ्यापासून बरीच आत होती. आता अगदी नदीच्या काठावर आली आहे."

जसजशी आमची बोट त्या स्मारकाकडे जाऊ लागली तसतसं देवळाकडे जाण्यासाठी शंभरेक यार्ड चिखल तुडवत जावं लागणार हे स्पष्ट झालं. मॅनग्रोव्हचे एखाद्या भाल्यासारखे टोचणारे बीजाणू त्या चिखलात रुतून बसले होते. मी खालच्या डेकवर गेलो तर टिपूनं चिखल ओलांडायची तयारी सुरू केली होती.

अंगातला शर्ट आणि पायातले बूट काढून टाकून तो आता जीन्स गुडघ्याच्या वर दुमडून घेत होता. कपडे काढता काढता एकीकडे तो आणखी एक तयार केलेला जॉइन्ट ओढत होता.

मी त्याच्याकडे बघतोय हे पाहून त्यानं मला डोळा मारला. “काय पॉप्स, घेणार का?” सिगरेट पुढे करत तो म्हणाला. “मारणार का एक झुरका? बरं वाटेल.”

मी तुटकपणे मान हलवून दुसरीकडे वळवली.

टिपूचं मात्र समाधान झालं नव्हतं.

“पॉप्स, तू आता कसं काय करणार बुवा?” माझ्या पँटकडे आणि विंडचीटरकडे बघत गालातल्या गालात हसत तो म्हणाला. “हे असे कपडे घालून चिखलात गेलास तर हा असा बाहेर येशील...” असं म्हणत त्यानं झॉम्बीची नक्कल करून दाखवली. “आपण तर बुवा हे असले कपडे काढून ठेवले असते.”

त्याचं बरोबरच होतं म्हणा. शेवटी मला पार अंडरवेअरपर्यंत कपडे काढावे लागले आणि होरेनकडे असलेली एक जास्तीची लुंगी कंबरेला लंगोटासारखी गुंडाळावी लागली. माझं पैशाचं पाकीट, फोन आणि इतर साधनसामुग्री होरेननं एका लॉकरमध्ये ठेवून दिली.

“तुम्ही चिखलात पडलात तर ह्यातल्या कशाचाच काही उपयोग व्हायचा नाही,” तो म्हणाला. “लागलं तर यातलं सामान नंतर आणता येईल.”

चिखलात चालताना काय काळजी घ्यायची ह्याबद्दल होरेननं फळीवर चढता चढता मला काही सूचना केल्या. “पायाचा अंगठा असा नखीसारखा आत रुतवायचा... हे बघा, हा असा...”

मग, जांघेभोवती लुंगी गुंडाळून चपळाईनं तो पुढे गेला आणि मऊशार, चकाकत्या गाळावर उतरला. पाय आत रुतत असताना सुरुवातीचे काही क्षण तो एकदम स्थिर उभा राहिला आणि मांड्यांपर्यंत गाळ आल्यानंतर मगच त्यानं करकोच्यासारखा एक पाय उचलून तो पुढे टाकला.

“एकदम शांत रहा!” मागे वळून माझ्याकडे बघत तो म्हणाला. “अगदी हळू चाला.”

त्यानं सांगितलेलं सगळं फुकट गेलं.

त्या पातळ चिखलात पाय बुडत असताना कसल्यातरी गिळगिळीत, सरपटत्या गोष्टी आपल्या पायांना आणि पावलांना स्पर्श करून जातील ह्याची मी कल्पनाच केली नव्हती. गडबडून जाऊन मी पाय पूर्ण बाहेर न काढता पुढे जायचा प्रयत्न केला आणि पुढच्याच क्षणी त्या मखमली, पातळ चिखलात सपशेल तोंडावर आपटलो. टिपूचं हसणं माझ्या कानात घुमत होतं.

असा काही मी एकदाच आपटलो नाही. टिपू आणि होरेननं दोन्ही हातांना धरूनही मी दर दोन पावलांवर अडखळून पडत होतो. नाका-तोंडात, डोळ्यांत चिखल गेला होता आणि जणू ते अनादि तत्त्व मला स्वतःत सामावून घेऊ बघत होतं.

आपला चष्मा म्हणजे मानवी संस्कृतीशी असलेला शेवटचा दुवा आहे असं काहीसं मला वाटू लागलं आणि भयभीत होऊन मी वेड्यासारख्या त्वेषानं तो घट्ट

धरून ठेवला. चिखलानं पूर्ण बरबटलेला असूनही. माझे डोळेही अर्थातच चिखलानं माखले होते. मला इतकं दिसेनासं झालं होतं की, हळूहळू चिखलाची खोली कमी होत काही इंचच चिखल राहिला तरी टिपू आणि होरेनला मला धरून न्यावं लागत होतं. एका ठिकाणी कुठेतरी चढ चढून एका लाकडी चौकटीतून आत फरशीवर गेल्याचं मला जाणवलं.

कोपराला धरून होरेननं मला स्थिर उभं केलं. "थांबा इथेच! हलू नका!"

मी सांगितल्याप्रमाणे केलं. जानेवारीच्या त्या थंडीत मी कुडकुडत होतो, जवळच कुठेतरी होणारा धातूचा खणखणाट अंधुकसा जाणवत होता. अचानक बर्फाचा वर्षाव झाल्याप्रमाणे पाण्याची बादली माझ्या डोक्यावर उपडी झाली. पाणी इतकं थंड होतं की, मी ताबडतोब गारठलो. हलताही येईना आणि तोंडून शब्दही फुटेना. क्षणभरानं माझ्या कानात काहीतरी म्हणजे कोणाचं तरी बोट शिरलं आणि चिखलाचं बूच निघून आलं.

"कळलं का पॉप्स," टिपू खिदळत म्हणाला, "जरा एकदोन झुरके मारले असतेस तर प्रवास बरा झाला असता तुझा."

होरेननं स्वच्छ धुऊन कोरडा केलेला चश्मा माझ्या डोळ्यांवर चढवला तेव्हा एखाद्या दुःस्वप्नातून जागं झाल्यासारखं मला वाटलं. आपण एका विहिरीशेजारी उभं असल्याचं माझ्या लक्षात आलं. तिच्या काठावर अर्धी भरलेली ॲल्युमिनीयमची एक बादली ठेवली होती. आम्ही एका फरशी घातलेल्या अंगणात होतो आणि समोर मोडक्या छपराचं घरासारखं काहीतरी दिसत होतं. त्याची एक बाजू निळ्या रंगाच्या ताडपत्रीनं झाकली होती. घर अजूनही वापरात असावं. घरासमोर काही भांडी होती आणि चुलीतले निखारे अजून धगधगत होते.

जागेचा एकंदर रागरंग बघता रफी सकाळी इथे येऊन गेला असावा असं होरेन म्हणाला. कुंपणावर त्यानं मासेमारीची काही जाळी लटकवत ठेवली होती आणि बांबूंचा एक ढिगाराही रचून ठेवला होता. तो कदाचित जवळच कुठेतरी असावा आणि लवकरच परत येण्याची शक्यता होती.

"कुठे गेला असेल तो?"

होरेननं जरा विचार केला.

"नदीच्या खालच्या अंगाला एकदोन ठिकाणं आहेत," तो म्हणाला. "ह्या सुमारास कोळी लोक तिकडे जातात. तुम्ही म्हणत असाल तर मी आणि टिपू भोटभोटी घेऊन त्याला बघायला जातो."

मी लगेच ही संधी साधली.

"हो हो, जा तुम्ही दोघं," मी म्हणालो.

"आणि तुमचं काय?" होरेन म्हणाला.

"मी थांबतो इथे. मला आसपासचं बघायला जरा वेळ लागेलच."

होरेननं मान डोलावली. "ठीक आहे. आम्ही आलोच इतक्यात."

ते गेल्यानंतर मगच मला आजूबाजूला निरखून बघता आलं आणि मग अचानक इथे पोहोचण्यासाठी केलेला सगळा आटापिटा – तो चिखल, तो अपमान, गार पाण्याचा तो बाप्तिस्मा सार्थकी लागल्यासारखं वाटू लागलं.

आपण एका आयताकृती अंगणात एका देवळाकडे पाठ करून उभे आहोत असा आता मला शोध लागला. चौकाच्या पार मागच्या भिंतीशी ते देऊळ होतं. मी उलटा वळेपर्यंत त्याचा दर्शनी भाग दृष्टीपथात आला नव्हता.

ती इमारत काही प्रचंड नव्हती. बंगालच्या ग्रामीण भागात असतात तसल्या कौलारू झोपड्यांपेक्षा काही ती फार मोठी नसावी. शिवाय कालौघात तिची हेळसांड झाली असावी. तरीही तिथे असं काही बांधकाम असेल हे इतकं अनपेक्षित होतं आणि ते इतकं सुरेख होतं की ते दृश्य बघून माझा श्वासच रोखला गेला.

छताची रचना एखाद्या उलट्या ठेवलेल्या बोटीसारखी बहिर्वक्र होती. ती बघूनच नीलिमाला बिष्णुपूरच्या देवळांची आठवण झाली असावी असा अंदाज मी बांधला. त्यात विशेष आश्चर्य नव्हतं कारण त्या बांधकामातल्या सगळ्याच गोष्टी, म्हणजे त्याचा तो विटकरी रंग, छताचा आकार आणि समोरची तावदानं हे सर्व काही बंगालच्या सर्वात प्रसिद्ध स्थापत्यशैलीची आठवण करून देत होत्या. सतराव्या शतकात बिष्णुपूरच्या राज्यात त्या शैलीचा उगम झाला होता.

ही शैली जिथे उगम पावली त्या भागाशी संपूर्णपणे एकरूप झालेली होती. म्हणजे असं की बंगालच्या ग्रामीण जीवनात दिसून येणारे आकार-उकार त्या रचनेतही दिसून येतात. त्या भागात सहज उपलब्ध होणाऱ्या मालाचा कुशलतेनं वापर केलेला दिसतो. दगड वापरून त्या रचनेला भव्यदिव्य रूप देण्याऐवजी (बंगालमध्ये दगड फार कमी सापडतो) विटा वापरण्यावर भिस्त असते. त्रिभुज प्रदेशात मोठ्या प्रमाणात सापडणाऱ्या चिखल आणि गाळापासून त्या विटा तयार केल्या जातात. त्या पातळ पण टणक विटांचे गर्द रंग हे माझ्या दृष्टीनं बिष्णुपूर शैलीचं एक वैभवच आहे.

मात्र, दक्षिण आणि मध्य भारतातल्या (किंवा कंबोडिया आणि जावा इथल्या) दगडी देवळांप्रमाणे विटांनी बांधलेल्या स्मारकावर कोरीव काम करता येत नाही. त्यामुळे बिष्णुपूर शैलीतली देवळं कथा सांगण्यासाठी (अशा सर्व बांधकामांचं ते एक महत्त्वाचं काम असतं.) टेराकोटाच्या पट्ट्या आणि उठावाच्या शिल्पकामाचा वापर करतात. ह्या गोष्टी फलकासारख्या भिंतीवर लावलेल्या असतात.

माझ्यासमोरचं ते स्मारक बिष्णुपूर शैलीचा अर्थातच एक लहानसा नमुना होता पण टेराकोटाच्या भरपूर पट्ट्यांनी सजवलेला त्याचा दर्शनी भाग बघून मी आनंदलो. हे बांधकाम खरोखरच बंदुकीच्या व्यापाऱ्याच्या आख्यायिकेशी निगडित असेल तर त्यातल्या काही फलकांवर नक्कीच बंदुकीचं (म्हणजे जुन्या पद्धतीच्या चापाच्या बंदुकीचं) चित्र असणार हे माझ्या ध्यानात आलं.

मघाशी झालेल्या फजितीचा किंवा अंगावरच्या अजूनही ओलसर असलेल्या कपड्यांचा विचार माझ्या मनातून नाहीसा झाला. लुंगी वर बांधून प्रवेशद्वाराशी गेलो तेव्हा मनात जागृत झालेल्या कुतूहलाची थरारक जाणीव मला झाली.

ते फलक आता इतके विटले असतील की वाचता येणार नाहीत ही मला मुख्य चिंता होती. माझी भीती योग्यच होती असं दिसलं. कालौघात त्या शिल्पकामांवरचे उंचवटे बरेचसे झिजले होते. मात्र आनंदाची गोष्ट म्हणजे लवकरच माझ्या असं लक्षात आलं की, मूळ शिल्पकामाच्या (किंवा निदान मी तरी ते मूळ असल्याचं धरून चाललो होतो) बाह्यरेषा टिकून राहिल्या होत्या आणि ते देखील अगदी विलक्षण पद्धतीनं. कोणीतरी लाल खापराच्या तुकड्यानं त्या फलकांवरच्या बाह्यरेषा अगदी काळजीपूर्वक गिरवल्या होत्या! त्या खुणा मातीच्या कुल्हडच्या तुकड्यानं केल्या असाव्यात असा मला ताबडतोब संशय आला. भारतात सगळीकडे असे कुल्हड चहा देण्यासाठी वापरले जातात. खाली नजर टाकली तर तुटलेल्या खापराचे कितीतरी तुकडे मला प्रवेशद्वाराशी विखुरलेले दिसले.

त्या गिरवलेल्या रेषा म्हणजे साध्या, ओबडधोबड चित्रलिपीसारख्या दिसत होत्या. त्यातल्या काही रेषा पुसट होऊ लागल्या असल्या तरी बऱ्याचशा अजून वाचता येत होत्या. चित्रलिपीप्रमाणे काही चिन्हं आणि प्रतिमा वेगवेगळ्या स्वरूपात पुन्हा पुन्हा आलेल्या दिसत होत्या. त्यात पगडी घातलेल्या काही आकृत्या ठळकपणे जाणवत होत्या. त्या प्रत्येक आकृतीबरोबर एकेक विशिष्ट चिन्ह होतं. त्यापैकी एका चिन्हाचा अर्थ लावणं अगदी सोपं होतं. ती प्रतिमा एका हाताच्या पंजाची दिसत होती आणि त्यावर मागून नागानं फणा धरलेला होता. ही प्रतिमा नागदेवतेची म्हणजे मनसा देवीची असावी असा कयास बांधून त्याच्या जोडीला असलेली आकृती बंदुकीच्या व्यापाऱ्याची असेल असं मी धरून चाललो. ते बरोबर असेल तर दुसरी आकृती नावाड्याची म्हणजे 'कप्तान इलीयास' ची असणार हे ओघानं आलंच. ते तसंच असणार अशी मला बऱ्यापैकी खात्री वाटत होती पण नावाड्याच्या आकृतीबरोबर जे चिन्ह दाखवलं होतं त्याचा काही अर्थ लागेना.

मी पूर्वी कधीच हे चिन्ह पाहिलं नव्हतं आणि त्याचा अर्थ काय असेल त्याचीही मला कल्पना करता येईना.

काही पट्ट्यांचे अर्थ लावणं सोपं होतं. उदाहरणार्थ, बऱ्याच फळ्यांवर तो व्यापारी आणि कप्तान बोटीत बसलेले दाखवले होते. ते अर्थातच त्यांच्या प्रवासातल्या घटनांबद्दल असणार. एका फळीवर त्यांच्याबरोबर शिंपल्यासारख्या पुष्कळ वस्तू दिसत होत्या. जहाजं वाटेत बंदरांवर थांबली की तिथून उचललेले ते शिंपले असावेत असा मी अर्थ लावला. आणखी एका फळीवर भूर्जपत्रावरच्या हस्तलिखिताच्या स्वरूपात एका ग्रंथाची प्रतिमा कोरलेली दिसत होती. शेवटून दुसऱ्या फळीवर त्या व्यापाऱ्याला बांधून ठेवलेलं दिसत होतं. त्याचा अर्थ लावणंही सोपं होतं. गुलाम म्हणून विकण्यासाठी त्याला शृंखलाद्वीपावर नेत असतानाचं ते चित्र होतं.

बाकी कितीतरी आकृत्यांचा आणि चिन्हांचा अर्थ लावणं अशक्य होतं. उदाहरणार्थ, दोन्ही तळहातांनी झाकलेल्या एका ढिगाऱ्याची प्रतिमा असलेली एक फळी होती किंवा आणखी एका फळीवर फडकते झेंडे आणि पताका दिसत होत्या. मात्र त्यातली सर्वांत अजब प्रतिमा म्हणजे एकात एक असलेल्या दोन समकेंद्री वर्तुळांचं पुन्हा पुन्हा येणारं चिन्ह.

ह्याचा काय अर्थ असेल बरं? आणि हे पुरेसं गोंधळास्पद नव्हतं म्हणून की काय पण आणखी एका फळीवर त्या दोन वर्तुळांमधून एकमेकांना छेद देऊन जाणाऱ्या रेषा ओढलेल्या होत्या.

शिवाय बंदुका किंवा जुन्या पद्धतीच्या चापाच्या बंदुका हमखास दिसणार अशी मला अपेक्षा होती. त्यांची अनुपस्थिति हेही तितकंच मोठं कोडं होतं. सगळ्या चित्रांमध्ये केवळ एकच शस्त्र सूचित केलेलं दिसत होतं. एका फळीवर शिरस्त्राण घातलेली एक आकृती होती आणि तिच्या हातात एक लंबगोलाकार वस्तू दिसत होती. कदाचित बंदूक किंवा भाला असावा. ती आकृती एखाद्या युरोपियन चाच्याची (किंवा बंगालीत म्हणतात तशा *हरमाड*ची)असावी असा मी अंदाज बांधला. ती आकृती सशस्त्र नक्कीच होती पण त्याच्या हातातलं शस्त्र म्हणजे बंदूकच आहे ह्याबद्दल मात्र मला खात्री वाटत नव्हती.

प्रत्येक फळीकडे एकाग्रतेनं बघत मी त्यावरची चित्रं मनात कोरून ठेवायचा प्रयत्न करू लागलो. फोनची अनुपस्थिति मला इतक्या तीव्रतेनं कधीच जाणवली नसेल. आत्ता माझ्याकडे फोन असता तर ह्या आकृत्या मी कायमच्या जतन करून ठेवू शकलो असतो. पण आत्ता फोन तर सोडाच माझ्याकडे स्केचेस काढून घ्यायला साधी कागद-पेन्सिलसुद्धा नव्हती...

बोट परत आल्या-आल्या होरेनला फोन आणि कॅमेरा आणायला सांगायचा असं मी ठरवलं.

स्मारकाच्या दर्शनी भागाचा विचार करण्यात मी इतका गुरफटलो होतो की, आत जायचं मला बरंच नंतर सुचलं. प्रवेशद्वाराशी असलेल्या कमानीतून फिरत फिरत मी आत गेलो.

आतमध्ये खूप अंधार होता आणि बाहेर असलेल्या दुपारच्या उन्हाच्या तुलनेत तो आणखीनच जाणवत होता. कमानीतून आत गेल्यावर आपण एका गुहेसारख्या, घुमटाकार बोळात आल्याचं स्वतःच्या अनवाणी पायांच्या प्रतिध्वनीवरून माझ्या लक्षात आलं. ह्या प्रकारातल्या स्थापत्यशैलीचं ते वैशिष्ट्यच म्हणावं लागेल. कदाचित मुसलमान किंवा ख्रिश्चन प्रभावामुळे असेल पण बिष्णुपुरी देवळांचे गाभारे सहसा मोकळे, लोकांना जिथे मोठ्या प्रमाणात जमता येईल असे असतात. ती जागा नक्की किती उंच किंवा विस्तीर्ण होती ते मला समजत नव्हतं. फक्त पायांखालचं निसरडं शेवाळं आणि आजूबाजूचा थंडगार पण जरासा कुबट ओलसरपणा जाणवत होता.

इकडेतिकडे बघत असताना मागून कुठूनतरी मला एक हलकीशी गुरगुर ऐकू आली. एखादा कुत्रा आपल्या मागोमाग आला असावा असं वाटून मी वळलो, पण नाही! दारावरच्या कमानीच्या महिरपीत मला एक चेहेरा दिसला. तो चेहेरा होता एका अस्ताव्यस्त केसांच्या पोराचा आणि ते पोरगं निव्वळ अविश्वासानं माझ्याकडे एकटक बघत होतं.

आम्ही ज्याची एवढी वाट बघत होतो तो रफी सोडून हा आणखी कोण असणार? त्याला बघून मला इतका आनंद झाला की घाईघाईनं दाराशी जात मी जोरात ओरडून म्हणालो, "*एटो!* इकडे आहेस होय तू! मी तुझीच वाट बघत होतो."

मी जवळ गेलो तसा तो घाबरून मागे सरकायला लागला आणि त्याचं मला फारसं आश्चर्य वाटलं नाही. शेवटी मी एक अनोळखी माणूस होतो, कदाचित एखादा घुसखोरही असू शकलो असतो. तरीसुद्धा त्याची ही प्रतिक्रिया नवल वाटावं इतकी टोकाची होती. समोरून एखादा राक्षस यावा तशी त्याला भयंकर धडकी भरलेली दिसत होती.

"मी फक्त बघायला आलोय इथे," मी शांतपणे म्हणालो. "कोलकात्याहून आलोय..."

पण एवढं ऐकूनही तो पोरगा मागे सरकायचा थांबला नाही. विहीरीच्या काठाला धडकून थांबेपर्यंत तो मागे जातच राहिला. तिथे पोहोचल्यावर मात्र तो थांबला. थोडक्यात वाचल्याचं हायसं वाटून की काय, पण नजर खाली वळवून तो धापा टाकू लागला.

तो तसा किशोरवयीन वाटत होता. ओठावर नुकती फुटलेली मिसरूड, लांब आणि काटकुळे पाय, निमुळता चेहेरा, मोठाले आणि लांब पापण्या असलेले डोळे, दोन्ही बाजूंना खाली झुकलेली रुंद, गडद तपकिरी रंगाची जिवणी असा त्याचा अवतार होता. तो अनवाणी दिसत होता, त्याचे पाय चिखलानं माखलेले होते, त्यानं अंगात एक चुरगाळलेला शर्ट घातला होता आणि कंबरेला विटकी सुती लुंगी गुंडाळली होती. ती लुंगी त्यानं गुडघ्याच्याही वर गुंडाळून घेतली होती. त्याच्या अस्ताव्यस्त केसांचा झुपका आणि पाणीदार, तीक्ष्ण डोळे बघता तो एखाद्या जंगली, हिंस्त्र श्वापदासारखा एकाच वेळेस रानटी आणि मोहक वाटत होता. कोणत्याही क्षणी हा झेप घेईल असं वाटावं.

"मी तुला चांगलाच आश्चर्याचा धक्का दिलेला दिसतोय," मी म्हणालो. "तू रफी ना?"

मान डोलावत तो ताठ झाला. "आणि तुम्ही कोण?" त्यानं विचारलं. त्याच्या बंगाली उच्चारांना सुंदरबनाची खेडवळ लय असल्याचं माझ्या ध्यानात आलं. "इथे काय करताय? एकटेच आलायत?"

"मी दीनानाथ दत्त." मी समजुतीच्या म्हणता येईल अशा सुरात सांगितलं. "मी देऊळ बघायला आलो होतो. होरेन नस्कर घेऊन आला मला इथे..."

"हो?" रफी म्हणाला, "पण ते कुठेयत मग? मला त्यांची बोट नाही दिसली."

"तुलाच शोधायला गेलाय," मी म्हणालो, "त्याला वाटलं तू इथेच जवळपास कुठेतरी असशील. मीच त्याला तुला शोधून आणायला सांगितलं."

त्याचे सावध डोळे विस्फारले *"किनो? कि छाय?"* तो म्हणाला. "का? माझ्याकडे काय काम आहे तुमचं?"

"मला त्या स्मारकाबद्दल काही प्रश्न विचारायचे होते."

"मला जास्त काही सांगता येणार नाही," तो तुटकपणे म्हणाला. "माझा त्या धामाशी फारसा संबंध नव्हता."

"मग त्या भिंतीवर गिरवलंय कोणी?"

"माझ्या आईनं," तो म्हणाला. "मागच्या वर्षीच वारली ती."

"अरेरे!" मी म्हणालो, "ती काही सांगायची का धामाबद्दल?"

"थोडंसं," पायांची हालचाल करत तो म्हणाला.

तो खरं सांगतोय का उडवाउडवी करतोय मला कळत नव्हतं.

"आईनं आणि आजोबांनी तुला इथल्या गोष्टी सांगितल्या असतीलच ना," त्याला प्रोत्साहन देण्याच्या हेतूनं मी म्हणालो. "तुला नक्कीच काहीतरी आठवत असेल त्यातलं..."

"थोडंसं..." तो नाईलाजानं म्हणाला.

"झालं तर," मी म्हणालो, "चल आपण एकत्रच ही चित्रं बघूया. तुला जे काय आठवतंय ते सांग."

रफीला वाटत होतं त्यापेक्षा त्याची स्मरणशक्ती जास्त तल्लख होती म्हणून किंवा अगदी लहानपणी ऐकलेल्या गोष्टी सहजासहजी विसरत नाहीत म्हणूनही असेल पण एकदा आम्ही ते चित्रफलक बघायला लागल्यावर त्याला त्यातल्या बऱ्याच प्रतिमा ओळखता आल्या आणि कितीतरी तपशील पक्के सांगता आले.

बंदुकीच्या व्यापाऱ्याची प्रतिमा आणि त्याच्या जोडीला असलेलं चिन्ह हे दोन्ही मी बरोबर ओळखलं होतं असं लक्षात आलं. पगडी घातलेली ती दुसरी आकृती व्यापाऱ्याचा मार्गदर्शक आणि सोबती कप्तान इलीयासची असल्याचा माझा अंदाजही बरोबर होता. त्याच्या जोडीला असलेलं ते चिन्ह मात्र कशाचं आहे ह्याचा माझ्या इतकाच रफीलाही अंदाज नव्हता.

शिरस्त्राण घातलेल्या त्या आकृतीबद्दलचा माझा अंदाजही त्यानं बरोबर ठरवला. ती आकृती एका चाच्याचीच होती. तोही दुसरा-तिसरा कोणी नव्हे तर मनसा

देवीच्या कोपापासून सुटका करून घेण्यासाठी बंदुकीचा व्यापारी समुद्रापार पळून जात असताना ज्या समुद्री चाच्यांनी त्याला पकडलं त्यांचा तो म्होरक्या होता.

मात्र इतर बऱ्याच ठिकाणी माझा अंदाज चुकीचाही होता, विशेषतः शिंपल्यांच्या प्रतिमेचे फलक वाचताना. त्या वस्तू म्हणजे शंख किंवा शिंपले नसून कवड्या होत्या. ते लक्षात आणून देऊन रफीनं आख्यायिकेतला एक महत्त्वाचा दुवा स्पष्ट केला.

कथेत सांगितल्याप्रमाणे बंदुकीच्या व्यापाऱ्याला पकडल्यावर चाच्यांनी त्याला बंदरावर नेऊन गुलाम म्हणून विकायला ठेवलं होतं. तेव्हाच कप्तान इलीयासनं त्याच्या आयुष्यात प्रवेश केला. हा व्यापारी हुशार आणि जग फिरलेला माणूस असावा हे ध्यानात येऊन कप्तानानं त्याला चाच्यांकडून विकत घेतलं होतं आणि मग सोडून दिलं होतं. त्या बदल्यात व्यापाऱ्यानं कप्तानाला एका बेटावर जायचा रस्ता दाखवला होता. ते बेट कवड्यांनी ओसंडून वाहात होतं. तिथेच त्या दोघांनी आपापली चिकार संपत्ती कमावली.

रफीनं कवड्यांचा उल्लेख केल्यामुळे माझे विचार सुरू झाले. कित्येक शतकं हिंदी महासागराच्या भागात आणि त्यापलीकडे काही भागात विनिमयाचं साधन म्हणून कवड्या वापरल्या जात हे कुठेतरी वाचल्याचं मला आठवत होतं. ह्यातल्या बहुतेक सगळ्या कवड्या एकाच बेटावरून येत हेही मला आठवलं. त्याचं नाव मला ताबडतोब आठवेना आणि तेवढा वेळही नव्हता. रफी पुढे गेला होता.

“कवड्यांचा खजिना गोळा केल्यावर बंदुकीचा व्यापारी आणि कप्तान इलीयास त्या कवड्या घेऊन दुसऱ्या प्रदेशात गेले,” रफी सांगू लागला. इथे त्यानं दोन ताडाच्या झाडांच्या छायेतल्या एका मातीच्या ढिगाऱ्याच्या चित्राकडे बोट दाखवलं. तो म्हणाला की, तो देश होता ‘ताडाच्या मिठाईचा देश’ (*ताल-मिसरीर-देश*). ते तिथे पोहोचतात न पोहोचतात तेवढ्यात विषारी गरळ ओकणाऱ्या राक्षसांनी त्यांच्यावर हल्ला केला आणि त्यांना दुसऱ्या एका देशात पळून जावं लागलं. हे सांगत असताना त्यानं झेंडे आणि पताकांनी भरलेल्या फलकाकडे बोट दाखवलं. त्या ठिकाणाचं नाव होतं ‘रुमालांचा देश’ (*रुमाली-देश*). इथेही बंदुकीच्या व्यापाऱ्याचं आणि कप्तानाचं दुर्दैव आड आलं. मनसा देवीनं त्यांच्यावर हल्ला करायला बोचरे वारे पाठवले होते. जमीन इतकी शुष्क झाली होती की एक दिवस वाहत्या वाऱ्यामुळे त्यांच्या घराला आग लागली आणि आसपासचं सगळं काही आगीच्या भक्ष्यस्थानी पडलं. सगळा दोष त्या बिचाऱ्या प्रवाशांवर आला आणि शेजाऱ्यांनी त्यांच्याविरुद्ध मोहीम उघडून त्यांना हाकलून लावलं. आता मात्र कप्तान इलीयासनं ठरवलं की, आपण अशा जागी जायचं जिथे मनसा देवीच्या तावडीतून आपल्याला नक्की सुटता येईल. अशी जागा जिथे साप नसतीलच. ती जागा म्हणजे दुसरं-तिसरं काही नसून बंदूकद्वीप होतं. रफीच्या म्हणण्यानुसार एकात एक काढलेली दोन समकेंद्री वर्तुळं हे त्या बेटाचं प्रतीक होतं. त्याचं कारण असं की, बंदूक-द्वीप हे नुसतंच बेट नव्हतं तर बेटावरचं बेट होतं. म्हणून एका वर्तुळाबाहेर दुसरं वर्तुळ.

मग एकमेकांना छेदणाऱ्या आडव्या-उभ्या रेषा असलेल्या वर्तुळांच्या प्रतिमेचं काय?

डोकं खाजवत रफी म्हणाला, "आज्यानं सांगितलेलं एकदा कायतरी, पण आता आठवत नाही."

त्याच्या एकंदर सुरावरून त्याला माझे प्रश्न आता पुरे झाल्याचं मला समजलं. देवळाकडे पाठ करत त्यानं काहीतरी झटकल्यासारखे हातवारे केले.

"अर्थात ह्या सगळ्याला फार काही अर्थ नाही," एखाद्या आयाळीसारखे आपले केस मागे टाकत तो म्हणाला. "ताडाच्या मिठाईचा देश काय किंवा बंदूकद्वीप काय, काऽही खरं नाही. सगळ्या नुसत्या परीकथा आहेत. सापांवर कोणीही राज्यबिज्य करू शकत नाही."

हे तो मोठ्या आवेशानं बोलला खरा पण त्याच्या आवाजाला निराशेची अशी काही किनार होती की, पूर्वी झालेल्या कुठल्याशा भ्रमनिरासाचा त्याच्याशी संबंध असावा की काय, असा मला संशय आला. सांताक्लॉज नसतोच किंवा उत्तर ध्रुवावर खेळण्यांचा कारखाना नाहीच आहे हे कळल्यावर लहान मुलांना जी निराशा घेरून टाकते तशा प्रकारची ती निराशा असावी.

"बरोबर आहे तुझं," मी त्याला प्रोत्साहन देत म्हणालो. "आणि ह्या धामाचा मनसा देवीशी काहीही संबंध नाही हे तर सरळच दिसतंय. नाही का?"

लांब पापण्यांचे त्याचे डोळे जणू कोड्यात पडल्याप्रमाणे लकाकले. "का?" तो म्हणाला. "असं का म्हणता तुम्ही?"

"कारण, जर मनसा देवीचा ह्या जागेशी काही संबंध असता तर इथे आसपास नक्कीच एखादा साप असला पाहिजे. हो ना? एखादा नाग?" मी म्हणालो.

मी पुन्हा एकदा त्याच्याकडे नजर टाकली आणि आश्चर्य म्हणजे त्याचा चेहेरा ताठरला होता. तोंडावर हात घेऊन तो एकटक माझ्याकडे बघत होता.

"काय झालं?" मी विचारलं *"कि होयेछे?"*

हळूहळू त्याचा हात तोंडावरून बाजूला झाला.

"आहे ना पण इथे," तो कुजबुजला.

"काय आहे इथे?"

"नाग आहे इथे... धामाच्या आतल्या भागात. खूप वर्षं आहे तो इथे."

आता अविश्वासानं एकटक बघायची पाळी माझी होती.

"शक्यच नाही," मी म्हणालो. "मी गेलो होतो आतमध्ये. मला नाही काही दिसलं."

"तुमच्या मागेच तर होता," तो म्हणाला. "तुम्ही धामातून बाहेर आलात तेव्हा दिसला ना तुमच्या मागे. त्यानं फणा काढला होता आणि त्याचं डोकं तुमच्या खांद्याच्याही वर होतं. मी त्याला असा कधीच बघितलेला नाही. मी इथे असलो

की तो बाहेर येत नाही आणि मी ही त्याला त्रास द्यायला जात नाही. इतर सापांना आणि प्राण्यांना तो लांब ठेवतो. मी कधीच तिकडे आत जात नाही. तुम्ही आत गेलात तेव्हा तो विचलित झाला असणार."

"छे," मान हलवत मी म्हणालो, "छे... शक्यच नाही..."

तो नक्कीच गंमत करतोय किंवा त्याला भ्रम झाला असावा अशी माझी त्या क्षणी अगदी खात्री पटली. आपण एका नागाच्या गुहेत शिरलो होतो ही कल्पनाच मला अशक्य वाटत होती. ह्या असल्या गोष्टी माझ्यासारख्या लोकांच्या बाबतीत मुळीच घडत नाहीत. माझ्यासारखे एकलकोंडे पुराणवस्तूसंग्राहक दिवसाचा बहुतेक वेळ स्क्रीनकडे नाहीतर जुन्या पुस्तकांकडे पाहण्यात घालवतात.

एव्हाना आम्ही धामाच्या एका लांबच्या कोपऱ्यात आलो होतो. इमारतीचा दर्शनी भाग इथे कुंपणाच्या भिंतीला जाऊन चिकटला होता. त्या बाजूनं पाहिलं तर इमारतीच्या आतल्या भागातली प्रवेशद्वारावरची कमान आणि आतला अंधार वगळता जवळपास काहीच दिसत नव्हतं.

आत्ता जे काही ऐकलं ते मला इतकं अविश्वसनीय वाटत होतं की, माझे पाय आपोआपच चालू लागले. मला काही कळायच्या आत, सगळ्या गोष्टी आपल्याला वाटल्या होत्या तशाच आहेत ह्याची स्वतःच्या डोळ्यांनी खात्री करून घेता यावी म्हणून मी प्रवेशद्वाराकडे तोंड करून उभा होतो.

आणि मग अचानक मला तो दिसला. एखाद्या चाबकाचा फटकारा मारावा तसा तो अंधारातून पुढे येत होता. घुसखोरी करणाऱ्याची म्हणजे माझी जणू वाटच बघत असल्यासारखा तो पुन्हा दर्शन देण्यासाठी फणा काढून येत होता.

आत्ता केवळ काही फुटांवरून त्याच्याकडे बघत असताना तो काही साधासुधा नाग नसून किंग कोब्रा असल्याचं माझ्या लक्षात आलं. एक विषारी नाग. त्याचा फणा माझ्या डोक्याच्या रेषेत येत होता.

मी त्याच्या लकाकत्या काळ्याभोर डोळ्यात पाहिलं तशी त्याची जीभ वळवळली आणि मला गुरगुरण्याचा आवाज ऐकू आला. (नागाची ही जात फुत्कारत नाही तर असा एक विशिष्ट आवाज काढते हे मला नंतर समजलं)

मी थिजून जमिनीला खिळल्यासारखा जागीच थांबलो होतो. आणि तरीही, म्हणजे तो नाग माझ्या टप्प्यात असतानासुद्धा नंतर जे काही घडलं ते घडलं नसतं तर त्यानं कोणालाही इजा केली नसती अशी मला आजही खात्री वाटते.

काही क्षणांपूर्वीच माझ्या नकळत टिपू कुंपणाच्या फाटकाशी आला होता आणि त्यानं हा सगळा प्रसंग घडताना पाहिला होता. आता नाग मला डसणार असं वाटून त्यानं मासेमारीचं एक जाळं घेतलं होतं आणि तो चोरपावलांनी अंगणात आला होता.

ते जाळं जेव्हा नागाच्या अंगावर पडलं तेव्हाच मला टिपूच्या उपस्थितीची जाणीव झाली आणि तेव्हाही विलक्षण वेगानं आणि ताकदीनं त्या जनावरानं उलटा हल्ला चढवला. फण्यावर जाळं पडत असतानाच टिपूकडे झेप घेऊन एका सुळ्यानं तो टिपूला डाव्या कोपराच्या किंचित वरती डसला.

आणि मग जितका अचानक तो नाग आला होता तितकाच अचानक तो नाहीसा झाला आणि रिकामं जाळं जमिनीवर पडून राहिलं. टिपू गुडघ्यावर बसून हातावरच्या जखमेकडे वाकून एकटक बघत होता. मग सावकाश तो जमिनीवर आडवा झाला आणि त्यानं थेट माझ्या डोळ्यात पाहिलं.

"आता... आता मी काय करू पॉप्स?" तो कुजबुजत म्हणाला.

मला भयंकर धक्का बसला होता आणि असहायपणे टक लावून बघण्यापलीकडे मी काहीच करू शकत नव्हतो.

"पॉप्स, तू आम्हाला इथे कशाला घेऊन आला?"

मी होरेनकडे नजर टाकली पण तो अजूनही एखाद्या पुतळ्यासारखा स्तब्ध होता. त्याच्या चेहेऱ्यावर भीतीचे भाव उमटलेले होते.

"काय झालंय रे पॉप्स?" स्वतःचाच हात घट्ट धरत टिपू म्हणाला आणि त्यानं डोळे पांढरे केले.

मग मला पावलांचा आवाज ऐकू आला म्हणून मी वर बघितलं तर रफी आमच्याचकडे धावत येताना दिसला. नक्की काय करायचं ते त्याला ठाऊक असलेलं बघून मला हायसं वाटलं. लुंगी वर बांधून तो जमिनीवर उकिडवा बसला आणि टिपूचा भराभर सुजत चाललेला हात त्यानं तोंडाशी नेला. नागानं दंश केलेल्या ठिकाणी ओठ टेकवून त्यानं जखमेतून विष शोषून घ्यायला सुरुवात केली. तो इतक्या आवेगानं प्रयत्न करत होता की त्याच्या चेहेऱ्याचा रंग चांगलाच गडद झाला होता.

तोंड पूर्ण भरल्यावर त्यानं डोकं वर केलं आणि थुंकायला वळला. मात्र तोंड मोकळं करायच्या आतच त्याच्या घशातून काहीतरी गिळल्याचा आवाज आला आणि त्याचा हात छातीकडे गेला.

"गिळलंस की काय?" होरेन म्हणाला.

त्यानं कण्हत मान डोलावली.

"हरकत नाही," होरेन म्हणाला. "जोवर ते पोटातच आहे, रक्तात मिसळत नाही तोवर काही होणार नाही."

रफी जोरजोरात खाकरत आणि थुंकत राहिला. मिनिटभरानं तोंडावर हात ठेवत त्यानं होरेनकडे पाहिलं. "नागानं एकदा का तुमच्या अंगात काही टाकलं की ते कधीच बाहेर काढता येत नाही. आजा सांगायचा माझा." तो म्हणाला.

टिपूकडे वळून रफीनं त्याचा हात स्वतःच्या दोन्ही हातात घट्ट आवळून धरला. "मला एक रस्सी लागेल."

होरेननं टिपूनं फेकलेल्या जाळ्याची दोरी तोडून ती रफीला दिली. रफीनं ती टिपूच्या हाताला बांधली आणि लाकडाचा एक तुकडा वापरून ती आणखी घट्ट केली.

तोवर इकडे होरेननं मासेमारीचं जाळं वापरून एक कामचलाऊ झूला तयार केला होता. "ह्यातून टिपूला बोटीकडे घेऊन जाऊ." तो म्हणाला. "नशीब जोरावर असेल तर एक-दोन तासात लुसीबाडीच्या दवाखान्यात नेता येईल."

रक्तप्रवाह थांबवायला म्हणून ती दोरी बांधून संपवत रफीनं टिपूला जाळ्यात ढकललं. मग त्यानं आणि होरेननं दोन टोकं धरली आणि ते परतीच्या रस्त्याला लागले. मी ही मागोमाग निघालो.

चिखलाच्या किनाऱ्याकडे जात असताना होरेन मागे वळून माझ्यावर खेकसला. "बेतानं घ्या... आत्ता चिखलात पडू नका. आपल्याकडे वेळ नाहीये."

दृष्टांत

टिपूला बोटीवरच्या मुख्य केबिनमध्ये नेऊन सावलीत एका गादीवर झोपवलं. तोवर जराही आवाज न करता त्यानं डोळे मिटलेलेच होते. इंजिन सुरू होऊन मोठ्यांदा खडखडाट करत बोट निघाली तरीही तो चुपचाप पडून होता. थोडावेळ त्याची शुद्ध हरपते आहे की काय असं वाटलं पण मग अचानक त्यानं डोळे उघडले आणि मान वळवून हाताकडे पाहिलं. तो आता चांगलाच सुजून काळानिळा पडला होता. हाताला बांधलेल्या पट्टीवरून नजर फिरवताना त्याचे डोळे चांगलेच विस्फारले आणि अखेर जखमेवर येऊन स्थिरावले. सुजून फुगलेल्या मांसाच्या ढिगावर एक मोठं भगदाड पडल्यासारखी ती जखम होती.

"एटा की?" तो एखाद्या लहान मुलासारख्या रडक्या आवाजात म्हणाला. "हे काय आहे? माझ्यात काहीतरी शिरलंय. मला धरून ठेवलंय त्यानं. काय आहे ते?"

"हाताकडे बघू नकोस," रफी म्हणाला. "विचारच करू नकोस त्याचा."

आपलं उंच, सडपातळ शरीर गादीवर लोटत रफीनं मांडी घातली आणि टिपूचं डोकं हळूवारपणे पण पक्कं मांडीवर घेतलं. मग त्यानं टिपूच्या घामेजलेल्या कपाळावरून हात फिरवला. "घाबरू नकोस. तुला चावलेला साप काही साधासुधा नव्हता. माझा आजा म्हणायचा, आपल्या रक्षणासाठी पाठवलाय त्याला."

टिपूचे डोळे निस्तेज दिसत होते. रफी काय बोलला ते त्याला कळलं नसावं. "कोण आहेस तू?" तो म्हणाला. "तुझी माझी ओळख आहे असं वाटतंय."

"खरंय," रफी म्हणाला. "*आमादेर कोनो पोरीचोय नेई.* आपण आजपर्यंत कधीच भेटलो नव्हतो पण मलाही वाटतंय की, मी तुला ओळखतो."

"का? कसं काय?"

"त्यानं काही फरक पडत नाही," रफी म्हणाला. "तू आत्ता शांत रहा. ते महत्त्वाचं आहे."

"शांत काय रहा?" टिपू म्हणाला. "इथे माझ्या आतमध्ये जसा काही निखारा पेटलाय आणि मी शांत कसा राहू?"

मी पाण्याची बाटली घेऊन आलो आणि रफीनं हळूच ती टिपूच्या तोंडाला लावली. तो घटाघटा पाणी पिऊ लागला. पाण्याची धार जशी एका लयीत त्याच्या तोंडात पडत होती तसा त्याचा कंठमणी वरखाली होत होता. मग पाण्याची बाटली बाजूला करत तो म्हणाला, "तरीही ती आहेच... माझ्या आतमध्ये. ती आग..."

"आणखी थोडं पाणी पी," रफी म्हणाला.

टिपूचं डोकं रफीच्या मांडीवर कलंडलं. त्याचे डोळे तसेच विस्फारलेले होते. मग त्याच्या चेहेऱ्यावरचे भाव बदलू लागले. त्याची बुबुळं हळूहळू वरती सरकायला लागली आणि डोळ्यांचा केवळ पांढरा भागच दिसायला लागला. त्याचं तोंड उघडं पडलं आणि ओठाच्या कोपऱ्यातून लाळ बाहेर वाहायला लागली. अंग एकदम थरथरायला लागून एखाद्या झोपलेल्या प्राण्याप्रमाणे तो मधूनच झटके देऊ लागला. हे सगळं घडत असताना त्याचं डोकं मात्र तसंच न हलता मागे फेकलेल्या त्या विचित्र अवस्थेत होतं. पांढरे भकास डोळे आणि उघडलेलं तोंडही तसंच होतं.

एक युगभरानंतर ते झटके हळूहळू थांबले आणि टिपूची बुबुळं जागेवर आली. तरीही तो भानावर मात्र आल्यासारखा वाटत नव्हता. उलट तो आकडी यायच्या आधी ज्या अवस्थेत होता त्याच अवस्थेत परत आल्यासारखा वाटत होता. ती अवस्था भानावर असल्याची नक्कीच नव्हती कारण त्या अवस्थेत त्याला आजूबाजूच्या परिस्थितीची जाणीव आहे असं वाटत नव्हतं.

“मी कुठे आहे? कुठे आहे?” हळूहळू त्याचे डोळे स्थिरावले तसं त्यानं विचारलं.

“होरेन नस्करच्या बोटीत आहेस तू.” मी म्हणालो. “आणि आम्ही इथेच आहोत तुझ्याबरोबर.”

जणू काही मला बाजूला करायला म्हणून टिपूचा उजवा हात हलला. “नाही! नाही! मी पाण्यात आहे. ते येतायत मला मारायला.”

“*के?* कोण येतंय?” घामानं थबथबलेल्या टिपूच्या कपाळावरून हळूच हात फिरवत रफी म्हणाला. “कोण येतंय तुला मारायला?”

“मला दिसत नाहीयेत ते. फक्त सावल्या दिसतायत त्यांच्या आणि ते जवळ जवळ येतायत. पण माझ्यापर्यंत पोहोचू शकत नाहीयेत.”

“का?”

“त्यांच्यामुळे.”

“कोणामुळे?”

“सापांमुळे.”

“कसले साप?”

“तुला नाही का दिसत? सगळीकडे आहेत की.” त्याचा उजवा हात वर गेला आणि तो तर्जनीनं काहीतरी दाखवू लागला. “ते बघ... इकडे, तिकडे, ते तिकडे. सगळीकडे आहेत. दिसत नाहीयेत का?” त्याला दिसतंय ते आम्हाला दिसत नसलेलं बघून त्याला खरंच आश्चर्य वाटलेलं दिसत होतं.

मी आता चांगलाच अस्वस्थ झालो होतो. माझा आवाज चढला. *“ना!”* मी ओरडलो. “नाही! इथे आपण सोडून आणखी कोणीही नाही...”

ह्यावर मला उलट रफीनंच चिडून विचारलं, “तुम्हाला काय माहीत, इथे आपण सोडून आणखी कोणी नाही ते? *चूप कोरून!* गप्प बसा. त्याला बोलायचं ते बोलू दे. तुम्हाला सहन होत नसेल तर बाहेर जा.”

त्याच्या आवाजातले संरक्षक भाव जाणवून मी चकित झालो. एखादं जंगली जनावर जसं आपल्या पिल्लाची राखण करतं तसा रफी वागत होता.

इकडे टिपू अजून बरळतच होता.

“...माझ्या अंगावर चढलेत ते, माझ्या हातांना विळखा घातलाय, पायाखाली आलेत... पण मला भीती नाही वाटत त्यांची; माझ्या मदतीला आलेत ते... नाहीतर आत्तापर्यंत मला धरला असता त्यांनी...”

“कोणी?” रफी म्हणाला, “कोणी धरलं असतं तुला?”

“त्यांनी. त्या सावल्यांनी.”

“कोणाच्या आहेत त्या?”

“मला दिसत नाहीत... नुसत्या हलणाऱ्या पोकळ आकृत्या आहेत त्या... आणि त्यांना आपल्याला आत ओढून घ्यायचंय... त्यांच्याबरोबरच..”

त्याचा आवाज हळूहळू विरत गेला आणि सताड उघड्या डोळ्यांसकट त्याचं डोकं मागे कललं. पुन्हा एकदा त्याची बुबुळं फिरायला लागली. मग परत ते झटके सुरू झाले आणि तो पुन्हा त्या मघाच्या अवस्थेत गेल्याचं मी ताडलं.

सगळा वेळ रफी टिपूचं डोकं आणि चेहेरा हातानं कुरवाळत होता. त्या दोघांच्यात जराही साम्य नव्हतं. टिपूचं ते कानातलं आणि ते रंगवलेले केस कुठे आणि रफीचे ते अस्ताव्यस्त केस आणि खेडवळ हुशारी कुठे. तरी त्या दोघांमध्ये एक वेगळाच बंध तयार झाला होता. रफीनं टिपूच्या शरीरातलं विष तोंडानं शोषून घेतल्यामुळे त्यांच्यात जणू काही एक दैहिक नातं तयार झालं होतं.

थोड्या वेळानं टिपूचे ते झटके मला बघवेनात. मी बाहेर पडलो आणि सुकाणूच्या खोलीत गेलो.

मी दारात जाऊन उभा राहिलो तसं होरेननं माझ्याकडे एक कटाक्ष टाकला. “मी ऐकला टिपूचा आवाज.” तो म्हणाला. “बरळतोय वाटतं... *बाजे बोकछे*, वाट्टेल ते बोलतोय.”

त्या बंगाली वाक्यातला गावरान थेटपणा ऐकून मला बरंच हायसं वाटलं. नाहीतर काय, मी स्वतःशीच म्हणालो, तसंच तर आहे. भ्रम झालाय त्याला. एवढा मोठा धक्का बसला की होतंच असं.

“खरंय,” मी होरेनला म्हणालो. “फार बरळतोय तो.”

“फारसं वाईट काही नाही त्यात,” होरेन म्हणाला. “तो असा जोरजोरात बडबडत असेल तर निदान तो जीव वाचवायला धडपडतोय एवढं तरी नक्की आहे.”

“पण अजून दवाखान्यात पोहोचायला किती वेळ लागेल?”

“आणखी दीड तास तरी.”

त्यानं मला आत खोलीत यायची खूण केली. “थोडावेळ हे चाक धरून बसणार का? नुकतीच फोनला रेंज आली असेल. मला मोयनाला फोन करायचाय. ती दवाखान्यात सगळी तयारी करून ठेवेल.”

मी सावधपणे चाकावर हात धरला आणि होरेननं बाहेर जात फोनवर एक नंबर फिरवला. समोर अथांग पाणी पसरलेलं होतं आणि वाटेत कोणीही नव्हतं. त्यामुळे मला विशेष काही कामच नव्हतं. तिथे बसून बाहेरचा लख्ख सूर्यप्रकाश आणि समोर पसरलेली विस्तीर्ण नदी बघताना एक वेगळंच चैतन्य जाणवत होतं.

टिपूला बघायला खाली जाऊन येऊ का असं होरेननं विचारल्यावर मी आढेवेढे घेतले नाहीत.

"हो हो, जा." मी म्हणालो. "मला जमेल आणखी काही वेळ."

होरेनला माझ्या अपेक्षेपेक्षा थोडा जास्तच वेळ लागला. पाच -दहा मिनिटं लागली असतील. परत तो केबिनमध्ये आला तेव्हा चांगलाच हादरलेला दिसत होता.

"काय झालं खाली?" मी चाक त्याच्या हातात देत म्हणालो.

"टिपूचं बरळणं चाललंच होतं," होरेन कर्कश आवाजात म्हणाला. "तो रफीला त्याचं नाव विचारत बसला होता आणि रफी पुन्हा पुन्हा ते सांगत होता. पण दरवेळेसत्यानं नाव सांगितलं की, मान हलवून टिपू म्हणायचा, "छे, छे, ते नाही काही." हे असंच चाललेलं बघून मी रफीला म्हणालो, "नको उत्तर देत बसूस. काहीतरी बरळतोय तो. डोकं ठिकाणावर नाही त्याचं." पण मग अचानक रफी म्हणाला की, टिपूचं बरोबरच आहे. 'रफी' हे त्याचं टोपणनाव आहे. त्याच्या आजोबांनी ठेवलेलं त्याचं खरं नाव होतं इलीयास. त्या गोष्टीतल्या पात्रासारखंच. ते नाव ऐकल्यावरच टिपू 'नाही' म्हणायचं थांबला. थोडावेळ गप्प बसून म्हणाला, "हो, बरोबर. आता मी ओळखलं ह्याला."

एक भुवई उंचावून माझ्याकडे बघत होरेन म्हणाला, "रफीच्या म्हणण्याप्रमाणे फक्त त्याचे आजोबाच त्याला त्या नावानं हाक मारायचे."

चेहेरा कसातरीच करत तो म्हणाला, "विचित्रच आहे ना? टिपूला कसं ते नाव माहीत असेल? तो आधी कधीच रफीला भेटलेला नाही."

"त्यात फारसं विचित्र काही नाही," मी तुटकपणे म्हणालो. "आज सकाळी आपण त्या गोष्टीबद्दल बोलत होतो ते टिपूनं ऐकलं असणार. आपण 'इलीयास' नाव घेतलं ते त्यानं ऐकलं असेल आणि तेच डोक्यात राहिलं असेल. आणि रफीच्या आजोबांनी त्याचं नाव 'इलीयास' ठेवावं ह्यात फारसं आश्चर्य नाही. ते त्या स्मारकाचे राखणदार होते हे लक्षात घेतलं तर नाहीच, नाही का?"

"हो, हो, तसंच असेल," किंचित हायसं वाटल्याच्या सुरात होरेन म्हणाला. त्यानं फोनकडे नजर टाकली.

"वेळेत पोहोचतोय आपण. आणखी थोडाच वेळ राहिला. तुम्ही खाली जाऊन जरा त्या पोरावर लक्ष ठेवा."

मी खालच्या केबिनमध्ये पाय ठेवणार तेवढ्यात टिपूचा आवाज ऐकून मी थबकलो.

"खूप जवळ आलेत आता ते... खूप जवळ आलेत... मला त्या थंडगार सावल्या जाणवतायत. मी किती गार पडलोय... मला धरा, मला धरा."

रफीनं टिपूच्या छातीवर हात ठेवला. "मी आहे इथे. धरलंय मी तुला. वाचलायस तू."

ते शब्द ऐकून टिपू आश्वस्त झालेला दिसला. त्यानं एक लांब सुस्कारा सोडला. "परत गेले ते. *फिरे जाछे*. त्यांना ते ओलांडता नाही आलं..."

"काय नाही ओलांडता आलं?"

टिपूनं त्या प्रश्नाचं थेट उत्तर दिलं नाही. त्याऐवजी त्याचा हात त्याच्या शरीराच्या थोडा वर हवेत गेला. जणू काही त्याच्या अंगाभोवती काहीतरी संरक्षक कवच गुंडाळलेलं होतं आणि तो ते कुरवाळत होता. क्षणभर तो शांत झाल्यासारखा पण मग अचानक तो किंचाळू लागला, "नको! नको! ते आणखी कशाच्या तरी मागे जातायत. काय ते मला दिसत नाहीये."

लाळ गळणाऱ्या त्याच्या उघड्या तोंडातून हळूच एक दीर्घ किंकाळी बाहेर पडली. ताठर होत गेलेल्या अंगाची एखाद्या धनुष्यासारखी कमान झाली. रफीच्या पकडीतून तो जवळजवळ सुटलाच होता. पुन्हा एकदा किंकाळी फोडत तो काहीतरी म्हणाला. काय ते मला कळलं नाही.

"काय म्हणतोय तो?" मी रफीला विचारलं. "तुला समजतंय?"

"नाव आहे एक. एका बाईचं नाव आहे – 'राणी'"

आता टिपूचं शरीर एकदम सैल पडलं, डोकं खाली कलंडलं आणि बुबुळं पुन्हा जागेवर आली. तो भयंकर थकलेला दिसत होता आणि तरीही तोंडातल्या तोंडात काहीतरी बडबडत होता.

रफीनं टिपूच्या शेजारी बसल्या बसल्याच मांडी सोडली आणि जणू काही कोणी त्याला घेऊन जाऊ नये म्हणून हात पुढे करून त्याला कुशीत घेतलं.

टिपूचे आचके एकदम थांबले आणि त्याचं शरीर लुळं पडलं.

"श्वास चालू आहे ना?" मी सावध होऊन विचारलं.

"हो," रफी म्हणाला. "बेशुद्ध झालाय तो फक्त. बरंच म्हणायचं."

"बेशुद्ध व्हायच्या आधी तो काय म्हणाला तू ऐकलंस?"

रफीनं मान डोलावली. "पिया नावाच्या कोणत्यातरी बाईला आपण फोन केला पाहिजे असं म्हणत होता. तुला माहितेय ही बाई कोण ते?"

"हो. तिला का फोन करायचा म्हणत होता?"

"म्हणत होता आपण तिला सावध करायला हवं."

"कशाबद्दल?"

"राणीबद्दल."

"पण ही राणी कोण आहे?"

"मला नाही माहीत," रफी वैतागून म्हणाला. "पण ते काही असलं तरी तुम्ही पियाला फोन कराच."

पियाला टिपूची परिस्थिती कळायला हवी हे तेव्हा माझ्या ध्यानात आलं.

"ठीक आहे," मी म्हणालो, "लगेच फोन करतो तिला."

मी बोटीच्या पुढल्या भागात म्हणजे नाळेपाशी गेलो आणि पियाचा नंबर फिरवून फोन कानाला लावला. उत्तरादाखल फक्त बीप -बीप इतकंच ऐकू आलं. फोनकडे पाहिलं तर सिग्नल पुन्हा गेलेला दिसत होता. आम्ही पुन्हा एकदा रेंजच्या बाहेर आलो होतो.

रेंज दाखवणाऱ्या रेषा दिसाव्या ह्या आशेनं मी वैतागून त्या फोनकडे बघत बसलो होतो, तेवढ्यात रफी शेजारी अवतरला. मुख्य केबिनकडे मानेनं इशारा करत तो म्हणाला: "टिपू थकला बहुतेक शेवटी. झोपलाय तो."

फोनवरची नजर न हटवता मी म्हणालो: "गुड."

एक मिनिटभर रफीनं माझं काय चाललंय ते पाहिलं आणि मग मान हलवत त्याच्या खेडवळ बोलीत म्हणाला, "काय फायदा नाय. आणखी थांबायला लागंल थोडं"

तो अनाहूत सल्ला ऐकून मी वैतागलो. "कशाला थांबायला लागेल?"

"तुम्हाला जे हवंय त्यासाठी," रफी अगदी खात्रीपूर्वक म्हणाला.

कपाळाला आठ्या घालत मी त्याच्याकडे वरपासून खालपर्यंत पाहिलं. त्याचे ते अस्ताव्यस्त केस, चुरगाळलेला शर्ट आणि चिखलानं माखलेले पाय ह्यावरून तो एखाद्या जंगली जनावरासारखा दिसत होता. दूर जंगलात राहणाऱ्या त्याच्यासारख्या एखाद्या मच्छीमाराला सेलफोनबद्दल काही माहिती असेल हे मला अशक्य वाटत होतं.

"मला काय हवंय ते तुला काय माहीत?" मी ताडकन विचारलं.

रफी एकटक माझ्याकडे बघू लागला. लांब पापण्यांचे त्याचे डोळे निर्विकार दिसत होते. मग कमरेला खोचलेल्या विटक्या लुंगीच्या आत हात घालून त्यानं प्लॅस्टिकमध्ये गुंडाळलेलं एक लहानसं पुडकं बाहेर काढलं. वरचं प्लॅस्टिक काढल्यावर त्याच्या हातात माझ्यासारखाच एक सेलफोन असल्याचं माझ्या लक्षात आलं आणि मी थक्क झालो. त्यानं तो चालू केला आणि एखाद-दोन मिनिटांतच ते यंत्र माझ्या हातात देऊन स्क्रीनवर वरच्या बाजूला टकटक करत म्हणाला,

"पाहिलंत, रेंज नाहीये. त्या तिकडच्या नदीपाशी पोहोचेपर्यंत काड्या दिसायच्या नाहीत..." असं म्हणत त्यानं पुढे हात दाखवला. "आणि तिथेही दोनच काड्या दिसतात. तीन किंवा जास्त काड्या हव्या असतील तर तिथपर्यंत वाट बघावी लागेल." त्यानं आणखी लांब हात केला.

मग मान वाकडी करत त्यानं माझ्या फोनकडे एक नजर टाकली. "पण तुमच्या फोनचं मॉडेल जुनं दिसतंय," तो म्हणाला, "तुम्हाला एखादवेळेस आणखी थांबावं लागेल."

त्याच्या चेहेऱ्यावर उपहासानं उमटलेलं हसू पाहूनही त्यावर रागावणं मला शक्य नव्हतं. बाजी पलटल्याचं त्याच्या चांगलंच लक्षात आलं होतं. माझाच अडाणीपणा उघडा पडला होता.

रफीला सेलफोन्सबद्दल काहीच माहिती नसेल असं आपण गृहीत धरून चाललो होतो ह्याची मला लाज वाटली. ते ही केवळ तो सुंदरबनातला एक मच्छिमार आहे म्हणून. अर्थात खेडूत माणसं 'मागासलेली' असतात विशेषतः आधुनिक उपकरणांच्या बाबतीत तर असतातच ही माझ्यासारख्या भारतीय लोकांनी लहानपणापासून गृहीत धरलेली गोष्ट खरी नव्हे हे माझ्या मनाला कुठेतरी ठाऊक होतंच. तसं कधी काळी असलंच तरीही आता मात्र भारतीय तरुण

– मग ते श्रीमंत असोत वा गरीब, शिकलेले असोत वा अशिक्षित, फोन आणि कॉम्प्युटर वापरण्याची त्यांची क्षमता माझ्यापेक्षा कितीतरी पट जास्त असल्याचं मी स्वतः बघितलं होतं. इतर अनेक गरीब देशांप्रमाणे भारतातही अशी कित्येक माणसं आहेत ज्यांची भौतिक परिस्थिती आणि औपचारिक शिक्षण ह्याचा त्यांच्या डिजिटल कौशल्याशी काहीही संबंध नसतो – हे माहीत नसण्याइतका मी काही प्रवाहाबाहेर नव्हतो. असं सगळं माहीत असताना देखील रफीसारख्या माणसाला सेलफोनसारख्या सहज उपलब्ध असणाऱ्या यंत्राविषयी काहीही माहिती नसेल असं समजून मी स्वतःलाच लाज आणली होती.

रफी अर्धवट हसत माझ्याकडे बघत होताः पाणीदार डोळ्यांमुळे आणि खाली उतरलेल्या जिवणीमुळे त्याच्या चेहेऱ्यावर एक विलक्षण बोलकेपणा होता. माझ्या मनात काय चाललंय ते त्याला बरोब्बर कळलंय ह्यात शंका घ्यायला काही जागाच नव्हती.

"आमच्याकडे सेलफोन असतात हे बघून इथे फिरायला आलेल्या लोकांना बऱ्याचदा आश्चर्य वाटतं," तो म्हणाला, "पण त्याचं त्यांना आश्चर्य का वाटावं मला समजत नाही. कारण शहरातल्या लोकांपेक्षाही जास्त फोनची गरज आम्हाला असते. आमच्यासाठी तो जीवन-मरणाचा प्रश्न असू शकतो."

"कसा काय?"

"हवामानाचे अंदाज. त्याकडे लक्ष दिलं नाही तर माणूस वादळात अडकू शकतो. जीपीएसची केवढी मोठी मदत होते. निदान जिथे रेंज आहे तिथे तरी नक्कीच. पण त्या तिकडे मात्र..." आम्ही जिकडून आलो तिकडे नदीच्या खालच्या अंगाला बोट दाखवत तो म्हणाला, "अजूनही वाट लक्षात ठेवावी लागते. माझा आजा ठेवायचा तशीच. त्याला कधीच जीपीएस लागला नाही. सगळं त्याच्या डोक्यात असायचं."

"तू बरंच शिकलेला दिसतोस त्यांच्याकडून?"

"काही गोष्टी शिकलो. पण कितीतरी गोष्टी त्यालाच मला शिकवायच्या नव्हत्या."

"कुठल्या गोष्टी?"

त्यानं खांदे उडवले. "प्राण्यांबद्दलच्या, माशांबद्दलच्या आणि पाण्याबद्दलच्या गोष्टी. मला म्हणायचा, मला त्याबद्दल जे काही ठाऊक आहे ते शिकायची तुला गरजच नाही कारण नद्या, जंगलं आणि प्राणी काही आता पूर्वीसारखे राहिलेले नाहीत. म्हणायचा, सगळं इतकं बदलतंय आणि ते ही इतकं भराभर की, तुझं निभणारच नाही इथे. मला म्हणाला होता, एक ना एक दिवस इथून निघून जाण्यापलिकडे तुझ्याकडे दुसरा पर्याय नसेल."

"पण कुठे जाणार?"

त्यानं खांदे उडवले. "काय की. जिथे बाकीची माणसं जातात तिकडेच. मुंबई, दिल्ली... कोण जाणे कुठे."

"म्हणजे तू निघून जायचा विचार करतोयस तर?"

"बहुतेक जाईन. आई असेपर्यंत जाता आलं नाही. पण आता..."

वाक्य तसंच सोडून तो वळला आणि मुख्य केबिनमध्ये गेला.

मी पुन्हा फोनकडे नजर टाकली तर सिग्नल आलेला दिसला. मी पियाचा नंबर फिरवला. पलिकडची व्यक्ती दुसऱ्या कॉलवर असल्याचं सांगणारी हिंदीतली रेकॉर्ड ऐकू आली. थोड्या वेळानं मी पुन्हा फोन केला तर तोच संदेश. हा प्रकार इतका वेळ चालला की मी वैतागून त्याचा नाद सोडून द्यायच्या बेताला आलो होतो. तेवढ्यात फोन लागला.

बऱ्याच वेळानंतर पियानं तो उचलला. काहीशा गोंधळलेल्या आणि उतावीळ सुरात तिनं विचारलं,

"कोण डीन का?"

"हो."

"सॉरी, आत्ता नाही बोलता येणार मला. नंतर फोन करेन मी."

"जरा तातडीचं काम आहे. मी टिपूबद्दल सांगायला फोन केलाय."

"ओह? काय झालं त्याला?"

"आज तो माझ्याबरोबर बोटीतून आला होता. नीलिमानं त्याला त्या स्मारकाला जाऊन यायला सांगितलं होतं म्हणे?"

"हो, हो, बोल पुढे."

"एक गडबड झालीये."

"गडबड म्हणजे?"

"टिपूला साप चावलाय. तो बेहोष होऊन बरळतोय पण आम्ही त्याला आत्ता दवाखान्यातच घेऊन निघालो आहोत."

तिनं थांबून श्वास घेतला. "कोणी पाहिलं त्या सापाला? कोणत्या जातीचा होता काही कल्पना आहे?"

"हो," मी म्हणालो. "खूप मोठा नाग होता. किंग कोब्रा असावा अशी माझी जवळवळ खात्रीच आहे."

तिचा श्वास कोंडला. "अरे बापरे! किंग कोब्रा डसला तर हत्तीसुद्धा मरू शकतो."

मी चाचरत म्हणालो, "पण... पण... दवाखान्यात नक्कीच..."

"नाही! त्यांच्याकडे त्यासाठी लागणारा उतारा नसणार. तो दुर्मिळ आहे आणि बराच महागही आहे..."

अचानक ती थांबली, "थांब!"

तिचा आवाज विरल्यासारखा झाला पण पलिकडून तिच्या आजूबाजूचे आवाज ऐकू येत होते. ती एखाद्या गर्दीच्या ठिकाणी धावली असावी आणि कोणाशी तरी घाईघाईनं कुजबुजत बोलत असावी असं काहीसं मला वाटलं. थोड्याच वेळात ती एक चांगली बातमी घेऊन फोनवर आली. त्याच कॉन्फरन्सला आलेल्या एका हर्पेटॉलॉजिस्ट (सर्पतज्ञ) मित्राशी ती बोलली होती. तो कामानिमित्तानं जंगलात जाणारच होता त्यामुळे त्यानं विषरोधकांचा साठा बरोबर आणला होता. त्यात

किंग कोब्राच्या दंशावरचा उतारा पण होता. त्यानं त्यातला थोडा पियाला देण्याचं कबूल केलं होतं.

"पण तू ते आम्हाला कसं पाठवणार?" मी विचारलं. "आपल्याला तो लवकरात लवकर इथे लागेल ना?"

"मी स्वतःच घेऊन येईन," ती म्हणाली. "लवकरच मी कोलकात्याला परत यायला निघतेय. मध्यरात्रीच्या आत मी लुसीबाडीच्या दवाखान्यात पोहोचू शकते."

"पण तुझ्या कॉन्फरन्सचं काय? आजच भुवनेश्वरला पोहोचलीस ना तू?"

"हो, पण काही तातडीचं काम निघालं आणि मला माझे सगळे बेत बदलावे लागले. तुझा फोन यायच्या आधी मी ट्रॅव्हल एजंटशीच बोलत होते. त्यानं मला एका विमानाचं तिकीट मिळवून दिलंय आणि आता थोड्याच वेळात ते सुटणार आहे."

ती अधीर झाली असल्याचं माझ्या लक्षात आलं. मी फोन ठेवणार इतक्यात रफी अचानक शेजारी अवतरला आणि माझ्या कानात कुजबुजला: "तिला राणीबद्दल सांगितलं का?"

एकीकडे वळत मी म्हणालो, "पिया, ऐक, तुला आणखी एक सांगायचंय."

"बोल... पण जरा लवकर बोल."

"टिपू बरळतोय असं मी तुला म्हटलं ते आठवतंय?"

"हो, हो, बोल. जरा लवकर हं प्लीज"

"बरळताना तो म्हणाला की, तुला फोन करून इशारा द्यायला हवा."

"कशाबद्दल?"

"कोणीतरी राणी म्हणून आहे तिच्याबद्दल."

पलिकडे मला एकदम श्वास रोखलेला ऐकू आला. पिया पुन्हा बोलायला लागली तेव्हा तिच्या आवाजात किंचित थरथर होती. "किती वेळापूर्वी म्हणाला तो असं?"

"साधारण पाऊण तास झाला असेल."

"काहीही काय!" ती उलट ओरडली. "तुला नक्की वेळ आठवतेय?"

"नाही. अगदी नक्की नाही आठवत. पण साधारण पाऊण तास झाला असेल. का?"

"कारण तेव्हाच माझ्याकडचाही अलर्ट वाजला."

"कसला अलर्ट?"

"राणीसाठी लावलेला."

"आणि ही राणी कोण?"

"राणी म्हणजे..."

तिनं विचार बदलला असावा. "ते सांगत बसायला खूप वेळ लागेल... भेटल्यावर सांगेन."

"ठीक आहे."

"अरे हो, पण आपली भेट नाही व्हायची ना?" ती म्हणाली.

“का नाही?”

“तू कोलकात्याला परत चाललायस ना? तुला परतीचं विमान पकडायचंय ना?”

“अच्छा तेऽ!” मी परतीच्या विमानाबद्दल पूर्ण विसरून गेलो होतो. “ते बघू नंतर. टिपूला असं सोडून मला नाही जाता येणार. तो तेव्हा माझाच जीव वाचवायचा प्रयत्न करत असताना हे सगळं घडलंय.”

राणी

लुसीबाडीच्या दवाखान्यात आणल्यावर टिपूला ताबडतोब एका स्ट्रेचरवर घालून अतिदक्षता विभागात नेलं. तो आता जवळजवळ बेशुद्ध झाला होता.

चांगला अर्धा तास उलटून गेल्यावर एकदाचं डॉक्टरांशी बोलणं झालं. पियाचं म्हणणं बरोबर असल्याचं त्यांनी सांगितलं. दवाखान्यात हवा तो उतारा नव्हता कारण तो महाग होता आणि मिळायलाही कठीण. तरीही आशेचा एक किरण मात्र दिसला. सुदैवानं त्या नागानं एकाच सुळ्यानं दंश केल्यामुळे टिपूच्या अंगात कमी विष भिनलं होतं. (किंग कोब्रा किंवा *ऑफिऑफेगस हॅना* अशाप्रकारचा हल्ला सहसा करत नाही असं नंतर पियाकडून मला कळलं. तो माणसांवर क्वचितच हल्ला करतो पण जर केला तर लवकर सोडत नाही अशी त्याची ख्याती आहे)

आता सगळं काही विषाच्या उताऱ्यावर आणि तो किती लवकरात लवकर देता येतोय त्यावर अवलंबून आहे असं डॉक्टर म्हणाले. तोवर वाट बघणं सोडून आम्हाला दुसरं काहीच करता येण्यासारखं नव्हतं.

जसजसं घड्याळ पुढे सरकत होतं तसतसं वाट बघणं आणखी कठीण होत चाललं होतं. एकदा तर टिपूचा श्वास फारच अनियमित झाल्याचं नर्सनं येऊन सांगितलं. वाईट बातमी ऐकण्यासाठी आमच्या मनाची तयारी व्हावी म्हणून हे सगळं चाललंय की काय असंही मला वाटून गेलं.

पिया मात्र अपेक्षेपेक्षा लवकरच आली. मध्यरात्र व्हायला अजून तासभर तरी शिल्लक होता. ती भयंकर तणावाखाली असल्याचं स्पष्ट दिसत होतं. तिची नजर भकास होती आणि चेहेरा इतका विवंचनेत बुडाला होता की ती कृश झाल्यासारखी वाटत होती. तरीही ना तिचा उर धपापत होता ना ती गोंधळलेली दिसत होती. बरोबर आणलेली बाटली देतानाही ती अगदी शांत होती. तिच्या अंगावर झेपावत मोयना धाय मोकलून रडायला लागली तेव्हाही ती शांतच होती.

सुमारे तासाभरानंतर डॉक्टरांनी येऊन सांगितलं की, तो उतारा चांगला कामी आला असून टिपूची परिस्थिती सुधारते आहे. ते ऐकून आम्हाला सगळ्यांनाच हायसं वाटलं. तुम्ही सगळ्यांनी इथे हॉस्पिटलमध्ये थांबण्याची गरज नाही असं ते म्हणाले. त्याऐवजी आम्ही जाऊन विश्रांती घेतलेली जास्त चांगली असंही त्यांनी सांगितलं.

आता शहरात परत जायला उशीर झाला होता आणि लुसीबाडीत हॉटेल नसल्यामुळे पियानं माझी रात्रीच्या राहण्याची व्यवस्था बाडाबोन ट्रस्टच्या गेस्ट-

हाऊसमध्ये केली. हे गेस्ट-हाऊस म्हणजे निलीमाच्या लुसीबाडीतल्या घराचा दुसरा मजला निघाला. ती जागा फार प्रसन्न होती. खोल्या स्वच्छ आणि आरामशीर होत्या आणि हाय-स्पीड इंटरनेटसकट हव्या त्या सगळ्या सुविधा तिथे होत्या. सुंदरबनात असताना पिया ह्या गेस्ट-हाऊसमध्येच राहायची. तिनंच ही जागा नीटनेटकी करून घेतली होती आणि वाय -फायही लावून घेतलं होतं हे ऐकून मला आश्चर्य वाटलं नाही.

स्वयंपाकघरात दोन मोठे फ्रीज होते. त्या इमारतीतल्या इतर बहुतेक सर्व गोष्टींप्रमाणे तेही सौरउर्जेवर चालत होते. त्यातला एक फ्रीज खास पियासाठी भरून ठेवलेला होता. तिच्या खाण्यापिण्याच्या सवयी जरा वेगळ्याच असाव्यात असं माझ्या लवकरच लक्षात आलं. तिच्या जेवणात जास्त करून एनर्जी बार आणि पीनटबटर, जेली सॅण्डविचेसचा भरणा होता. आम्ही दोघांनीही बराच वेळ काही खाल्लं नव्हतं. त्यामुळे तिनं मला सँडविच करून द्यायची तयारी दाखवल्यावर मी ताबडतोब होकार दिला.

अनपेक्षितरित्या चविष्ट असं ते जेवण करता-करताच मघाशी बरळताना टिपूनं जिच्या नावाचा उच्चार केला होता, त्या राणीची कहाणी मी ऐकली. ते नदीतल्या एका डॉल्फिन माशाचं नाव होतं असं पिया म्हणाली. जेव्हापासून तिनं कामाला सुरुवात केली तेव्हापासून ती माशांच्या ह्या प्रजातीचा अभ्यास करत होती. ती प्रजाती होती – इरावाडी डॉल्फिन किंवा ज्याला *ओरासेला ब्रेव्हिरोस्त्रिस* म्हणतात ती. राणी ओरासेलाच्या एका विशिष्ट गटात मोडत होती आणि तो गट पियाच्या संशोधनात विशेष महत्त्वाचा होता. त्या गटातल्या प्रत्येक माशाच्या तिनं अगदी काळजीपूर्वक नोंदी ठेवल्या होत्या आणि त्या सगळ्यांना ती अगदी जवळून ओळखत होती. विशेषतः माद्यांना, कारण पैदास होण्याच्या प्रत्येक ऋतूत तिनं माद्यांच्या नोंदी ठेवल्या होत्या. त्या गटाच्या दैनंदिन, हंगामी आणि वार्षिक स्थलांतराचा अभ्यास करून गेल्या अनेक वर्षातल्या त्यांच्या हालचालीदेखील तिनं नोंदवल्या होत्या.

पिया अगदी काळजीपूर्वक निर्विकार आवाजात बोलत होती. आपण ज्या प्राण्यांचा अभ्यास करतोय त्यांना मानवी गुण चिकटवण्याचा तिला तिटकारा वाटत होता ह्यात शंका नाही. तरीही राणीबरोबरचं तिचं नातं इतकं दृढ होतं की, माणसांच्या दृष्टीनं ज्याला जुनी मैत्री म्हणता येईल त्यात ते नातं बसावं. त्यांचं नातं पार आधीच्या पिढीपासूनचं म्हणता येईल कारण पिया राणीच्या आईलाही ओळखत होती. डॉल्फिन्सच्या त्या गटात पिया राणीच्या आईला पहिल्यांदा वेगळं ओळखायला शिकली कारण तिला एकटीलाच एक नवजात पिल्लू झालेलं होतं. ते पिल्लू काही वाचलं नाही. काही आठवड्यांचं असताना एका मोटारबोटीला धडकून ते मारलं गेलं. ते मेल्यावर पियाला भयंकर धक्का बसून वाईटही वाटलं होतं. म्हणूनच पुढच्या वर्षी परत आल्यावर त्या मादीला पुन्हा एक पिल्लू झाल्याचं कळलं तेव्हा पियाला आनंद झाला होता.

हा शोध लावताना पियाबरोबर लहानगा टिपूसुद्धा होता. ती जंगलात निघाली की, लहानपणी तोही कायम तिच्याबरोबर यायचा हट्ट धरायचा. टिपूनंच त्या

पिल्लाच्या आरएन१ ह्या अधिकृत नावावरून त्याचं राणी असं नाव ठेवलं होतं. वर्षभरानंतर एक दिवस राणी हरवली. पियानं घाबरून शोधाशोध सुरू केली होती. डॉल्फिनच्या त्या गटाचे सगळे ठरलेले मार्ग तिनं पिंजून काढले होते. अपेक्षेप्रमाणे त्यांच्या शिकार करण्याच्या एका जागी नायलॉनच्या जाळ्यात अडकलेली राणी तिला सापडली होती.

पियानं जराही वेळ न दवडता राणीला मोकळं केलं होतं आणि त्यानंतर ती डॉल्फिन पियाकडे वेगळ्याच नजरेनं बघायला लागली होती. गटातल्या इतर माशांपेक्षा तिची ती नजर बरीच वेगळी होती आणि त्या नजरेत केवळ ओळखीपेक्षाही अधिक काहीतरी होतं. (पिया अगदी कटाक्षानं तो शब्द वापरायचं टाळत असल्यामुळे तिला अधिक काहीतरी म्हणजे 'कृतज्ञता' म्हणायचं असावं हे आणखी तीव्रतेनं लक्षात येत होतं.)

ह्या गोष्टीला पुष्कळ वर्षं उलटून गेली होती. राणी आता त्या गटात सगळ्यात मोठी होती आणि डझनभर पिल्लं वाढवून खरोखरच त्या कुटुंबाची मुख्य झाली होती. त्या कुटुंबाच्या स्थलांतराचा माग घेताना गटातल्या इतरांपेक्षा तिनंच पियाला खूप मदत केली होती.

पियाच्या संशोधनाच्या सुरुवातीच्या काळात त्यांच्या हालचाली नियमित आणि ठरलेल्या असत. नंतर मात्र त्यांचे मार्ग बदलू लागले, ते जास्तच अनिश्चित होऊ लागले आणि हे सुंदरबनातल्या पाण्याची रचना बदलल्यामुळे घडलं असावं असं पियाला वाटत होतं. समुद्राची पातळी वाढली तसे गोड्या पाण्याचे प्रवाह कमी होऊ लागले. नदीच्या प्रवाहाच्या विरुद्ध बाजूनं खारं पाणी आणखी आत शिरू लागलं आणि काही भाग डॉल्फिनच्या दृष्टीनं अति खारट झाला. ह्याआधीचे त्यांचे पाण्यातले नेहमीचे काही मार्ग त्यांनी टाळायला सुरुवात केली होती. शिवाय हळूहळू ते नदीच्या वरच्या बाजूला सरकू लागले होते. तो भाग माशांनी बराच गजबजलेला असायचा आणि तिथे मासेमारीही मोठ्या प्रमाणात होत असे. साहजिकच त्यांच्यापैकी काही कोळ्यांच्या जाळ्यात अडकले तर काही मोटारबोटी किंवा आगबोटींना धडकून मारले गेले. गेल्या काही वर्षात त्या कुटुंबातले इतके मासे मारले गेले की आता फक्त राणी आणि आणखी दोन मासे शिल्लक होते.

आता हे कुटुंब एकत्र राहून तगू शकणार नाही असं दिवसेंदिवस पियाला वाटू लागलं होतं. त्यामुळे सहसा ती जे टाळायची ते आता मात्र तिनं केलं होतं. तिनं राणीला एक जीपीएस ट्रॅकर लावला होता. त्यावर ती कुठे आहे आणि तिची एकंदर परिस्थिती कशी आहे ही माहिती मिळत असे. काही विशिष्ट प्रसंगात हे उपकरण तिच्या सेलफोनवर सूचना पाठवत असे.

"आणि काल तेच झालं," पिया म्हणाली. "कॉन्फरन्समध्ये असताना मला अलर्ट आला."

"कसला अलर्ट?"

पिया खिन्न होत म्हणाली, "वाईटच बातमी म्हणायला हवी. डॉल्फिन पाण्यातून बाहेर पडला असेल तरच हा अलर्ट येतो."

टीव्हीवर दाखवलेली समुद्रकिनाऱ्यावर येऊन तडफडणाऱ्या देवमाशांची चित्रं अचानक माझ्या डोळ्यासमोर उभी राहिली.

"म्हणजे राणी कुठेतरी जाऊन अडकली असेल किंवा किनाऱ्यावर फेकली गेली असेल असं वाटतंय तुला?"

"माहीत नाही. पण ते अलर्ट तसंच होतं."

"आणि टिपू राणीबद्दल बोलायला लागला तेव्हाच तुला इकडे तो अलर्ट आला?"

"ते सांगता येत नाही," खांदे उडवत पिया म्हणाली, "तू वेळ सांगताना किती बरोबर सांगितली आहेस त्यावर अवलंबून आहे,"

"जरी माझा अंदाज अर्ध्या-एक तासानं चुकला असेल," मी म्हणालो, "तरी हा प्रकार वेगळाच नाही का? टिपूला तर भ्रम झाला होता, राणी कुठे आहे ते त्याला कसं कळलं असेल?"

"आपण लगेच काही निष्कर्ष काढायला नको," पिया म्हणाली. "राणीला खरंच काही झालंय का नाही ते आपल्याला माहीत नाही. ते अजून बघायचंच आहे. ही अशी यंत्रं चुकीची माहिती देतात कधीकधी. प्रत्यक्ष तिकडे काय आहे ते जाऊन बघितल्याशिवाय मी कसलाही निष्कर्ष काढणार नाहीये."

"आणि ते कसं करणारेस?"

पिया उठून आमच्या बशा आवरायला लागली. "तो ट्रॅकर जिथे थांबलाय त्या ठिकाणाचे जीपीएस को-ऑर्डिनेट्स आहेत माझ्याकडे. गर्जोन्तोला नावाचं एक बेट दिसतंय ते. जमेल तितक्या लवकर जाईन मी तिकडे. टिपू बरा असेल तर उद्यासुद्धा."

माझ्यासमोरची रिकामी बशी उचलता उचलता थांबून तिनं माझ्याकडे एक नजर टाकली. "तुला आवडेल यायला?"

"मला जागा असेल?" आपण खूप उतावळे वाटू नये अशी दक्षता घेत मी म्हणालो.

"होईल मला वाटतं. होरेनकडून एखादी वेगाने जाणारी बोट भाड्यानं घ्यायचा माझा विचार आहे. त्यात दहा माणसं बसतात आणि मी तर फक्त इथल्या माझ्या एखाद-दोन सहकाऱ्यांना घेऊन जाणार आहे. पुष्कळ जागा असणार. तुला आवडणार असेल तर जरूर ये बरोबर."

"थँक यू." मी म्हणालो. "आवडेल मला यायला."

"गुड. सगळं जुळून आलं तर बरं होईल."

ज्या तारेत मी पियाच्या निमंत्रणाचा स्वीकार केला होता त्याचा नंतर मला पश्चात्ताप होऊ लागला. दुसऱ्या दिवशी सकाळी उठलो तेव्हा ही सफर रद्द झाली तर बरं असंच मला मनोमन वाटत होतं. आम्ही ब्रेकफास्ट करत असतानाच मोयना आली. टिपूची परिस्थिती विलक्षण सुधारल्याचं तिनं आम्हाला सांगितलं. कदाचित दुसऱ्या दिवशी त्याला हॉस्पिटलमधून घरीही सोडतील असं ती म्हणाली.

म्हणजे आता दिवसभर आम्ही मोकळेच होतो. पियानं तिचा बेत अंमलात आणला. सकाळी १० नंतर आम्ही लगेचच गर्जोन्तोलाला जायला निघालो.

आमच्याबरोबर एक-दोन स्थानिक मासेमार होते. पियाने त्यांना आपल्या संशोधनात मदत करण्यासाठी शिकवून तयार केलं होतं.

आदल्या दिवशीच्या बोटीपेक्षा ही बोट खूपच चांगली निघालेली बघून मला हायसं वाटलं. अगदी स्पीडबोट जरी नसली तरी त्या कुरूप आगबोटीपेक्षा ही बरीच बरी होती.

"तिकडे पाण्यात रंगाच्या किती छटा आहेत पाहिलंस?" पियानं विचारलं. बारीक कापलेल्या केसांवर तिनं बेसबॉलची टोपी घातली होती. त्याआडून डोळे बारीक करत ती बोलत होती.

बोटीमुळे उडणाऱ्या पाण्याच्या तुषारांकडे मिचमिच्या डोळ्यांनी बघत मी नदीवर दृष्टी स्थिर केली. एकसारख्या तपकिरी रंगाच्या वाटणाऱ्या त्या प्रदेशात कितीतरी वेगवेगळ्या छटा मिसळून गेल्या आहेत हे पियानं दाखवलेल्या दिशेला बघता-बघता माझ्या लक्षात आलं. त्या भागातला नदीचा प्रवाहदेखील एकसारखा नव्हता. एकदा नजर पाण्याला सरावल्यानंतर मला त्यातले डोह, भोवरे, तरंग आणि लहरींचे वेगवेगळे अनेक प्रकार ओळखता आले.

ह्या एकाच नदीच्या पाण्यात असंख्य झरे येऊन मिळाल्याच्या त्या खुणा आहेत असं पिया म्हणाली. त्यातला प्रत्येक झरा दुसऱ्यापेक्षा थोडाफार वेगळा होता आणि प्रत्येकानं आपल्याबरोबर पोषकद्रव्यांचं काही ना काही मिश्रण वाहून आणलं होतं. त्यामुळे प्रत्येक झऱ्याचं जैविक वैशिष्ट्य दुसऱ्याहून वेगळं होतं आणि एखादा फुगा जसा वाऱ्याबरोबर वाहत जातो तशी ती वैशिष्ट्यं त्या प्रवाहात तरंगत राहिली होती. त्याचाच परिणाम म्हणजे अगणित रूपात तयार झालेले जीवजंतू आणि त्यातून दिसणारं जीवनाचं विलक्षण वाढतं स्वरूप.

"ह्यातली प्रत्येक नदी म्हणजे वाहतं अरण्य आहे," पिया म्हणाली. "जीवजंतूंचे असंख्य नमुने इथे सापडतात."

"काय सुरेख प्रतिमा आहे," मी म्हणालो, "लाखो वर्षं वाहात राहिलेलं अरण्य."

"पण वाहती नदी उगमपाशी जे काही घडेल त्याचे अवशेष बरोबर घेऊन येते." पिया म्हणाली, "आणि त्याचीच मला काळजी वाटत आली आहे."

"का?"

साशंक होत तिनं गाल खाजवला. नक्की कसं स्पष्टीकरण दिलं तर मला ते कळेल असा ती विचार करत असावी.

"तू समुद्रातल्या मृत प्रदेशांविषयी ऐकलंयस? नाही? बरं, समुद्रात पाण्याचे काही काही विस्तीर्ण भाग असे असतात जिथे ऑक्सीजनचं प्रमाण अतिशय कमी असतं. अशा ठिकाणी मासे जिवंत राहू शकत नाहीत. असे मृत भाग आता प्रचंड वेगानं वाढतायत आणि बहुतेक वेळा पाण्यात रासायनिक खतांचे अवशेष मिसळणं हेच त्यामागचं कारण असतं. ते समुद्रात सोडले की एक साखळी प्रक्रिया सुरू होते आणि पाण्यातला ऑक्सीजन शोषला जातो. अशा वातावरणात काही थोडेसेच जीव तग धरून राहू शकतात. बाकी सगळं मृत होऊन जातं आणि म्हणून त्या

भागांना 'मृत प्रदेश' म्हणतात. आता हे प्रदेश समुद्रात दहा हजार चौरस मैलांपर्यंत पसरले आहेत. त्यातले काही प्रदेश तर मध्यम आकाराच्या देशांएवढे मोठे आहेत."

"खरंच?"

"होय. आणि आता ते फक्त समुद्रापुरते मर्यादित राहिलेले नाहीत," पिया म्हणाली. "ते आता नद्यांमध्येही दिसायला लागलेत. विशेषतः त्या जिथे समुद्राला जाऊन मिळतात तिथे. मिसिसिपी आणि पर्ल नद्यांच्या मुखांशी तसं झालंय आणि त्याला कारणही तसंच आहे. त्या नद्यांमार्फतच शेतीसाठी वापरलेली रसायनं समुद्रात येतात."

"हं... तुला काय म्हणायचंय लक्षात येतंय माझ्या." मी म्हणालो, "तसंच काहीसं इथंही घडतंय असं म्हणतेस ना तू?"

"हो,तसंच काहीसं," पिया म्हणाली. "फक्त इथे नुसतीच शेतीची रसायनं नाहीत. मला असं वाटतंय की आणखी काहीतरी कारण आहे."

"ते काय?"

तिनं नदीच्या उगमाकडे बोट दाखवलं."ती काही वर्षांपूर्वी सुरू झालेली रिफायनरी आहे ना तिच्यामुळे हे झालंय असा माझा अंदाज आहे. इथून फार लांब नाही ती. अगदी नजरेच्या टप्प्यात आहे. आम्ही किती वर्षं लढतोय त्यावर... आम्ही म्हणजे ट्रस्ट आणि काही पर्यावरणवादी गटांची युती. पण आम्ही ज्यांच्या विरुद्ध लढलो ते फार पोहोचलेले होते. खूप मोठा समूह आहे त्यांचा आणि सीमेच्या दोन्ही बाजूचे राजकारणी त्यांनी खिशात घातलेत. त्यांनी आमच्याविरुद्ध मोर्चे काढायला लावले, आम्हाला 'परकीय दलाल' म्हणवून घेतलं, आमचं फंडिंग बंद करायचा प्रयत्न केला, विरोध करणाऱ्या आमच्यापैकी काहींना अटक करवली, आमच्या निषेधमोर्चांवर हल्ले केले आणि ते ही फक्त पोलिसांना घेऊन नाही तर भाडोत्री गुंड आणून सुद्धा. वाट्टेल त्या थराला गेले आणि ऑनलाइन प्रकार तर विचारू नकोस! सोशल मिडियावरून माझ्यापर्यंत काय काय येतं ते सांगितलं तर तुझा विश्वास बसणार नाही. जीवे मारण्याच्या धमक्या, हेट मेल्स, सततचं ट्रोलिंग."

"तुला भीती नाही वाटत?"

"खरं सांगायचं तर वाटते पण सुंदरबनात हा ट्रस्ट इतका लोकप्रिय आहे की, इथे असताना मला सुरक्षित वाटतं. असंही, कोणीतरी हे कठीण काम करायलाच हवं. सुंदरबनात ते अशा विषारी गोष्टी सोडत असतील तर त्यांना असंच सोडून नाही देता येणार."

"काय करतात ते नक्की?"

"ते नक्की नाही सांगता येणार पण जे काही करत असतील ते लपवण्याची चांगली खबरदारी बाळगतात. आम्ही कोर्टाकडून त्या रिफायनरीवर चांगले कडक निर्बंध आणले होते. सोडलेली रसायनं 'सुरक्षित पातळी' च्या आत असतील ह्याची खबरदारी घेण्यासाठी त्यांना यंत्रणा बसवाव्या लागल्या. मला मात्र असा संशय आहे की, आपल्याला धकवून नेता येईल असं वाटलं की ते नदीत रसायनं

सोडून देतायत. इथल्या पाण्यात पूर्वी कधीही न बघितलेल्या गोष्टी दिसतायत... उदाहरणार्थ, मोठ्या प्रमाणात होणारे माशांचे मृत्यू."

"म्हणजे?"

"म्हणजे मेलेले हजारो मासे पाण्याच्या पृष्ठभागावर तरंगताना दिसतात किंवा किनाऱ्यावर येऊन पडलेले असतात. नद्यांमध्ये सोडलेल्या रसायनांचं प्रमाण जसं वाढतंय तसं जगभरातच हे होताना दिसतंय. इथे मात्र त्याला ही रिफायनरीच जबाबदार आहे अशी खात्री आहे माझी."

"तुझ्या डॉल्फिन्सवर पण परिणाम झालाय का त्याचा?"

"झाला असावा," पिया म्हणाली. "म्हणूनच राणीनं आणि तिच्या कुटुंबानं शिकारीच्या त्यांच्या जुन्या जागा आता सोडून दिल्यात असा माझा अंदाज आहे. त्याचा त्यांना नक्कीच खूप ताण आला असणार. समजा, तुला तुझ्या माहितीच्या सगळ्या जागा सोडून द्याव्या लागल्या आणि नव्यानं सुरुवात करावी लागली तर तुझ्यावर नाही का ताण येणार?"

लांबवर बघत तिनं एक सुस्कारा सोडला. "आणि राणीला सर्वात जास्त त्रास झाला असणार कारण लहान लहान पिल्लं तिच्यावरच अवलंबून असतात. म्हणजे बघ ना, एखाद्या वातावरणात ती अगदी व्यवस्थित रुळलेली आहे, तिचा तिथे चांगला जम बसलाय... आणि असं असताना आजूबाजूचं वातावरण बदलायला लागतं. एवढी वर्षं शिकलेलं सगळं निरुपयोगी ठरतं, एव्हाना चांगल्या माहीत झालेल्या जागांवर तिचा निभावच लागू शकत नाही आणि तिला शिकारीसाठी नवीन जागा शोधणं भाग पडतं. आपल्याला ठाऊक असलेल्या सगळ्या गोष्टी, आपल्या माहितीच्या सगळ्या गोष्टी – इथलं पाणी, इथले भोवरे, खुद्द जमिनीनेसुद्धा आपल्याविरुद्ध असहकार पुकारलाय असंच राणीला वाटलं असणार."

हे वाक्य कुठेतरी ऐकल्यासारखं वाटत होतं. "गंमत आहे... मगाशी सुंदरबन सोडून जाणाऱ्या लोकांबद्दल सांगताना मोयनासुद्धा असंच काहीसं म्हणाली."

पियानं मान डोलावली. "हे वाक्य इथे खूपदा कानावर पडेल तुझ्या. आपलं जगच बदललंय आता. आपण नक्की कुठले आहोत हे ना माणसांना कळतंय ना प्राण्यांना."

अर्ध्या तासानं पियानं माझ्या खांद्याला स्पर्श करत समोर बोट दाखवलं. "ते बघ... ते गर्जोन्तोला"

मॅनग्रूव्हच्या इतर कोणत्याही जंगलापेक्षा ते बेट काही मला फार वेगळं वाटलं नाही. काही आकार-उकार नसलेला एक हिरवागार तुकडा आणि भोवती चिखलाची तटबंदी. इथे काहीतरी वेगळं घडलं असावं हे मात्र लवकरच लक्षात आलं. पक्षांचा एक मोठा थवा बेटावर घिरट्या घालत होता.

पिया दुर्बिणीतून बारकाईनं त्या बेटाचं निरीक्षण करायला लागली.

थोड्या वेळानं मी विचारलं, "काय दिसतंय?"

माझ्याकडे वळून तिनं ती दुर्बिण माझ्या हातात दिली: "हे घे, तू ही बघ."

मला फारसं काही दिसलं नाही. धावत्या बोटीत बसून दुर्बिण फोकस करणं सोपं नव्हतं. चिखलाच्या पार्श्वभूमीवर काही करड्या रंगाच्या लांबट तुकड्यांची झलक मात्र मला बघायला मिळाली.

"तुझे डॉल्फिन्स आहेत का ते?" मी विचारलं.

"जवळून बघितल्याशिवाय कळणार नाही ते मला."

किनाऱ्यापासून शंभरेक यार्ड अंतरावर बोट थांबली आणि काही क्षणातच सडक्या वासाचा भपकारा आला. तो इतका तीव्र होता की मला नाकावर हात दाबून धरावा लागला.

पिया किंचित उपहासानं हसली. "तू इथेच थांब मला वाटतं... तिकडे भयानक घाण वास पसरला असणार."

मी त्यावर वाद घातला नाही. पिया आणि तिचे सहकारी एका लहानशा रबरी नावेतून तिकडे गेले आणि मी बोटीतच थांबून राहिलो.

साधारण तासाभरानं ते परत आले ते कुजक्या मांसाचा दरवळ घेऊनच. टोपी आणि उन्हाच्या काळ्या चष्म्यामुळे पियाच्या चेहेऱ्यावरचे भाव वाचता येत नव्हते. माझ्याकडे नजरही न टाकता ती हातातलं सामान आणि गोळा केलेले नमुने जागेवर ठेवण्यात गढली. बोट परत जायला वळल्यावर ती बोटीच्या नाळेवर जाऊन कॅमेऱ्यात डोकं खुपसून बसली आणि आत्तापर्यंत काढलेले फोटो बघायला लागली. ती काही बोलण्याच्या मनःस्थितीत दिसत नव्हती हे उघडच होतं.

परतीचा अर्धा-अधिक प्रवास झाल्यावर ती माझ्या शेजारी येऊन बसली. मी बोटीच्या मागच्या भागात होतो.

"तेच होते ते सगळे," ती गंभीरपणे म्हणाली. "राणी आणि तिचं कुटुंब. ते पाणी सोडून किनाऱ्यावर आले होते. सगळे एकत्र. मी कधीच असला प्रकार पाहिला नाही."

"कशापासून तरी लांब जायला बघत असतील असं वाटतंय का तुला?"

"तसं दिसतंय तरी. त्यांची नुसती प्रेतं वाहून किनाऱ्यावर आली असतील असं नाही वाटत. असे पाण्यातच मेले असते तर एकमेकांशेजारी एकाच दिशेला डोकं करून पडलेले दिसले नसते."

"एखाद्या शिकारी प्राण्यानं हल्ला केला असेल?"

"मला तशा इजा झाल्याच्या काही खुणा दिसल्या नाहीत." ती म्हणाली, "अर्थात पक्ष्यांनी आणि खेकड्यांनी नंतर बरेच टोचे मारले होते त्यामुळे तसं सांगणं कठीण आहे. मला नाही वाटत एखाद्या शिकारी प्राण्यानं असं काही केलं असेल असं. त्यांच्या नकळत एखादा शार्क मासा किंवा मगर त्यांच्या मागावर येणं शक्य नाही. *ओरासेला* जातीच्या माशांना शार्क आणि मगरींशी दोन हात करायची सवय असते. सोनारमुळे त्यांना शिकारी प्राण्यांची चाहूल लागते. शिवाय एखादी मगर तिघांवर एकदम हल्ला करणार नाही."

"तू म्हणत होतीस त्या मृत प्रदेशांशी ह्याचा काही संबंध असेल असं वाटतंय?"

तिनं नकारार्थी मान हलवली. "नाही. मृत प्रदेशामुळे ते काही घाबरून स्वतःहूनकिनाऱ्यावर येणार नाहीत."

"मग असं कशामुळे झालं असेल असं वाटतंय तुला?"

कपाळाला आठ्या पाडून ती ह्यावर विचार करू लागली. "डॉल्फिन किंवा व्हेल माशांनी स्वतःहून असं किनाऱ्यावर येऊन पडणं नवीन नाही. उलट ते आता वारंवार व्हायला लागलंय. थिअरी अशी आहे की, पाणबुड्या किंवा सोनार किंवा अशाच काही यंत्रांमधून येणाऱ्या मानवनिर्मित आवाजांमुळे हे प्रकार घडतात. समुद्रातले सस्तन प्राणी दिशा समजण्यासाठी प्रतिध्वनी किंवा 'एको'चा वापर करतात हे माहितेय नं तुला? त्यात काही कारणानं अडथळा आला तर ते सैरभैर होऊन उथळ पाण्याच्या भागात जातात. इथे मात्र तसंही काही झालं नसावं. आसपास एवढ्या मोठ्या क्षमतेची एकही बोट नाही."

"मग काय झालं असेल?"

हताशपणे हातवारे करत ती म्हणाली, "माहीत नाही... आपल्याला कधी ते कळेल असंही मला वाटत नाही. नक्कीच काहीतरी झालं आणि ते प्रचंड घाबरले. ते काय घडलं असेल हे मात्र मला माहीत नाही. समुद्री सस्तन प्राण्यांविषयीच्या कितीतरी गोष्टी आपल्याला समजत नाहीत. किनाऱ्यावर येऊन हे असं पडण्याबद्दल तर नाहीच नाही."

पायांना हाताची मिठी घालून आणि गुडघ्यांवर हनुवटी टेकवून पिया बसली होती. त्याच अवस्थेत तिची तंद्री लागली. पुन्हा जेव्हा ती बोलू लागली तेव्हा तिचा आवाज हळुवार झाला होता: "मासे असे किनाऱ्यावर येऊन पडल्याच्या काही जुन्या कथा इतक्या विचित्र आहेत की चेटूक झालं असेल का काय असंच वाटतं."

"म्हणजे काय?"

"म्हणजे," ती म्हणाली, "दक्षिण पॅसिफिक महासागरातल्या बेटांवर काही कथा आहेत. आपण डॉल्फिन्सना बोलावू शकतो असा तिथल्या काही तांत्रिकांचा दावा होता. ते किनाऱ्यावर जाऊन काहीतरी मंत्र-तंत्र करायचे आणि डॉल्फिन्स तिथे यायचे. कदाचित नुसता योगायोग असणार पण ते श्रेय घ्यायचेच."

"किंवा त्यांना दृष्टांत होत असतील?" मी म्हणालो, "काल टिपूला झाला तसा?"

हे वाक्य बोलता क्षणीच मला पश्चात्ताप झाला. माझ्याकडे एक धारदार आणि तिरस्कारपूर्ण कटाक्ष टाकत ती म्हणाली, "टिपूला दृष्टांत झाला असं वाटतंय तुला?"

"म्हणजे," बचावात्मक पवित्रा घेत मी म्हणालो, "त्याला तुला इशारा द्यायचा होता ना? तुझा अलर्ट कधी वाजला?"

"पण तुला नक्की वेळ माहीत नाही ना?" चिडक्या सुरात तिनं उलट प्रश्न केला. "आणि टिपूला आधीचं काहीतरी आठवत असणार. त्यात आणखी काही नाही."

"तरीही," मी चिकाटी सोडली नाही. "जरी नुसता योगायोग असेल तरीही हे इंटरेस्टिंग नाही वाटत?"

“नाही, फारसं नाही,” मला उडवून लावत ती म्हणाली. एक मिनिटभर विचार करून ती पुढे म्हणाली, “मला वाटतं आपल्यात तोच फरक आहे. मी फक्त एक फील्डबायोलॉजिस्ट आहे. हाती आलेल्या डेटाचा अर्थ लावणारी. आणि तू मात्र... अरेच्चा! तू काय करतोस तेही मला माहीत नाही.”

“मी प्राचीन पुस्तकांचा विक्रेता आहे.”

ती कोरडेपणानं हसली. “हं. म्हणजे आपण दोन लांबच्या ग्रहांवरचे आहोत म्हणायचं.”

इतकं बोलणं झाल्यानंतर पियाच्या वागण्यातला ओलावा जाणवण्याइतका कमी झाला. मी दृष्टांताचा उल्लेख केल्यामुळे चिडून तिला मी नकोसा झालो असेन हे मला जाणवलं.

लुसीबाडीला पोहोचायच्या आधी माझं लक्ष घड्याळाकडे गेलं. आत्ता थेट कोलकात्याला गेलो तर विमान पकडण्याइतका वेळ आपल्या हातात राहील हे माझ्या लक्षात आलं. पिया अशा मनःस्थितीत असताना तिथे आणखी रेंगाळण्यात काही अर्थ नव्हता. माझी शहरात जाण्याची व्यवस्था होऊ शकेल का असं मी तिला विचारलं आणि तिनं मान डोलावली.

तिनं फोन बाहेर काढून एक-दोन फोन केले. “झाली आहे सोय.” ती म्हणाली. “तुला आता हवं तेव्हा निघता येईल.”

बोट किनाऱ्याला लागल्या-लागल्या आम्ही गेस्ट-हाऊसवर गेलो आणि आत जाऊन मी सामान आवरलं. पिया मला लुसीबाडीच्या जेट्टीवर सोडायला आली. तिथे बसोंतीला जाणारी बोट माझ्यासाठी तयारच होती.

“ऐक ना,” मी म्हणालो, “टिपूचा निरोप घेता आला नाही त्याचं वाईट वाटतंय.”

“असूदे.” ती उत्स्फूर्तपणे म्हणाली. मी जाताना बघून तिला हायसं वाटत असल्याचं स्पष्टच दिसत होतं. “तो घेईल समजून.”

“पण त्याचं काय म्हणणं आहे ते ऐकायला आवडेल मला.”

“कशाबद्दल?”

“राणीबद्दल. ती संकटात असल्याचं त्याला कसं कळलं त्याबद्दल.”

“अच्छा तेऽ,” ती निरुत्साहानं म्हणाली. “तुझ्या जागी मी असते तर त्यावर एवढी आशा लावून बसले नसते. टिपू बहुतेक ते सगळं विसरला असणार. भ्रमात आपण काय बोललो ते नंतर कोणालाच आठवत नाही.”

आम्ही जेट्टीपाशी येऊन पोहोचलो होतो. तिचा हात हातात घेऊन हलवत मी विचारलं: “तुझं कधी न्यूयॉर्कला येणं होतं?”

ती दचकली. “का?”

“तिकडेच राहतो मी. म्हटलं तू कधी तिकडे आलीस तर...”

माझं वाक्य पूर्ण व्हायच्या आतच तिनं नकारार्थी मान हलवायला सुरुवात केली होती. “हे बघ, आय ॲम सॉरी,” ती हे अशा काही सुरात म्हणाली की, माझ्या

ज्या थोड्याफार अपेक्षा असतील त्यावर पाणी फिरवण्याचं काम त्यानं केलं. "मी कधी इथे तर कधी ओरेगॉनला अशी राहते. ह्याच दोन ठिकाणी असते मी आणि ते कधी बदलेल असं वाटत नाही मला. न्यूयॉर्कचं म्हणशील तर मी तिकडे शेवटची कधी गेले होते ते आठवतही नाही. कदाचित दहा वर्षं झाली असतील? आणि खरं सांगायचं तर मला त्यानं काही फरकही पडत नाही."

मी मान डोलावली. आपण विशेष नामोहरम झाल्याचं दिसू नये ह्यासाठी माझी धडपड चालू होती. "बरं मग मला ईमेल पाठवशील? टिपूबद्दल?"

"हो, हो," ती म्हणाली. "मला तुझा ईमेल पत्ता पाठव."

"पाठवतो," मी म्हणालो. "काळजी घे."

"तू ही काळजी घे."

शहराकडे परत जाताना एखाद्या दीर्घकाळ चाललेल्या भासातून बाहेर आल्यासारखं वाटत होतं. ह्या असल्या खुळचट मोहिमेवर आपण कशासाठी निघालो होतो ते काही केल्या मला कळेना. तिकडे गेल्याबद्दल मी स्वतःलाच खूप शिव्या घातल्या. पुन्हा एकदा माझ्या थेरपिस्टचं म्हणणंच बरोबर ठरलं होतं. रोमान्सच्या आशेनं माझ्यातल्या विवेकावर मात केली होती.

त्या दिवशी रात्री डमडमला पोहोचल्यावर मला जेवढा आनंद झाला तेवढा एखादा विमानतळ बघून मला कधीच झाला नसेल. जणू काही सुटकेचा मार्ग जादूनं अचानक माझ्यासमोर खुला झाला होता. चेकइन करून सिक्युरिटी आणि इमिग्रेशनचे सोपस्कार उरकणं हा भागसुद्धा नेहमीइतका कटकटीचा वाटला नाही. शहाण्यासुरत्या माणसांच्या जगात परत जाण्यासाठीचेच जणू ते विधी होते.

जिथून विमानं सुटतात त्या कक्षात मी बसलेला असतानाच फोनवर ईमेल आल्याची सूचना मिळाली. ईमेल पियाकडून आली होती.

"टिपूनं हाय सांगितलंय. बराय तो आता. पलंगावर बसून रफीशी गप्पा मारतोय. साप चावल्यानंतरचं त्याला काही आठवत नाहीये... मला ते वाटलंच होतं. त्यानं तुला अच्छा केलाय. आणि काय रे? तो खरंच तुला पॉप्स म्हणतो?" ह्यापुढे काही अनाकलनीय इमोजींची एक ओळ होती.

मी उपलब्ध नसल्याचं सांगणारा उलटा निरोप आपोआप पाठवण्याची सोय मी सुदैवानं अजून चालू ठेवली होती. ह्यावर उत्तर देण्याची काहीही गरज नाही असं मी ठरवलं. घडल्या प्रकाराबद्दल त्याक्षणी एक सेकंदही विचार करण्याची माझी इच्छा नव्हती. मला आता तो प्रकार डोक्यातून काढून टाकायचा होता.

कृतज्ञतेचा एक मोठा सुस्कारा सोडत मी विमानात बसलो. जणू एखाद्या अभेद्य धातूच्या, यांत्रिक अशा मानवनिर्मित उदरात मी प्रवेश केला होता. दलदलीच्या आणि दलदलीत राहणाऱ्या सरपटत्या, भीतीदायक प्राण्यांच्या जगापासून वाचण्यासाठी मला तिथली प्रत्येक गोष्ट मदत करणार होती.

विमानानं उड्डाण केलं तेव्हा तांबडं फुटत होतं. थोड्या वेळापुरता विमानाचा मार्ग सुंदरबनावरून जात होता. खिडकीशी बसल्या-बसल्या मला गाळानं

आणि पाण्यानं भरलेल्या खालच्या जमिनीचं दर्शन होत होतं. संबंध प्रदेश दाट झाडाझुडपांनी आणि नद्यांच्या जाळ्यानं भरून गेलेला होता. ते दृष्य बघून मी थरारलो. त्या दलदलीच्या आणि मॅनग्रूव्हच्या रानटी जाळ्यात आपण स्वतःहून गेलो होतो हे आता मला आकलनापलिकडचं वाटत होतं.

माझ्या डोक्यात तेव्हा नक्की काय चाललं होतं? मला वेडबिड लागलं होतं की काय?

ब्रुकलिन

कलकत्ता ते ब्रूकलिन प्रवास म्हणजे एका मनःस्थितीतून दुसऱ्या मनःस्थितीत प्रवेश हे अनुभवांती माझ्या लक्षात आलं होतं. प्रत्येक मनःस्थितीचा स्वतःचा असा एक आठवणींचा साठा असतो. पूर्वी ह्या प्रवासात माझ्यात हमखास तसा बदल होत असे. त्यामुळे एकदा का आपण ब्रूकलिनच्या घरात स्थिरस्थावर झालो की, बंदुकीच्या व्यापाऱ्याच्या स्मारकाच्या आठवणी पुसट होत जातील हे मी गृहीत धरून चाललो होतो. तसं वाटण्यातला आशावाद व्यर्थ होता असं म्हणता येणार नाही.

आता मात्र ही अपेक्षा लवकरच फोल ठरली. परत आल्यानंतर कित्येक आठवडे मला कामावर लक्ष देणं अवघड होऊन बसलं. डेस्कपाशी बसल्या-बसल्या कितीतरी वेळा त्या दिवसाच्या आठवणींचे तुकडे येऊन अचानक माझ्यावर हल्ला करत. त्याहीपेक्षा वाईट म्हणजे अनेक वेळा रात्री मला कसली-कसली स्वप्नं पडत आणि मी घामानं थबथबून उठत असे. आतड्यात जणू आगडोंब उसळलेला असे. (माझे डॉक्टर त्याला 'जळजळ' होतेय असं म्हणायचे)

माझ्या शरीरात जणू काहीतरी सजीव वस्तीला आलं होतं. खूप काळ दलदलीत सुप्तावस्थेत पडून राहिलेलं प्राचीन काहीतरी होतं ते. मी केवळ जंतू, विषाणू, बॅक्टेरिया अशाच रूपात त्याचा विचार करत होतो पण ते ह्यापैकी काही नसून ती एक कसली तरी आठवणच आहे हे मला ठाऊक होतं. फरक इतकाच की ती आठवण माझी स्वतःची नव्हती. ती माझ्यापेक्षाही पुष्कळ जुनी होती. मी त्या स्मारकात प्रवेश केल्यावर अचानक जिवंत झालेला काळाचा एक दडून राहिलेला तुकडा होता तो. भयंकर, विषारी, गुदमरून टाकणारं, मनाचा ताबा घेणारं असं काहीतरी होतं ते. सहजासहजी मला निसटून जाऊ देणार नाही असं काहीतरी.

तासंतास मी डेस्कपाशी बसून असायचो पण काही कामच होत नसे. वर्षातला पहिला कॅटलॉग मला तातडीनं पूर्ण करायला हवा होता पण एक शब्दही न लिहिता कित्येक तास तसेच निघून जात. शांतता भरून काढायला मी संगीत ऐकायचो. कधी हिंदुस्थानी शास्त्रीय राग तर कधी सूफी संगीतकारांच्या कव्वाली. मनावर त्या संगीताची गुंगी चढायची आणि नकळत कितीतरी तास निघून जायचे. पोर्टेबल ब्लूटुथ स्पीकर माझा कायमचा सोबती झाला. निरुत्साहानं एका खोलीतून दुसऱ्या खोलीत फिरताना तो सतत माझ्याबरोबर असे.

दोन महिने असेच वाया घालवल्यावर मी डॉक्टरांना भेटलो आणि अँटी-अँक्झायटीच्या गोळ्या घेऊन आलो. पण त्याचाही काही उपयोग झाला नाही.

उलट त्या घेऊन मला स्वतःवरचा ताबा आणखीनच गेल्यासारखं वाटू लागलं. ज्या प्रकारानं माझा ताबा घेतला होता त्याची पकड त्या गोळ्यांमुळे उलट आणखीनच बळकट होत होती.

एके दिवशी मी शून्य दृष्टीनं कॉम्प्युटरकडे बघत डेस्कपाशी बसलो होतो. तेवढ्यात समोरच्या पडद्यावर एक पॉप-अप आला. त्यात असं लिहून आलं होतं: “भूत शब्दाचा अर्थ पिशाच्च असतो का आणखी काही?”

अचानक असलं काहीतरी समोर आल्यामुळे मी अस्वस्थ होत उठलो आणि बाथरूममध्ये जाऊन तोंड धुऊन आलो. परत आलो तेव्हा मघाची ती विंडो अजूनही पडद्यावर लुकलुकत होती. आत्ता बघताना मात्र मला बारीक अक्षरातली आणखी एक ओळ दिसली. ती अशी: Bonduki@bonduki.com ह्यांना तुमच्याशी चॅटसेशन करायची इच्छा आहे.

मी खाली बसून टाईप केलं: “टिपू, हा तूच आहेस का?”

एखाद-दोन सेकंदात उत्तर आलं, “हो मीच आहे. आता प्रश्नाचं उत्तर दे.”

“तू हे मला कशाला विचारतोयस?” मी लिहिलं. “नेटवर का नाही बघत?”

“बघितलं ना. आता तुला विचारतोय. ‘भूत’ चा नक्की अर्थ काय?”

क्षणभर डोकं खाजवून मी शब्दकोश आणला.

“हे बघ, मी काही ह्या विषयातला जाणकार नाही,” मी लिहिलं, “मला इतकंच सांगता येईल की, ‘भूत’ हा बंगाली शब्द ‘भू’ ह्या संस्कृत धातूवरून आलेला आहे. हा धातू अगदी मूलभूत आणि बराच गुंतागुंतीचा आहे. ‘भू’ म्हणजे ‘असणे’ किंवा ‘प्रकटणे’. तेव्हा तसा विचार केला तर ‘भूत’ चा अर्थ होतो ‘एखादं अस्तित्व’ किंवा ‘एखाद्याचं असणं’

ह्यावर बराच वेळ शांतता होती.

“म्हणजे तू आणि मी भूतच आहोत?”

“होय, तसं म्हणता येईल.”

“आणि मग प्राण्यांचं काय? साप? डॉल्फिन्स?”

“तेही ‘असतात’, त्यांचंही अस्तित्व असतं असा विचार केला तर, प्राणीही भूतच आहेत.”

“मग पिशाच्चाबद्दल बोलताना लोक ‘भूत’ हा शब्द कशाला वापरतात?”

“कारण ‘भूत’ चा अर्थ गतकाळ किंवा मागे पडलेला काळ असा पण होतो. म्हणजे ‘गतकाळातलं अस्तित्व.’ ह्या अर्थानं. आपण त्याला ‘भूतकाळ’ नाही का म्हणत?”

ह्यावर आणखी एक दीर्घ शांतता.

“पण ‘आत्ता अस्तित्त्वात असलेला’ आणि ‘पूर्वी अस्तित्त्वात असलेला’ हे दोन्ही एकाच शब्दाचे अर्थ असतील तर भूतकाळ हा भूतकाळ नव्हताच असं नाही का होणार? त्या भूतकाळाचं अस्तित्व वर्तमानकाळातही असेलच ना?”

“एका अर्थी तसंच.”

“पण हे कसं शक्य आहे? भूतकाळ वर्तमानात कसा अस्तित्त्वात असेल?”

"आपण म्हणतो ना, 'वर्तमानावर भूतकाळाचा पगडा असतो,' तसंच. म्हणूनच 'भूत' शब्दाचा अर्थ पिशाच्च असाही असेल."

आता मात्र त्याची उत्स्फूर्त प्रतिक्रिया आली, "म्हणजे भूत-पिशाच्च अस्तित्त्वात असतात असं म्हणायचंय तुला?"

"अजिबात नाही!"

मी एकदम ओरडलो. माझी बोटं इतक्या जोरात कीबोर्डवर आपटली होती की एक नख तुटलं होतं. तरीही न थांबता मी टाईप करत गेलो. "मी _मुळीच_ असं म्हणत नाहीये. मी तुला फक्त त्या शब्दाचा अर्थ सांगतोय."

बऱ्याच वेळानंतर टिपूचं उत्तर आलं: "ओके. कळलं." त्याच्यापुढे अंगठा वर केलेला इमोजी आला आणि खिडकी बंद झाली.

मी फटकन लॅपटॉप बंद केला आणि त्याच्याकडे बघत बसलो. माझं सगळं अंग कापत होतं. आता कोणत्याही क्षणी हा लॅपटॉप आपोआप पुन्हा उघडेल असं वाटत होतं. माझ्या सुरक्षित, मानवनिर्मित आयुष्यातली सर्वात निर्जंतुक गोष्ट जशी अचानक एखाद्या दरवाजासारखी उघडली होती आणि त्यातून ते आदितत्त्व मला खेचून घेत होतं.

मला आता वेळ-काळ निरर्थक वाटू लागले. दिवस भराभर उलटत होते आणि मला त्याचं काहीही भान नव्हतं.

एके दिवशी माझ्या स्क्रीनवर आणखी एक पॉप-अप उघडला.

"तांत्रिक म्हणजे?"

कपाळाला आठ्या घालत मी किळस येऊन मागे झालो. "टिपू, तू मला हे असलं काहीतरी कशाला विचारतोयस?" मी लिहिलं. "तू स्वतःच का नाही शोधत? नेटवर?"

"शोधलं आपण. एका साईटवर असं सापडलं की, तांत्रिकांना प्राण्यांशी बोलता येतं आणि झाडं, पर्वत, बर्फ असल्या गोष्टींशीसुद्धा."

"मग मिळालं की तुला उत्तर."

"तुला हे खरं वाटतंय म्हणजे? ह्या लोकांना प्राण्यांशी बोलता येत असेल? आणि झाडांशी किंवा पर्वतांशी सुद्धा?"

खुर्ची मागे सरकवत मी गंभीरपणे ह्या गोष्टीचा विचार करू लागलो.

मी बराच वेळ असा बसून राहिलो असणार कारण त्या पॉप-अपमध्ये आणखी एक संदेश आला. "अरे पॉप्स! आहेस का अजून?"

तंद्रीतून दचकून जागा होत मी लिहिलं: "तुझ्याच प्रश्नावर विचार करत होतो. मला वाटतं 'बोलता येतं' म्हणजे तुला नक्की काय म्हणायचंय ह्यावर ते उत्तर अवलंबून आहे. उदाहरणार्थ, एखादा कुत्रा माझ्याकडे बघून भुंकतो तेव्हा तो मला काहीतरी सांगायचा प्रयत्न करतोय हे मला कळतं. कदाचित त्याला राग आलेला असेल, मी आणखी जवळ येऊ नये असं त्याला वाटत असेल. ते जे काही असेल ते नक्कीच एकप्रकारचं बोलणं आहे, हो ना?"

"असणार... पण आपल्याला काय म्हणायचंय ते तुला कळलंय. ते ह्यापेक्षा जास्त गुंतागुंतीचं बोलू शकतात का?"

मी थोडावेळ ह्यावर विचार केला. "हे बघ, ज्याला प्राण्यांबद्दल फारसं काहीही माहीत नाही अशा माझ्यासारख्या माणसालासुद्धा कुत्रा भुंकल्यावर त्याला काय म्हणायचं असेल ते कळतं. मग जी माणसं प्रत्यक्ष प्राण्यांबरोबर असतात म्हणजे शेतकरी, कुत्र्याला फिरायला नेणारी किंवा घोड्यांना प्रशिक्षण देणारी माणसं ह्या सगळ्यांना आणखी गुंतागुंतीच्या गोष्टी समजत असणारच."

एक मिनिटभर तसाच गेला. टिपूच्या उत्तराची वाट बघत आपण खुर्चीच्या पार टोकाला येऊन बसलोय हे लक्षात येऊन मला आश्चर्य वाटलं.

"होरेन म्हणतो माझ्या बाबांना समजायचं प्राण्यांचं बोलणं. आणि फक्त प्राण्यांचंच नाही."

"मग आणखी कोणाचं?"

"होरेन म्हणतो, इतरांना जे दिसायचं नाही, जाणवायचं नाही ते त्यांना दिसायचं, जाणवायचं."

"म्हणजे काय?"

"तुला माहितेय," त्याचा टाईप करण्याचा वेग अचानक कमी झाला.

"आपण मागे एकदा बोलत होतो बघ? तू काय म्हणत होतास त्या प्राण्यांना? अस्तित्व असलेले ना?"

"ह्या बाबतीत होरेनच्या बोलण्यावर किती विश्वास ठेवायचा मला माहीत नाही," मी लिहिलं. "तुझी आई काय म्हणतेय ह्यावर?"

टिपूनं माझ्या प्रश्नाचं उत्तर दिलं नाही. तो पुन्हा टाईप करायला लागला आणि माझ्यासमोर पुढचं वाक्य झळकलं: "रफीचे आजोबा बाऊली होते. म्हणजे काय तुला माहितेय?"

मी चटकन शब्दकोश पाहिला. "बाऊली म्हणजे जंगलातला वाटाड्या. बरोबर ना? कुठे सुंदरबनात?"

"हो. ही माणसं ते काम करतात कारण काही प्राण्यांबरोबर त्यांचं खास नातं असतं. रफी म्हणतो त्याच्या आजोबांचं होतं तसं. म्हणजे ते तांत्रिक होते?"

आता हे प्रकरण आपल्या हाताबाहेर जातंय असं मला तीव्रतेनं वाटू लागलं.

"असल्या गोष्टी कोणाला जाऊन विचारायच्या सांगू का?" मी लिहिलं, "पियाला विचार. ती प्राण्यांबरोबर काम करते."

काहीवेळ शांतता. "पिया प्राण्यांशी बोलत असेल असं वाटतंय तुला?"

"तिच्या डॉल्फिन्सपैकी एकाच्या डोळ्यात कृतज्ञता दिसायची असं तिनं एकदा सुचवलं होतं. हे एकप्रकारचं बोलणंच झालं ना? अर्थात ती कधीच तसं काही म्हणणार नाही."

"का नाही म्हणणार?"

"कारण शास्त्रज्ञांनी असं म्हणून चालत नाही."

हसणाऱ्या इमोटिकॉन्सची एक लांबच लांब माळ माझ्या डोळ्यासमोरून सरकत गेली आणि मग उत्तर आलं: "बोलू पुन्हा."

पियाला ईमेल धाडायला आता काहीतरी पटेलसं कारण मिळाल्याचं दुसऱ्या दिवशी माझ्या ध्यानात आलं.

"हाय पिया," मी लिहिलं. "कशी आहेस? अमेरिकेतच आहेस का? टिपू कसा काय आहे? आपल्याला बोलता येईल का कधीतरी? तुझाच, डीन."

काही तासातच तिचं उत्तर आलं. "हाय डीन. मी ओरेगॉनला आहे. कधीही फोन कर. हा माझा नंबर."

आपला उतावीळपणा जास्त दिसू नये म्हणून मी थोडावेळ थांबलो.

"हाय पिया."

"अरे हाय डीन."

थोड्याफार वरवरच्या गप्पा करून चटकन फोन संपेल अशी मी मनाची तयारी केली होती. तिला मात्र कसलीही घाई दिसत नव्हती. टिपूचा विषय काढायच्या आधी आम्ही थोडावेळ इकडच्या तिकडच्या गप्पा मारल्या. "कसा आहे टिपू?"

"खरं सांगायचं तर फारसा बरा नाही." ती म्हणाली. "जरा विचित्रच आहे, पण तो अगदी पूर्ण बरा झाल्यासारखा वाटत होता आणि मग एकदम सगळं उलटलं. ब्लॅकआऊटचा आणि अर्धशिशीचा त्रास सुरू झाला. आम्ही त्याला डॉक्टरांकडे न्यायचा प्रयत्न केला पण तो काही आला नाही. त्याला फक्त रफीबरोबर बरं वाटायचं."

"अच्छा, चांगली मैत्री झालेली दिसतेय त्यांची."

"असावी."

"विशेष आहे नाही?" मी म्हणालो. "दोघांमध्ये केवढा फरक आहे! मला वाटतं, त्या भयानक प्रसंगामुळे त्यांचं जमलं असणार. असो, त्यांची मैत्री झालीये हे ऐकून बरं वाटलं मला."

क्षणभर पलिकडे शांतता पसरली.

मग मला विश्वासात घेतल्याच्या सुरात पिया अगदी शांतपणे बोलायला लागली: "डीन, मला वाटतं त्यांच्यात मैत्रीपलिकडे काहीतरी आहे."

"अच्छा?"

"हो. पूर्वीही मला टिपूच्या सेक्शुॲलिटीबद्दल शंका होतीच. तो मला काही बोलला नाहीये पण मला वाटतं रफीबरोबर त्याचं खास काहीतरी असावं. ते बराच वेळ एकत्र असतात."

"मला केलेल्या मेसेजमध्ये एकदोनदा त्यानं रफीचा उल्लेख केला होता."

"काय सांगतोस?" तिला बरंच आश्चर्य वाटलेलं दिसलं. "टिपू बोलतो तुझ्याशी?"

"हो बोलतो. मला कसलेतरी विचित्र प्रश्न विचारत असतो. 'भूत म्हणजे काय?' 'तांत्रिक म्हणजे काय?'"

ती खदाखदा हसत सुटली. “खास टिपूची पद्धत आहे ही. सारखा तुझी खेचायला बघत असतो.”

“तो माझी खेचतोय असं वाटतं तुला?”

“नक्कीच. असो, मी तुझ्या जागी असते तर ह्या गोष्टीचा फार विचार करत बसले नसते.”

“हं... बरं वाटलं जरा हे ऐकून,” मी म्हणालो. “आणि तुझं काय? एवढ्यात परत सुंदरबनला जाणारेस का?”

“आणखी काही महिने तरी नाही.” तिनं एक सुस्कारा सोडला. “खरं म्हणजे मला भीतीच वाटतेय. तिकडून आलेली बातमी काही फारशी चांगली नाही. मेलेल्या माशांच्या आणखी झुंडी पाण्यावर तरंगतायत. माझ्या सहकाऱ्यांना तर खेकड्यांचीही मोठी हाराकिरी बघायला मिळाली. दलदलीच्या काठावर त्यांचा एक मोठा जथ्था मरून पडला होता. ही बातमी खरंच खूप वाईट आहे कारण खेकड्यांची जमात सुंदरबनात फार महत्त्वाची आहे.”

“हे पण त्या रिफायनरीमुळे होतंय असं वाटतंय तुला?”

“हो, मला तसाच संशय आहे पण अजून काही पुरावा नाही. बाकी त्रास, हेट मेल्स सगळं चालूच आहे. तिथे तर परिस्थिती आणखी बिघडली आहे.”

“मग आता ओरेगॉनला परत आल्यावर जरा बरं वाटलं असेल ना?”

“हो ना,” ती म्हणाली. “अर्थात इथे काही फार बरं चाललंय अशातला भाग नाही. मी तर आत्ता घरी पण नाहीये. कॉलेजातली माझी रूममेट आहे लिसा. तिच्याबरोबर मी आत्ता डोंगरावर आलेय. तिचं फारच कठीण चाललंय सध्या... हंऽ... मोठीच कहाणी आहे ती.”

“सांग मला काय ते.”

“ठीक आहे. सांगते. लिसा कीटकशास्त्रज्ञ आहे. इथल्या डोंगराळ भागातल्या कम्युनिटी कॉलेजात शिकवते. काही वर्षांपूर्वी तिनं वाळवीवर एक संशोधन प्रकल्प सुरू केला. हे किडे झाडांना आतल्या बाजूनं पोखरून टाकतात. कोरड्या हवेत ह्या असल्या झाडाचं खोड म्हणजे सरपणच असतं. कधी आग लागेल सांगता येत नाही. डोंगराळ भागातलं तापमान जसं वाढतंय तसा वाळवीचा आवाका वाढत चाललाय. लिसा राहते त्या गावच्या आसपासच्या भागातलं जंगल त्यांनी पोखरलंय असं तिच्या लक्षात आलं. तिनं शहरातल्या कौन्सिलकडे जाऊन त्यांना धोक्याचा इशारा दिला आणि तुम्ही काहीतरी करा असं सांगितलं. कोणी काहीही मनावर घेतलं नाही. ना महापौरांनी, ना आणखी कोणी. एवढंच काय, धोक्याच्या टप्प्यात असलेल्या लोकांनीही लक्ष दिलं नाही. त्यांच्या दृष्टीनं ती बाहेरून आलेली एक आगाऊ बाई आहे. तिला डोंगराळ भागाबद्दल काहीही ठाऊक नाही आणि तिला फक्त प्रसिद्धी हवी आहे असंच त्यांना वाटतं. ह्यावर्षी मोठा दुष्काळ पडला आणि काही आठवड्यांपूर्वी मोठा वणवा पेटला होता. अगदी लिसानं इशारा दिला होता तसाच. राज्यात आणीबाणी जाहीर करावी लागली आणि हेलिकॉप्टर्स वगैरे पाठवावी लागली. दोन माणसं मेली आणि डझनावारी घरं जळून खाक झाली.”

दम खायला म्हणून पिया थांबली.

"लिसानं आधी इशारा दिला होता म्हणून लोकांनी नंतर तिचे आभार मानले असतील आणि तिला एखाद्या हीरोसारखं वागवलं असेल असं वाटेल तुला. पण नाही. त्यांनी *तिलाच* दोष दिला! संशोधनासाठी आणखी पैसा मिळावा म्हणून तिनं स्वतःच आग लावली होती अशी अफवा पसरली. लवकरच सगळ्या सोशल मिडियाभर ते झालं. पोलिसांनीसुद्धा येऊन तिची चौकशी केली. मग तिला धमक्या यायला लागल्या. जीवे मारण्याच्या सुद्धा. कोणीतरी तिच्या पोर्चमध्ये गोळी झाडली. तिच्या अंगणातल्या झाडाला आग लावली. सुदैवानं फार काही नुकसान झालं नाही पण आता ती जाम घाबरलीये. तिला बरं वाटावं म्हणून मी आता काही दिवस तिच्याबरोबर राहायला आलीये."

पिया पुन्हा थांबली.

"खरंच वाटत नाही ना? परत एकदा जुन्या काळात गेल्यासारखं वाटतंय... बायकांना चक्क चेटकीण समजून त्यांच्यावर हल्ले होतायत!"

कित्येक महिने टिपू माझ्या स्क्रीनवरून गायब होता. त्याला तसल्या उचापतींचा अखेर कंटाळा आला असावा असं मला वाटायला लागलं. मला ह्या गोष्टीचा आनंद व्हायला हवा होता पण उलट मी थोडा खट्टूच झालो.

मग एके दिवशी सकाळी मी ऑनलाइन फोनकॉल्ससाठी तेव्हा जो इंटरफेस वापरायचो त्याची एक खिडकी समोरच्या स्क्रीनवर उघडली. त्या बरोबरीनं एक कर्कश घंटासुद्धा वाजली.

"Bonduki@bonduki.com ह्यांचा फोन आला आहे."

मी 'answer' चं बटण दाबलं आणि गालातल्या गालात हसणारा टिपूचा चेहेरा पडद्यावर झळकला. ह्यावेळेस त्याच्या कानातले डूल आणि केसांच्या सोनेरी बटा गायब होत्या.

"हे मॅन! कॅमेरा चालू कर ना तुझा."

"कशाला?"

"आपल्याला बघायचंय तू कुठेस ते."

"अभ्यासिकेत आहे माझ्या."

"हां, मग बघू की आपल्याला."

नाईलाजानं मी कॅमेरा चालू केला. "फारसं काही नाहीये इथे बघायला."

टिपू मात्र मी काय म्हणतोय ते ऐकतच नव्हता. "आईची जय! केवढी पुस्तकं आहेत तुझ्याकडे."

"हो. माझं कामच ते आहे. जुनी पुस्तकं विकतो मी."

तो खिंकाळला. "म्हणजे हे असलं लोकं वाचतात?"

"आता कमी होत चाललीयेत अशी माणसं."

ह्यावर टिपूनं शीळ घातल्यासारखा काहीतरी आवाज केला. "इयूऽऽ" हा आवाज काळजी व्यक्त करण्यासाठी होता असं लवकरच माझ्या लक्षात आलं. "तुला काय झालंय रे आणि?"

"म्हणजे काय?"

"ड्यूऽड, आपल्याला काही तू मजेत दिसत नाही..."

"बराय की मी." मी पटकन म्हणालो.

"डोळ्याखाली किती काळं झालंय बघ आणि दाढीची खुंटं केवढी वाढलीयेत. तू फारसा काही बरा दिसत नाहीस हां. तेवढं कळतंय आपल्याला."

हनुवटीवरून हात फिरवत मी म्हणालो, "दाढी करायला विसरलो इतकंच."

"हां. हां... महिनाभर? काय झालंय राव तुला? तुझ्यात काहीतरी शिरलंय असं वाटतंय."

"आहेच मुळी." मी फटकन म्हणालो. "आपल्या सगळ्यांच्याच अंगात असतं. आपल्या शरीराच्या वजनाचा बराचसा भाग बॅक्टेरियांनी व्यापलेला असतो ते ठाऊक नाही तुला?"

तो खदखदून हसला. "हां तेच! तुला बॅक्टेरियांनी झपाटलाय. त्याला काहीतरी म्हणतात ना? काय म्हणतात बरं? बाध... का असंच काहीतरी?"

"बाधा म्हणायचंय का तुला?"

"हां तेच."

"मूर्खासारखं बोलू नकोस," मी त्याला झापलं. "बाधा म्हणजे एखाद्या आसुरी शक्तीनं झपाटणं."

"काय? 'आसु' काय?"

"आसुरी शक्ती."

"म्हणजे काय?"

"काही नाही. हावरेपणासाठी वापरलेलं रूपक आहे ते. काल्पनिक असतं ते."

"हावरटपणा काल्पनिक असतो असं म्हणायचंय तुला?" तो खिदळला. "पॉप्स, एक गंमत सांगू का? हाव खरी असते बरं का. फार पोचलेली गोष्ट आहे ती. तुला हाव आहे, मला आहे, आपल्याला सगळ्यांना हाव असते. तुला आणखी पुस्तकं विकायची आहेत. आपल्याला आणखी फोन हवेत, हेडफोन्स हवेत, सगळं भरपूर हवंय. च्यायला, आपल्या शरीरात पॅरासाईट्स नाहीयेत, हाव आहे, हाव! त्यालाच आसुरी शक्ती म्हणत असशील तर ती अजिबात काल्पनिक नाही. घंटा! आपण सगळे राक्षस आहोत."

मी त्याच्या सुरात सूर मिसळायचं ठरवलं.

"तू म्हणतोस ते बरोबर असेल रे, पण एक सांगू? हे प्रकरण फार वाईट असतं बरंका. हिंदू पुराणात असं सांगितलंय की, आसुरी शक्ती जेव्हा झपाटतात तेव्हा जगाचा नाश होतो. *प्रलय* होतो. त्यात सगळं विरघळून जातं. काळसुद्धा. बाकी, इतरही काही मार्गांनी प्रलय होतो हां. झोरास्त्रियन लोक असं म्हणतात की, पृथ्वीवर वितळलेल्या धातूंच्या नद्या वाहू लागतील. ख्रिश्चन म्हणतात की, मृत्यू, रोगराई, दुष्काळ आणि युद्धं ह्यामुळे जग नष्ट होईल. इंकांना असं वाटायचं की, भूकंप झाल्यावर जगबुडीला सुरुवात होईल. मुसलमान म्हणतात, समुद्राचं पाणी पुढे पुढे येईल आणि मुडदे आपापल्या थडग्यात कूस बदलतील..."

"एऽ पॉप्स!"

मी समोर पडद्याकडे नजर टाकली आणि त्याच्या चेहेऱ्यावरचे खऱ्याखुऱ्या भीतीचे भाव बघून आश्चर्यचकित झालो.

"गप बस राव! घाबरवतोयस तू आपल्याला."

"आता तूच तर सुरुवात केलीस!" मी म्हणालो. "आहेस कुठे तू?"

"आपण ना..."

त्याच्या मागच्या बाजूला एक पांढरी चादर लटकत असल्याचं आत्ता माझ्या लक्षात आलं. तो कुठल्या घरात होता का बाहेर होता, मला कळेना.

तो पुन्हा हसला. "आपण बंगलोरला आलोय."

"बंगलोर? तिकडे काय करतोयस?"

"एका कॉल सेंटरचं काम करतोय."

"खरंच? मला वाटलं तुला कॉल सेंटर्स आवडत नाहीत."

"हां... पण कधी कधी मिळेल ते काम करावं लागतं ना... आणि ह्या कॉल सेंटर्सना आपला अमेरिकन ॲक्सेंट चिकार आवडतो."

"ते बरोबर."

"ते जाऊ दे," तो पुढे म्हणाला, "आपण काय त्यासाठी नाय फोन केला."

"मग कशासाठी केला?"

"आपल्याला तुला एक विचारायचं होतं."

"काय?"

"व्हेनिसला तुझी एक मैत्रीण असते ना?"

मी श्वास रोखला.

"तुला काय माहीत?" आणि मग माझ्या डोक्यात प्रकाश पडला. "टिपू, तू माझा कॉम्प्युटर हॅक केलास? का फोन हॅक केलास?"

तो आणखी जोरात खिंकाळला.

"अरे पॉप्स, फार फार तर आपण तुझं डोकं हॅक केलं असेल! आपण तुझा कॉम्प्युटर हॅक केला असता तर हा प्रश्न विचारावाच लागला नसता." तो गालातल्या गालात हसला. "हां तर बोल... खरंय ना? व्हेनिसमध्ये तुझी एक मैत्रीण आहे ना?"

"हो. खरंय."

"एवढ्यात बोललास का तिच्याशी?"

"नाही, पण पुढच्या महिन्यात भेटणार आहे तिला. लॉस एंजेलिसला."

"गुड. घाबरून जाऊ नको."

हे ऐकून मी कोड्यात पडलो. "मी कशाला घाबरू? तिला भेटायची वाट बघतोय मी."

"हां... पण राडा होऊ शकतो ना. त्या दिवशी आपल्याला नाही का साप चावला."

"टिपू, ते सुंदरबनात. मी एलएला जातोय. तिकडे साप नाहीयेत."

"हो? नक्की का?"

“नक्कीच. मूर्खपणा करू नकोस. तिकडे एलएमध्ये मला साप वगैरे चावणार नाहीये.”

“हे बाकी वाईट होईल हां... आत्ता तुला सापानं डसायचीच सगळ्यात जास्त गरज आहे...”

“टिपू, काय बडबडतोयस तू?”

“सोड. त्या मैत्रिणीला भेटशील तेव्हा नीट कान देऊन ऐक.”

“का? काय म्हणायचंय तुला?”

“अरे चांगली आहे ती. तिचं बोलणं तू लक्ष देऊन ऐकलेलं बरं रे पॉप्स.”

“ती चांगली आहे का नाही ते तुला काय माहीत?”

“अरे तुझ्याशी ती चांगली वागते ना? आणि एक ना एक दिवस तुला तिचे उपकार फेडावे लागणार आहेत.”

“कसले उपकार? मला काही कळत नाहीये. तुला माझ्या मैत्रिणीबद्दल कळलंच कसं?”

तो हसला. “कोणतरी आपल्या कानात कायतरी सांगून गेलं असेल. नायतर आपला एखादा गुप्त दोस्त असेल जो तुझ्या मैत्रिणीला अगदी चांगला ओळखत असेल. एलएच्या मीटिंगमधून तू आयत्या वेळी कटू नयेस ह्याची त्याला खबरदारी घ्यायची असेल.”

“मी कशाला आयत्या वेळी कटू? तिला भेटायलाच तर जातोय मी एलएला.”

“हां पण कायतरी होईल आणि तू बेक्कार घाबरशील.”

“म्हणजे काय होईल?”

तो खिदळला. “एखादवेळेस वाटेत एखादा सापबिप दिसायचा.”

“टिपू,” संयम राखत मी म्हणालो, “मी विमानानं जातोय एलएला. तेही बिझनेस क्लासनं.”

“छान... आपल्याला बरं वाटलं ऐकून पॉप्स! अरे पण काय सांगावं... राडा होतोच रे. जाऊदे. घाबरू नकोस आणि तुझ्या मैत्रिणीला भेटायचं टाळू नकोस.”

“माझा काहीही टाळण्याचा इरादा नाही.”

“गुड. तुला जायलाच हवं. आणखी एक सांगू? तसं केलंस तर तुलाही बरंच आहे.”

“का?”

त्यानं मला डोळा मारला. “तुझ्या डोक्यातला तो बॅक्टेरिया का काय आहे तो काढून नाही टाकायचा का?”

“टिपू, मला ह्याचा काहीही अर्थ लागत नाहीये.”

पलिकडून त्यानं हात किंचित वर करून हलवला. “चल निघतो. काळजी घे.”

त्यानंतर माझ्या समोरचा पडदा रिकामा झाला.

वणवा

हुरहूर लावणाऱ्या ह्या विचित्र काळात केवळ *चीनता*ला भेटायच्या आशेवर मी तगून राहिलो होतो. तिनंच माझी लॉस एंजेलिसला यायची व्यवस्था केली होती. सतराव्या शतकातल्या *द मर्चंट ऑफ व्हेनिस* ह्या ग्रंथाची अतिशय मौल्यवान आवृत्ती हाती लागल्याचा आनंद म्हणून एका संग्रहालयानं एक कॉन्फरन्स आयोजित केली होती. *चीनता* त्यात समारोपाचं भाषण करणार होती. बऱ्याच दुर्मिळ पुस्तक विक्रेत्यांना आमंत्रणं गेली होती. तिनं यजमानांच्या मागे लागून माझं नाव त्या यादीत घातलं होतं.

शिवाय झालं असं की, हे संग्रहालय म्हणजे एक सुप्रसिद्ध आणि श्रीमंत संस्था होती. त्यामुळे आमची अगदी ऐटीत सरबराई होणार होती आणि आम्ही बिझनेस क्लासनं प्रवास करणार होतो. प्रवासाची आतुरतेनं वाट बघण्यामागे हे आणखी एक कारण होतं. तेव्हाची माझी मनःस्थितीच अशी होती की, कित्येक आठवडे मी दुसऱ्या कशाचा क्वचितच विचार केला असेल.

विमान पकडायच्या बऱ्याच आधीपासून मी स्वतःसाठी खिडकीची जागा राखून ठेवली होती. प्रत्यक्ष प्रवासाच्या दिवशी विमानात चढलो तेव्हा गेल्या कित्येक महिन्यात पहिल्यांदाच आपल्याला आनंदाची चाहूल लागली आहे असं माझ्या लक्षात आलं. करमणुकीचे सर्व कार्यक्रम दाखवायची व्यवस्था असलेली माझी सीट आणि त्याला आवश्यक ती बटणं असलेली तिथली पट्टी एवढंच मला आत्ता हवं होतं. प्रवासाचे सात तास पुरेपूर वसूल करायचे ठरवून मी समाधानानं जागेवर बसलो. बाहेरचे सगळे आवाज बंद करणारा हेडसेट लावणार तेवढ्यात पलिकडच्या ओळीतून उत्तेजित आवाजातल्या काही संवादाचे तुकडे माझ्या कानावर पडले. ऐटबाज पोशाख केलेली सोनेरी केसांची एक बाई आणि उन्हानं रापलेला बिझनेस सूटमधला एक पुरुष असे दोघेजण जोरजोरात 'आग' आणि 'माणसांना हलवलं' असे काहीसे शब्द उच्चारत होते.

पहिल्यांदा मला वाटलं ते एखाद्या सिनेमाबद्दलच बोलतायत. (ते दिसत होते जरा हॉलीवूडमधल्या माणसांसारखेच) मग मात्र इतरही माणसं त्यात सामील झाली आणि कसल्यातरी आणीबाणीच्या परिस्थितीमुळे ते काळजीत पडले असल्याचं स्पष्ट झालं. आत्ता ह्याक्षणी लॉस एंजेलिसमध्ये काहीतरी घडत होतं.

गेला आठवडा मी बातम्या पाहिल्याच नव्हत्या. आत्ता हातातल्या स्मार्टफोनवर बघताना मला कळलं की, बरेच दिवस लॉस एंजेलिसच्या आसपासच्या भागात

प्रचंड मोठे वणवे पेटले होते. हजारो एकर जमीन जळून खाक झाली होती आणि दहा हजारांवर माणसांना सुरक्षित ठिकाणी हलवण्यात आलं होतं.

ह्या बातमीनं दचकून मी नकळत जागेवरून उठलो. विमानाला उशीर होणार आहे का असं त्या हवाई सुंदरीला विचारायचा माझा उद्देश होता. मी उठतो ना उठतो तोच गणवेशातले दोघेजण धावत माझ्याकडे आले. ते इतक्या पटकन माझ्या अंगावर धावून आले की, मला उठताच येईना. सीटबेल्ट लावून ठेवण्याचा इशारा चालू आहे, विमान आता निघेलच, तुम्हाला उठता येणार नाही असं त्यांना मला सांगायचं होतं.

"आय ॲम सॉरी," मी म्हणालो "मला विचारायचं होतं, काही धोका तर..."

"विमानाला उशीर नाही होणार ना," असं मी विचारायच्या आत त्यांनी माझं बोलणं तोडलं.

"सर! तुम्ही जरा हळू बोला... आणि सीटबेल्ट लावा..."

"पण मी आत्ताच ही बातमी बघितली..." तिला त्या वणव्याची बातमी दाखवायला म्हणून मी हातातला फोन वर धरला. ते करत असताना माझं बोट चुकून त्या स्क्रीनवर एका ठिकाणी लागलं आणि डोक्यावरच्या सामान ठेवायच्या जागेतून अचानक एक कर्कश, धारदार आवाज बाहेर पडला. सगळी केबिन त्या आवाजानं भरून गेली आणि प्रत्येकाचा मोहरा माझ्या दिशेला वळला.

आजकाल प्रवास करताना येणाऱ्या अडचणी पाहिल्या तर माझ्यासारख्या दिसणाऱ्या माणसानं स्वतःकडे लक्ष वेधून घेणं किती वेडेपणाचं आहे ते मला चांगलंच माहीत होतं. मी नेहमीच ते टाळायचा प्रयत्न करायचो आणि आता मात्र सगळे डोळे माझ्यावरच खिळले होते.

माझी एकंदर मनःस्थितीच अशी होती की, सामानाच्या कप्प्यातून येणारा आवाज हा आपल्या आवडत्या गाण्याचा आहे हे माझ्या चटकन लक्षातच आलं नाही. नुसरतफतेह अली खानच्या 'अल्लाहू' गाण्यातल्या त्या ओळी होत्या. मला ते गाणं अगदी मनापासून आवडत असलं तरीही त्या क्षणी माझ्या कानांना तो आवाज अगदी नकोसा झाला. आजूबाजूच्या लोकांवर झालेला त्याचा परिणाम बघून तर नक्कीच.

पोर्टेबल ब्लूटुथ स्पीकरला जोडलेलं एक संगीताचं ॲप आपण चुकून चालू केल्याचं माझ्या ध्यानात आलं तोवर अनंत काळ उलटून गेला होता. (निघताना अगदी शेवटच्या घटकेला मी तो स्पीकर सामानात कोंबला होता) फोनवर क्लिक करून ते ॲप बंद करायचं सोडून मी गडबडलो आणि थेट सामानाच्या कप्प्याकडे धावलो. ते बघून हवाई सुंदरी माझ्याकडे धावली. त्यानंतर एक बारीक झटापट झाली. शेवटी मी जागेवर जाऊन कोसळलो आणि हवाई सुंदरी कंबरेवर हात ठेवून रागानं माझ्याकडे बघत दोन ओळींच्या मध्ये उभी राहिली.

"सर, आता ताबडतोब शांत बसला नाहीत तर तुम्हाला विमानातून बाहेर काढावं लागेल."

"आय ॲम सॉरी... आय ॲम सॉरी... आय ॲम सॉरी..."

इकडे माझ्या ब्लूटुथ स्पीकरमधून 'अल्लाहू' वाजतच होतं. शेवटी ते ॲप बंद करायचं आत्ता माझ्या ध्यानात आलं. ते करायलाही जरा वेळच लागला कारण माझे हात अशक्य कापत होते.

थरथरत मी फोनवरून नजर वर केली तर समोर अनेक चेहेरे दिसले. आश्चर्यापासून भीतीपर्यंतच्या सर्व भावना त्या चेहेऱ्यांवर दिसत होत्या.

जागेवरच अवघडून मी लाचार होऊन पुटपुटू लागलो: "आय ॲम सॉरी... आय ॲम सॉरी... आय ॲम सॉरी..."

पुढचे काही तास कोणताही प्रसंग न घडता पार पडले आणि विमान उतरायला लागेपर्यंत मला वणव्यांची आठवणही आली नाही. कॅप्टननं विमान उतरवण्याआधीची घोषणा केली तेव्हा मला त्याची आठवण झाली: वणव्याची दिशा बदलल्यामुळे विमानाचा मार्ग बदलला असल्याचं त्यानं सांगितलं. डावीकडे बसलेल्या प्रवाशांना खाली उतरताना थोडाबहुत धूर दिसण्याची शक्यता होती.

माझं नशीब जोरावर असल्यामुळे मी डाव्या बाजूलाच बसलो होतो (निदान तेव्हा तरी मला तसं वाटलं) पुढे झुकून मी खिडकीच्या काचेला नाक लावलं आणि क्षितिज न्याहाळू लागलो.

थोड्याच वेळात दूर अंतरावर काळे ढग दिसू लागले. लवकरच त्यांचं रूपांतर दाट धुरात झालं. त्यानंतर लपलपत्या ज्वाळा दिसू लागल्या आणि संबंध क्षितिजाला थरथरत्या केशरी-पिवळ्या रंगाची कडा दिसू लागली.

त्यापेक्षाही विलक्षण दृश्य होतं ते विमानातून खाली दिसणाऱ्या प्रदेशाचं. डोंगराळ भागातलं जळून खाक झालेलं, अजूनही धुमसणारं ते जंगल. आमचं विमान आता बरंच खालून उडत होतं. राखेच्या विस्तीर्ण मैदानातून वर आलेले झाडांचे अनेक काळेकुट्ट बुंधे मला दिसत होते. जळलेल्या जंगलाच्या राखेवर बरेच पक्षी घिरट्या घालताना मला दिसले. ते पाहून मला आश्चर्य वाटलं कारण तिथे इतका संपूर्ण विध्वंस झाला होता की, ह्या अशा जळून खाक झालेल्या प्रदेशाकडे कोणा जिवंत पशुपक्ष्याला जावंसं वाटेल हे अवघडच दिसत होतं.

नंतर मला असं कळलं की, वणव्यानंतरचे अवशेष अजिबातच निरुपयोगी नसतात. गरुड, घार आणि इतर शिकारी पक्षी अशा विशिष्ट जातीच्या पक्ष्यांना शिकारीची दुर्मिळ संधी अशावेळेस मिळते. झाडांचं आवरण नष्ट झाल्यामुळे उंदीर, घुशी आणि सरपटणारे प्राणी शोधून काढणं सोपं जातं. जमिनीखाली बीळं करून राहिल्यामुळे ते आगीतून वाचलेले असतात. ही परिस्थिती शिकारी पक्ष्यांना इतकी अनुकूल असते की, त्यापैकी काही जातींचे पक्षी चोचीत जळत्या काड्या घेऊन चक्क वणवे पेटवण्यासाठी किंवा पसरवण्यासाठी प्रसिद्ध आहेत.

तेव्हा मात्र मला हे सगळं ठाऊक नव्हतं. मी त्या घिरट्या घालणाऱ्या पक्ष्यांकडे आश्चर्यानं बघत राहिलो. इतक्या दूर अंतरावरून सुद्धा काही पक्षी राखेतून काहीतरी उचलण्यासाठी म्हणून झेप घेताना दिसत होते.

मग दोन पक्षी मला एकत्र खाली झेपावताना दिसले. दोघांचे मार्ग एकमेकांत मिसळत होते. साहजिकच ते एकाच भक्ष्याकडे झेपावत असणार. त्यांची टक्कर होणं आता अटळ दिसत होतं. एखादा बारीक ठिपका असावा तेवढेच ते दिसत होते. काळ्या पडलेल्या खालच्या जमिनीकडे ते झेपावले तशी माझी त्यांच्यावरची नजर हटली. एखाद-दोन मिनिटांनंतर ते मला पुन्हा दिसले. एकजण दुसऱ्याच्या मागे झेपावत होता. ते एकत्र वर जात होते, हवेत फिरत होते, घिरट्या घालत होते, उंच उंच उडत विमानाच्या दिशेलाच येत होते.

पक्ष्यांचा आकार मोठा होऊ लागला तसं त्यांच्यापैकी एकानं नखात काहीतरी धरल्याचं मला दिसलं. त्याचा शत्रू तेच घबाड पळवून नेण्याच्या प्रयत्नात होता. दोन्ही पक्षी आपापल्या खेळात इतके रंगले होते की ते वेगानं वर-वर येत होते. इकडे विमान झपाट्यानं खाली येत असल्यामुळे थोड्याच वेळात ते पक्षी आमच्याही वर गेले. अखेर पुढचा पक्षी पाठलागाला कंटाळलेला दिसला. हवेतल्या हवेत एक गिरकी घेऊन त्यानं भक्ष्यावरची पकड सोडली. ते भक्ष्य म्हणजे एक हलणारा, वळवळणारा, लवचिक प्राणी होता.

हवेत उडत जाणाऱ्या त्या जनावराकडे बघताना माझ्या तोंडून कसलातरी आवाज फुटला... त्याचं वर्णन नंतर कोणीतरी 'किंकाळी' असं केल्याचं मी ऐकलं.

आपण काय केलंय ते मला समजलंच नव्हतं. लोकांचे चढलेले आवाज आणि कोणीतरी घाबरून केलेला आरडाओरडा ऐकू आला तेव्हा त्याचा आपल्याशी काही संबंध असेल असं मला वाटलंच नाही.

अचानक एक स्टुअर्ड आणि एक हवाई सुंदरी माझ्यापाशी आले. त्यांच्याबरोबर गडद रंगाच्या सूटमधला एक धिप्पाड, दांडगा इसम होता. तो साध्या कपड्यातला सुरक्षारक्षक असावा हे मला पहिल्या नजरेत लक्षात आलं.

"सर, बास झालं!"

त्या माणसानं पुढे होऊन माझा सीटबेल्ट काढला आणि मला उठवून उभं केलं. "सर, चला माझ्याबरोबर"

थोड्याच वेळात मला त्या अधिकाऱ्याशेजारी बसवण्यात आलं होतं. माझी मनगटं प्लॅस्टिकच्या हातकड्यांनी बांधली होती. मी अवाक होऊन तिथे बसून होतो आणि डोळे मिटून फक्त ऐकत होतो. आजूबाजूला सगळेजण माझं वागणं कसं संशयास्पद आहे आणि मी सुरुवातीपासूनच कशी गडबड करत होतो त्याबद्दल कुजबुजत होते.

शेवटी एकदाची मला विमानातून उतरण्याची परवानगी मिळाली तेव्हा पोलिसांची काही पथकं आणि निळ्या सुटातले काही अधिकारी माझी वाटच बघत होते. ते मला एका भगभगीत उजेड असलेल्या खोलीत घेऊन गेले. माझे हात सोडून देऊन त्यांनी माझ्याकडे सेलफोन आणि लॅपटॉप मागितला तेही पासवर्डसकट. मी इतका हादरलो होतो की जराही विरोध न करता त्यांच्या सांगण्याप्रमाणे केलं. मग मला एकट्याला एका स्टीलच्या डेस्कपाशी सोडून ते निघून गेले.

आता घड्याळाकडे एकटक बघणं सोडून मला करायला काहीच उरलं नव्हतं. जितका वेळ मी एकटक बघत राहिलो तितकी माझी खात्री पटत चालली की, मुळात ही ट्रीपची कल्पनाच वाईट होती. त्यात काहीतरी वाईट घडणारच होतं आणि आता पुढचं मिळेल ते विमान पकडून आपण न्यूयॉर्कला परत गेलं पाहिजे.

पुन्हा दार उघडेपर्यंत तास उलटून गेला होता. तेवढ्या वेळात, चौकशीनंतर आपल्याला डांबून ठेवलं नाही तर थेट तिकीट काउंटरवर जायचं आणि काय वाट्टेल ती किंमत मोजून न्यूयॉर्कचं विमान पकडायचं असं मी ठरवून ठेवलं होतं.

पण अहो आश्चर्यम्! माझी कसलीही चौकशी झाली नाही. निळ्या सुटातल्या दोन अधिकाऱ्यांनी माझा सेलफोन आणि लॅपटॉप परत आणून दिला. त्यांच्यापैकीच एकानं तुम्ही जाऊ शकता असं सांगत माझ्यासाठी दार उघडलं.

"झालं?" मी जवळजवळ निराशच झालो.

"हो सर. झालं. तुम्ही जाऊ शकता."

मी सगळ्या वस्तू गोळा करत असताना त्यांच्यापैकी एका अधिकाऱ्यानं मला विचारलं, "तुम्ही असं का केलंत?"

"काय केलं?"

"विमानातले कर्मचारी म्हणाले की तुम्ही 'साप! साप!' असं किंचाळत होतात. विमानात असं करणं बरोबर नाही हे तुम्हाला माहिती पाहिजे."

ओठांवरून जीभ फिरवत मी काय बोलावं ह्याचा विचार करू लागलो.

"आय ॲम सॉरी सर," मी म्हणालो. "मला तेव्हा काय झालं... काय माहीत!"

मी खोलीतून बाहेर पडत असताना दुसरा अधिकारी म्हणाला: "तुम्हाला टर्कीवरून बरेच फोन येतात नेहमी?"

मी 'आ' वासला. "सर," सावधपणे मी म्हणालो, "मला क्वचितच कोणाचा फोन येतो. टर्कीवरून तर मला आयुष्यात कधी कोणाचा फोन आला नसेल."

एक भुवई उंचावत तो म्हणाला: "खरं का काय? जरा विचित्रच आहे."

"का?"

"कारण गेला तासभर तुमचा फोन वाजत होता. फोन करणाऱ्याच्या नंबरमध्ये टर्कीचा कोड दिसत होता."

मी थक्क होऊन बघतच राहिलो. "हो? मला काहीच कल्पना नाही..."

अरायव्हल हॉलकडे जात असताना थांबून मी फोन तपासला. त्यावर दहा मिस्डकॉल्स दिसत होते. सगळ्या नंबरच्या आधी +90 असा कोड दिसत होता. द्विधा अवस्थेतच मी उलटा कॉल करायचं बटण दाबलं आणि फोन उचलून कानाला लावला. तो थोडावेळ वाजला पण पलिकडून काही उत्तर आलं नाही.

फोन बंद केल्यावर नादात आपण विमानतळाच्या बाहेर आल्याचं माझ्या लक्षात आलं. मी टॅक्सीच्या रांगेपाशीच उभा होतो. परतीचं विमान पकडण्यासाठी आता परत आत जाण्याचे माझ्यात त्राण उरले नव्हते. मी अतिशय थकलो होतो. त्याऐवजी मी टॅक्सीत बसलो आणि ड्रायव्हरला हॉटेलचं नाव सांगितलं.

हॉटेलवर पोहोचेपर्यंत मध्यरात्र झाली होती. माझी खोली पंधराव्या मजल्यावर होती आणि ती अपेक्षेपेक्षाही आरामशीर होती.

मी भयंकर दमलो होतो. कधी एकदा अंथरूणाला पाठ टेकतो असं झालं होतं.

पांढऱ्याशुभ्र मुलायम पांघरूणात शिरताना मात्र समोरच्या पडद्याभोवती मला एक वेगळाच केशरी प्रकाश दिसू लागला. उठून खिडकीपाशी जात मी पडदा बाजूला सारला तर समोरचा प्रदेश आगीनं आणि धुरानं भरून गेलेला दिसला. प्रत्यक्षात तो वणवा कित्येक मैल लांब आहे हे माझ्या उशीरानं लक्षात आलं. रात्रीच्या अंधारात ह्या टोकापासून त्या टोकापर्यंतचं क्षितिज तेजाळलेलं दिसत होतं.

फार अद्भुत दृश्य होतं ते! अखेर माझा डोळा लागला तेव्हा स्वप्नात पुन्हा एकदा मला तो अग्नी दिसला. एक तेजःपुंज नाग ज्वाळांमधून वाट काढत माझ्याच दिशेला येत होता.

लॉस एंजेलिस

दुसऱ्या दिवशी सकाळी लॉबीत बरीच गडबड चालली होती. त्याचं मुख्य कारण म्हणजे हॉटेलनं जेवणघराची रचना बदलून पाहुणे मंडळींना समोरच्या ज्वाळा बघत- बघत नाश्ता करावा लागू नये अशी केली होती.

*चीनता*बरोबर नाश्ता करायला मिळेल अशी मला आशा होती पण ती कुठेच दिसेना. बराच वेळ निष्फळ शोध घेतल्यानंतर मला असं कळलं की, वणव्यामुळे तिच्या विमानाला उशीर झाला. ती रात्री बरीच उशीरा आली होती आणि आम्हाला आता दुपारनंतरच भेटणार होती.

हे ऐकून झालेली निराशा पचवत मी इतरांच्या मागे रांगेत थांबलो. कॉन्फरन्सला जाण्यासाठी ठेवलेल्या बसच्या रांगेत सगळे उभे होते.

ज्या संग्रहालयातर्फे कॉन्फरन्स आयोजित केली होती ते त्याच्या वास्तूरचनेसाठी आणि एकंदर मांडणीसाठी प्रसिद्ध होतं. पाहुणे मंडळींना मुख्य प्रवेशद्वाराशी आणून सोडणाऱ्या बसेसना आणि गाड्यांना दारातल्या कार पार्किंगच्या पुढे प्रवेश नव्हता. तिथून पुढच्या वाहतूकीसाठी संग्रहालयाचा स्वतःचा चकचकीत, ईलेक्ट्रिक गाड्यांचा ताफा होता.

ह्याआधी बऱ्याचदा मी त्या संग्रहालयाला भेट दिली होती. त्यांची यंत्रणा कायमच अचूक आणि वक्तशीर चालते असा माझा अनुभव होता. पाहुण्यांनी पार्किंगमध्ये पाय ठेवला रे ठेवला की, एकसारख्या दिसणाऱ्या शटलबसेस येऊन त्यांना घेऊन जायच्या.

कॉन्फरन्सच्या उद्घाटनासाठी आम्ही तिथे पोहोचलो तेव्हा मात्र असं काही घडलं नाही. शटलबसेस कुठे दिसतही नव्हत्या. त्यापेक्षाही विचित्र गोष्ट म्हणजे संग्रहालय उघडल्या-उघडल्या भरून जाणारं कार पार्किंग आज जवळजवळ रिकामं होतं.

प्रवेशद्वाराशी फक्त एक सुरक्षा कर्मचारी होती. त्या दिवशी सकाळी संग्रहालयात अगदी कमी कर्मचारी वर्ग असल्याचं तिनं सांगितलं. अजूनही धुमसत असणाऱ्या वणव्यांमुळे रस्ते बंद होते आणि त्यामुळेच तिच्या कित्येक सहकाऱ्यांना कामावर येता आलं नव्हतं.

हे ऐकून आमच्यात खळबळ माजली. आता कॉन्फरन्सचं काय? ती रद्द होणार का?

त्या बाईनं तिच्या बॉसला फोन लावला आणि एखाद-दोन मिनिटांतच स्पीकरफोनवरून आम्हाला एक आवाज ऐकू आला. तो त्या संग्रहालयाच्या

संचालकांचा होता. सगळं काही ठरल्याप्रमाणे होईल असं त्यांनी सांगितलं. काळजी करण्याचं काहीही कारण नव्हतं. संग्रहालयाला वणव्यापासून कोणताही थेट धोका नाही अशी खात्री महानगरपालिकेनं दिली होती. कर्मचारी वर्ग कमी असल्यामुळे आम्हाला मात्र जरा संयम बाळगणं आवश्यक होतं. सगळी व्यवस्था लवकरच होणार होती.

तसंच झालं. काही मिनिटांतच शटलबसेसचा एक ताफा कार पार्किंगमध्ये आला.

संग्रहालयाची मुख्य इमारत एका खोल कड्याच्या टोकाला होती. तिथून पूर्वेकडच्या डोंगररांगांपासून ते पश्चिमेकडेच्या समुद्रापर्यंतचं विहंगम दृश्य दिसायचं.

त्यादिवशी सकाळी मात्र ना कोणी टेकड्यांकडे लक्ष दिलं ना समुद्राकडे. सगळ्यांच्या नजरा एकाच दिशेला खिळल्या होत्या. ईशान्येला. क्षितिजावर एखाद्या मोठ्या लाटेच्या आकारातला धुराचा एक काळाकुट्ट ढग दिसत होता. त्याला पांढऱ्या फेसासारखी किनारही दिसत होती. तिथे उभं राहून बघताना शहराच्या दूरच्या वेशीवर एखादी महाकाय त्सुनामी येत असावी असं वाटत होतं.

ते दृश्य इतकं खिळवून ठेवणारं होतं की उद्घाटनाच्या कार्यक्रमासाठी आम्हाला आत बोलवायला माणसं पाठवावी लागली.

सभागृहात प्रवेश केल्यावर मला बरेच ओळखीचे चेहेरे दिसले. त्यापैकी काहीजण ग्रंथप्रेमी होते, काही ग्रंथपाल होते, पुस्तकबांधणीतले तज्ज्ञ होते आणि अर्थातच माझ्यासारखे जुन्या पुस्तकांचे विक्रेतेही होते. बहुतेक सगळी पांढऱ्या केसांची गर्दी दिसत होती. निळ्या रंगाचे ब्लेझर्स, बो-टाय, मोत्यांचे सर भरपूर प्रमाणात सापडत होते.

उद्घाटनाचं भाषण करणारा वक्ता मात्र अजिबात आमच्या गटात मोडणारा नव्हता. तो एक आधुनिक विचारसरणीचा तरुण इतिहासकार दिसत होता. मोठमोठ्या क्रांतिकारी कल्पना मांडणारा म्हणून त्याची ख्याती होती. त्याचा आजचा विषय होता 'सतराव्या शतकातील हवामान आणि प्रलय' (सभागृहात शिरल्यावर आम्हाला हे कळलं)

इतकं भपकेबाज शीर्षक ऐकून प्रेक्षकांत थोडं संशयाचं वातावरण पसरलं. त्या वक्त्याच्या एकंदर आधुनिक अवतारामुळे त्यात भरच पडली. निमुळती पँट आणि कंबरेपर्यंत येणारा एक कोट असा त्या केसाळ पोराचा पोशाख होता. तो कोट गवताच्या काड्यांनी तयार केल्यासारखा दिसत होता. त्यानं भाषणाची सुरुवातही एकदम भारदस्त पण पोकळ विधानांनी केली आणि त्याच्याबद्दलचा प्रेक्षकांचा संशय आणखीनच बळावला.

त्यानं असं सांगितलं की, सतराव्या शतकात हवामानात इतके टोकाचे बदल घडून आले की कधीकधी त्या शतकाचं वर्णन 'लघु हिमयुग' असं केलं जातं. त्या काळात सूर्यप्रकाशातल्या चढउतारामुळे म्हणा किंवा ज्वालामुखींना उधाण आल्यामुळे म्हणा, सबंध पृथ्वीचं तापमान एकदम कमी झालं होतं. युरोपियन

लोकांनी अमेरिकेवर हल्ले केल्यामुळे कित्येक अमेरिंडियन लोकांची कत्तल झाली. त्यानंतर मोठमोठ्या भूप्रदेशांवर पुन्हा जंगलं वसवण्यात आली म्हणूनही तापमान कमी झालं असण्याची शक्यता आहे.

ते काही असलं तरी सतराव्या शतकात जगात अनेक ठिकाणी उपासमार, दुष्काळ आणि रोगराई पसरली होती. त्याच काळात आकाशात लागोपाठ धूमकेतू दिसले होते आणि भयानक भूकंपांमुळे पृथ्वी हादरली होती. भूकंपामुळे शहरं उद्ध्वस्त झाली होती आणि ज्वालामुखींमुळे वातावरणात प्रमाणाबाहेर धूळ आणि इतर अवशेष फेकले गेले होते. लाखो लोक मरण पावले होते. जगाच्या काही भागांमध्ये लोकसंख्या तिपटीनं कमी झाली होती. त्या दशकांमध्ये कधी नव्हे इतकी युद्धं झाली होती. युरोपचे अनेक भाग चकमकींनी ग्रासले होते. इंग्लंडच्या इतिहासातली सर्वात मोठी अंतर्गत उलथापालथ म्हणजे यादवी युद्ध तेव्हाच झालं होतं. तीस वर्षांच्या युद्धानं मध्य युरोप उद्ध्वस्त झालं होतं. टर्कीत भयानक दुष्काळ पडून त्याची परिणती इस्तंबूलमध्ये विध्वंसक आग लागण्यात झाली होती. त्यामुळे ऑटोमान साम्राज्याला मुळापासून हादरे बसले होते. इकडे चीनमध्ये दीर्घकाळ राज्य करणारी राजघराणी उलथवून टाकण्यासाठी रक्ताचे पाट वाहिले होते. भारतातल्या मुघल साम्राज्याला दुर्भिक्ष्य आणि बंडाळीनं घेरलं होतं. जगभरात आत्महत्यांची मोठी लाट आली होती. चीनमध्ये मिंग घराण्याच्या कित्येक निष्ठावंतांनी स्वतःचे प्राण घेतले होते. रशियात ओल्ड बिलिव्हर्स नावाच्या सनातनी पंथानं झारला ख्राईस्टविरोधी घोषित केलं होतं आणि पंथाच्या हजारो सदस्यांनी स्वतःचे जीव घेतले होते. सगळीकडे जगप्रलयाची चर्चा होती. आकाशात दिसणारे धूमकेतू म्हणजे जगाचा विनाश सूचित करणारे अपशकुन आहेत असं समजलं जात होतं. पृथ्वीवरचे काही जीवसुद्धा विनाशाचा इशारा देत आहेत असं मानलं जात होतं. पृथ्वीवर अनेक ठिकाणी टोळधाडींमुळे आकाश काळवंडून गेलं होतं. उंदीर आणि घुशींसारख्या प्राण्यांनी जमीन पोखरून काढली होती. इटलीमध्ये कोळ्याच्या चाव्यांमुळे होणाऱ्या भ्रमिष्टपणात अचानक खूप वाढ झाली होती. इंग्लंडमध्ये बुक ऑफ डेव्हिडमधलं 'पशूंची स्वप्ने' वाचून फिफ्थ मोनार्किस्ट नावाच्या पंथानं सरकारविरुद्ध उठाव केला होता आणि त्याबद्दल त्या सर्वांची निर्घृण कत्तल करण्यात आली होती.

पुढे तो वक्ता म्हणाला की, त्या युगातला सर्वात मोठा विरोधाभास म्हणजे ही उलथापालथ चालू असतानाच त्या जोडीला असामान्य बौद्धिक आणि सर्जनशील घुसळण होत होती. प्रबोधन काळाची सुरुवात इथूनच झाली, हॉब्ज, लिबनीत्झ, न्यूटन, स्पिनोझा आणि दकार्त हे त्याच शतकातले. साहित्यातल्या, कलेतल्या, वास्तुकलेतल्या उत्तमोत्तम कलाकृती ह्याच काळात जगाला श्रीमंत करून गेल्या...

इथे त्यानं सतराव्या शतकातल्या काही उत्कृष्ट कलाकृतींची नावं घेतली. त्यापैकी एक होता ताजमहाल. ते नाव ऐकून माझ्या स्मृती चाळवल्या आणि मन पुन्हा भारतात गेलं. ताजमहाल बांधला त्याच सुमारास बिष्णुपूरची देवळंही बांधली गेली होती हे माझ्या लक्षात आलं. त्यावरून मला बंदुकीच्या व्यापाऱ्याचं

स्मारक आठवलं आणि मग अचानक मला त्या कथेतले दुष्काळाचे, उपासमारीचे, वादळांचे आणि प्लेगचे उल्लेख आठवले. त्या कथेचा फार मोठा भाग ह्या आपत्तींनी व्यापला होता.

लघु हिमयुगाच्या काळात त्या आख्यायिकेचा जन्म झाला असेल का?

थोडावेळ मी माझ्याच विचारात गढून गेलो. पुन्हा भानावर आलो तेव्हा भाषण संपल्याचं माझ्या लक्षात आलं. एक खवीस पुराणवस्तू विक्रेता त्या वक्त्याला आक्रमकपणे प्रश्न विचारत होता.

"...सर, आपण आमच्यासमोर नुसती योगायोगांची यादी ठेवली आहे... हाताशी रिकामा वेळ असेल तर गेल्या शतकातल्या पूर, भूकंप आणि युद्धांच्या असल्या नोंदी कोणीही पुढे करेल... एकमेकांशी काहीही संबंध नसलेल्या गोष्टी तुम्ही एकत्र जोडताय... जेकबीयन ड्रामाचा हवामानाशी काय संबंध? आणि आपण आता प्रलयाकडे चाललोय असं माणसांना कायमच वाटत आलंय कारण प्रत्येक पिढीला वाटतं की, आपण काहीतरी विशेष आहोत आणि आपण गेल्यावर सगळं नष्ट होईल... सतराव्या शतकातले हे कट्टर धर्मवेडे लोक त्यांच्या आधीच्या आणि नंतरच्या लाखो लोकांपेक्षा काहीही वेगळे नव्हते!"

त्या माणसानं वक्त्याच्या मुद्द्याचं असं खंडन केलेलं प्रेक्षकांच्या चांगलंच पचनी पडलं. सगळीकडून त्याचं समर्थन करणारी कुजबूज ऐकू येऊ लागली.

प्रेक्षकांत झालेल्या चलबिचलीचा वक्त्यावर मात्र काडीचा परिणाम झाला नाही. तो आपल्या म्हणण्यापासून तसूभरही ढळला नाही.

"आणि समजा परिवर्तनवाद्यांचं बरोबर असेल तर काय? आपण आत्ता जिथे येऊन ठेपलो आहोत त्या मार्गावरची आपली वाटचाल सतराव्या शतकातच सुरू झाली होती असं नाही म्हणता येणार? तेव्हाच तर लंडनमध्ये उष्णतेसाठी मोठ्या प्रमाणात कोळसा वापरायला सुरुवात झाली. तेव्हापासून आपण जैविक इंधनावर अवलंबून राहू लागलो. तुमच्या जेकबीयन काळातल्या नाटककारांना शेकोटीतल्या कोळशांची ऊब मिळाली नसती तर त्यांनी नाटकं लिहिली असती का? पृथ्वीच्या पोटात दीर्घकाळ दडून बसलेला रागीट पशू जागा होतोय हे त्यांना कळलं होतं का? हॉब्ज, लिबनीझ किंवा प्रबोधनकाळातल्या इतर कोणत्याही विचारवंताला ह्याची जाण होती का?"

त्यानं थांबून खोलीकडे एक नाट्यपूर्ण कटाक्ष टाकला.

"प्रबोधन काळातल्या धुरीणांना नक्की काय चाललंय ह्याची कल्पनाच नसावी असं वाटतं. जगभरातल्या सामान्य लोकांना मात्र काहीतरी विलक्षण महत्त्वाचं घडतंय ह्याची जाणीव झालेली दिसते. अशी एक प्रक्रिया चालू झाली आहे जी अखेर सर्वनाशाकडे नेऊ शकते हे त्यांना कळलं असावं. ते घडायला शेकडो वर्षं लागू शकतात हे मात्र त्यांना उमजलं नसावं. आता काही शतकांनंतर कालचक्राच्या शेवटच्या फेऱ्याचे साक्षीदार होण्याचं प्राक्तन आपल्या वाट्याला आलंय. एव्हाना आपण जे काही घडताना बघतो आहोत..." इथे थांबून त्यानं लांबवरच्या वणव्याकडे बोट दाखवलं. "...त्यावरून आपल्याला लघु हिमयुगातल्या हवामान बदलांची

आठवण यायला हरकत नाही. सध्या आपल्यापुढे जे वाढून ठेवलंय त्या तुलनेत तेव्हाचे बदल काहीच नव्हते. आपल्या पूर्वजांनी अनुभवली ती फक्त भविष्याची एक पुसटशी झलक होती!"

हे उत्तर ऐकून तो पुस्तक विक्रेता भडकला आणि प्रेक्षकांकडे बघून डोळे फिरवत म्हणाला: "१९९९ सालात परत गेल्यासारखं वाटतंय. मध्यरात्रीच्या ठोक्याबरोबर हे जग नष्ट होणार आहे असं म्हणणाऱ्या एखाद्या पोराशी वाद घालतोय असं वाटतंय मला..."

प्रेक्षागृहात हास्याचा कल्लोळ उसळला. तो विरत असतानाच दुसरा एक कर्कश आवाज आमच्या कानांवर येऊन आदळला. आगीचा इशारा देणाऱ्या घंटेचा आवाज.

मी उठून उभा राहीपर्यंत तो आवाज थांबला आणि स्पीकरवरून दुसरा एक आवाज ऐकू आला: "माफ करा पण..."

तो आवाज संग्रहालयाच्या संचालकांचा होता. ते व्यासपीठावर येऊन माईकपाशी जाऊन बोलायला लागले होते.

"आपल्याला ही इमारत खाली करावी लागेल असं आम्हाला एवढ्यात सांगण्यात आलंय. सावधगिरी म्हणून. वाऱ्याच्या दिशेमुळे काही अडचण आली आहे. वणवा अपेक्षेपेक्षा वेगानं पुढे सरकतोय. अर्थात काळजीचं कोणतंही कारण नाही. सगळ्यांनी सुरक्षित असावं एवढीच आमची इच्छा आहे. आमचे सुरक्षारक्षक तुम्हाला बाहेर पडायची दारं शोधून द्यायला मदत करतील..."

कॅलिफोर्नियातल्या त्या लख्ख सूर्यप्रकाशात डोळे मिचकावत आम्ही चुपचाप बाहेर पडलो.

दूर अंतरावर दिसणारी धुराची ती प्रचंड मोठी लाट अजून तिथेच होती... किंवा निदान मला तरी तशी वाटली. इतर काही लोकांना मात्र ती आणखी जवळ आल्यासारखी वाटली. तसं खात्रीशीरपणे काही सांगणं अवघड होतं.

काही मिनिटांनी संचालकांचा आवाज पुन्हा ऐकू आला.

संग्रहालयाच्या कर्मचाऱ्यांनी बऱ्याच प्रयत्नांनंतर कॉन्फरन्ससाठी पर्यायी जागा शोधली असल्याचं त्यांनी सांगितलं. ती जागा म्हणजे दुसरं तिसरं काही नसून आम्ही राहत होतो ते हॉटेलच निघालं! एक हॉल आणि काही बैठकीच्या खोल्या आमच्यासाठी उपलब्ध करून देण्यात आल्या होत्या. काही किरकोळ बदल वगळता सगळं काही ठरल्याप्रमाणे पार पडणार होतं!

सूचनेचा शेवट करताना ते मोठ्यांदा ओरडले: "चला, आपण असे सहजासहजी हार मानणार नाही हे निसर्गाला दाखवून देऊया!" ह्यावर सर्वांनी एकसुरात जयघोष केला.

ह्या घोषणेनंतर आमचं मनोधैर्य बरंच वाढलं. बऱ्याच जणांना आधीपेक्षा ही नवीन व्यवस्था जास्त चांगली वाटली. हॉटेलमध्येच कॉन्फरन्स होणार असल्यामुळे कधी वाटलं तर आपापल्या खोलीत किंवा मग पोहोण्याच्या तलावाकडे नाहीतर चक्क बारमध्ये सुद्धा सटकायला सोपं जाणार होतं.

एकूणच झाल्या बदलामुळे कोणी विशेष नाराज झालं नव्हतं. माझं म्हणाल तर मला हा अडथळा स्वागतार्हच वाटला कारण तेव्हाच मला पांढऱ्या केसांचा एक झुबका दिसला. दूरवरच्या वणव्याकडे बघत *चीनता* एका कठड्याला टेकून उभी होती.

हॉटेलमध्ये परत जाताना मी बसमध्ये *चीनता* शेजारीच बसलो होतो. मी तिला विचारलं: "तुला मुख्य भाषण कसं वाटलं? त्याचं म्हणणं बरोबर वाटतंय? तो सतराव्या शतकाबद्दल आणि सध्याच्या परिस्थितीबद्दल जे काही बोलला ते?"

"हो रे," *चीनता* म्हणाली, "नक्कीच. मला तर आजकाल सारखंच तसं वाटत असतं. रोज वर्तमानपत्र वाचताना वाटतं. असं वाटतं की, हिमयुग पुन्हा आपल्या मानगुटीवर बसणार."

"आणि तुझ्याकरवी ते माझ्याही मानगुटीवर बसणार आहे..."

कपाळाला आठ्या घालत *चीनता*नं माझ्याकडे बघितलं. "म्हणजे काय?"

"काही वर्षांपूर्वी तू एकदा चुकून मला फोन केला होतास ते आठवतंय? मी कलकत्त्यात होतो आणि तू व्हेनिसमध्ये होतीस, एअरपोर्टवर विमानाची वाट बघत थांबली होतीस. तुला स्वप्नं पडलं असं म्हणालीस तेव्हा."

"हो, आठवतंय. बोल ना पुढे."

"त्या दिवशी मी माझ्या एका म्हाताऱ्या आत्याला भेटायला गेलो होतो. फार जबरदस्त बाई आहे ती. बहुतेक सगळं आयुष्य तिनं सुंदरबनात काम करत काढलंय."

आपण कशाबद्दल बोलतोय ते कदाचित *चीनता*ला कळणार नाही हे तेवढ्यात माझ्या ध्यानात आलं. "तू ऐकलंयस सुंदरबनाबद्दल? बंगालमधलं दलदलीतलं जंगल?"

"सि, काऽरो!" *चीनता*नं हसून माझा हात थोपटला. "इटलीत प्रत्येकाला सुंदरबन माहीत असतं. लहान मुलांचं ते एक प्रसिद्ध पुस्तक आहे ना, ते सुंदरबनावर आहे ना? माझ्या मुलीचं – *लूचीआ*चं भारी आवडतं पुस्तक होतं ते. तिला त्या जंगलाची स्वप्नं पडायची."

"सुंदरबनाची?"

"हो," *चीनता* म्हणाली. "पण तू काय म्हणत होतास ते सांग."

"हां तर माझ्या त्या आत्यानं मला जंगलातल्या एका लहानशा देवळाबद्दल सांगितलं आणि मला म्हणाली, तिकडे जाऊन ये. ते चिखलात गडप होण्याआधी कोणीतरी त्याची नोंद करावी असं तिला वाटत होतं. तिनं सांगितलेली गोष्ट फारच इंटरेस्टिंग होती पण मला काही जायची विशेष इच्छा नव्हती. एक-दोन दिवसात मला न्यूयॉर्कला परत जायचं होतं आणि मी खूपच गडबडीत होतो. खरं म्हणजे तुझा फोन आला तेव्हा मी जायचं नाही असंच जवळजवळ पक्कं केलं होतं. तुझा फोन आल्यावर मात्र काहीतरी वाटलं आणि माझा विचार बदलला. शेवटी मी गेलोच तिकडे."

“मग काय सापडलं तुला तिथे?”

“ते देऊळ होतंच तिथे... ती म्हणाली तसंच. अगदी खास शैलीतलं होतं आणि ते सतराव्या शतकातच बांधलं असणार अशी माझी खात्री आहे. ते देऊळ नागदेवतेशी म्हणजे मनसा देवीशी जोडलेलं होतं. तिच्याबद्दल बऱ्याच आख्यायिका आहेत आणि त्यातल्या काही एका व्यापाऱ्याशी संबंधित आहेत. एकदा मी तुला त्यातल्या एका आख्यायिकेविषयी लिहिलेला माझा लेख दिला होता, आठवतंय?”

“*सी मी रिकोर्दो*. पुढे सांग.”

“त्या लहानशा देवळाबद्दलची एक विचित्र गोष्ट अशी की, त्याच्याशी जोडलेली आख्यायिका कधी कुठे लिहिली गेली नाही किंवा प्रसिद्धही झाली नाही. तिचा फक्त मौखिक प्रसार व्हावा असं अपेक्षित होतं. ती आख्यायिका लिहून काढण्यावर काहीतरी निर्बंध असावा.”

“त्यात फारसं नवल नाही,” *चीनता* म्हणाली. “अशा खूप गुप्त आख्यायिका आणि कहाण्या असतात.”

“पण ती कथा गुप्त ठेवायची असेल तर मग देऊळ कशाला बांधायचं? सगळा उद्देशच पाण्यात नाही का?”

“तसंच काही नाही,” *चीनता* म्हणाली. “ज्यानं ते देऊळ बांधलं त्याला ती कथा लिहिली जाऊ नये असं वाटण्यामागे बरीच कारणं असू शकतात.”

“काय कारणं?”

चीनता गूढ हसली. “कदाचित त्यांना असं वाटत असेल की ती कथा अजून संपलेली नाही... ती पुढेही चालू राहणार असेल.”

“हे काही मला समजत नाही गं,” मी म्हणालो, “एखादी आख्यायिका पुढे कशी चालू राहू शकते? शेवटी ती फक्त एक गोष्ट आहे ना...”

माझ्या हातावर एक चापटी मारून तिनं मला थांबवलं.

“दिनो, असं अजिबात म्हणत जाऊ नकोस,” ती सावकाश एकेक शब्दावर जोर देत म्हणाली. “आपण आधुनिक माणसं ‘फक्त एक गोष्ट’ म्हणून काही घटनांची वासलात लावतो तसं सतराव्या शतकात कोणीही केलं नसतं. सामान्य घटनांच्या, एवढंच काय पण माणसाच्याही आवाक्याबाहेर असणाऱ्या दिशा अशा कहाण्यांमुळे खुल्या होतात हे तेव्हा माणसांना माहीत होतं. आपल्या अस्तित्त्वात अगदी खोलवर दडून बसलेल्या गूढ तत्त्वापर्यंत पोहोचणं फक्त कहाण्यांमधूनच शक्य असतं हे त्यांना कळलं होतं. प्रेम, निष्ठा किंवा एखाद्या अनोळखी माणसाची नाहीतर प्राण्याची नजर जाणवून आपण मागे वळून पाहतो ती अंतःप्रेरणा अशा खरोखर महत्त्वाच्या असलेल्या जाणीवा तिथे असतात. त्यांचं अस्तित्व सिद्ध करता येत नाही पण त्या असतात. अदृश्य, अव्यक्त किंवा मूक अस्तित्वं आपल्याशी त्या कथांमधूनच संवाद साधतात. तीच भूतकाळाला आपल्यापर्यंत आणून पोहोचवतात.”

“*चीनता*, ही जरा अतिशयोक्ति नाही का होत?”

“नाही रे *काऽरो*, आख्यायिकांमध्ये फार मोठी ताकद असते. तिला कमी लेखू नकोस. त्यांच्यात काहीतरी मूलभूत, काहीतरी गूढ तत्त्व असतं. इतर प्राण्यांपासून

आपल्याला वेगळं करणारं. माणसाला माणूस बनवणारं काय असेल तर ते गोष्टी रचण्याचं कसब असं म्हणतात, ऐकलंयस ना तू?"

मी मान डोलावली. "हो, ऐकलंय."

"पण सत्य त्यापेक्षाही अद्भुत असेल तर? ही वस्तुस्थिती उलटी असेल तर? म्हणजे कथा सांगण्याची कला फक्त माणसांना येते असं नसून प्राणी अवस्थेतलं अजून आपल्यात टिकून राहिलेलं ते शेवटचं कसब असेल तर? भाषेचा जन्म होण्याअगोदरच्या काळाचे ते अवशेष असतील तर? आपणही जेव्हा इतर सजीव प्राण्यांप्रमाणे संभाषण करत होतो त्या काळातले? नाहीतर प्राणी फक्त गोष्टींमधूनच बोलताना दिसतात असं का? मग सुर-असुर आणि प्रत्यक्ष देवाबद्दल बोलायलाच नको! अशा कथांमधूनच तर हे विश्व आपल्याशी संवाद साधत असतं. ते ऐकायला आपण शिकलो नाही तर त्याची शिक्षा नक्कीच भोगावी लागणार."

मी जागच्या जागी अस्वस्थपणे चाळवाचाळव केली. सुंदरबनातल्या दलदलीत दीर्घकाळ सुप्तावस्थेत पडून राहिलेलं काहीतरी आपल्यात शिरलं आहे ह्या जाणीवेनं गेले काही महिने ब्रूकलिनला परत आल्यावर आपण कसे झपाटलो होतो ते मला आठवलं. मग माझ्या डोळ्यासमोर एक प्रतिमा झळकून गेली. आकाशातून सळसळत खाली येणाऱ्या त्या सर्पाची प्रतिमा. काही एका अंतःप्रेरणेनं मी चटकन हात वर करून चेहेरा झाकून घेतला.

"काय झालं रे *काऽरो*?" *चीनता* म्हणाली, "काय झालं तुला?"

"काही नाही गं, काही नाही."

आदल्या दिवशी विमानात घडलेला प्रकार मी तिला सांगू शकलो नाही. असंही मी काय सांगणार? मला सापांची वाईट स्वप्नं पडत होती म्हणून? विमानात गोंधळ घातल्याबद्दल मला अटक केली होती म्हणून? मला वेड लागलंय हे सोडून तिला आणखी काय वाटणार?

"अगं, एवढ्यात माझी तब्येत जरा ठीक नव्हती."

"हं... दिसतंच आहे ते." माझ्याकडे निरखून बघत ती परत तिच्या जागेवर जाऊन टेकली.

"*काऽरो,* मला वाटतं, तू फार जास्त काम करतोयस." ती म्हणाली. "चल, जरा कॉन्फरन्समधून बाहेर पडूया. माझ्या एका चुलतबहिणीची मुलगी आलीये इथे. *जिजैला* नावाची. रोमवरून आलीये. मी कधी तिच्याबद्दल बोललेय तुला? आम्ही तिला *जीजा* म्हणतो. फार इंटरेस्टिंग मुलगी आहे हां. ती टीव्हीसाठी माहितीपट तयार करते आणि तिला बरीच बक्षीसंही मिळाली आहेत. रोममध्ये त्रास्तेव्हिअरेला राहते. तिच्या गर्लफ्रेंडबरोबर. त्यांनी दोन अनाथ निर्वासित मुलांना दत्तक घेतलंय. एक सिरियन मुलगी आहे, सहा वर्षांची आणि एक सात वर्षांचा मुलगा आहे एरिट्रीयाचा. आता ते सगळेच इथे कॅलिफोर्नियात राहतात. *जीजा*ची जोडीदार एमा कॉम्प्युटर्समध्ये बरंच काहीतरी करत असते. तिच्या कंपनीनं तिला ह्यावर्षी एलएला पाठवलंय. व्हेनिस बीचजवळ घर आहे त्यांचं."

चीनता हसली. "व्हेनिस बीच! कसलं मस्त ना? मी कधीच गेले नाहीये तिकडे... व्हेनिस बीच न बघितलेली व्हेनेशियन बाई! आज मात्र..." आपल्या बोलण्यावर जोर देण्यासाठी तिनं थांबून बोटानं माझ्या हाताला स्पर्श केला, "*जीजा*नं मला जेवायला बोलावलंय आणि तू यायलाच पाहिजेस बरोबर! आपण कॉन्फरन्सच्या जेवणाला काट मारूया. ती अशीही खूप कंटाळवाणी असतात. व्हेनिस बीचला जास्त मजा येईल नाही का?"

माझ्या हातावर थोपटत ती म्हणाली, "तुला आवडेल रे *जीजा*. मलाही तिचा भारी लळा आहे. माझ्या *लूचीआ* एवढीच आहे ती. त्या दोघींची एकदम घट्ट मैत्री होती. मला फार बरं वाटतं तिला भेटल्यावर."

दिवसातलं शेवटचं सत्र संपल्यावर मी उबर बोलावली आणि *जीजा*नं *चीनता*ला दिलेल्या पत्त्यावर आम्ही जायला निघालो. ड्रायव्हरनं आम्हाला एका सुरेख घराशी नेऊन सोडलं. व्हेनिस बीचला लागून कालव्यांचं जाळं असलेल्या भागात ते घर होतं. आम्ही पोहोचलो तेव्हा *जीजा*ची जोडीदार अजून कामावरून आली नव्हती. *जीजा*नंच आम्हाला दार उघडलं.

ती साधारण पस्तीशीची असावी. शिडशिडीत, चपळ, काळी ट्राउझर आणि काळ्या रंगाचा ढगळ स्वेटर अशा वेशात ती होती. तिच्या डाव्या नाकपुडीत चांदीची एक रिंग होती. पिंगट केसात गुलाबी रंगाच्या चष्म्याशी मिळत्याजुळत्या रंगाच्या बटा रंगवलेल्या दिसत होत्या. ती अगदी भराभर बोलत होती आणि बऱ्याचदा तिच्या बोलण्याची धाव तिच्या विचारांच्याही पुढे असावी. बोलताना तिच्याही नकळत ती कधी इटालियन तर कधी इंग्लीश बोलत होती आणि पूर्णवेळ तिची लांबसडक, देखणी बोटं नाचवत होती.

त्या दिवशी सुरुवातीपासूनच *जीजा* त्रस्त दिसत होती. त्याला कारणही तसंच होतं. तिनं दार उघडल्या-उघडल्या तिच्या दत्तक मुलांनी घरातून बाहेर धूम ठोकली. त्यांच्या मागोमाग एक तितकीच चळवळी लॅब्रॅडॉर कुत्री धावत आली आणि *चीनता*ला जवळजवळ धडकलीच. दोघं पोरं एकदम उत्साही आणि दंगेखोर दिसत होती. बराच वेळ अंगणात त्यांच्यामागे धावून *जीजा* एकदाची त्यांना आत घेऊन आली. लिओला म्हणजे ती कुत्री सगळ्यात हेकेखोर होती. तिला अक्षरशः ढकलत आत आणावं लागलं. "लिओला! *कालमाती!*"

सगळा दंगा आटपला तोपर्यंत *जीजा* धापा टाकत आमची माफी मागत होती. पोरं नेहमी असा दंगा करायची नाहीत पण एकंदर हवेच्या गुणवत्तेबद्दल शंका वाटून तिनं त्यांना शाळेत पाठवलं नव्हतं. हवेत धुराचं प्रमाण खूप वाढलं होतं हे एक कारण झालं पण अवघ्या काही मैलांवर वणवे पेटलेले असताना तिला मुलांपासून लांब राहायचं नव्हतं. गेल्या वर्षी सुट्टीसाठी सिसिलीला गेली असताना तिच्यावर असाच प्रसंग ओढवला होता म्हणे. एका बाकड्यावर ते सगळे ऊन खात बसलेले असताना अचानक तिथे पोलिस आले होते. जवळच वणवा पेटल्याचं आणि तो ह्यांच्याच दिशेला येत असल्याचं त्यांनी सांगितलं

होतं. त्यानंतर उडालेल्या गोंधळात ती बराच वेळ मुलीपासून दूर गेली होती. तेवढा वेळ भयंकर त्रास झाला होता. तो अनुभव पुन्हा घेण्याची तिची इच्छा नव्हती.

बाहेर उभ्या-उभ्याच तिनं आम्हाला हे सगळं सांगितलं.

"धूर आता जरा कमी झालेला दिसतोय," चिंताक्रांत नजरेनं आकाश न्याहाळत *जीजा* म्हणाली. "*नॉन ए वेरो?* थोड्या वेळानं किनाऱ्यावर चालत जाता येईल. पण तुम्ही आधी आत या ना. कॉकटेल्स घ्या."

"आधी समुद्रकिनाऱ्यावर गेलो तर?" *चीनता* म्हणाली. "आत्ता एवढ्यात सूर्य मावळेल आणि मग एकदम खूप अंधार होईल."

*जीजा*नं होकारार्थी मान डोलावली आणि काही मिनिटांतच आम्ही निघालो. पोरं कुत्रीला घेऊन पुढे पळत होती. आम्ही समुद्रावर पोहोचलो तोवर सूर्य अस्ताला निघाला होता. किनारा तसा सुनसान आणि दुर्लक्षितच दिसत होता. थोडीफार माणसं वाळूच्या रुंद, अथांग पट्ट्यावर पळत होती. *जीजा*च्या मते धुरामुळे माणसं इकडे फिरकत नव्हती. तरीही इथली हवा मात्र इतर ठिकाणांपेक्षा ताजी वाटत होती. समुद्रावरून खाऱ्या वाऱ्याच्या झुळुका येत होत्या. दूरवरची ती काळ्या धुराची मोठी लाट इथून किनाऱ्यावरून तरी दिसत नव्हती. आदल्या दिवशी मला दिसलेली धुराची ती गडद लाट आता विरळ धुक्यामागे अस्पष्ट झाली होती.

लिओला पाण्यात जाण्यासाठी कधीची उतावीळ झाली होती. पोरं धावत पुढे गेली आणि लिओलाला पळत जाऊन आणण्यासाठी त्यांनी पाण्यात एक काठी फेकली. तिला हा खेळ चांगलाच आवडला. जीवन-मरणाचा प्रश्न असल्यासारखी ती त्या काठीवर लक्ष ठेवून होती. काठीचा पाठलाग करण्याच्या नादात लाटांवर स्वार झाल्यावरसुद्धा तिची नजर ढळली नव्हती. डझनावारी वेळा काठी पाण्यात टाकली तरी लिओला एकदाही ती परत आणायला चुकली नाही.

एकदा अशीच तोंडात काठी धरून किनाऱ्यावर परत येत असताना अचानक ती फूटभर पाण्यात थांबली. हातातली काठी खाली टाकून उत्तेजित स्वरात एक-दोनदा भुंकली आणि पाण्यात जे काही दिसलं होतं त्यावर तिनं पंजा मारला.

पोरांनी तोंडाभोवती हात धरून लिओलाला हाका मारायला सुरुवात केली. लिओलानं मात्र त्यांचं मुळीच ऐकलं नाही आणि पाण्यात नाक खुपसलं. तिनं पुन्हा डोकं वर केलं तेव्हा आम्हाला तिच्या तोंडात काहीतरी लटकताना दिसलं. काहीतरी जिवंत आणि वळवळणारं होतं ते.

लिओला किनाऱ्याकडे यायला निघाली तोवर *जीजा* पळत सुटली होती. लिओला जेमतेम वाळूवर पोहोचली आणि कोसळली. तिच्या तोंडात असलेलं ते काहीतरी खाली पडलं.

*जीजा*चा मुलगा पहिल्यांदा लिओलापाशी पोहोचला आणि किंचाळायला लागला: "*सरपेंते! सरपेंते!!*" मागोमाग *जीजा* होतीच. तिनं बखोट धरून त्याला बाजूला केला.

मी आणि *चीनता* थोड्यावेळानं तिथे पोहोचलो तेव्हा *जीजा* लिओलाचं डोकं मांडीवर घेऊन थोपटत होती. तिची मुलं शेजारीच उकिडवी बसून हमसाहमशी रडत होती. काही फूट अंतरावर दोन फूट लांबीचा एक साप पडला होता. तो गडद धातूच्या रंगाचा होता आणि त्याचं पोट खालच्या बाजूनं पिवळ्याजर्द रंगाचं दिसत होतं. मस्तकाचा चेंदामेंदा होऊन तो मरून पडला होता.

लाल रंगाचा गणवेश घातलेले दोन लाइफगार्ड्स आमच्या शेजारी येऊन उभे राहिले आणि एका नजरेत त्यांनी परिस्थितीचा अंदाज घेतला.

"कुत्र्याला चावलं का काही? तो साप चावला?"

"हो," *चीनता* म्हणाली. "हिनं त्याचं डोकं धरल्यावर चावला असणार."

"अरेरे," तो गार्ड म्हणाला. "पिवळ्या पोटाचा पाणसाप दिसतोय. भयंकर विषारी असतो तो."

"पाणसाप?" मी विचारलं, "इथे कायम सापडतात का?"

"पूर्वी नाही सापडायचे," तो म्हणाला. "पण गेल्या काही महिन्यात बरेच पिवळ्या पोटाचे साप इथे वाहून आले होते. कुठून येतायत ते कळलं असतं तर बरं झालं असतं."

ते दोघं लिओलाला घेऊन बाजूला गेले. *जीजा*नं फोन करून तिच्या गर्लफ्रेंडला बोलावून घेतलं आणि *चीनता* मुलांना धीर देऊ लागली. ती कुत्री अंगाला झटके देत, कण्हत बाजूच्या रस्त्यावर पडून होती. सुदैवानं *जीजा*ची जोडीदार जिथे काम करायची ते ठिकाण इथून जवळच होतं. काही मिनिटातच ती धावत आली. जराही वेळ न दवडता तिनं परिस्थिती ताब्यात घेतली आणि लगेच उबर बोलावून पशुवैद्याकडे जायची व्यवस्था केली.

*चीनता*नं आणि मी त्यांचा निरोप घेतला आणि थोडावेळ धापा टाकत बाजूच्या रस्त्यावर उभे राहिलो. उबर बोलवावी असा विचार करत असतानाच मला एक टॅक्सी दिसली आणि मी ती थांबवली.

"चल *चीनता*, हॉटेलवर परत जाऊ आपण."

वणव्यामुळे इतकी वाताहत झाली होती की लवकरच आम्ही प्रचंड रहदारीत अडकलो. हॉटेलवर पोहोचायला आणखी दोन तास लागतील असं ड्रायव्हरनं अगोदरच आम्हाला सांगितलं.

तासाभरानं आम्ही महामार्गावरून हळूहळू पुढे सरकत असताना *चीनता*चा फोन वाजला. *जीजा*चा फोन होता. हलक्या आवाजात त्या दोघी बराच वेळ बोलत होत्या.

फोन खाली ठेवला तेव्हा *चीनता*च्या डोळ्यात पाणी होतं.

"नॉन पासो क्रेदेरचि," डोळ्यावरून हात फिरवत ती म्हणाली. "माझा विश्वासच बसत नाहीये रे. ती कुत्री मेली. साप चावून! इथे एलएमध्ये!"

"मुलं कशी आहेत आणि?"

"ठीक आहेत. त्यांना भारी वाईट दृश्य बघावं लागलं."

"आणि *जीजा*?"

"हादरली आहे."

मी मान डोलावली. "तसं होणारच. आपल्याकडचा पाळीव प्राणी असा मेलेला बघून धक्का बसणारच."

"तेवढंच नाही."

"मग?"

"ती कुत्री मरत असताना एक विचित्र गोष्ट घडली."

"काय?"

*चीनता*नं ओठ किंचित दाबून धरला. "*जीजा*ची आणि माझ्या मुलीची *लूचीआ*ची खूप गट्टी होती ते सांगितलं ना मी तुला?"

"हो. म्हणालीस तू."

"*जीजा* म्हणाली की, आत्ता थोड्या वेळापूर्वी तिला असं वाटलं की, *लूचीआ* आपल्याबरोबर आहे म्हणून..."

चीनता डोळे टिपू लागली. समोर उसळलेला आगडोंब बघत थोडावेळ आम्ही गप्पच होतो. एखाद्या मनोऱ्यासारख्या उंच जाणाऱ्या आगीच्या ज्वाळा शिस्तबद्ध आणि नीटनेटक्या रचलेल्या वस्त्यांवर चालून येत होत्या.

थोड्या वेळानं *चीनता* कुजबुजत्या सुरात म्हणाली: "तुला सांगू, मलाही कधीतरी जाणवतं ते."

"काय?"

"*लूचीआ* आजूबाजूला असल्याचं. ती इथेच आपल्या शेजारी आहे असं वाटतं मला. खूप बरं वाटतं."

"आणि आवाजही ऐकू येतो? तेव्हा साल्झबुर्गला ऐकू आला तसा?"

*चीनता*नं मान डोलावली. "आला होता... त्यानंतर एकदाच."

"कधी? कुठे?"

"*जाकोमो* आणि *लूचीआ* गेल्यानंतर काही वर्षांनी. अपघाताची चौकशी अजून चालूच होती. त्याचा काही शेवट होताना दिसत नव्हता. त्यातून फार काही निष्पन्न होणार नाही हे सगळ्यांनाच माहीत होतं. सगळा नुसता देखावा होता. राजकारणी आणि पोलिसांना जिवाची तरी भीती वाटत होती नाहीतर माफियांनी त्यांना खिशात तरी टाकलं होतं. जसजसे दिवस पुढे सरकत होते तसतशी माझी सगळ्यावरची श्रद्धाच उडत चालली होती. शेवटी माझा कशावरच विश्वास राहिला नाही. *जाकोमो* आणि *लूचीआ*ची मला इतकी आठवण यायला लागली की, मला असह्य त्रास व्हायला लागला आणि आणखी जगायची इच्छाच उरली नाही. मी अन्न जवळजवळ सोडलंच. तशा अशक्तपणात एक दिवस पावसात भिजले आणि न्यूमोनियानं आजारी पडले. मला वाटलं आपण सुटलो. मी ते आजारपण कवटाळून बसले. लवकरच आपण इथून सुटू ह्या आशेनं. माझी हॉस्पिटलमधली ती खोली अजून माझ्या डोळ्यासमोर आहे. तिथला तो लख्ख प्रकाश आणि फुलांच्या गुच्छांनी भरलेलं टेबल. एक दिवस मला *लूचीआ*चा आवाज अगदी स्पष्ट ऐकू आला. मला ती दिसत नव्हती पण ती खिडकीपाशी पडद्यामागे उभी असणार असं वाटत होतं. ती म्हणाली: "ममा,

ममा... तू हे काय चालवलंयस? तुझी वेळ आली नाही अजून. जगायची धडपड करायलाच हवी तुला. असं हार मानून नाही चालणार. काहीतरी घडेल आणि तुला पुन्हा जगाबद्दल विश्वास वाटायला लागेल. माझं ऐक. तोवर तुला जगलं पाहिजे, वाट बघितली पाहिजे... तुझ्यासाठी नाही, माझ्यासाठी तरी. आत्ता तुला मरण आलं तर तुला काय अन् मला काय, आपल्याला दोघींनाही कधी शांती मिळणार नाही."

*चीनता*चा आवाज हळूहळू विरला आणि माझ्याकडे बघून ती दीनवाणं हसली.

"कदाचित ते एखादं स्वप्न असेल किंवा भासही झाला असेल मला. पण मी अजून जिवंत आहे. वाट बघतेय."

व्हेनिस बीचला घडलेल्या घटनेवर काही प्रकाश टाकू शकेल अशी एकच व्यक्ती आपल्याला माहीत आहे आणि ती व्यक्ती म्हणजे पिया, असं संध्याकाळी उशीरा माझ्या लक्षात आलं.

काहीशा उर्मीतच मी लॅपटॉपपाशी गेलो आणि काय घडलं त्याचं सविस्तर वर्णन करत तिला ह्यासारखी आणखी एखादी घटना माहीत आहे का ते विचारलं.

पुन्हा एकदा वाचल्यावर मला ती ईमेल जरा तुटक वाटली म्हणून पुढे आणखी एक-दोन ओळीत टिपूची चौकशी केली.

पिया कुठे आहे ते काही मला ठाऊक नव्हतं. तिच्याकडून लगेच उत्तर येईल अशी अपेक्षाही मला नव्हती कारण तिच्या इथली वेळ भलतीच असणार होती. पण माझा निरोप तिला ओरेगॉनला पोहोचला आणि पंधरा मिनिटांत तिचं उत्तर आलं.

हा अगदी विचित्र योगायोग असल्याचं तिचं म्हणणं होतं. आदल्या दिवशीच तिनं वर्तमानपत्रात पिवळ्या पोटाच्या पाणसापांवर लिहिलेला लेख वाचला होता. (तिनं मला त्याची लिंकही पाठवली होती. कॅलिफोर्नियामधल्या व्हेंचुरा बीचवर घडलेली ती घटना होती) हे साप सहसा उबदार पाण्याच्या भागात राहतात. म्हणजे दक्षिणेकडेच्या बाजूला. पण आजकाल दक्षिण कॅलिफोर्नियात ते मोठ्या प्रमाणात आढळू लागले होते. समुद्राचं तापमान वाढलं तसं त्यांचं वसतीस्थान बदलू लागलं होतं आणि ते उत्तरेकडे स्थलांतर करू लागले होते. दक्षिण कॅलिफोर्नियाच्या दृष्टीनं ही वाईट बातमी होती कारण पिवळ्या पोटाचे पाणसाप भयंकर विषारी असतात. सुदैवानं फारसे अपघात घडलेले नव्हते. माझ्या मैत्रिणीची कुत्री कमनशिबी निघाली म्हणायची.

"टिपूची चौकशी केलीस त्याबद्दल थँक्स. अजून तो बंगलोरलाच आहे. चांगलं चाललेलं दिसतंय त्याचं. शहाण्या मुलासारखा मोयनाशी अगदी नियमित संपर्कात असतो. नेहमी फोन करतो आणि स्वतःचे फोटो पाठवतो असं सांगते ती."

पुढे लिहिलं होतं: "तू गेला होतास त्या देवळाचं काय झालं ते कळलं? काही महिन्यांपूर्वी खूप भयंकर वादळ झालं आणि त्यात ते देऊळ वाहून गेलं. मला एकदा जाऊन बघायचं होतं ते पण योग नव्हता म्हणायचा. आता त्याचे काहीही अवशेष उरलेले नाहीत."

शेवटी तिनं पुष्कळ इमोजी टाकल्या होत्या आणि लिहिलं होतं, "काळजी घे, तुला आणखी साप भेटू नयेत हीच इच्छा आहे!"

बंदूकद्वीप

चीनताच्या भाषणानं कॉन्फरन्सचा समारोप होणार होता. ते सुरू झालं तेव्हा सभागृहात पाऊल ठेवायला जागा नव्हती.

केवळ तिनं लिहिलेली पुस्तकं आणि पडोव्हा विद्यापीठात प्राध्यापक म्हणून केलेलं काम एवढंच *चीनता*च्या लोकप्रियतेचं कारण नव्हतं. गेल्या काही वर्षात ती विशेष लक्षवेधक व्याख्याती म्हणून उदयाला आली होती. तिचं ते भरदार, घोगरट आवाजातलं बोलणं, नादमय उच्चार आणि किंचित नाट्यमय पण तरीही मनापासून वागण्या-बोलण्याची पद्धत हे सगळं तिच्या विद्वत्तेला साजेसंच होतं. त्यांचा उत्कृष्ट वापर कसा करून घ्यायचा तेही तिला चांगलंच माहीत होतं. व्यासपीठावर उभी राहिली की, पांढऱ्याशुभ्र केसांच्या वलयात शोभून दिसणाऱ्या तिच्या आकर्षक मुद्रेचा प्रभाव विसरणं शक्य नसे. त्या दिवशी शेक्सपियरच्या व्हेनिसची ऐतिहासिक पार्श्वभूमी सांगतानाही श्रोत्यांवर तिचा असाच प्रभाव पडला.

*चीनता*च्या म्हणण्याप्रमाणे खऱ्या आयुष्यातला शायलॉक (शायलॉक हे शेक्सपियरच्या द मर्चंट ऑफ व्हेनिस नाटकातलं एक पात्र आहे) व्हेनिसमधल्या ज्यू वसाहतीत राहत असावा. तो काळ १५४१ पर्यंत मागे जातो कारण तेव्हा व्हेनेशियन गणराज्यानं ज्यू लोकांना शहरात स्थायिक होण्याची परवानगी देणारा कायदा मंजूर केला होता. मात्र त्यासाठी, त्यांनी वेगळे कपडे घालावेत, ख्रिश्चन लोकांबरोबर लग्नसंबंध ठेवू नयेत आणि आतल्या भागातल्या त्यांच्यासाठी आखून दिलेल्या बेटावर राहावं अशा अटी होत्या.

मागच्या पडद्यावर व्हेनिसचा मोठा नकाशा दिसू लागला. हातात लेझरपेन घेऊन त्या नकाशाकडे वळत *चीनता* म्हणाली, “हे पाहिलंत, व्हेनिसच्या ईशान्य दिशेला असलेला हा *काननारेजो* जिल्हा. *सेस्तीएर*. आणि इथे आहे ते...” आता त्या पेनाचा तांबडा ठिपका आणखी थोडा हलला. “आपण म्हणतोय ते बेट. मुळात व्हेनिस हेच एक बेट आहे किंवा बेटांचा समूह आहे. तेव्हा *गैतो* किंवा ज्यू वस्ती म्हणजे बेटावरचं बेट म्हणता येईल. हे बघा.”

‘बेटावरचं बेट’ हा वाक्प्रयोग ऐकून मी दचकलो. आधी कुठे बरं ऐकलं होतं हे?

बंदुकीच्या व्यापाऱ्याच्या स्मारकात भिंतीवर पाहिलेलं ते विशिष्ट चिन्ह आठवायला मला थोडा वेळ गेला. एकात एक असलेली दोन समकेंद्री वर्तुळं.

"द्वीपेरभितोरे द्वीप," रफी म्हणाला होता. "बेटांवरचं बेट..."

पुढे होत मी *चीनता*चं बोलणं कान देऊन ऐकू लागलो. ज्यूंसाठी राखीव ठेवलेलं ते बेट म्हणजे पूर्वी एक ओतशाळा होती. तिथे शस्त्रं तयार केली जात आणि बंदुकीच्या गोळ्यासुद्धा. जुन्या व्हेनेशियन बोलीभाषेत ओतशाळेला *गेट्टो* म्हणायचे आणि म्हणून त्या शहरातल्या ज्यू वस्तीला तेच नाव पडलं होतं. ती वस्ती ज्यू लोकांच्या अभ्यासाचं महत्त्वाचं केंद्र तर झालीच पण तिच्यामुळे काही शब्दही अस्तित्त्वात आले. *गैतो* हा त्यातला एक शब्द.

समोरच्या पोडीयमवर कोपर टेकवत *चीनता* पुढे झुकली: "व्हेनिसमधल्या *गैतो*त राहणारे व्यापारी लेव्हांत, इजिप्त आणि उत्तर आफ्रिकेत व्यापार करायचे. त्यांच्यापैकी अनेकांना अरबी भाषा अस्खलित बोलता येत होती. अभिजात अरबी भाषेच्या शब्दसंग्रहात माझ्या शहरानं विशिष्ट स्थान मिळवलं ते त्यांच्यामार्फत. त्या भाषेत व्हेनिसचा संबंध तीन गोष्टींशी लावला जातो. वरवर बघता त्या तीन गोष्टींचा एकमेकांशी काहीही संबंध नाही असंच वाटतं. हेझलनट्स, बंदुकीच्या गोळ्या आणि बंदुका! मी 'वरवर बघता' असं म्हटलं कारण शेवटी हेझलनट्सचा आकार बंदुकीच्या गोळीसारखा असतो आणि बंदुकीची गोळी असल्याशिवाय बंदुकांचं काय करणार! अरेबिकमध्ये ह्या तिन्ही गोष्टींना एकच शब्द आहे आणि तो शब्द व्हेनिसच्या बायझेंटाइन काळातल्या नावावरून आलेला आहे. ते नाव होतं 'बानादिक'. जर्मन किंवा स्वीडिश भाषेतल्या 'व्हेनेदिग' चा तो पूर्वज. अरेबिकमध्ये त्या 'बानादिक' चं झालं 'अल-बंदुकिया'. त्या भाषेत व्हेनिसला अजूनही हेच नाव आहे. शिवाय बंदुका, हेझलनट्स आणि बंदुकीच्या गोळ्यांनासुद्धा *बंदुकिया* हाच शब्द आहे. ह्या बंदुकीच्या गोळ्या जुन्या *गेट्टोमध्येच* तयार केल्या जात असाव्यात."

इथे ती क्षणभर थांबली आणि मग डोक्यावरच्या टोपीतून ससा बाहेर काढणाऱ्या जादूगारच्या आविर्भावात तिनं काही नाटकी हातवारे केले.

"अरेबिक भाषेमधून व्हेनिसचं नाव दूरवर पोहोचलं. पार पर्शिया आणि भारताच्या काही भागांपर्यंत गेलं. आजही ह्या भागात *बंदूक* हाच शब्द वापरला जातो आणि त्याचा अर्थ दुसरा-तिसरा काही नसून 'व्हेनिस' किंवा 'व्हेनेशियन' असाच आहे!"

कधीकधी आपल्या मेंदूतली यंत्रणा असे काही धागे जोडून समोर ठेवते की विजेचा धक्का बसावा तसं हादरायला होतं. *चीनता*चं बोलणं ऐकता ऐकता माझंही आत्ता तेच झालं. 'बोंदुकी सौदागर' नावाचा मी भलताच अर्थ लावला असण्याची शक्यता होती का? त्याचा अर्थ मला वाटला तसा 'बंदुकीचा व्यापारी' असा नसून 'व्हेनिसला गेलेला व्यापारी' असा असेल का?

मी आजूबाजूला ऐकू जाईल इतपत जोरात ओरडलो असणार कारण बरीच डोकी माझ्या दिशेला वळली. मी ओशाळून उठलो आणि धडपडत सभागृहातून बाहेर गेलो.

मी असा अचानक निघून गेल्याचं *चीनता*च्या नजरेतून सुटलं नाही. नंतर समारोपाच्या पार्टीत तिनं मला बाजूला घेतलं.

"दिनो! भाषण चालू असताना तुला बाहेर जाताना पाह्यलं मी." माझी बाही पकडून ती म्हणाली. "काय झालं रे? बरं नाही वाटत?"

"नाही, तसं नाही." मी अवघडून पुटपुटलो. "तू काढलेल्या एका मुद्द्यामुळे मी दचकलो इतकंच."

"कुठला? सांग की."

मी त्या गजबजलेल्या खोलीकडे एक नजर टाकली. "आपण बाहेर जाऊया? इथे माझं मलाच काही ऐकू येत नाहीये."

"हो, हो. चल बागेत जाऊ."

वाईनचा एकेक ग्लास घेऊन आम्ही बाहेर हॉटेलच्या बागेत गेलो आणि एकांतातला एक बाक पकडून त्यावर बसलो.

"सांग आता," *चीनता* म्हणाली. "काय झालं?"

वाईनचा थोडा घोट घेत मी एक दीर्घ श्वास घेतला. "मी तुला त्या स्मारकाबद्दल सांगत होतो ना? सुंदरबनातल्या?"

"*सि.* बोल ना पुढे."

"त्याच्याबद्दल एक आख्यायिका आहे पण मी तुला म्हटलंतसं ती कुठेही लिहिलेली नाही. थोड्याफार तुकड्यांच्या स्वरूपात ती आता शिल्लक आहे. मला जेवढी माहीत होती त्यावरून असं वाटलं की, ही नुसती छान-छान ठिकाणांची आणि माणसांची एखादी अद्भुत कहाणी असेल. वास्तवाशी काहीही संबंध नसलेली कहाणी. आत्ता ह्या कॉन्फरन्समध्ये मात्र मी काही गोष्टी ऐकल्या. एकतर सुरुवातीला जो बोलला त्याच्याकडून आणि नंतर आज तुझ्याकडून सुद्धा. त्यावरून मला असं वाटलं की, आपल्याला वाटतं त्यापेक्षा अधिक काहीतरी त्या गोष्टीत असावं."

"असं का?"

"एकतर त्या आख्यायिकेतलं मुख्य पात्र आहे बोंदुकी सौदागर नावाचं. त्याचा अर्थ मी 'बंदुकीचा व्यापारी' असा लावला होता आणि मला तो कायम तसाच लक्षात राहील. तुझं भाषण ऐकल्यावर मात्र त्याचा आणखी वेगळाच काहीतरी अर्थ होऊ शकतो असं माझ्या ध्यानात आलं. कदाचित त्याचा अर्थ 'व्हेनिसला जाऊन आलेला व्यापारी' असाही होईल."

*चीनता*चे डोळे विस्फारले आणि क्षणभर ती माझ्याकडे एकटक बघत राहिली. "तुला त्या आख्यायिकेबद्दल आणखी काय माहितेय?"

"फार नाही."

"तुला जेवढं ठाऊक आहे तेवढं सगळं सांग."

मी त्या कथेची रूपरेषा तिला सांगितली आणि तिनंही मन लावून ती ऐकली. माझं बोलणं संपायच्या आत ती मान डोलवायला लागली. "तू बरोबर बोलतोयस मला वाटतं. तुझ्या त्या बंदुकीच्या व्यापाऱ्याचं नाव व्हेनिसशीच संबंधित आहे. बंदुकींशी नाही."

कपाळाला आठ्या घालत तिनं तर्जनी हनुवटीवर आपटली. "पण तरीही तुझ्या डोक्यात काय चाललंय मला कळत नाही. त्या गोष्टीत व्हेनिसपर्यंत केलेल्या खऱ्याखुऱ्या प्रवासाची काहीशी संदिग्ध नोंद आहे असं म्हणायचंय का तुला?"

"माझ्या डोक्यात तो विचार आला खरा," मी म्हणालो, "पण त्याविरुद्ध बरेच दावे करता येतील. उदाहरणार्थ, त्या सगळ्या अद्भुत ठिकाणांची नावं. 'ताडाच्या मिठाईचा प्रदेश' काय आणि 'रुमालांचा प्रदेश' काय, ह्यावरून काय अर्थ लावायचा? एखाद्या परिकथेतली नावं नाही वाटत?"

*चीनता*नं डोळे मिटले. "*फोर्से... फोर्से*... मला सांग, त्या जागांची खरी नावं काय आहेत? बंगालीत? आठवतायत?"

"हो," मी म्हणालो. "मी ज्याला 'ताडाच्या मिठाईचा देश' म्हणतोय त्याचं नाव होतं *ताल-मिस्रि्-देश.* बंगालीत ताल म्हणजे एकप्रकारचं ताडाचं झाड. त्याच्यापासून एक गोड अर्क निघतो. तो वापरून सर्व प्रकारचे गोड पदार्थ तयार करतात. अगदी बत्तासासुद्धा. बंगालीत बत्ताशाला मिस्रि म्हणतात म्हणून मी ताल-मिस्रि्-देशचं भाषांतर 'ताडाच्या मिठाईचा देश' असं केलं."

"ओ काऽ रोमिओ!" चीनता खळखळून हसली. "खरंच अद्भुत आहे रे हे! पण तू म्हणतोयस तसं नाही."

"म्हणजे काय?"

"अरे अरबी भाषेत इजिप्तला 'मिस्र' म्हणतात तुला माहीत नाही? *'मिस्रि'* किंवा *'मिस्रिर'* म्हणजे 'इजिप्शियन'. बत्तासे तयार करायची पद्धत इजिप्तमधून बंगालात आली म्हणून कदाचित त्याला *मिस्रि* म्हणत असतील?"

मी अवाक होऊन तिच्याकडे बघत राहिलो.

"नॉन ऐ पोसिब्ले?" ती पुढे म्हणाली, "कदाचित मिठाईचा प्रदेश हे शब्द इजिप्तच्या संदर्भातच वापरले असतील?"

"हो... असेल," मी चाचरत म्हणालो. "शक्य आहे. भूमध्य समुद्रापर्यंत जाण्यासाठी बंदुकीच्या व्यापाऱ्याला आणि इलीयास नखुडाला इजिप्तमधून जावंच लागणार..."

पहिलं कोडं उलगडल्यावर आता *चीनता*ची भूक वाढली. अधीरपणे माझं बोलणं तोडत ती म्हणाली: "आणि आणखी कोणत्या देशातून गेले ते? काय नाव होतं त्याचं?"

"रुमालांचा देश? कथेत त्याला *रुमाली-देश* म्हटलंय..."

*चीनता*च्या मुखातून एक विजयी आरोळी बाहेर पडली. "हां! हे तर अगदीच सरळ आहे! तेही एका ठिकाणाचंच नाव आहे."

"कोणतं ठिकाण?"

"तू रुमेलियाबद्दल ऐकलंयस ना? किंवा रुमेली-हिसारीच्या किल्ल्याबद्दल?"

मी नकारार्थी मान हलवली. "नाही. कुठे आहे तो?"

"टर्कीला."

मी श्वास रोखला. "टर्की? खरंच?"

"हो टर्की. अरे, तू असा का दिसतोयस?... असा कापतोयस का?"

मी एक खोल श्वास घेतला. "काही नाही गं. बोल तू. कुठे आहे हा किल्ला?"

"इस्तंबूल शहराच्या जरासा बाहेर. तुर्की लोकांनी युरोपातला त्यांचा पहिला बालेकिल्ला इथे बांधला. *रुमेली* शब्द आलाय 'रम' वरून. बायझेंटाइन काळातल्या 'रोम'ला किंवा कॉन्स्टँटिनोपलला अरबी आणि इराणी भाषेत 'रम' म्हणायचे. तुझ्या गोष्टीतलं *रुमाली* म्हणजे 'रम'चंच भ्रष्ट रूप असेल. बंदुकीचा व्यापारी आणि कप्तान इलीयास इजिप्तवरून टर्कीला गेले असतील हे साहजिकच नाही का? आणि एक मिनिट..."

नाकाचा शेंडा खाजवत ती म्हणाली: "*ए व्हेडरो*... तिथे आग लागल्यामुळे त्यांना हाकलून दिलं असं सांगितलंस ना तू?"

मी मान डोलावली तशी ती एकदम ओरडली, "ते बघ! आता तर तुला तारीखही कळेल!"

"कशी काय?"

१६६० साली इस्तंबूलला मोठी आग लागली होती. परवा आपल्या उद्घाटनाच्या भाषणात तो वक्ता काय म्हणाला ऐकलंस ना? इतका भयानक दुष्काळ पडला होता की, इस्तंबूल कापराच्या वडीसारखं झालं होतं. १६६० साली जुलै महिन्यात त्या शहरात मोठी आग लागली. चाळीसेक हजार माणसं मेली आणि लाखो घरं जळून खाक झाली. दोन तृतीयांश शहर जळून बेचिराख झालं आणि ज्यू वसाहतीत तर विशेष हाहाःकार उडाला. भयंकर मोठी आपत्ती होती ती. नंतर काही कट्टर धर्मांध लोकांनी ज्यू लोकांवर सगळं खापर फोडलं. त्यांच्यापैकी अनेकांना हाकलून लावलं आणि त्यातले बरेचसे ज्यू व्हेनिसमध्ये येऊन स्थायिक झाले."

वाईनचा एक घोट घेत *चीनता* म्हणाली: "छे... ह्या कप्तान इलीयास बद्दल आपल्याला फारसं काही माहीत नाही हे भारी वाईट. तो कोण होता आणि कुठून आला होता त्याबद्दल थोडाफार धागा हाती लागला असता तर मजा आली असती."

"एक मिनिट!" अचानक काहीतरी आठवून मी म्हणालो. "एक लहानसा दुवा आहे. त्या स्मारकाच्या भिंतींवर सगळीकडे कप्तान इलीयासच्या प्रतिमेबरोबर आणखी एक चिन्ह होतं. ते चिन्ह काही मला ओळखता आलं नाही."

"अस्सं? काढून दाखव बरं मला."

मी जाकिटाच्या खिशातून एक पेन आणि पेपर नॅपकिन बाहेर काढला आणि डोळे बंद करून ते चिन्ह आठवायचा प्रयत्न करू लागलो.

"असं काहीसं दिसत होतं ते"

א

असं म्हणून मी तो कागद तिच्या हातात दिला आणि सेलफोन काढून त्यावर उजेड टाकला.

चष्मा लावून तिनं थोडावेळ त्या कागदाकडे निरखून पाहिलं.

"अरेच्चा!" ती म्हणाली, "मला वाटतं... छे छे... खात्रीच आहे माझी! हे अलेफ आहे. हिब्रू लिपीतलं पहिलं अक्षर! आता सगळं उलगडलं. तो कप्तान ज्यू होता! त्या काळी पूर्वेकडच्या ज्यू लोकांमध्ये 'इलीयास' हे नाव अगदी सर्रास आढळायचं आणि हिब्रूमध्ये त्या नावाचं पहिलं अक्षर असतं अलेफ!"

एखाद्या लहान मुलासारखी *चीनता*नं आनंदानं टाळी वाजवली. "हां! आता त्या सगळ्याचा अर्थ लागतोय. पोर्तुगीज चाच्यांनी बंदुकीच्या व्यापाऱ्याला कप्तान इलीयासला विकला असं म्हणालास ना तू?"

"हो... त्या गोष्टीत तसंच होतं."

"हं!" हातातल्या ग्लासच्या कडेनं बोट फिरवत ती म्हणाली. "आता जर का सतराव्या शतकातल्या पोर्तुगीज चाच्यानं बंगालच्या उपसागरात काही कैद्यांना पकडलं असेल तर तो त्यांना कुठे नेऊन विकणार? उत्तर सरळ आहे: गोव्याला. आशियातल्या पोर्तुगीज साम्राज्याची ती राजधानी होतीच शिवाय हिंदी महासागरातल्या गुलामांच्या व्यापाराचं ते मोठं केंद्रही होतं."

ती पुन्हा एकदा हसली. "पाहिलंस दिनो, म्हणजे ही नुसतीच एखादी अद्भुत कहाणी नाही. त्या कथेची एकंदर रूपरेषा बघता ती ऐतिहासिकदृष्ट्या अशक्य नाही. कथेचा नायक आहे एक व्यापारी. लघु हिमयुगात वातावरणात झालेल्या बदलांमुळे पूर्व भारतातल्या त्याच्या मायभूमीत दुष्काळ पडतो किंवा पूर येतो. कुटुंबासकट सगळं काही तो गमावून बसतो आणि गेलेली संपत्ती पुन्हा मिळवायला तो सातासमुद्रापार जायचं ठरवतो. वाटेत त्याच्या जहाजावर हल्ला होतो. पोर्तुगीज चाचे त्याला धरतात आणि गोव्याला घेऊन जातात. तिथे ते त्याला गुलाम म्हणून विकायला ठेवतात. इलीयास नावाचा भरपूर भ्रमंती केलेला खलाशी व्यापारी त्याला विकत घेतो आणि त्याचे गुण ओळखून त्याला मोकळं करतो. इलीयास हा मूळचा पोर्तुगीज ज्यू. पोर्तुगालमधल्या तपासणीतून सुटण्यासाठी त्याचं कुटुंब गोव्याला येऊन स्थायिक झालं होतं. आता मात्र गोव्यातही तपासणी सुरू झालेली असते. म्हणून तो पुन्हा एकदा तिथून निघून जायचं ठरवतो आणि बंदुकीचा व्यापारी त्याला सोबत करायचं ठरवतो. इलीयासचं जहाज घेऊन ते निघतात आणि आधी मालदीव बेटांवर जातात. तिथे ते कवड्यांचं एक मोठं मालवाहू जहाज ताब्यात घेतात. मग ते जातात इजिप्तला. गेल्यावर बघतात तर तिथेही राजकीय उलथापालथ चालू असते. सतराव्या शतकात युरोपात सगळीकडेच अशी अस्थिरता होती. तर इजिप्तच्या सरकारमध्ये दुफळी माजलेली असते. त्यांच्या

आपापसात लढाया चालू असतात. अर्थव्यवस्थेवर ताण आलेला असतो. एकंदर परिस्थिती व्यापाऱ्यांसाठी काही अनुकूल नसते. मग इलीयास आणि त्याचा आश्रित इस्तंबूलला जायला निघतात. ऑटोमान साम्राज्याची राजधानी इस्तंबूल. इलीयाससारख्या ज्यूंना इस्तंबूलमध्ये कायमच आसरा मिळायचा. पण तिथेही संकटानं पाठ सोडलेली नाही. त्या भागात भयानक दुष्काळ पडलाय. काहीसे विक्षिप्त दिसणारे अनोळखी ज्यू आसपास फिरताना दिसताहेत. इस्तंबूलच्या रस्तोरस्ती संशयाचं जाळं पसरलंय. अशावेळेस जेव्हा मोठी आग लागते तेव्हा संशयाची सुई ज्यू जमातीवर येऊन स्थिरावते. आपण आणि आपला आश्रित इथे सुरक्षित राहणार नाही हे इलीयासच्या ध्यानात येतं आणि तो तिथून निघून जायचं ठरवतो. आता तो व्हेनिसला जायला निघतो."

एखाद्या जादूगारानं हवेतल्या हवेत काहीतरी काढावं असे काहीसे हातवारे करत ती म्हणाली "झाली तुझी आख्यायिका तयार!"

मला मात्र अजूनही ते पटलेलं नव्हतं.

"इलीयास नखुडा आपल्याबरोबर त्या व्यापाऱ्याला इटलीला कशाला घेऊन गेला असेल? मला तर काही कारण दिसत नाही. एखादा सावळा बंगाली माणूस व्हेनिसमध्ये वेगळा उठून नसता का दिसला?"

*चीनता*चे डोळे चमकले. अगदी आजूबाजूच्या अंधाराला भेदून जातील इतके. "अरे इतक्यात विसरलास? ऑथेल्लो आठवतोय ना? तुझा हा व्यापारी काही व्हेनिसला आलेला पहिला किंवा शेवटचाही सावळा माणूस नसणार. त्याकाळी जगातलं सर्वात जास्त अठरापगड जमाती असलेलं शहर होतं ते. व्हेनिसमध्ये लेव्हान्त, उत्तर आफ्रिका, माली असे सगळीकडचे कितीतरी परदेशी लोक बघायला मिळतात असं युरोपातल्या बाकी ठिकाणांहून आलेले पाहुणे कायम सांगायचे. म्हणून तर शेक्सपियरनं त्याची ही दोन नाटकं व्हेनिसच्या पार्श्वभूमीवर रचली. शायलॉक आणि ऑथेल्लोसारख्या पात्रांसाठी तेच एक नेपथ्य साजेसं होतं."

हे विधान मान्य करत असतानाच आणखी एक शंका माझ्या मनात आली: "पण त्या कवड्यांचं काय? त्यांचा व्हेनिसमध्ये काय उपयोग?" मी विचारलं.

"अर्थातच पैसे मिळवायला! व्हेनिसमध्ये कित्येक शतकं कवड्या ही देवाणघेवाणीतली महत्त्वाची वस्तू होती. मालियन साम्राज्यात त्यांचा उपयोग चलन म्हणून व्हायचा. आफ्रिकेच्या त्या भागासाठी व्हेनिस हे त्या काळातलं सर्वात महत्त्वाचं मालवाहू बंदर होतं. सतराव्या शतकात कवड्यांची मागणी वाढायला लागली कारण अटलांटिक भागातल्या गुलामांच्या व्यापारासाठी त्या वापरल्या जायच्या. तो काळ असा होता की, व्हेनिसच्या बाजारपेठा कवड्यांनी भरून वाहत होत्या. आपल्या कथेतल्या नायकांना त्यांच्या जवळच्या कवड्या विकण्यासाठी आणखी चांगली जागा कुठली?"

तिचं हे स्पष्टीकरण ऐकून मी विचारात पडलो. "तरीही मला समजत नाही गं. नखुडा इलीयाससारख्या खलाशाला *गैतो*मध्ये जाऊन राहावंसं का वाटलं असेल?"

"*काऽरो,*" ती मृदूपणे म्हणाली, "तुझा कदाचित गैरसमज होतोय... व्हेनिसमधलं *गैतो* पूर्व युरोपातल्या इतर *गैतों*सारखं नव्हतं. व्हेनिसमध्ये ज्यूंना वेगळं वागवलं जात असलं तरी इतर ख्रिश्चन देशांपेक्षा ते तिथे जास्त निर्धोक आणि स्वतंत्र होते. तुला वाटतंय तशी जागा नाहीये ती. पाहिलीयेस का तू?"

"नाही. मला नाही आठवत *गैतो* पाहिल्याचं."

"हं, मग तू यायला हवंस व्हेनिसला परत... बानादिकला. ते साहजिकच नाही का? एकदा तू आला होतास ना मला भेटायला तिकडे?"

"हो, खूप वर्षांपूर्वी. तुझ्याच घरी राहिलो होतो."

"मग आता पुन्हा आलंच पाहिजेस. हे जे काही असेल त्याचा शेवटपर्यंत पाठपुरावा करायला हवास तू. आपल्या वाटेला आलेलं कसलंतरी दुर्दैव असा त्याबद्दल विचार करू नकोस. उलट ती एखादी कसोटी आहे आणि ती पार पाडली की काहीतरी बक्षीस मिळणार आहे असंच समज. तुला मनःशांती मिळावी असं काहीतरी सापडेल असा विचार कर. आणि तू एकटा नाहीस हं. मी असेन तुझ्याबरोबर... पूर्णवेळ."

ती आपल्याला धीर देण्याचा प्रयत्न करते आहे हे तिच्या आवाजातली उत्कटता जाणवून माझ्या लक्षात आलं. तिच्या बोलण्याचा परिणाम मात्र उलटाच झाला. मला अगदी थकायला झालं आणि आपल्याला काही हे झेपणारं नाही असंच वाटू लागलं.

"अगं पण मी कसा पाठपुरावा करणार ह्याचा? मला काहीच कळत नाहीये."

"हं, ते व्हेनिसला आल्याशिवाय नाही समजायचं तुला." प्रेमानं माझा हात दाबत ती म्हणाली. "येशील ना? वचन दे मला. माझ्याच घरी रहा बरं का. *गैतो*पासून खूप जवळ राहते मी. ह्यावेळेस आलास की नक्की बघायला घेऊन जाईन तुला."

ह्यावर नाही म्हणणं अशक्य होतं. "प्रॉमिस," मी म्हणालो. "एकदा का माझ्या कामाची व्यवस्था मार्गी लागली की लगेच मी बंदूकला येईन."

*चीनता*ला मी काही द्यायचं म्हणून वचन दिलं नव्हतं. तेव्हा खरंच मला मनापासून तसं वाटत होतं. एकदा न्यूयॉर्कला परत येऊन घरात स्थिरस्थावर झाल्यावर मात्र व्हेनिसला जायची कल्पना अधिकाधिक अवाजवी वाटू लागली. त्यातून काय निष्पन्न होणार? तिथे आपल्याला काय मिळणार आहे? मला इथे रोजचे खर्च भागवायचे होते आणि काम करणंही आवश्यक होतं. बऱ्याच दिवसांत मी फार मोठी काही विक्री केलेली नव्हती. पैसे मिळत नव्हते. अडीअडचणीसाठी ठेवलेली पुंजी मला अगोदरच वापरायला काढावी लागली होती. तिच्यात आणखी घट होणं मला परवडणारं नव्हतं. व्हेनिस भयानक महाग असणार. आजकाल विशेष कोणाला नको असलेल्या वस्तू विकणाऱ्या माझ्यासारख्या माणसाला तिकडे जायला परवडणं अशक्य होतं.

जसजसे दिवस उलटत होते तसतशी मला माझ्या आर्थिक स्थितीची जास्तच काळजी वाटू लागली. लवकरच माझ्या मनात इतर कोणतेही विचार येईनासे

झाले. मी जिथे-जिथे पैसे गुंतवले होते ती खाती मी वारंवार तपासून बघू लागलो. तासंतास फोनवर घालवू लागलो, पुन्हा पुन्हा पैसे इकडून तिकडे फिरवू लागलो आणि माझ्या पोर्टफोलिओत किरकोळ बदल करू लागलो. दरवेळेस काही बदल केला की आणखी कोणत्यातरी नवीन फंडाची माहिती देणारे किंवा आणखी बचत करण्यासाठीची एखादी नवीन पद्धत सुचवणारे संदेश माझ्या पडद्यावर झळकत.

त्या संदेशांमुळे आणखी काही संदेश दिसायला लागत. मी आणखी वीस, तीस किंवा चाळीस वर्षं जगलो तर आपली बचत किती काळ टिकणार आहे असा विचार करायचं आवाहन करणारे काही संदेश त्यात असत. विम्याची गणितं मांडून समोर पडद्यावर काही आकडे सरकत जात आणि आपली वाटचाल दारिद्याकडे आणि निराधार होण्याकडे चालू आहे असं सावधपणे सुचवून जात.

मध्यपश्चिम भागातल्या ज्या गावात एकेकाळी मी शिकलो आणि काम करत होतो तिथे जुन्या आठवणींना उजाळा देण्यासाठी म्हणून काही वर्षांपूर्वी मी जाऊन आलो होतो. त्या प्रवासाच्या आठवणी आता मला छळायला लागल्या. मी बराच काळ त्या गावी गेलो नव्हतो. एवढ्या दिवसात तिथे झालेले बदल मला झेपलेच नाहीत. फॅक्टऱ्या बंद पडल्यामुळे तो सगळा भाग उद्ध्वस्त होऊन रस्टबेल्ट मध्ये गेला होता. (एकेकाळी अगदी जोमात असणारे आणि आता मात्र बंद पडलेले लोखंडाचे आणि स्टीलचे कारखाने असलेल्या शहरांच्या भागाला रस्टबेल्ट म्हणतात.) त्यात बँकिंग क्षेत्रात नुकत्याच आलेल्या आपत्तीमुळे आणखी नुकसान झालं होतं. एकेकाळी जिथे राहायचो त्या घरावरून मी एकदा गेलो. (ती वस्ती बघून मला लहानपणी कलकत्त्यात असताना वाचलेल्या आर्ची कॉमिक्सची आठवण यायची. म्हणून भाडं परवडत नसतानाही मी तिथे राहायचो.) तर नागमोडी, झाडाच्या पानांनी आच्छादलेला, एखाद्या चित्रातल्या सारखी वळणं असलेला तो सबंध रस्ता 'विकणे आहे' च्या पाट्यांनी भरून गेलेला दिसला. बँकेनं धडाधड जप्ती आणल्यामुळे माझे पूर्वीचे कितीतरी शेजारी निराधार झाल्याचं मला कळलं. त्यातल्या काही जणांवर तर जेफरसन अँड मेनच्या कोपऱ्यात पुठ्ठ्याचे तुकडे पांघरून झोपायची वेळ आली होती. हाय प्लेन्स बार अँड ग्रील मधून झिंगत बाहेर पडलेल्या चायनीज आणि अरबी विद्यार्थ्यांकडून चवली-पावलीची भीक मागून ते दिवस काढत होते.

माझ्या घटत चाललेल्या गंगाजळीकडे बघून आपल्याही वाट्याला असेच दिवस येतात की काय असं मला राहून-राहून वाटायला लागलं होतं.

त्याचं उत्तर शोधायला म्हणून मी स्वतःला आकडेमोडीत आणि संभाव्य शक्यतांचा अभ्यास करण्यात बुडवून घेतलं. त्यासाठी निनावी रोबोंमार्फत येणारे संदेश माझ्यावर येऊन आदळत होतेच. मी किती काळ जगणार आहे? एखाद्या नर्सिंगहोममध्ये ठेवायची वेळ आली तर माझी गंगाजळी किती वर्षं पुरेल?

मी जर पंच्याण्णवाव्या वर्षापर्यंत जगलो तर माझ्याकडे पुरेसा विमा आहे का?

मी प्रश्न टाईप केला आणि समोर आलेल्या आकड्यांकडे सावधपणे बघू लागलो. त्याचं उत्तर अर्थातच असं काही होतं की माझा हात आपोआप क्रेडिट

कार्डाकडे गेला. जास्तीच्या विम्याचे पैसे भरतो न भरतो तोच समोर आणखी एक खिडकी उघडली. मी एकशेतीन वर्षांचा होईपर्यंत जगण्याची किती शक्यता आहे हे सांगणारी. रस्त्यावरून जाणाऱ्या एखाद्या वाटसरूला खिडकीतून खाली पडलेल्या बर्फाच्या कणानं इजा होण्याची जेवढी शक्यता होती तेवढीच ही देखील शक्यता असल्याचं माझ्या लक्षात आलं आणि मी जरासा नाराजच झालो. त्यासाठी मी अगोदरच विमा उतरवलेला असल्यामुळे पुन्हा क्रेडिट कार्ड हातात घेण्याचं काही कारणच उरलं नाही.

तरीही मला मनःशांती मिळाली नाही. गणिती अनिश्चिततेच्या भोवऱ्यात मी जणू गरगरत होतो. मनाला एक प्रकारचं पंगुत्व आल्यासारखं झालं आणि भीतीची एक छाया माझ्या मनावर सतत पसरून राहू लागली.

अधूनमधून भानावर असलो की, हे औदासिन्य किंवा जे काही असेल त्यातून बाहेर येण्याचा एकमेव मार्ग म्हणजे *चीनता*शी बोलणे हा आहे असं माझ्या ध्यानात येई. महिन्यांमागून महीने गेले तरीही तिनं ना फोन केला ना मेसेज केला. तिला भेटायला व्हेनिसला जायचं कबूल करूनही मी गेलो नव्हतो. त्यामुळे आलेल्या ओशाळ्या आणि अपराधी भावाचं माझ्या मनावर इतकं ओझं होतं की, मी तिला फोन करूच शकलो नाही.

कधीतरी फोन वाजला की मी स्क्रीनकडे बघायचो. इटलीचा कोड दिसेल अशी मला आशा वाटायची. मात्र तो फोन एकतर बिलाच्या तगाद्यासाठी असायचा नाहीतर कुठल्यातरी राजकारण्याच्या प्रचाराचा रेकॉर्डेड संदेश असायचा नाहीतर मग चायनीज भाषेतला रोबो-कॉल असायचा.

एक दिवस मात्र माझा फोन वाजला आणि त्यावर इटलीचा कोड दिसला - +३९. पलिकडून *चीनता*चा आवाज ऐकू येईल अशा विचारानं मी खसकन फोन ओढून घेतला.

पण छे! पलिकडून *चीनता*ची भाची *जीजा* बोलत असलेली बघून मला आश्चर्य वाटलं.

एकमेकांची ख्यालीखुशाली विचारून झाल्यावर आपण एका नवीन महितीपटावर काम करत असल्याचं *जीजा*नं मला सांगितलं. टीव्हीवरच्या काही वाहिन्यांच्या गटानं तिच्यावर ही कामगिरी सोपवली होती. एवढ्यात इटलीत आलेल्या घुसखोरीच्या लाटेबद्दल तो माहितीपट असणार होता. पर्वत ओलांडून आणि भूमध्य समुद्राच्या आणि ॲड्रियाटिक समुद्राच्या पार पलिकडून ही घुसखोरी होत होती.

"लिबिया आणि इजिप्तवरून बोटी घेऊन समुद्रमार्गानं हजारोंच्या संख्येनं घुसखोर कसे येतायत ते लक्षात येतंय ना तुमच्या? काही जणांची सुटका झाली आहे पण कितीतरी लोक मारले गेलेत."

खरं म्हणजे एवढ्यात मी बातम्यांकडे जराही लक्ष दिलं नव्हतं. असं काही घडत असल्याची मला अंधुकशीच माहिती होती. "मला त्याबद्दल फारसं काही माहीत नाही हं."

"इकडे इटलीत, नव्हे युरोपातच सगळे नुसते घुसखोर आणि स्थलांतरित लोकांबद्दल बोलतायत. स्थलांतराविरुद्ध कडक धोरण राबवण्याचं आश्वासन दिल्यामुळेच आमचं आत्ताचं उजव्या विचारसरणीचं सरकार सत्तेवर आलंय. सबंध युरोपभर हा आता एक मोठाच राजकीय मुद्दा होऊन बसलाय. प्रत्येकाला त्याबद्दल जाणून घ्यायचंय. इतके धोके पत्करून लोक स्थलांतर का करतात? ते कशापासून पळून चाललेले असतात? त्यांना कसली आशा वाटत असते? म्हणून असा माहितीपट तयार करणं आवश्यक आहे."

"हा बराच महत्त्वाचा प्रकल्प असणार ते माझ्या लक्षात येतंय." मी म्हणालो, "पण त्यात मी काय मदत करू शकतो ते मात्र मला माहीत नाही."

"का नाही, करू शकता ना," *जीजा* म्हणाली. "म्हणजे कसंय... मला एक भाषांतरकार हवाय आणि *चीनता*नं मला तुमचं नाव सुचवलं. तिनंच मला तुमचा नंबर दिला. तुम्ही हे काम करू शकाल असं वाटलं तिला."

"मी?" आश्चर्यानं मी म्हणालो. "पण मला कुठे त्यासाठी लागणाऱ्या भाषा येतात? हे सगळे घुसखोर मध्यपूर्वेतून आणि आफ्रिकेतून येतात ना?"

"हो बरेचसे तिकडूनच येतात," *जीजा* म्हणाली. "पण पाकिस्तान आणि बांग्लादेशातूनही खूप येतात. खरं सांगायचं तर मागच्या महिन्यात इटलीला येणाऱ्यांमध्ये दुसऱ्या नंबरचा मोठा गट बांग्लादेशी लोकांचा होता."

"खरं की काय? मला हे माहीतच नव्हतं."

"तुम्ही बंगाली बोलता ना?"

"हो अर्थातच."

"हां, *चीनता* म्हणाली मला. म्हणूनच मी तुम्हाला फोन केला. मी देशभर फिरून बऱ्याच मुलाखती घेतल्यात. आता मात्र मी व्हेनिसला जातेय आणि तुम्हीही तिथे येऊन मला मदत केलीत तर बरं होईल असं वाटतंय मला."

तिच्या विचारांचा एकंदर प्रवाह बघून मी गोंधळात पडलो. "मला काही समजलं नाही. सगळं सोडून तुला व्हेनिसमध्ये बंगाली भाषांतरकार हवाय असं म्हणतेस?"

"हो. व्हेनिसमध्ये खूप म्हणजे खूप बंगाली आहेत. प्रचंड!"

मी अवाक झालो. "खरं का काय? व्हेनिसमध्ये पुष्कळ बंगाली आहेत?"

"हो, खरंय ते. बऱ्याच काळापासून बंगाली लोक व्हेनिसमध्ये येऊन स्थायिक होताहेत. सुरुवातीला ते मेस्त्रे आणि *मार्गेरा*च्या जहाजबांधणी कारखान्यात काम करायला म्हणून यायचे. आता मात्र आणखी खूप लोक आलेत आणि व्हेनिसला येऊन ते सगळी कामं करतात. पर्यटकांसाठी पिझ्झा बनवतात, हॉटेलात स्वच्छता करतात, रस्त्याच्या कडेला उभं राहून ॲकॉर्डियनसुद्धा वाजवतात."

"जबरदस्त! मला अजिबात कल्पना नव्हती."

"याल मग तुम्ही? तुमच्या तिकिटाचा खर्च अर्थातच मी करेन आणि केलेल्या कामाबद्दल तुम्हाला मानधनही देईन. शिवाय रोजचा हॉटेलात राहायचा, जेवणाचा आणि इतर खर्च मिळेलच. *चीनता* मात्र म्हणाली की, तुम्ही तिच्याच घरी राहू शकता. तेव्हा तुम्हाला तो खर्च करावाच लागणार नाही. सगळं मिळून साधारण

किती होतील ते सांगते...” असं म्हणून तिनं जो आकडा सांगितला तो मला चांगलाच घसघशीत वाटला. “हवं तर तुम्ही थोडं आधीच येऊ शकता. थोडे दिवस व्हेनिसमध्ये वेळ मिळेल तुम्हाला. आसपास थोडं फिरा म्हणजे जेटलॅगही जाईल.”

मी इतका गहिवरलो की माझ्या डोळ्यात पाणीच आलं.

“आता एवढं झाल्यावर मी नाही कसं म्हणणार? *चीनता*ही असेल ना तिकडे?”

“नाही ना! पुढचे काही आठवडे तिला शिकवायला जायचंय. अर्थात पडोव्हा काही फार लांब नाही. तेव्हा कधी ना कधी ती आपल्याला भेटेलच.”

“उत्तम! फोन केल्याबद्दल तुझे खूप आभार गं *जीजा*. गेल्या कित्येक वर्षात इतका मस्त फोन मला आलेला नाही.”

ती हसली. *“अ प्रेस्तो!”*

दुसऱ्या दिवशी सकाळीच मला ईमेलवर तिकीट मिळालं आणि थोड्याच दिवसांत मी विमानात बसलो. रात्रीचं विमान असूनही मी नेहमीप्रमाणेच खिडकीजवळची जागा घेतली होती.

विमान उतरायला लागलं तेव्हा सूर्य डोक्यावर होता. वळून मी खिडकीतून खाली पाहिलं. खालचं दृश्य बघून कलकत्त्याहून शेवटचं परत येताना मला बंगालच्या ग्रामीण भागाचं जे दृश्य दिसलं होतं त्याची आठवण झाली. त्याला आता दोन वर्षं उलटून गेली होती. सरोवरं, दलदल आणि नागमोडी वळणाच्या नद्यांचा तो समुद्राच्या मुखाजवळचा प्रदेश.

एवढ्या उंचीवरून व्हेनिसमधला समुद्रालगतच्या कालव्यांचा तो प्रदेश कोणाला सुंदरबनासारखा वाटणं अगदी सहज शक्य होतं.

भाग दुसरा

व्हेनिस

गैतो

व्हेनिस आणि वाराणसीत एक वेगळंच नातं असल्याचं कायम सांगितलं गेलंय. दोन्ही शहरं म्हणजे काळाची प्रवेशद्वारं आहेत. एका हरवून गेलेल्या जीवनपद्धतीकडे ती तुम्हाला खेचून घेऊन जातात. दोन्हीही शहरात माणसाच्या मर्त्यपणाची जितकी तीव्र जाणीव होते तितकी इतरत्र क्वचितच होत असेल. नजर जाईल तिथे हळूहळू होत जाणाऱ्या विनाशाची मोहिनी जाणवते. दीर्घकाळ, संथपणे लयाला जाण्यातल्या सौंदर्याचा पुरावाच असतो तो.

व्हेनिसमधल्या *गैतोत* आल्यावर ह्या दोन शहरांचं नातं जितकं प्रकर्षानं जाणवतं तितकं आणखी कुठे जाणवत नसेल. *गैतो*च्या आजूबाजूच्या भिंती, तिथे जाण्यासाठी असलेल्या चिंचोळ्या गल्ल्या, बारकी-बारकी वेडीवाकडी घरं हे सगळं बघून मला वाराणसीतल्या माझ्या विशेष आवडत्या भागाची आठवण झाली. पंचगंगा घाटाजवळ असलेल्या बिंदूमाधव देवळाच्या आसपासचा भाग. आजूबाजूला चाललेल्या गडबड गोंधळाच्या मध्येच शांतता आणि एकांत मिळवून देणारं ते ठिकाण आहे. जगात इतरत्र कोणीही पाळत नसलेल्या जुन्यापुराण्या रितीभाती पाळणाऱ्या माणसांत आपण आलोय असं तिथेही वाटतं.

एक महत्त्वाचा फरक मात्र आहे: व्हेनिसचं *गैतो* म्हणजे खरंचच सर्व बाजूंनी पाण्यानं वेढलेलं बेटावरचं बेट आहे. एक कमानदार लाकडी पूल तुम्हाला गुहेसारख्या प्रवेशद्वाराकडे घेऊन जातो आणि ते दार एका मोठ्या चौकात किंवा पियाइझ्झामध्ये उघडतं. त्याच्या भोवताली उंच-उंच घरं आणि एक भिंत आहे. त्यामानानं ह्या चौकात कमी गर्दी असते. अधूनमधून पर्यटकांचे लहान-लहान गट ये-जा करत असतात. वादळात पानं उडावीत तसे ते इकडून तिकडे जाताना दिसतात. एरवी मात्र इथे कायमचे राहणारे अनेक रहिवासी असावेत असंच वाटतं. दोन खिडक्यांमध्ये बांधलेल्या दोऱ्यांवर कपडे वाळताना दिसतात. सर्व वयांची लहान मुलं सायकली नाहीतर स्केटबोर्ड्स घेऊन डगमगत इकडे-तिकडे जाताना दिसतात.

कोपऱ्यातल्या एका बाकावर बसून मी साडेतीन शतकांपूर्वी तो चौक कसा दिसला असेल ह्याची कल्पना करायचा प्रयत्न करत होतो. बंगालातून इथे आलेल्या प्रवाशाला तो कसा दिसला असेल ते नजरेसमोर आणू बघत होतो. गुळगुळीत गोट्यांच्या त्या रस्त्यावर उभा राहून बंदुकीचा व्यापारी खरेदी-विक्री करतोय, आजूबाजूला तांबडी-पिवळी पागोटी घातलेली माणसं उभी आहेत

असं दृश्य मी डोळ्यासमोर आणायचा प्रयत्न केला. *गैतो*मध्ये राहणारी बिगर-ख्रिश्चन माणसं वेगळी ओळखू यावीत म्हणून व्हेनेशियन कायद्यानुसार त्यांना हे रंग वापरणं बंधनकारक होतं. ऊन खात-खात मी दिवास्वप्न बघू लागलो आणि अचानक बंदुकीचा व्यापारी माझ्या डोळ्यासमोर अवतरल्यासारखा झाला. उंच, रुंद खांद्याचा, पिवळं पागोटं बांधलेला, कसल्यातरी कामासाठी म्हणून निवांतपणे निघालेला. मनसा देवीच्या आणि तिच्या अखत्यारीतल्या प्राण्यांच्या किंवा शक्तींच्या कचाट्यातून सुटल्यामुळे त्याला इथे निर्धोक वाटत असणार. अमानवी शक्तींपासून मुक्त असं कोणतं ठिकाण वाटत असेल तर ते हेच. काही शोभेची झाडं-झुडुपं वगळता मानवी हातांनी न निर्मिलेलं असं नजरेच्या टप्प्यात काहीही नव्हतं. इथे आल्यावर बंदुकीच्या व्यापाऱ्याला नक्कीच आपल्याला छळणाऱ्या शक्तीच्या तावडीतून सुटल्यासारखं वाटलं असणार. असं असताना, मनसा देवी इथेही त्याच्यापर्यंत येऊन पोहोचली होती.

कशी काय?

ह्या असल्या ठिकाणी कोणता जंगली प्राणी घुसेल?

मी मनाशीच असे प्रश्न विचारत असताना एक विचित्र गोष्ट घडली: एखादा पडदा दूर सारून पुढे जावं तसं झालं आणि त्या व्यापाऱ्याला पडलेला पेच मला त्याच्या दृष्टीकोनातून न दिसता त्याचा पाठलाग करणाऱ्या व्यक्तीच्या म्हणजे खुद्द देवीच्या दृष्टीकोनातून दिसू लागला. आता मात्र तो पाठलाग म्हणजे एखाद्या अनाकलनीय सूडाची कथा न राहता चिंतेपोटी, क्वचित कोवळ्या भावनेपोटी केलेला, भीती आणि असहायतेच्या भावनेनं घडवून आणलेला शोध वाटू लागला.

बंगालात मिळणाऱ्या त्या व्यापाऱ्याच्या आख्यायिका मला आठवू लागल्या. त्या वाचताना मनसा देवीला 'देवी' हा शब्द वापरलेला मला किती अयोग्य वाटला होता ते आठवलं. 'देवी' म्हटलं की डोळ्यासमोर एखाद्या शक्तीशाली देवतेची प्रतिमा उभी राहते. तिचे भक्त तिची प्रत्येक आज्ञा पाळतात. त्या आख्यायिकेतली मनसा देवी मात्र त्या अर्थानं जराही 'देवी' वाटत नव्हती. कथेतले साप तिची प्रजा वाटण्यापेक्षा तिचे उपकारकर्ते वाटत होते. त्यांच्याकडून हवं ते काम करून घ्यायला तिला त्यांची मनधरणी करावी लागत होती, खुशामत करावी लागत होती, त्यांच्या मागे लागावं लागत होतं. थोडक्यात ती एक वाटाघाटी करणारी व्यक्ती होती, एकप्रकारची भाषांतरकार होती, किंवा त्यापेक्षाही योग्य शब्दांत सांगायचं तर इटालियन्स म्हणतात तशी *पोर्तावोचे* होती. ज्या दोन जमातींत दोघांना येणारी अशी एकही भाषा नसते आणि दोघांमध्ये संपर्क साधण्याचं एकही साधन नसतं त्यांना एकमेकांचं म्हणणं समजावून देणारी. तिच्या मध्यस्थीशिवाय प्राणी आणि माणसांमध्ये तिरस्कार आणि संतापाची भावना सोडून आणखी काही नातं असूच शकत नाही.

अर्थात मध्यस्थ व्यक्तीला दोन्ही बाजूंचा विश्वास संपादन करणं आवश्यक असतं. एका बाजूच्या व्यक्तीनं पूर्ण दुर्लक्ष केलं तर भाषांतर करणाऱ्या व्यक्तीला स्वतःचं काम कसं करता येईल? ती व्यक्ती ज्यांच्या वतीनं आपल्याशी बोलू बघतेय

– म्हणजे तो व्यापारी आणि त्याच्यासारखी इतर माणसं, तेच जर तिच्या आवाजाची दखल घेत नसतील तर दुसऱ्या बाजूचे साप तरी तिचं म्हणणं का ऐकतील? म्हणून तिला काही करून त्या व्यापाऱ्याला गाठायचं होतं. त्यानं आणि त्याच्यासारख्या इतर लोकांनी तिचा अधिकार मानला नाही तर सर्व अदृश्य सीमारेषा नाहीशा होतील आणि समस्त मानवजात त्या व्यापाऱ्यासारखी नफ्याच्या मागे लागेल. त्या नादात इतर सजीवांच्या भल्याच्या दृष्टीनं कोणताही संयम ते बाळगणार नाहीत. म्हणून त्या व्यापाऱ्याला शोधणं आवश्यक होतं. म्हणून लपून बसण्याचे त्याचे सगळे प्रयत्न निष्फळ करणं गरजेचं होतं.

कुठूनतरी गडगडत आलेला एक चेंडू बाकड्यापाशी येऊन माझ्या बुटांना धडकला आणि माझं दिवास्वप्न भंगलं. चेंडू उचलून मी त्यामागे पळणाऱ्या छोट्या मुलीकडे फेकला आणि त्यानंतर एखाद्या मंत्राचा प्रभाव उतरावा तसं झालं. कुठल्यातरी कहाणीतले अर्धवट तुकडे आणि सहज घडून आलेले थोडेफार प्रसंग किंवा योगायोग जोडून त्यावरून कसलेतरी काल्पनिक प्रसंग रंगवत आपण इथे का बसलोय ते मला समजेना. एखाद्या लहान मुलासारखं अद्भुत गोष्टीत रंगून जाणं हा माझ्या दृष्टीनं अगदीच आचरटपणा होता. इथे मी जगातल्या सर्वात मोहमयी शहरात होतो. कुठल्यातरी पियाझ्झात बसून स्प्रिट्झ पीत-पीत जेम्सचं *अॅस्पर्न पेपर्स* वाचत बसायचं सोडून मी इथे दिवास्वप्नं बघण्यात वेळ घालवत होतो.

माझ्या खांद्यावरचं ओझं आता उतरल्यासारखं झालं. रात्रीच्या दीर्घ झोपेतून उठल्यासारखे मी जागेवरून उठून पाय मोकळे केले. तो क्षण आठवणीत साठवून ठेवावासा वाटत होता म्हणून मी फोन बाहेर काढला आणि काही फोटो घेतले. त्यावर माझ्या फोननं अशी सूचना केली की फोटो टाकायच्या एका वेबसाईटवर मी तारीख आणि ठिकाणाचे तपशील टाकून ते फोटो शेअर करावेत. ते बघून जराही न घुटमळता मी सेंड बटण दाबलं.

तेवढ्यात लसूण आणि ऑलिव्हच्या तेलाचा मस्त दरवळ आला आणि माझी भूक चाळवली. जेवणाची वेळ होत आलेली बघून मी खाण्यासाठी शोधाशोध करायचं ठरवलं.

व्हेनिसमधल्या *गैतो*चे दोन भाग आहेत. एक नवीन *गैतो* (गैतोनुओव्हो) आणि दुसरा आहे जुना *गैतो* (गैतोव्हेशिओ). शहरातल्या इतर गोष्टींप्रमाणेच ह्या दोन्ही भागांचं नातंही बरंच गुंतागुंतीचं आहे: त्यात नवीन *गैतो* हा प्रत्यक्षात दोघांमध्ये जास्त जुना आहे हे ओघानं आलंच.

नवीन *गैतो*कडून जुन्या *गैतो*कडे जायला दोन्ही बाजूला उंच घरं असलेली एक चिंचोळी गल्ली आहे. त्या दिवशी त्या गल्लीतल्या एका घरात दुरुस्तीचं काम चाललं होतं. पुढच्या दाराला उभे-आडवे बांबू ठोकून परांची तयार केली होती आणि ठोकाठोकीचा आवाज सबंध गल्लीत घुमत होता.

बांबूच्या परांचीमुळे निम्मी गल्ली अडली होती. एका वेळेस एक माणूस अंग चोरून जाऊ शकेल एवढीच जागा शिल्लक होती. मी वाट काढत जवळजवळ

पुढे निघालोच होतो तेवढ्यात वरून सावधगिरीचा इशारा ऐकू आला. "*शाबधान!* सावधान!"

तो शब्द ऐकून मी आपोआप प्रतिक्रिया दिली आणि जागीच थांबलो. क्षणभरानं दगडी बांधकामाचा एक मोठा तुकडा माझ्यासमोर येऊन आदळला. मी वाटेतच थांबलो नसतो तर प्लास्टरचा तो मोठा ऐवज माझ्या डोक्यावर येऊन आपटला असता. मी थरथरत तिथेच थांबलो. आत्ता आपण एक पाऊल जरी उचललं असतं तरी ठार मेलो असतो हे माझ्या चांगलंच लक्षात आलं होतं.

खाली पडून विखुरलेल्या त्या बांधकामाकडे मी अवाक होऊन बघत भीतीनं गोठून उभा होतो. तेवढ्यात ज्यामुळे आपलं आयुष्य वाचलं तो सावधगिरीचा इशारा कोणीतरी बंगालीत दिला होता असा माझ्या डोक्यात प्रकाश पडला.

पण इथे व्हेनिसमधल्या *गैतो*त ते कसं काय शक्य होतं?

त्या बांबूच्या परांचीकडे नजर टाकली तर टणक हॅट घातलेला एक सावळा चेहेरा मला दिसला. मी उभा होतो तिथून साधारण दोन मजले वरती तो एका आडव्या ठोकलेल्या बांबूवर उभा होता.

"तूच पाडलास का हा तुकडा?" मी ओरडून बंगालीत विचारलं.

त्यानं मान डोलावली. त्याच्या डोळ्यात जबरदस्त भीती दिसत होती आणि तो चांगलाच हादरला होता.

"तुझा इशारा मला कळला नसता काय झालं असतं?" मी विचारलं.

"*माफ कोरबेन*... मला माफ करा साहेब," तो थरथरत्या आवाजात म्हणाला.

पोरगा अगदी तरुण होता. डोक्यावरच्या तांबड्या हॅटमधून त्याच्या भरभरीत काळ्या केसांचा झुबका डोकावत होता.

"जीव घेतला असतास ना बाबा माझा!" मी म्हणालो.

"चूक झाली साहेब. नुकताच कामाला लागलोय इथे..."

एव्हाना इतर बरेच कामगार बांबूवरून उतरून खाली आले होते. माझ्याभोवती गोळा होऊन ते सगळे बांग्लादेशी उच्चारातल्या बंगालीत एकदमच बोलायला लागले. माझी माफी मागायला लागले आणि मला दिलासा द्यायचा प्रयत्न करत ज्यानं तो दगड पाडला होता त्याला रागे भरायला लागले.

"साहेब, तुम्ही पोलिसांना नाही ना बोलवणार?" त्यांच्यापैकी एकानं आर्जवी सुरात मला विचारलं.

एकदम शांतता पसरली आणि ते माझ्या उत्तराची वाट बघू लागले. त्यांच्या नजरेतल्या चिंतेतून पराकोटीची अनिश्चितता दिसून येत होती. पोलिसांना नको ती माहिती दिल्यानं ह्यांचं आयुष्य चव्हाट्यावर येऊ शकतं हे माझ्या लक्षात आलं.

"नाही," मी म्हणालो, "मी तक्रार करणार नाही, पण..."

त्यांना चांगलंच हायसं वाटलेलं दिसलं आणि त्यांच्यापैकी एकानं माझा दंड पकडला.

"साहेब, तुम्ही अजून कापताय... बसा जरा कुठेतरी. चहा-कॉफी काहीतरी घ्या."

त्या दगड पाडणाऱ्या माणसाला कोणीतरी पुढे केलं. तो उंच, सडपातळ पोरगा माझ्यासमोर घाबरून खांदे पाडून उभा राहिला.

"बोल ना," त्याला कोपरानं ढोसत एक म्हातारा कामगार म्हणाला. "साहेबांना लुबना खालाकडे घेऊन जा. ती त्यांना कॉफी पाजेल आणि सगळं काही ठीक होईल."

त्या पोरानं आता नजर वर केली आणि आम्ही दोघांनी पहिल्यांदाच एकमेकांकडे नीट निरखून बघितलं. त्याचे डोळे विस्फारले आणि मग दचकून त्यानं नजर वळवली. तेव्हाच माझं लक्ष खाली उतरलेल्या त्याच्या जिवणीकडे आणि लांब-लांब पापण्या असलेल्या डोळ्यांकडे गेलं.

मी त्याला नावानं हाक मारणार तेवढ्यात त्यानं आर्जवी नजरेनं मला गप्प केलं.

इतरांच्या ऐकण्याच्या टप्प्याबाहेर गेल्यावर मगच मी त्याचं नाव उच्चारलं. "रफी?"

टी-शर्ट, जीन्स, विंडचिटर आणि बूट असे अगदी तद्दन शहरी कपडे घालूनही त्याच्यात काहीतरी रांगडेपणा शिल्लक होताच.

"खरंच तू रफी आहेस?"

तो जरासा लाजून हसला. "हो मीच आहे," तो म्हणाला. "पण बरं झालं तुम्ही मगाशी काही बोलला नाहीत ते."

"का रे?"

"कारण आपली भेट भारतात झाली होती ते मला त्यांना सांगत बसावं लागलं असतं आणि मग पुष्कळच गोष्टींचा उलगडा करायला लागला असता."

"का?"

"त्याचं कसंय..." जरासं अवघडून थांबत तो पुढे म्हणाला, "मी भारतातला आहे हे बाकीच्यांना ठाऊक नाही. इथल्या प्रत्येकाला मी बांग्लादेशी आहे असंच वाटतं. ते तसंच ठेवलेलं बरंय."

आम्ही एक कमानदार लाकडी पूल ओलांडत होतो. तेवढ्यात अचानक माझे गुडघे थरथरायला लागले. जणू मगाशी बसलेला धक्का आत्ता मला उशीरानं जाणवत होता. दगडी बांधकामाचा तो तुकडा समोर रस्त्यावर आदळताना झालेला आवाज मला आठवला. जणू कोणीतरी मला एखादा इशारा किंवा संदेश दिला असावा... पण कोणी?

एकदम मला *भू* ह्या गूढ वाटणाऱ्या संस्कृत धातूबद्दल टिपूशी झालेली चर्चा आठवली. एकाच वेळेस 'असणे' आणि 'होणे' अशा दोन्ही अर्थांनी तो धातू वापरला जातो. शिवाय त्याला इतरही अनेक अर्थच्छटा आहेत. आम्हा दोघांची आत्ताची *गैतो*मधली उपस्थिती स्पष्ट करायला ह्याच धातूपासून तयार झालेला शब्द वापरणं योग्य असं तेव्हा मला उलगडलं. रफी आणि मी दोघंही *भूत* होतो. काळ, अवकाश आणि अस्तित्त्वाच्या अखंड प्रवाहात जिथे सगळं काही एकत्र येतं आणि जिथे सगळं काही विलग होतं अशा दोन्ही ठिकाणी आम्ही एकाच वेळेस होतो.

धाप लागून मी थांबलो आणि लाकडी पुलाच्या कठड्याला रेललो.

"तुम्हाला बरं नाही वाटत?" रफी म्हणाला.

"जरा मिनिटभर थांब," मी म्हणालो. "माझा श्वास ठिकाणावर येऊ दे जरा. एकंदर सगळा प्रकार मला जास्तच झालाय... एकतर तो अपघात... मग तू इथे भेटलास... सगळंच फार विचित्र आहे."

त्यानं एक भुवई उंचावली. "असं का म्हणता? मी इथे भेटलो त्यात काय विचित्र आहे?"

"तुला नाही वाटत विचित्र?"

"इथे असण्यात? नाही. गेले कित्येक महीने इथेच आहे मी. त्यात काय विचित्र आहे?"

त्याचा निर्विकारपणा बघून मी जरा हललोच. आपणच ह्या भेटीचे नसते अर्थ काढत बसलोय की काय, असं मला वाटून गेलं. माझी नजर खाली वाहणाऱ्या कालव्याकडे वळली, मग ती *गैतो*च्या भोवती असणाऱ्या तटबंदीसारख्या भिंतीकडे वळली. बंदुकीच्या व्यापाऱ्याच्या स्मारकात पुन्हा पुन्हा येणाऱ्या एका चिन्हाचं वर्णन करताना रफीनं स्वतःच वापरलेले शब्द मला अचानक आठवले. ते चिन्ह होतं एकात एक असणाऱ्या दोन वर्तुळांचं.

"रफी, त्या दिवशी आपण भेटलो तेव्हा तू 'बेटावरचं बेट' असं म्हणाला होतास, आठवतंय? हेच ते बेट होतं आणि बोंदुकी सौदागर स्वतः इथे येऊन गेला होता असं मी आत्ता तुला सांगितलं तर?"

उत्तरादाखल रफीनं नुसतेच बेफिकीरीनं खांदे उडवले. "ती तर नुसती गोष्ट आहे," तो म्हणाला. "आणि त्यानं मला काय फरक पडतो? मी इथे कामासाठी आलोय आणि मला माझी नोकरी हातची घालवायची नाहीये."

तो अस्वस्थ झाल्याचं मला कळत होतं पण मी अजून त्याला सोडायला तयार नव्हतो.

"आणि टिपूचं काय? त्याची काय खबर?" मी विचारलं.

रफीचे डोळे क्षणभर विस्फारले पण मग त्याचा चेहेरा कठोर झाला.

"टिपूबद्दल तुम्ही मला कशाला विचारताय?" तो चिडून म्हणाला. "त्याचा ठावठिकाणा मला माहीत असेल असं का वाटलं तुम्हाला?"

त्याच्या नजरेतले भाव बघून हा विषय आणखी ताणण्यात अर्थ नाही हे मला समजलं.

"आणि तुझं काय रे? तू कशामुळे आलास इथे? व्हेनिसला कसा पोहोचलास तू?"

खांदे उडवून तो चपळाईनं चालायला लागला. "ते सगळं सांगत बसायला आत्ता वेळ नाही. बरीच मोठी कहाणी आहे ती."

पुलावरून उतरून आम्ही अरुंद गल्ल्यांच्या चक्रव्यूहात शिरलो. आपण कुठे आलोय त्याचा मला काहीच अंदाज नव्हता पण रफीला मात्र खात्रीशीर रस्ता माहीत

असावा. तो एका गल्लीतून दुसऱ्या गल्लीत वळत होता आणि मला मात्र त्याच्या मागोमाग जाणं अवघड होऊन बसलं होतं.

“कुठे जातोय आपण?” धापा टाकत त्याच्या मागोमाग जात मी विचारलं.

“त्यांनी मला तुम्हाला लुबना खालाकडे घेऊन जायला सांगितलंय. आपण तिच्याच ऑफिसात चाललोय.”

“ही लुबना खाला कोण?”

खांद्यावरून मागे वळून बघत रफी म्हणाला, “बांग्लादेशी बाई आहेत एक. वीस वर्षं इथे आहेत त्या. त्यांना इटालियन वगैरे बोलता येतं.”

“तिला खाला का म्हणतोयस तू? तुझी आत्या आहे का ती?”

“नाही. आम्ही तशीच हाक मारतो तिला. तिची आम्हाला बऱ्याच गोष्टीत मदत होते. तीच आम्हाला आमच्या कायदेशीर अधिकारांबद्दल वगैरे सांगते. जेव्हा कधी काही अडचण येते तेव्हा आम्ही तिच्याकडे जातो.”

ट्रॅव्हल एजन्सीसारख्या दिसणाऱ्या एका लहानशा ऑफिसपाशी तो थांबला. खिडकीवर बंगाली भाषेतली एक पाटी होती आणि त्यावर ढाक्याला जायच्या स्वस्त विमानांची घोषणा केलेली होती. दार उघडून रफी मला एका लहानशा खोलीत घेऊन गेला. एक टेबल, एक मॉनिटर आणि एक-दोन खुर्च्या त्या खोलीत पसरल्या होत्या.

आम्हाला बघितल्यावर टेबलाशी बसलेली बाई उठली. तिनं गडद रंगाचं ब्लाऊज आणि लांब स्कर्ट घातला होता. फुलाफुलांच्या स्कार्फनं डोकं झाकून घेतलं होतं. ती साधारण चाळीशीतली असेल. तांबूस पिंगट रंगाची त्वचा, वाटोळा खळीदार चेहेरा आणि मोठाले तपकिरी डोळे असं तिचं एकंदर रूप होतं.

तिची धारदार नजर रफीकडून माझ्यावर आणि माझ्याकडून पुन्हा रफीवर फिरली. *“कि होयेछे?”* तिनं बंगालीत विचारलं. “काय झालं?”

माझ्याइतकीच रफीचीही थोडक्यात सुटका झाल्याचं तेव्हा कुठे त्याला नीट जाणवलं असावं. प्लास्टरचा तो भलाथोरला ऐवज माझ्या डोक्यात पडला असता तर बरंच नाटक झालं असतं हे तेव्हा त्याच्या ध्यानात आलं असावं. त्याचा आवाज कापायला लागला. घडल्या प्रसंगाचं वर्णन करताना मध्ये मध्ये बऱ्याचदा त्याचा गळा दाटून येत होता.

लुबनानं त्याचं म्हणणं ऐकून घेतलं आणि त्याला कडक शब्दांत सुनावलं:

“जा आता परत कामावर... पुन्हा असली चूक झाली तर बघ! पुढल्या वेळेस इतका सहज सुटायचा नाहीस. *बुझला?* समजलं का?”

रफीनं मान डोलावली आणि मान खाली घालून तो बाहेर गेला.

लुबनानं मला थोडावेळ बसायची विनंती केली नसती तर मी ही निघालोच होतो. तिनं दाखवलेल्या खुर्चीत मी बसलो आणि ती माझ्याकडे तोंड करून टेबलापलिकडे बसली.

“फार भयंकर प्रकार झालाय हा.,” तिच्या लयबद्ध बंगालीत ती म्हणाली.

तिच्या आवाजात का कोण जाणे पण एकप्रकारचा उबदारपणा आणि आत्मीयता जाणवत होती. ह्यापूर्वी कोणत्याही अनोळखी माणसाला भेटून मला

असं वाटलं नव्हतं. तिच्या आवाजाच्या मोहिनीमुळे थोड्या वेळापूर्वी माझ्यावर स्वार झालेली अभद्र भावना नाहीशी होऊ लागली. घडल्या गोष्टीबद्दल लुबना माफी मागायला लागली तेव्हा मीच तिला धीर देऊ लागलो.

"छे, छे, त्यात तुमची काहीच चूक नाही."

"ते खरं," ती म्हणाली, "पण मला ह्या पोरांची जबाबदारी वाटते. ती तरी आणखी कोणाकडे जाणार ना. त्यांच्यापैकी काहीजण तर नुकतेच इकडे आलेत."

"बांग्लादेशातून?"

"हो."

"तुम्ही पण तिकडच्याच का?"

तिनं मान डोलावली. "तुम्ही?"

"माझा जन्म भारतातला," मी म्हणालो. "पण माझं कुटुंब मूळचं बांग्लादेशातलं. फाळणीनंतर जे हिंदू लोक देश सोडून गेले त्यातले आम्ही."

"बांग्लादेशात कुठे होतात?"

"माझ्या आईकडचे नातेवाईक ढाक्याचे आणि वडिलांचे मदारीपूर जिल्ह्यातले."

"मदारीपूर!" ती आनंदानं ओरडलीच. "मी ही तिकडचीच आहे!"

तिच्या आवाजात मला इतकं ओळखीचं काय वाटत होतं ते आत्ता माझ्या ध्यानात आलं.

"तुम्ही अगदीच माझ्या आजीसारख्या बोलता." मी म्हणालो. "आयुष्यभर ती मदारीपूरचीच बोली बोलायची. लहानपणी मी तिची नक्कल करायला बघायचो..."

एवढं बोलत असतानाही त्या बोलीभाषेतले हेल माझ्या बोलण्यात डोकावताना मला जाणवू लागले. इतकी वर्षं ते हेल आपल्या स्मृतीत जपून राहिलेले बघून मला भयंकर आश्चर्य वाटलं आणि मी सैरभैर झालो. इतका की, आपण कुठे आहोत ह्याची स्वतःला आठवण करून द्यायला मला खांद्यावरून मागे वळून खिडकीतून बाहेरच्या गल्लीकडे नजर टाकावी लागली. सुमारे अर्धशतकानंतर आपण व्हेनिसमध्ये ही बोलीभाषा बोलतोय ह्यावर माझा विश्वासच बसेना. मी कधीही न बघितलेल्या प्रदेशाची बोली. ज्या बोलीत मी फक्त माझ्या आजी-आजोबांशी बोलायचो ती बोली.

"तुम्ही आलायत कधी मदारीपूरला?" लुबनानं विचारलं.

"नाही, पण मी लहान असताना माझी आजी कायम सांगायची मदारीपूरच्या गोष्टी. अरियलखान नदीच्या आसपासच एका घरात लहानाची मोठी झाली ती."

लुबनाचा चेहेरा उजळला. "काय सांगता? खरंच?"

"हो. ती नेहमी सांगायची त्याबद्दल."

खाली वाकून तिनं एक खण उघडला.

"थांबा तुम्हाला काहीतरी दाखवते."

मिनिटभर शोधाशोध करून तिनं एक मोठं पाकीट बाहेर काढलं आणि त्यातून एक जुना फोटो बाहेर काढला.

"*देखून*... हे बघा!" ती म्हणाली. "हे माझ्या वडिलांचं घर. मी इथेच लहानाची मोठी झाले. आमचं गाव अरियलखान नदीला अगदी लागूनच होतं!"

फोटोतले रंग फिकट होऊन निळसर-जांभळ्या रंगाच्या एकाच छटेचे झाले होते. फोटो एका मोठ्या कुटुंबाचा होता. पत्र्याचं छत असलेल्या विटांच्या एकमजली घरासमोर सगळे उभे होते.

“गावात पक्कं घर असं सगळ्यात पहिलं आमचंच झालं.” लुबना म्हणाली. “हा फोटो काढला तेव्हा आम्ही नुकतेच तिथे राहायला आलो होतो. माझ्या बाबांचं स्वतःचं दुकान होतं आणि स्वतःची जमीन पण होती. आम्हाला सगळ्यांना त्यांनी शाळेत घातलं होतं. मी सगळ्यात मोठी...” एका हसऱ्या चेहेऱ्याच्या किशोरवयीन मुलीच्या फोटोवर बोट ठेवत ती म्हणाली, “आणि हा फोटो काढला तेव्हा नुकतंच माझं लग्न ठरलं होतं.”

तिनं पुन्हा एकदा फोटोवर बोट ठेवलं: “हा बघा, हा इथे आहे तो माझा नवरा, मुनीर. तेव्हा तो ढाक्यात राहात होता. त्याच्या घरचे लोक म्हणजे आमचे गावातले शेजारी. ते शेतकरी होते. अगदी साधी माणसं होती. मुनीर मात्र फार हुशार विद्यार्थी होता. त्याला ढाक्यात शिकण्यासाठी स्कॉलरशिप मिळाली होती.”

तिचं बोट आणखी एका चेहेऱ्यावर स्थिरावलं. “हे मुनीरचे वडील आणि ही छोटी मुलं आहेत ते त्याचे भाऊ. हे सगळेजण इकडे राहायचे.” तिनं मागे दिसणाऱ्या एका शाकारलेल्या खोपट्याकडे बोट दाखवलं.

आत्तापर्यंत ती मजेत जुन्या आठवणी काढत बोलत होती. सहसा जुन्या आठवणी काढताना माणसं जशी आनंदात बोलतात तसं तिचं बोलणं होतं. आता मात्र तिच्या चेहेऱ्यावर एक गडद छाया पसरली आणि आवाजात कडवटपणा आला.

“*शौप हया से!*” ती म्हणाली. “आता सगळं गेलं. ते घर, ती माणसं, पाण्यानं सगळं धुऊन नेलं.”

“काय झालं?”

“हा फोटो काढला त्यानंतर काही महिन्यातच *तुफान* नावाचं भयंकर चक्रीवादळ आलं. इतकं जबरदस्त वारं होतं की, घराचं छप्पर उडून गेलं. मग पाणी वाढायला लागलं. भिंतींच्या अर्ध्यापर्यंत पाणी आलं. झाडावर आसरा घेण्यापलिकडे आमच्याकडे दुसरा पर्यायच उरला नाही. कसंबसं माझ्या भावांनी आम्हाला सगळ्यांना फांद्यांवर चढवलं पण मग लक्षात आलं की, अख्खं झाड सापांनी भरलं होतं. आमच्यासारखेच तेही पाण्यापासून बचाव करायला झाडावर चढले होते. माझ्या भावांनी काठ्या घेऊन काही सापांना घालवून दिलं पण एकाला साप चावला. तो पुराच्या पाण्यात पडला आणि आम्हाला परत दिसलाच नाही. माझ्या एका भाचीलाही साप चावला. त्या दिवशी रात्री ती वारली.”

कसनुसा चेहेरा करत ती म्हणाली, “काय प्रसंग ओढवला होता तुम्हाला कल्पना नाही. त्या झाडावर बसून राहायचं. सोसाट्याचा वारा वाहात होता, खाली पाण्याला उधाण आलं होतं, वादळानं मरणार का साप चावून हे कळायला मार्ग नव्हता.”

तो फोटो अजून माझ्या हातातच होता. त्या दृश्याकडे बघता-बघता ते इतकं जिवंत वाटू लागलं की नंतर मला बघवेना. तिच्या घरातल्यांचे चेहेरे मला

दिसू लागले. खालून वाहणारं पाणी आणि झाडाच्या फांद्यावर बसलेले सापही दिसायला लागले.

"मुनीरच्या वडिलांनी वाचवलं आम्हाला." लुबना पुढे बोलू लागली. "बोट घेऊन त्यांनी आम्हाला बाहेर काढलं. त्यानंतर आता इथून पुढे गावात राहणं शक्य नाही हे आम्हाला कळून चुकलं. आम्ही जमीन विकली आणि खुलनाला गेलो. पुढे त्याच वर्षी माझं आणि मुनीरचं लग्न झालं. ढाक्यात राहून तीन वर्षं डिग्री मिळवण्यात वाया घालवण्यापेक्षा परदेशी जायचं त्यानं ठरवलं. त्या काळी ते सोपं होतं. पहिल्यांदा तो रशियाला गेला आणि मग बल्गेरिया, युगोस्लाव्हियामार्फत इटलीला आला. एकदा त्याची सगळी कागदपत्रं हातात आल्यावर त्यानं मला बोलावून घेतलं. त्याला आता जवळजवळ वीस वर्षं झाली."

"आता तुमचे यजमान काय करतात?"

नजर वळवत तिनं फोटो पुन्हा पाकिटात ठेवून दिला. मग खालच्या आवाजात ती म्हणाली: "मागच्या वर्षीच वारला तो."

"अरेरे!" मी म्हणालो. "वाईट झालं. काय झालं होतं म्हणून विचारलं तर काही हरकत नाही ना?"

"सिसिलीत होता तो... सगळं अगदी अचानक झालं. नक्की काय घडलं ते आम्हाला अजूनही कळलेलं नाही."

मी सहानुभूतीचे चार शब्द पुटपुटलो पण तिनं फारसं मनावर घेतलं नाही.

"असो," ओठ घट्ट मिटत ती म्हणाली. "मुनीरचा धाकटा भाऊ आलाय इथे. त्यामुळे आधीइतकं एकटं नाही वाटत आता मला. रफी ज्या बांधकाम कामगारांबरोबर काम करतो तिथेच तो ही आहे. आज कदाचित तुम्हाला दिसला असेल तो."

माझ्याकडे बघत ती ओठ घट्ट मिटून हसली. "ही पोरं फार लहान आहेत. गावाकडे आणि इथे आल्यावरसुद्धा त्यांना खूप अडचणीतून जावं लागलंय. तुम्हाला आज वाईट अनुभव आला असणार पण कृपा करून तुम्ही त्यांच्यावर राग धरू नका."

"छे, छे, मुळीच नाही." मी हसून म्हणालो. "नशीबानं काही इजा झाली नाही. उलट तुमची भेट घडली. हे अगदी उत्तमच झालं म्हणायचं."

एक भुवई उंचावत तिनं विचारलं, "अच्छा? का बरं?"

"सविस्तर सांगतो," मी म्हणालो, "मी व्हेनिसला आलोय ते एका मैत्रिणीला मदत करायला म्हणून. एक इटालियन मैत्रीण स्थलांतरित लोकांवर माहितीपट तयार करते आहे. त्यासाठी काही मुलाखती घ्यायच्या आहेत. तुम्ही आमची अशा लोकांशी भेट घालून द्याल ना?"

लुबनाच्या चेहेऱ्यावर वेगळीच छटा उमटली. "मला जरा विचार करावा लागेल," ती घुटमळत म्हणाली. "असल्या गोष्टी घडवून आणणं तितकं सोपं नाही. एकतर ह्या पोरांना एवढा वेळ मिळणं अवघड असतं. त्यातले बहुतेक सगळेजण दिवसभर वेगवेगळी कामं करत असतात. त्यांची झोपच कशीबशी पूर्ण होते. शिवाय

त्यातल्या काहींची अजून कमिटीबरोबरची बैठक व्हायची आहे. त्या बैठकीवरून त्यांचा कायदेशीर दर्जा ठरतो. दुर्दैवाची गोष्ट म्हणजे ह्यापूर्वी पत्रकारांशी बोललेल्या लोकांना पुढे जाऊन खूप अडचणी आल्यात. मिडियासमोर ते काहीही बोलले तरी त्याचा वापर त्यांच्याविरुद्ध होऊ शकतो. आलं ना लक्षात? शिवाय इतर अडचणी आहेतच. विनाकारण कुरापती काढणारे उजव्या विचारसरणीचे लोक कधीतरी टीव्हीवर काहीतरी बघतात आणि पेटून उठतात. आजकाल काय चाललंय तुम्हाला माहितेय ना... आम्हाला सगळ्यांनाच फार जपून राहावं लागतंय. नाहीतर पूर्वी मी मिडियातल्या लोकांना कायमच खूप मदत करायचे. आजकाल मात्र मी जरा सावध झालेय. एखाद्या पत्रकाराला मी चांगली ओळखत असेन तरच मदत करते..."

तिचा आवाज हळूहळू विरला. हाताची बोटं एकमेकांत गुंतवून आणि समोरच्या टेबलाकडे टक लावून बघत ती मूकपणे विचारात गढून बसून राहिली.

"दुसरीकडून बोलायचं तर," जणू स्वतःशीच वाद घालत असल्याप्रमाणे ती म्हणाली, "आमच्याकडे लपवण्यासारखं काहीच नाही. लोकांना आमच्या आयुष्याबद्दल कळलं तर कदाचित चांगलंच होईल. ते आमच्याकडे एखाद्या सामान्य माणसासारखं बघायला शिकतीलही. आमच्याही इतरांसारख्याच गरजा आहेत, इच्छा-आकांक्षा आहेत ते कळेल त्यांना."

काहीएक निर्णयाला येत ती गालातल्या गालात हसली. *"ठीक आहे,"* ती म्हणाली. "हरकत नाही. मी बोलते काही लोकांशी. त्यांना मुलाखत द्यायची इच्छा आहे का ते बघते. दरम्यान, तुम्हीसुद्धा आसपास विचारून बघाल? रफीपासूनच सुरुवात करता येईल तुम्हाला. शेवटी आज जे काही घडलंय त्याचा जास्त गाजावाजा न केल्याबद्दल तो ही तुमचं देणं लागतोच आहे."

कागदाच्या एका तुकड्यावर एक नंबर खरडून तो तिनं मला दिला. "चार वाजता रफी कामावरून सुटतो. त्यानंतर त्याला फोन करा पण जरा जपून हं."

"नक्कीच," मी म्हणालो. "काही काळजी करू नका. ही मुलं अडचणीत येऊ नयेत अशी तुमच्या इतकीच माझीही इच्छा आहे."

"गुड. माझ्याकडून आणखी काही मदत लागली तर जरूर सांगा."

"सांगेन ना!" उठता-उठता घाईघाईनं मी पुढे म्हणालो, "तुमच्याशी बोलून मला किती आनंद झालाय ते सांगणं अवघड आहे. लहानपणानंतर मी मदारीपूरची बोली कधी ऐकलीच नव्हती हो!"

ती हसली. "मग व्हेनिसमध्ये तुम्हाला फारच मजा येईल. आपल्या मदारीपूरची चिक्कार माणसं आहेत इथे."

"काही काय! खरंच?"

माझ्या कोपराला हलकासा स्पर्श करत ती म्हणाली, "या माझ्याबरोबर. तुम्हाला एक गंमत दाखवते."

आम्ही गल्लीच्या दुसऱ्या टोकापर्यंत चालत गेलो. तिथे ती गल्ली रिओ तेरा सॅन लिओनार्डो नावाच्या वर्दळीच्या रस्त्याला जाऊन मिळत होती. पर्यटकांनी आणि फेरीवाल्यांनी तो रस्ता गजबजून गेला होता.

"हे बघा इकडे... त्या तिकडे... आणि आणखी तिकडे सुद्धा," असं म्हणत तिनं आधी एका कॅफेतल्या एका वेटरकडे बोट दाखवलं, मग चेस्टनट विकणाऱ्या एका माणसाकडे आणि मग आईसक्रीमची गाडी हाकणाऱ्या आणखी एका माणसाकडे बोट दाखवलं. "पाहिलंत," अभिमानाच्या सुरात ती म्हणाली, "हे सगळे बंगाली आहेत आणि त्यातले बरेचसे मदारीपूरहून आलेत."

मी आता कान देऊन ऐकू लागलो आणि लवकरच आजूबाजूला ओळखीच्या शब्दांचे आणि आवाजांचे प्रतिध्वनि ऐकू येऊ लागले. रस्त्यावरून भटकत मी पुढे-मागे काही न बघता एकदम बंगालीत बोलायला सुरुवात करू लागलो. व्हेनिसमध्ये जाऊन असं काही करता येईल ही कल्पनाच मला अनोखी आणि चकित करणारी वाटत होती. बंगाली बोलणारी लोकसंख्या पुष्कळ असली, म्हणजे, जर्मन किंवा इटालियन बोलणाऱ्या लोकांपेक्षा दुपटीनं जास्त असली तरीही 'जागतिक भाषा' म्हणून मी माझ्या मातृभाषेचा कधीच विचार केला नव्हता. दूरदूरच्या देशांमध्ये बंगाली बोलणारा माणूस भेटला की मला सुखद आश्चर्य वाटायचं. मुळात असे प्रसंग फार दुर्मिळ असत हेच त्या आश्चर्यामागचं कारण होतं. सहसा बंगाली म्हणजे समोरच्याशी सलगी दाखवणारी भाषा, ज्यांना आपण आधीपासून ओळखतो त्यांच्याशी बोलायची भाषा हे गृहीतच धरलेलं असायचं. मी ज्या-ज्या बंगाली लोकांशी बोललो त्यांच्या चेहेऱ्यावरचे हावभाव बघून त्यांनाही तसंच वाटत असणार हे माझ्या ध्यानात येत होतं. आधी ते अविश्वासानं माझ्याकडे बघायचे. एखादा पर्यटकासारखा दिसणारा माणूस आपल्याशी बंगालीत बोलतोय हे त्यांना खरंच वाटायचं नाही. मग हळूच त्यांचे चेहेरे उजळून निघायचे आणि पूर्वापार चालत आलेल्या त्या प्रश्नानं आम्ही गप्पांना सुरुवात करायचो– "*देश कोय*– तुम्ही कुठल्या गावचे?"

बंगालीनं मला जे देणं दिलंय त्यातलं हे सर्वात अनपेक्षित देणं म्हणता येईल. माझ्या अस्तित्त्वाला संदर्भ मिळवून देण्याचं काम सर्वथा असंभाव्य वाटणाऱ्या ह्या शहरात बंगालीनं केलं. ते शहर म्हणजे – बानादिग, बंदूक, व्हेनिस.

रफी

*चीनता*चं घर *गैतो*पासून चालत दहा मिनिटांच्या अंतरावर होतं. दोन्ही गोष्टी एकाच *सिस्तिएरे* मध्ये - कान्नारेजिओत होत्या. *चीनता*ला हा भाग भारी आवडायचा. तिच्या घरातल्या आधीच्या अनेक पिढ्यांप्रमाणे तीही इथेच लहानाची मोठी झाली होती. तिच्या वडिलांच्या पूर्वजांना व्हेनेशियन साम्राज्याच्या पार पूर्वेच्या टोकाकडून पहिल्यांदा गुलाम म्हणून इथे आणलं. तेव्हापासून म्हणजे पंधराव्या शतकापासून ते कान्नारेजिओमध्येच स्थायिक झाले असा तिचा दावा होता. सामान्य माणसं राहतात तसं एखादं सामान्य शहर म्हणून व्हेनिस बघायचं असेल तर ते आता केवळ कान्नारेजिओमध्येच शक्य आहे असं मोठ्या अभिमानानं सांगायला तिला आवडायचं. पर्यटक किंवा तात्पुरत्या रहिवाशांपेक्षा स्थानिक लोक जास्त असलेला आता हाच एक प्रदेश राहिला होता.

*चीनता*चं आत्ताचं घर हे तिच्या जन्माच्या काही वर्षं आधी तिच्या आईनं केंटकीच्या पैशातून घेतलं होतं. एका इमारतीतल्या तिसऱ्या मजल्यावर ते होतं. इमारत साधीशीच असली तरी तिचं स्थान मात्र खास होतं. समोरच दिसणारं ग्रँड कॅनॉलचं भव्य दृश्य ही त्याची खासियत होती. प्रवेशद्वारातून आत आल्यानंतर लॉबीत एक मागे आणलेली गोदी होती, त्याला पायऱ्या होत्या आणि बोटी बांधण्याचे खांबही होते. त्यामुळे इमारतीत राहणाऱ्या लोकांना आपापल्या गोंडोलात जाऊन बसण्यासाठी इमारतीतून बाहेर पडण्याची आवश्यकता नव्हती.

बारा वर्षांपूर्वी मी *चीनता*च्या घरी राहिलो होतो तेव्हा ग्रँड कॅनॉलकडे तोंड करून असलेलं नक्षीदार प्रवेशद्वार हेच त्या इमारतीचं मुख्य प्रवेशद्वारही होतं. आता मात्र तसं राहिलं नव्हतं. आता बहुतेक वेळा लॉबीतली संगमरवरी फरशी पाण्याखालीच असायची. पाण्याची पातळी वाढायला लागली की, इमारतीचा *पोर्तिनाय्यो* - काळजीवाहू सेवक *मार्को पास्सारेल्ला* - लाकडाची एक फळी खाली टाकायचा, जेणेकरून इमारतीत राहणाऱ्या लोकांना पायातले शूज ओले न होता लॉबीतून बाहेर जाता यायचं. भरतीच्या वेळेस मात्र क्वचित गुडघ्यापर्यंत पाणी यायचं. तेव्हा तर ती *पास्सारेल्ला* सुद्धा पाण्यात वाहून जायची. एवढ्यात तर इतकं वारंवार पाणी भरत होतं की इमारतीतल्या लोकांनी पुढचं प्रवेशद्वार वापरणं जवळजवळ सोडूनच दिलं होतं. मागच्या बाजूच्या बंदिस्त बागेला असलेल्या एका लहानशा दरवाजातून ते आता ये-जा करायचे. एकेकाळी फक्त फेरीवाले त्या दरवाजाचा वापर करत.

*चीनता*चं अपार्टमेंट ग्रँड कॅनॉलच्या विरुद्ध बाजूला तोंड करून होतं. तिथून बाहेर बघितल्यावर इमारतीचं मागचं अंगण दिसायचं. तिथे वेलींचं आणि भिंतींवर चढलेल्या गुलाबांचं नुसतं जाळं पसरलं होतं. त्यापलिकडे नागमोडी गल्ल्या आणि तांबड्या कौलारू घरांची दाटी दिसायची. एखाद-दिवस हवा स्वच्छ असेल तर दूर अंतरावर बर्फानं आच्छादलेल्या डोलोमाईट पर्वतरांगा आणि त्यांची शिखरं दिसायची. अपार्टमेंटमधून ग्रँड कॅनॉल दिसत नसला तरी जवळ सान *मार्को*लाला असलेल्या थांब्यावरून येणारे फेरीबोटींचे आवाज स्वयंपाकघराच्या खिडकीतून ऐकू यायचे.

मागच्या वेळेस मी आलो तेव्हापासून आत्तापर्यंत अपार्टमेंटमध्ये काहीही बदल झाले नव्हते. तेव्हाही त्या घराची माझ्यावर फार मोठी छाप पडली होती आणि आत्ताही तसंच झालं. मला वास्तव्य करायला मिळालेली ती एकमेव अशी जागा असेल जी अक्षरशः जिवंत वाटावी. त्याचं एक कारण म्हणजे ती इमारत जमिनीवर किंवा एखाद्या खडकावर उभी नसून व्हेनिसमधल्या एका खाडीवर उभी होती. खाडीचा हा भाग कालानुरूप जागेवरून हलतो आणि त्यावर बांधलेल्या इमारतींची ठेवण दरवेळेस किंचित बदलत जाते. त्याचाच परिणाम होऊन *चीनता*च्या अपार्टमेंटमधल्या टेराइझोच्या फरशीला वळ्या पडल्या होत्या आणि काही दरवाजांच्या चौकटी इतक्या वेड्यावाकड्या झाल्या होत्या की, दारं बंद करणं अशक्य होऊन बसलं होतं. ते घर इतकं जिवंत होतं की त्याची स्वतःची अशी एक भाषासुद्धा होती. घराच्या कोपऱ्या-कोपऱ्यातून ऐकू येणारी करकर, कण्हल्यासारखे आणि सुस्कारे टाकल्यासारखे येणारे आवाज जणू त्याचे बदलते रागरंग व्यक्त करत असत.

अपार्टमेंटच्या बाह्यरुपातला हा जिवंतपणा *चीनता*नं घरातही ओतला होता. घराचा आत्मा सर्वस्वी तिचाच होता. तुर्की गालिच्यांनी आणि विणलेल्या रगांनी मढलेल्या आरामखुर्च्या उंच खिडक्यांमधून दिसणाऱ्या दृश्याचा आणि तिथून वाहत येणाऱ्या वाऱ्यांचा आस्वाद घेता येईल अशा रितीनं ठेवल्या होत्या. कोपऱ्यांमध्ये, कोनाड्यात ठेवलेल्या गुबगुबीत खुर्च्या बघणाऱ्याला आमंत्रण देत असत. त्यांच्या शेजारीच कोरीव काम केलेली नक्षीदार टेबलं चहाच्या कपाची किंवा वाईनच्या ग्लासची वाट बघत उभी असत. शिवाय नजर जाईल तिथे पुस्तकं दिसत. कुठे उंच-उंच कपाटात दाटीवाटीनं ठेवलेली, तर कुठे टेबलांवर ढीग लावून रचलेली, कुठे एखाद्या कोनाड्यात रचलेली तर कुठे भिंतीला टेकून ढीग केलेली अशी पुस्तकंच पुस्तकं.

त्यातल्याच एका कपाटात मला जेम्सच्या *ॲस्पर्न पेपर्सची* आवृत्ती दिसली आणि मी चटकन तिकडे ओढला गेलो. *गैतो*मधून परत आल्यावर ते वाचून संपवायचा माझा बेत होता. आता मात्र ते हातात घेतल्यावर पुढे वाचणं मला कठीण जाऊ लागलं. ती कादंबरी एका वेगळ्याच कालखंडातली होती हे तर झालंच. शिवाय त्यात जे व्हेनिस दाखवलं होतं तिथे मदारीपूरच्या आठवणी जाग्या होतील किंवा सुंदरबनातल्या कोणाशी तरी परत भेट होईल असं काही मिळणं

अशक्य होतं. आज मला भेटलेलं व्हेनिस द *ॲस्पर्न पेपर्स*च्या आधीच्या काळातलं होतं. आज भेटलेल्या व्हेनिसचा आत्मा सतराव्या शतकात बंदुकीच्या व्यापाऱ्यानं पाहिलेल्या शहराशी जास्त मिळताजुळता होता. त्यातला काळच वेगळा होता. काही अनाकलनीय शक्ती सबंध पृथ्वी ढवळून काढत होत्या. फरक एवढाच की, आता त्यांचा जोर अधिकच वाढला होता. जणू आपल्या पृथ्वीच्या भ्रमणाचा वेग वाढला असावा. त्याबरोबरीनं सर्व सजीव गोष्टी अविरत वेगानं फिरत होत्या. त्यामुळे बाहेरून दिसायला ते ठिकाण तसंच दिसत असलं तरी त्याचा गाभा मात्र वेगळ्याच काळात आणि अवकाशात फेकला गेला होता.

द *ॲस्पर्न पेपर्स* बंद केल्यावर माझी नजर टेबलावर ठेवलेल्या दुसऱ्या एका पुस्तकाकडे गेली. ते एखादं लहान मुलांचं जुनं गोष्टीचं पुस्तक वाटत होतं आणि नक्कीच भारतातल्या एखाद्या ठिकाणाच्या पार्श्वभूमीवर होतं. पुस्तकाच्या मुखपृष्ठावर काही पागोटंवाल्या माणसांचा पाठलाग करणाऱ्या वाघाचं चित्र होतं. पुस्तकाचं नाव होतं – *काळ्या जंगलाचं गूढ*. मागच्या पानावर पाहिलं तर काय आश्चर्य! ते पुस्तक सुंदरबनावर होतं असं दिसलं.

*चीनता*नं मागे सांगितलेलं ते हेच पुस्तक असावं असा मी कयास बांधला. ही प्रत कदाचित तिच्या मुलीची असावी. पुस्तक उघडल्यावर माझा अंदाज खरा निघालेला दिसला. पहिल्या पानावर शाईनं '*लूचीआ*' असं नाव लिहिलं होतं.

पुस्तक मिटून मी आजूबाजूच्या कपाटांकडे नजर टाकली आणि ते कुठल्या कपाटातलं असावं ते चटकन शोधून काढलं. तशाच प्रकारचं कव्हर असलेल्या काही पुस्तकांच्या कप्प्यात एक रिकामी जागा होती. उठून मी ते पुस्तक तिथे ठेवणार तेवढ्यात माझा फोन वाजला.

पलिकडे *चीनता* होती. "चाओ कारो! झालास का सेटल?"

"हो हो. थँक्स. अगदी आरामात आहे मी इथे."

"गुड. काय करतोयस?"

"आत्ता मी हे *काळ्या जंगलाचं गूढ* नावाचं पुस्तक बघत होतो..." मी म्हणालो.

"अरे हो की!" *चीनता* ओरडली. "*सालगारी*नं लिहिलेलं! *लूचीआ*ला फार आवडायचं ते पुस्तक. म्हणायची, मला स्वप्नात सुंदरबन दिसतं म्हणून."

"अरे हां, सुंदरबनावरून आठवलं," मी म्हणालो, "आज एक अगदी विचित्र प्रकारची भेट झाली... तिकडच्या एका माणसाशी."

"*सुल सेरिओ?* काय झालं?"

मी तिला *गैतो*त घडलेल्या त्या प्रसंगाबद्दल आणि रफीच्या भेटीबद्दल सांगितलं. आश्चर्य म्हणजे त्यावर काळजी व्यक्त न करता ती चक्क हसायला लागली.

"ती काही गंमत नव्हती गं!" मी निषेध नोंदवला. "मला चांगलंच लागलं असतं."

"पण नाही लागलं ना? बंदुकीचा व्यापारी तुझ्यावर नजर ठेवून आहे म्हणायचा."

"म्हणजे काय?"

"सोड ते. काळजी घे. भेटूच आपण लवकर."

आमचा फोन संपला तेवढ्यात मला एक मेसेज आला. *जीजा*नं पाठवला होता. “मध्येच एक काम आलंय. मी नंतर फोन करते. व्हेनिसमध्ये सगळं ठीक ना? मुलाखत देणारे कोणी भेटले तर मला कळवा. चाओ!”

खिशात फोन परत ठेवता-ठेवता माझ्या बोटांना एका कागदाच्या तुकड्याचा स्पर्श झाला. तो कागद बाहेर काढून बघितला तर त्यावर रफीचा नंबर होता. मी त्याला फोन करायचं ठरवलं.

थोडावेळ घंटा वाजल्यानंतर रफीनं फोन उचलला आणि इटालियनमध्ये विचारलं, *“प्रोन्तो?”*

मी बंगालीत म्हणालो: “*आमी बोलछी*... दीनानाथ दत्त बोलतोय.”

त्याचा आवाज ताठर झाला. “तुम्हाला माझा नंबर कसा मिळाला?”

“लुबनानं दिला.”

त्यानं वैतागून कसलासा आवाज केला. “*कि छाय?* काय हवंय? का फोन केलात मला?”

“मला तुला काही विचारायचं आहे.”

हे ऐकून तो जरा गप्प झाला असावा. तो पुन्हा बोलायला लागला तेव्हा त्याचा आवाज अधिकच सावध आणि चक्क चिंताग्रस्त वाटत होता. “काय विचारायचंय तुम्हाला?”

त्याचा नूर अचानक बदललेला बघून मी कोड्यात पडलो. “भेटल्यावर सांगेन,” मी म्हणालो. “कधी वेळ असेल तुला?”

थोडावेळ विचार करून तो म्हणाला, “आत्ता आहे वेळ. म्हणजे मी कामावरच आहे पण आत्ता गिऱ्हाईक नाही माझ्याकडे. तुम्ही इथे आलात तर आपल्याला बोलता येईल.”

“कुठे आहेस तू?”

“सान *मार्को*लाजवळ. आईस्क्रीम विकतोय. फेरीबोटीच्या स्टॉपसमोरचं चर्च माहितेय? त्याच्या पलिकडच्या बाजूला आहे मी. त्या बाजूनं आलात की मी दिसेन.”

“मी सान *मार्को*लापासून अगदीच जवळ आहे. लगेच पोहोचतो.”

मागच्या अंगणात पाऊल टाकल्यावर हवा बदललेली बघून मला आश्चर्य वाटलं. आकाश काळवंडलं होतं, शहरावर गारठ्याची एक लाट जाणवत होती आणि ग्रँड कॅनॉलवरून दाट, कुंद धुक्याची दुलई पसरत चालली होती.

मागचं दार उघडलं तर शेजारच्या गल्लीत काही फुटांवरचंही दिसत नव्हतं. सॅन *मार्को*लाचं चर्च उजवीकडे कुठेतरी असल्याचं मला ठाऊक होतं. मी धडपडत गल्लीच्या कडेकडेनं त्या दिशेला निघालो.

चर्चेच्या भिंतीपाशी पोहोचल्यावर मी थांबून आजूबाजूला बघितलं. रफी कुठे दिसेना. तो आसपासच असणं अपेक्षित होतं. मग मला त्याचा आवाज ऐकू आला: “एइजे... मी इकडे आहे.”

तो माझ्या मागेच भिंतीला टेकून उभा होता. समोर हातगाडी होती. त्याच्या अंगातला प्लॅस्टिकचा विंडचिटर चेन लावून बंद केला होता. डोक्यावरून एक स्कार्फ घेऊन त्यानं त्याची गाठ हनुवटीखाली बांधली होती. बंगाली 'मफलर' सारखे त्यानं त्या स्कार्फनं डोकं आणि कान झाकून घेतले होते. स्कार्फ डोक्यावरून एखाद्या बॉनेटसारखा पुढे आला होता आणि त्यामुळे रफीचा चेहेरा झाकला गेला होता.

त्या हातगाडीपाशी गेल्यावर तो तिथे का थांबला असेल ते मला कळलं. ते ठिकाण एखाद्या चौकासारखं होतं. अनेक गल्ल्या तिथे येऊन मिळत होत्या. रिओ तेरा सान लिओनार्दोला जाऊन मिळणारी एक नागमोडी वाटही त्यात होती. हवा चांगली असती तर हा भाग आत्ता पर्यटकांनी गजबजलेला दिसला असता. धुक्यामुळे मात्र अगदी थोडे भटके लोक काळोखातल्या ढगांप्रमाणे उदासवाणे होऊन तिथे फिरत होते.

"ह्या असल्या हवेत कोण आईस्क्रीम घेणार?" रफी खिन्न होत म्हणाला.

"कोणीच नाही," मी म्हणालो, "थांबवत का नाहीस आजचं काम?"

माझी कीव केल्याच्या आविर्भावात त्यानं माझ्याकडे पाहिलं. "म्हणजे मालकाला मला पैसे न द्यायचं आयतंच कारण मिळेल," काहीसा विचार करून तो पुढे म्हणाला: "तसाही तो मला पैसे देणारच नाही म्हणा पण मला त्याच्या हातात आयतंच कोलीत द्यायचं नाहीये."

माझ्या नजरेला नजर भिडवत तो कपाळाला आठ्या घालत म्हणाला, "काय बोलायचं होतं तुम्हाला?" काहीसं चाचपडतच त्यानं हा प्रश्न विचारला. जणू तो कसलातरी अंदाज घेत असावा.

"फार भयंकर काही नाही," मी म्हणालो, "तू व्हेनिसला कसा येऊन पोहोचलास ते माहीत करून घ्यायचं होतं मला."

"त्याची तुम्हाला का इतकी पंचाईत?"

एकंदर उद्धट वाटेल इतक्या तुटक स्वरात तो हे बोलला असला तरी प्रत्यक्षात त्याला हायसंच वाटलं असावं असा मला भास झाला. त्याला दुसऱ्याच कोणत्यातरी अधिक कठीण प्रश्नाची अपेक्षा असावी असं वाटलं.

मी *जीजा*च्या माहितीपटाविषयी सांगायला लागलो तर एखाद-दोन वाक्यांनंतर रफीनं मला थांबवलं. "नाही, मला नाही करायचं हे. दुसऱ्या कोणालातरी विचारा."

"ठीक आहे" मी म्हणालो, "तू केलंच पाहिजेस असं काही नाही पण 'का' ते विचारू?"

त्यानं काहीसं उडवून लावल्यासारखे हातवारे केले. "मला वैताग आलाय. लोक येतात आणि प्रश्न विचारतात, 'तुझा दलाल कोण होता? त्याचं नाव काय होतं? तुला सीमारेषा ओलांडायला कोणी मदत केली?' नाहीतर 'कोण कुठल्या मशिदीत जातो? तिथे काय म्हणतात?' हे तरी त्यांना हवं असतं. तुमच्याकडून जिहादींची खबरबात काढायला ठेवलेले ते पोलिसांचे हस्तक आहेत का शत्रूपक्षातले लोक तुम्हाला पोलिसांच्या तावडीत देऊ बघतायत ते कळणं अवघड असतं. शिवाय कुणी सांगावं, एखादा माणूस ह्या दोन्ही कामांसाठी आलेला असू शकतो..."

अचानक बोलणं थांबवत रफी ओरडला आणि त्यानं खांद्यावरून काहीतरी झटकलं. क्षणभरानं त्यानं माझ्या अंगावर धाव घेतली आणि माझा दंड पकडून जोरानं हलवला.

"माकोर्शा!" तो म्हणाला. "कोळी होता एक... माझ्या अंगावरून तुमच्या अंगावर उडी मारली त्यानं. ते बघा तिकडे." त्यानं जमिनीकडे बोट दाखवलं आणि मला एक मोठ्ठा थोरला, लांब पायांचा कोळी सावलीत पळून जाताना दिसला.

रफीनं पुन्हा एकदा माझ्याकडे बघितलं आणि हळूहळू त्याचे डोळे विस्फारू लागले.

"काय झालं?" मी विचारलं. "माझ्याकडे असा का बघतोयस?"

तंद्रीतून बाहेर येत असल्यासारखी त्यानं मान हलवली. "काही नाही... इथले कोळी फार भयंकर असतात... काळजी घ्या."

तो जे बोलला त्यापेक्षा तो जसं बोलला त्यानं मी कोड्यात पडलो. "तुला नक्की काय म्हणायचंय?"

"ते एवढं महत्त्वाचं नाही."

"तरीही सांग मला."

"मला काहीतरी आठवलं इतकंच," काहीशा नाईलाजानं तो म्हणाला, "त्या गोष्टीतलं काहीतरी... बंदुकीच्या व्यापाऱ्याची गोष्ट आठवतेय ना?"

"काय आठवलं तुला? सांग की."

त्यानं मला वरपासून खालपर्यंत न्याहाळलं आणि मग उर्मटपणे माझ्याकडे बघत तो म्हणाला, "का सांगू? तुम्हाला भेटलो त्या दिवसापासून तुमच्या प्रश्नांना उत्तरं देतोय मी. त्या दिवशी धामात भेटलो तेव्हापासून आणि त्या बदल्यात तुम्ही काय केलंय माझ्यासाठी? काही नाही! आता मला नको का तुमच्याकडून काहीतरी मिळायला? तुम्ही तर एखाद्या मालदार पर्यटकासारखे वागताय... तुमच्याकडे पुष्कळ पैसा असणार."

"अच्छा, तुला पैसे हवेत तर?" मी खिशातून पाकीट बाहेर काढलं, "किती हवेत?"

त्यानं माझ्या हातातून पाकीट हिसकावून घेतलं आणि आत नजर टाकली. आदल्या दिवशीच मी तीनशे युरो काढले होते आणि त्यातून फारसे काही खर्चही केले नव्हते.

रफीनं पन्नास-पन्नास युरोच्या चार नोटा काढल्या आणि वर धरल्या. "समजा मी हे घेतले तर?"

"इतके?"

"तुम्ही माझं एवढं तरी देणं लागता असं वाटत नाही तुम्हाला?"

"हं, ठीक आहे." मी म्हणालो. "घे. पण मग मला गोष्ट सांगशील ना?"

"हो," नोटा खिशात कोंबत त्यानं माझं पाकीट मला परत केलं. "तिकडे धामात मी तुम्हाला एक फरशी दाखवली होती ती आठवतेय? त्यावर आडव्या-उभ्या एकमेकांना छेदून जाणाऱ्या रेषा होत्या?"

स्वतःचा फोन बाहेर काढून त्यानं कसलं तरी ॲप उघडलं आणि एकमेकींना मध्ये छेदणाऱ्या चार रेषा काढल्या. युनियन जॅकवरच्या चिन्हासारख्या. मध्यभागी त्यानं एक बारीक ठिपका दिला.

"हे असं एक चिन्ह बघितल्याचं आठवतंय?"

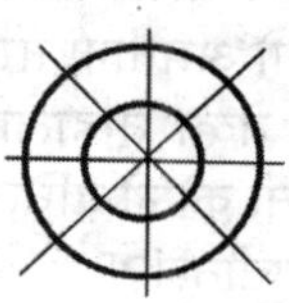

"हो," मी म्हणालो, "आठवतेय मला ती फरशी पण तिचा कोळ्यांशी काय संबंध?"

"कोळ्याला किती पाय असतात?"

"आठ?"

त्यानं त्याच्या हातातला फोन माझ्या हातात कोंबला आणि नुकत्याच काढलेल्या आकृतीकडे बोट दाखवलं.

"आता ह्या मधल्या ठिपक्यातून किती रेषा बाहेर येताना दिसतायत तुम्हाला?"

मी त्या रेषांकडे टक लावून बघत राहिलो. "आठ?"

"आलं ना लक्षात..."

"पण कोळ्यांचा बंदुकीच्या व्यापाऱ्याशी काय संबंध?"

"काही कोळी विषारी असतात, हो ना? सापांसारखेच?"

"अच्छा, आलं लक्षात तू काय म्हणतोयस ते. म्हणजे ते ही मनसा देवीनं पाठवलेले प्राणी असतील?"

खांदे उडवत तो बाजूला वळला.

"सांग ना रफी," मी म्हणालो, "तुला नक्की काय म्हणायचंय?"

त्यानं माझ्याकडे एक नजर टाकली. "आत्ता एवढ्यात मला त्या गोष्टीतला थोडा भाग आठवला. माझे आजोबा सांगायचे तसा."

"काय? सांग ना."

"त्यात असं आहे: तो व्यापारी बंदूकद्वीपला पोहोचतो तेव्हा त्याला असं वाटतं की, आता इथे आपल्याला कसलाही धोका नाही. एकही साप आपल्यापर्यंत येऊ शकणार नाही. एक दिवस मात्र त्याला एका पुस्तकात मनसा देवीचा चेहेरा दिसतो आणि हा कसलातरी इशारा असल्याचं त्याच्या ध्यानात येतं. दुसऱ्या दिवशी भयंकर घाबरून तो त्याच्या मित्राला इलीयास नखुडाला सांगतो की, मला बंदूकद्वीपावरच्या सगळ्यात सुरक्षित ठिकाणी आजची रात्र काढायची आहे. असं ठिकाण जिथे कोणताही प्राणी मला शोधू शकणार नाही. बेटावरची अशी सर्वात सुरक्षित जागा म्हणजे बंदुका ठेवलेलं दालन. ते दालन लोखंडापासून बांधलेलं असतं. नखुडा इलीयास त्याला तिकडे घेऊन जातो आणि त्याला इथे कसलाच

धोका नाही असं वाटून सगळ्या बंदुकांबरोबर तिथे बंद करून ठेवतो. सकाळी बघायला जातो तर बंदुकीचा व्यापारी भयंकर आजारी झालेला असतो. त्याला एक विषारी कोळी चावलेला असतो! तेव्हा मग त्या व्यापाऱ्याच्या लक्षात येतं की इथून पुढे आपल्याला बंदूकद्वीपावर राहता येणार नाही."

मी 'आ' वासला. "पण तू तर मला गोष्टीतला हा भाग कधी सांगितलाच नाहीस. आपण तिथे स्मारकापाशी असताना तर नाहीच."

रफीनं मान डोलावली. "मी तेव्हा तुम्हाला सांगितलं नाही कारण तेव्हा हे माझ्या डोक्यात नव्हतंच. आत्ता तो कोळी बघितल्यावर मला हे आठवलं."

"आणखी काय आठवतंय गोष्टीतलं?"

"तेवढंच. आणखी काही नाही."

"नक्की?"

पण रफीचं आता माझ्या बोलण्याकडे लक्ष नव्हतं. त्याची नजर आता माझ्या चेहेऱ्यावरून हटून माझ्या मागच्या अरुंद, नागमोडी गल्लीकडे वळली होती. तो दचकला आणि भानावर येत असल्याप्रमाणे त्यानं डोक्याला एक झटका दिला. मग आवाज खाली करत तो कुजबुजत्या सुरात म्हणाला: "तुम्ही आता निघालेलं बरं."

"का?"

"ते विचारू नका. जा तुम्ही."

"ठीक आहे."

मी जायला वळलो तेव्हा सहज खांद्यावरून मागे वळून बघितलं. एव्हाना धुकं विरळ झालं होतं. त्या गल्लीतून एक माणूस आमच्याच दिशेला येताना मला दिसला. त्यानं हिरव्या रंगाची बेसबॉलची टोपी घातली होती. त्याचा चेहेरा काही मला दिसेना. कसली तरी सुरसुरी येऊन मी उलटा वळलो आणि त्याच्या दिशेनं चालायला लागलो.

एव्हाना आणखी काही पर्यटक दिसायला लागले होते. मी त्या माणसाला ओलांडून पुढे गेलो तेव्हा आमच्यामध्ये आणखी काही माणसं होती. तरीही मला मात्र त्याची नजर माझ्यावर फिरताना जाणवली. काही काळ आमच्या नजरा एकमेकांना भिडल्या. तो एक उंच, सावळ्या रंगाचा युरोपियन माणूस दिसत होता. त्याची जिवणी रुंद होती आणि त्यावर दाढीची खुंटं वाढलेली दिसत होती.

गल्लीच्या दुसऱ्या टोकाला पोहोचल्यावर मी हळूच मागे वळून पाहिलं.

तो माणूस आईस्क्रीमच्या गाडीवर ओणवा होऊन उभा होता. धमकी देण्याच्या आविर्भावात त्यानं रफीच्या अगदी जवळ चेहेरा नेला होता. आपलं एक बोट तो त्या पोराच्या छातीत खुपसत असल्याचं दृश्य मी कोपऱ्यावर वळता-वळता टिपलं.

*चीनता*च्या घरात पाय ठेवल्या-ठेवल्या माझा फोन वाजायला लागला.

*जीजा*चा रोमवरून फोन होता.

"दिनो ऐका नं, आय ॲम व्हेरी, व्हेरी, व्हेरी सॉरी," नेहमीप्रमाणेच श्वासही न घेता ती घाईघाईनं म्हणाली.

"*मि दिस्पियासे मोल्तो, मोल्तो, मोल्तो...* पण मला आणखी काही दिवस व्हेनिसला नाही येता येणार. माझं येणं पुढे ढकलावं लागतंय... इकडे काही गोष्टी झाल्यात आणि मला आणखी काही दिवस रोममध्ये राहावं लागेल."

पुढे जाऊन तिनं एक मोठी बातमी आल्याचं सांगितलं: भूमध्य समुद्राच्या पूर्वेकडच्या भागात निर्वासितांनी भरलेली एक बोट सापडली होती. ते सिसिलीच्या दिशेला निघाले असावेत असा अंदाज होता. त्या बोटीमुळे चांगलाच पेचप्रसंग उद्भवला होता. रोममध्ये नुकतंच उजव्या विचारसरणीचं सरकार सत्तेवर आलं होतं. निवडणुकीचा प्रचार करताना त्यांचा स्थलांतरितांना विरोध करण्याच्या मुद्द्यावर भर होता. त्या सरकारमधल्या कट्टर विचारसरणीच्या गृहमंत्र्यांनी 'काय वाट्टेल ते झालं तरी निर्वासितांना इटलीत पाय ठेवू देणार नाही' अशी घोषणा केली होती. हे धोरण राबवल्यामुळे निर्वासित लोकांना यशस्वीपणे अटकाव करता येईल असा त्यांचा दावा होता. इटलीच्या दिशेनं येणारी गेल्या काही काळातली निर्वासितांची ही पहिलीच बोट होती आणि तिला रोखण्याचा मंत्र्यांचा ठाम इरादा होता. गरज पडल्यास नौदल तैनात करण्याची धमकीही त्यांनी दिली होती.

"कुठले आहेत हे निर्वासित?"

"बहुधा मिश्र गट असावेत. एरिट्रीयन्स, इजिप्शियन्स, इथिओपियन्स, सुदानी आणि कदाचित काही बंगाली लोकही असतील. इजिप्तवरून येणाऱ्या बोटीत असेच गट बघायला मिळतात."

"म्हणजे बोट इजिप्तवरून आलीये?"

"*सि.* आता ह्यावेळेस ती दुसरीकडून कुठून येऊच शकत नाही."

*जीजा*च्या म्हणण्याप्रमाणे मागच्या एका वर्षात युरोपीय महासंघानं स्थलांतरितांचे नेहमीचे बहुतेक सगळे मार्ग बंद करून टाकले होते. ग्रीस, टर्की, मोरोक्को आणि चक्क लिबियामधून येणारे सुद्धा. तस्कर मात्र त्याहीपेक्षा हुशार होते आणि दरवेळेस ते निर्वासितांना आणायची नवनवीन ठिकाणं शोधून काढायचे. सध्या त्यासाठी इजिप्त हे त्यांचं ठरलेलं ठिकाण होतं. अगदी नेमकं सांगायचं तर सिनाई द्वीपकल्प हे ते ठिकाण.

"सिनाई!" कडवटपणे किंचित उपहासाच्या सुरात *जीजा* म्हणाली. "मोझेसला जिथे दहा ईश्वरी आज्ञा मिळाल्या ते ठिकाण! खूप वर्षांपूर्वी मी एकदा तिथे सुट्टीसाठी गेले होते तेव्हा सेंट कॅथरीनच्या मठात गेल्याचं आठवतंय. सिनाई तेव्हा इतकं सुंदर आणि शांत होतं ना! आता मात्र ते जगातलं सगळ्यात धोकादायक ठिकाण झालंय, निदान *ग्लि इमिग्रांतेच्या* दृष्टीनं तरी."

"का? धोकादायक का?"

"मी ज्या निर्वासित लोकांच्या मुलाखती घेतल्यात त्यांच्याकडून जेवढं कळलंय तेवढं सांगते. त्या सगळ्यांचं असं म्हणणं आहे की, सिनाई अगदी जंगली भाग आहे. लिबियापेक्षा जास्त. त्यावर कोणाचंही नियंत्रण नाही आणि तिथे राहणाऱ्या

टोळ्यांचं कैरोच्या सरकारशी वाकडं आहे. त्यांचे पैसे कमवायचे मार्ग म्हणजे तस्करी करणं. पूर्वी त्यांनी ड्रग्स, शस्त्रास्त्रं आणि अशाच काही गोष्टींची तस्करी केलीये. आता मात्र माणसांची तस्करी करणं जास्त फायदेशीर आणि सोपंही झालंय. त्याचं कारण असं की, त्यांचे सहारातल्या टोळ्यांशी लागेबांधे आहेत. त्या टोळ्या ह्यांना एरिट्रीया, इथिओपिया, सोमालिया आणि दक्षिण सुदानमधून, थोडक्यात जिथून जिथून माणसं निघून जातायत तिथून निर्वासितांचा पुरवठा करतात. सिनाईला पोहोचल्यावर त्या निर्वासितांना मोठमोठ्या गोदामात ठेवलं जातं. त्यांना 'संपर्क केंद्र' म्हणतात. त्यानंतर युरोपात येण्यासाठी त्यांना आणखी पैसे द्यावे लागतात. सीमा ओलांडता यावी म्हणून. *कापिस्की?*"

"हो."

"मी त्या निर्वासितांकडून असं ऐकलंय की, सिनाईच्या 'संपर्क केंद्रात' शस्त्रक्रियेसाठी खास खोल्या आहेत. त्या खोल्या एकदम आधुनिक आहेत, अत्याधुनिक यंत्रणेनं सुसज्ज आहेत. अगदी सौरऊर्जेवर चालणाऱ्या रेफ्रीजरेशन युनिट्स सकट. ज्यांना खंडणी देणं शक्य नसतं त्यांना बेशुद्ध करण्यासाठी ड्रग्ज दिली जातात. मग ह्या शस्त्रक्रियेच्या खोलीत नेऊन त्यांचा एखादा अवयव काढला जातो. सहसा किडनीच. मग ते अवयव विकले जातात. तेही बहुतेक करून युरोपियन लोकांनाच."

मी थक्क झालो. "केवढं भयंकर आहे हे सगळं!"

*जीजा*नं एक सुस्कारा सोडला. "हो ना... ऐकून फार भयानक वाटतं सगळं. गुलामांच्या व्यापारातले सर्वात भयंकर प्रकार आहेत हे."

"तर काय!"

"हे सगळं फार क्रूर, राक्षसी वाटतं नाही?"

"हो ना."

"पण इथे इटलीतसुद्धा अनेक लोक त्याकडे साफ काणाडोळा करतात. सबंध युरोपभर आता स्थलांतराचा प्रश्न हा राजकारणातला एकमेव महत्त्वाचा प्रश्न झालाय. जिला सध्या ब्लू बोट म्हणतायत ती ही बोट तो प्रश्न आता ऐरणीवर आणू शकते. माझ्या माहितीपटासाठी ते फार फार महत्त्वाचं असेल. तेव्हा काय होतंय ते बघायला आणखी काही दिवस मला रोममध्ये राहणं भाग आहे. येतंय ना तुमच्या लक्षात?"

"अर्थातच."

"ग्राझ्झि, ग्राझ्झि दिनो. अ प्रेस्तो!"

हाराकिरी

त्या रात्री मला झोप लागेना. पायाशी आदळलेला तो बांधकामाचा तुकडा, सापांनी भरलेल्या झाडांवर चढून पुरापासून सुटका करून घेऊ पाहणारी माणसं, क्रूर राक्षसांचं भक्ष्य झालेले सिनाईमधले निर्वासित अशा कसल्या-कसल्या क्लेशदायक प्रतिमा डोक्यात पिंगा घालत होत्या.

मध्यरात्र उलटल्यावर मी झोपेचा नाद सोडून दिला आणि फोन उचलून त्यातलं ईमेलचं ॲप उघडून काही आलंय का ते बघू लागलो. फक्त एकच ईमेल आली होती आणि आश्चर्य म्हणजे ती पियाची होती. आत्ता ती भारतात होती आणि तिला जमेल तितक्या लवकर माझ्याशी फोनवर बोलायचं होतं.

मी घड्याळात पाहिलं. इटलीत पहाटेचे ४.३० वाजले होते, म्हणजे भारतात सकाळचे ७.३०. इंटरनेट टेलिफोनी सर्व्हिस वापरून मी तिचा भारतातला मोबाईल नंबर फिरवला आणि तिनं अगदी ताबडतोब तो उचलला. ती काहीशी आश्चर्यचकित झाल्यासारखी वाटत होती.

"डीन? थँक्स फॉर कॉलिंग. तू आणखी काही वेळ तरी फोन करशील असं वाटलं नव्हतं मला."

"हो? का बरं?"

"अं... तू व्हेनिसला आहेस ना? अजून तिकडे पहाटच असेल."

मी कुठेय ते तिला कसं काय कळलं?

मला इतकं नवल वाटलं की फोन हातातून निसटला आणि चादरीखाली गडप झाला. मी धडपडत तो शोधत होतो तर पियाचा आवाज ऐकू आला. वरच्या चादरीमुळे तो दबून गेला होता. "डीन? डीन? आहेस का तू? ऐकू येतंय?"

मी फोन बाहेर काढून कानाला लावला. "हो हो. आहे मी."

"गुड. मला वाटलं कट झाला."

"नाही. आहे अजून. पण तुला कसं कळलं मी व्हेनिसमध्ये आहे ते?"

"तुझ्या सोशल मिडिया अकाऊंटवर स्टेटस अपडेट पाहिलं. तू काल फोटो टाकले होतेस ना?"

"हो बरोबर," मी म्हणालो. "म्हणजे मी टाकले असं नाही. फोनमधून आपोआपच गेले ते. म्हणूनच मला आठवत नाहीये."

थोडावेळ थांबून तिनं विचारलं, "तू ठीक आहेस ना रे डीन? जरा गोंधळल्यासारखा वाटतोयस. वाटलं तर नंतर बोलू आपण."

"नको, नको," मी चटकन म्हणालो. "बराय मी. बोल, मला का फोन करायला सांगितलास?"

"मी जरा इकडे एका अडचणीत सापडलेय. वाटलं, कदाचित तुझी जरा मदत होईल."

"हो, हो नक्कीच! काय करू सांग."

"थँक्स पण आधी तुला जरा पार्श्वभूमी सांगते. तुला किती वेळ आहे?"

"त्याची काळजी करू नकोस," मी म्हणालो. "माझ्याकडे चिकार वेळ आहे. तुला हवा तितका वेळ घे."

दोन आठवड्यांपूर्वी पियाला ओरेगॉनला युजीनमध्ये एका अनोळखी व्यक्तीची ईमेल आली. एखाद्या पेपरमधील बातमी असावी अशा पद्धतीनं ती ईमेल लिहिली होती. त्यात सुंदरबनातल्या गर्जोन्तोला बेटावर डझनभर इरावाडी डॉल्फिन्सनं सामूहिक हाराकिरी केल्याचं वर्णन होतं.

तो संदेश वाचून पिया आश्चर्यचकित झाली होती. एवढ्यात सुंदरबनात असला काही प्रकार घडल्याचं तिच्या ऐकिवात नव्हतं. तसं काही झालं असतं तर तिच्या स्थानिक सहकाऱ्यांनी नक्कीच तिला कळवलं असतं. इरावाडी डॉल्फिन्सनं हाराकिरी करणं ही अगदी दुर्मिळ घटना होती आणि इतक्या मोठ्या प्रमाणात ती घडल्याचं कधी ऐकिवात नव्हतं. भारतीय सुंदरबनातली इरावाडी डॉल्फिन्सची एकूण संख्या फारतर ऐंशी किंवा नव्वदपेक्षा जास्त नसेल. त्यातले डझनभर मृत्यूमुखी पडले असतील तर ह्याचा अर्थ इथून पुढे त्यांची जमात त्या वातावरणात जगू शकणार नाही असा होत होता.

पियानं थोडावेळ इंटरनेटवर शोधाशोध केली पण काहीच हाती आलं नाही. तिनं नाव नोंदवलेल्या इंटरनेटवरच्या कोणत्याही व्यावसायिक चर्चांमध्ये किंवा चॅट ग्रुप्समध्ये अशा हाराकिरीचा उल्लेख नव्हता.

एवढं तपासून बघितल्यावर तिचं मन शांत व्हायला हवं होतं पण तसं झालं नाही. त्या संदेशातला तपशीलाचा अचूकपणा, 'उजाडल्यावर थोड्याच वेळात' असा केलेला वेळेचा उल्लेख, शिवाय जागेचा उल्लेख हे बघून तिला चिंता वाटू लागली. गर्जोन्तोला हे अगदी लहानसं, फारसं लोकप्रिय नसलेलं बेट होतं. उगीच कोणीतरी दडपून द्यावा असा तो तपशील नव्हता.

तिनं पुन्हा एकदा तो संदेश वाचला आणि मग आपण तारीख बघताना चूक केली हे तिच्या लक्षात आलं. सामूहिक हाराकिरीला अजून एक आठवडा अवकाश होता. एखाद्या घडून गेलेल्या घटनेची ही बातमी नव्हे हे आत्ता तिच्या लक्षात आलं.

ती भविष्यवाणी होती.

तसं असेल तर कोणीतरी त्रास देण्याच्या किंवा ट्रोल करण्याच्या उद्देशानं तो संदेश पाठवला असल्याची शक्यता वाढत होती. जेव्हापासून तिनं सुंदरबनाच्या वरच्या बाजूच्या रिफायनरीविरुद्ध आवाज उठवला होता तेव्हापासून तिच्या सोशल मिडिया फीडवर संतप्त प्रतिक्रिया येऊ लागल्या होत्या: "गरीबांना नोकऱ्या का

मिळू देत नाहीयेस तू भवाने? विकास रोखायला कोण पैसे देतंय तुला? जशी आलीस तशी परत जा, परदेशी वेश्या कुठली!"

हा संदेश मात्र कोणा ट्रोलनं पाठवल्यासारखा वाटत नव्हता. एकतर खाजगी व्यवहारासाठी ती जो मेलबॉक्स वापरायची त्यावर तो संदेश आला होता. सर्वांना खुल्या असलेल्या तिच्या विद्यापीठाच्या अकाऊंटवर किंवा सोशल मिडिया फीडवर नव्हे. रिफायनरीतल्याच कोणीतरी संकटाची पूर्वसूचना देण्याच्या उद्देशानं ही बातमी पाठवली असल्याची शक्यता नाकारता येत नव्हती. एवढ्यात रसायनांचा एखादा मोठा साठा पाण्यात सोडला जाणार आहे अशी आगाऊ कल्पना त्याला असू शकत होती. तसं असेल तर सुंदरबनातल्या प्राण्यांच्या मृत्यूचा संबंध घातक विषारी द्रव्यं पाण्यात सोडण्याशी आहे हा तिचा अंदाज तिला सिद्ध करून दाखवता आला असता. त्याचा उपयोग ती रिफायनरी बंद करण्यासाठी करता आला असता.

योगायोगानं पियाला लवकरच बर्लिनच्या एका कॉन्फरन्सला हजेरी लावायची होती. एकंदर वेळापत्रक बघितल्यावर थोडाफार इकडे तिकडे प्रवास करून आणि ठरल्या वेळेपेक्षा आधी निघून आपल्याला सुंदरबनला जाता येईल आणि हाराकिरीची वर्तवलेली वेळ गाठता येईल असं तिच्या लक्षात आलं. ट्रॅव्हल कंपनीच्या वेबसाईटवर जाऊन त्या संदेशात दिलेल्या तारखेच्या आदल्या दिवशी लुसीबाडीला पोहोचता यावं अशा बेतानं तिनं विमानाची तिकीटं काढली.

फ्रँकफर्टला विमान थांबलेलं असताना पियाला अचानक काहीतरी सुचलं. सुंदरबनात फील्ड ट्रीपवर यायला उत्सुक असलेली एक पत्रकार तिला आठवली. पियानं काळजीपूर्वक एक संदेश लिहून तिला पाठवला आणि तिला आपल्यासोबत येण्याचं आमंत्रण दिलं. एकंदर ही फील्ड ट्रीप नेहमीसारखीच आहे हे दर्शवण्याची तिनं दक्षता घेतली आणि हाराकिरी होण्याच्या शक्यतेबद्दल अवाक्षरही काढलं नाही. त्या पत्रकार बाईनं हातची संधी सोडली नाही आणि आपण एक फोटोग्राफर बरोबर घेऊन येत आहोत असं कळवलं.

लुसीबाडीला आल्यावर आपल्या सूचनेनुसार सगळी तयारी झाली असल्याचं पियाला दिसून आलं. पत्रकार आणि फोटोग्राफर अगोदरच तिथे येऊन पोहोचले होते आणि पियाच्या सहकाऱ्यांनी त्यांच्याकडची यंत्रणा होरेनच्या एका आगबोटीवर चढवली होती. पिया बोटीत चढल्यावर लगेच ते सगळे निघाले आणि सूर्यास्तापर्यंत गर्जोन्तोलाला पोहोचले. किनाऱ्याजवळ बोट लावून ते पाण्याचे नमुने गोळा करू लागले. ते नमुने हैदराबादला तपासणीसाठी पाठवायचे होते. विषारी द्रव्यं शोधण्याचं अत्याधुनिक तंत्रज्ञान वापरून ही तपासणी होणार होती.

दुसऱ्या दिवशी सकाळी सहा वाजता सूर्योदय होणार होता.

पियानं स्वतः वेळेत उठायची खबरदारी घेतली पण तिनं इतरांना उठवलं नाही. दुर्बिण आणि जीपीएस मॉनिटर घेऊन ती आजूबाजूला लक्ष ठेवायला म्हणून डेकवर गेली.

अर्धा तास गेला, आणखी अर्धा तास उलटला तरी एकही डॉल्फिन दृष्टीस पडला नाही. लवकरच तिचे सहकारीही उठून डेकवर आले. पियाला आधीच उठून

निरीक्षण करत बसलेलं बघून सगळ्यांना आश्चर्य वाटलं. काय झालं? काहीतरी घडेल अशी अपेक्षा होती का तिची?

तिनं नुसतंच हसून आणि खांदे उडवून हे प्रश्न टोलवून लावले. जेटलॅगमुळे आपण लवकर उठल्याचं तिनं त्यांना सांगितलं. जाग आल्यावर नुसतंच बंकमध्ये पडून राहण्यापेक्षा पाण्याचे आणखी काही नमुने गोळा करायचे ठरवले असंही तिनं सांगितलं.

सूर्योदय होऊन सकाळ झाली तसा पियाचा गोंधळ वाढत गेला. एकीकडे काही भयानक प्रकार घडला नाही ह्याचं तिला हायसं वाटत होतं पण तरीही हातात दुर्बिण घेऊन ती वाट बघतच होती. स्वतःच्या पैशानं तिकीट काढून अर्ध्या जगाला प्रदक्षिणा घालून ती इथे आली होती.

नाश्ता करून झाला तरीही डॉल्फिन्सचं काही चिन्ह दिसेना. सुदैवानं पियानं पत्रकारांना द्यायच्या माहितीची तयारी केली होती. रिफायनरीच्या दीर्घकालीन परिणामांविषयी ती बोलणार होती. तिच्याकडचे सगळे नकाशे, तक्ते आणि स्लाईड्स दाखवता-दाखवता तासभर उलटला. मग तिच्या सहकाऱ्यांनी एवढ्यात पाहिलेल्या सामूहिक हाराकिरीच्या घटनांविषयी बोलायला सुरुवात केली. मेलेल्या माशांचे घोळके, खेकड्यांची घटत चाललेली संख्या, इत्यादी.

सकाळी ८ वाजता पियानं आपलं बोलणं संपवलं. आणखी थोडा वेळ इथे काढू, समजा हाती काही लागलंच तर... अशा विचारानं तिनं होरेनला पत्रकारांशी बोलायला सांगितलं. तो तिथला सर्वात वडीलधारा माणूस होता आणि चांगला गप्पागोष्टी करणारा होता. पत्रकारांना पाहिजे तसं मटेरियल तो देऊ शकेल असं तिला वाटलं. (तिच्या विद्यापीठातला विज्ञान संवाद विभाग बऱ्याच काळापासून 'मानवी हितसंबंधांभोवती' फिरणाऱ्या गोष्टींकडे लक्ष द्या असं म्हणून आपल्या शिक्षकांच्या मागे लागला होता.)

दूरवर एक डॉल्फिन दिसला तेव्हा होरेन बोलतच होता. पियानं ताबडतोब नोंदीचा कागद हातात घेऊन वेळ नोंदवली. सकाळचे ८.३५ झाले होते. त्या अज्ञात व्यक्तीनं सांगितलेल्या वेळेपेक्षा ही वेळ चांगली अडीच तासानं पुढे असल्याची तिनं मनातल्या मनात नोंद केली.

आता आणखी काही डॉल्फिन्स तिथे अवतरले. एक डझनभर तरी असतील. ते नेहमीसारखे वळणं घेत-घेत पोहत नव्हते तर थेट सरळ रेषेत गर्जोन्तोला बेटाच्या दिशेनं येत होते.

इथपर्यंत पियाचा फोनवर ऐकू येणारा आवाज स्थिर होता. आता मात्र तिचा बांध फुटला आणि ती हुंदके देऊ लागली.

"आता तुला कसं सांगावं मला कळत नाहीये रे डीन. इतकं हादरवून टाकणारं मी कधी काही बघितलं नाही. त्यांच्यातले कितीतरी डॉल्फिन्स स्वतःला किनाऱ्यावर फेकून देत होते. व्हेलच्या इतर जमाती असं करतात हे मी ऐकून होते पण *ओरासेला*बद्दल कधीच असलं काही ऐकलं नव्हतं."

डॉल्फिन्स किनाऱ्यावर येऊन पडायला लागल्यावर पिया आणि बाकीचे काहीजण लगेचच एक लहानशी होडी घेऊन किनाऱ्यापाशी गेले. तिनं आणि तिच्या

सहकाऱ्यांनी मिळून निम्मे-अधिक प्राणी पुन्हा पाण्यात सोडले पण जवळजवळ वीस मासे वाचवण्याच्या पलिकडे गेले होते.

ती पत्रकार आणि तो फोटोग्राफर हे दोघंही काही स्वस्थ बसले नव्हते. त्यांनी ह्या सगळ्या प्रकाराच्या नोंदी केल्या आणि टनावारी फोटो काढले. मोठी बातमी हाती लागल्याचं लक्षात आल्यामुळे त्यांनी ताबडतोब कलकत्त्याला परत जायचा आग्रह धरला. दुसऱ्या दिवशी त्यांच्या वर्तमानपत्रात पहिल्या पानावर ही बातमी झळकत होती.

बातमीतल्या लिखाणाचा आणि विशेषतः फोटोंचा मोठाच परिणाम झाला.

"आत्ता एवढ्यातच माझं पर्यावरणाच्या केसेस लढणाऱ्या वकिलाशी बोलणं झालं," पिया म्हणाली. "नवी दिल्लीला सुप्रीम कोर्टात दावा दाखल करण्यासाठी ती काही गट एकत्र करते आहे. ती रिफायनरी बंद करण्यासाठी कोर्टाचा आदेश हवा असेल तर आत्ता ही बातमी दाखवून ते साध्य करण्याची चांगली संधी आहे असं तिला वाटतंय. किनाऱ्यावर येऊन मरून पडलेल्या डॉल्फिन्सचा व्हिडिओ त्यांना दाखवण्याचं तिच्या डोक्यात आहे. त्यातले काही न्यायाधीश शाकाहारी आहेत. हा असला प्रकार बघून ते चांगलेच अस्वस्थ होतात... अगदी कंपन्यांच्या हितसंबंधाच्या विरोधात जाण्याइतके सुद्धा."

तिनं एक हुंदका गिळला.

"ती... म्हणजे ती वकील आहे ना... ती सारखी म्हणत होती, तुमचं नशीब अगदी जोरावर होतं. तुम्ही बरोब्बर त्या वेळेला तिथे पोहोचलात..."

"त्या निनावी ईमेलबद्दल तू काही बोललीस तिला?"

"छे छे! तुला सोडून मी ते कोणालाच सांगितलं नाहीये. त्या कारखान्यातल्याच कोणीतरी पूर्वसूचना दिली होती ही बातमी मला बाहेर फुटू द्यायची नाहीये."

"कारखान्यातल्याच कोणीतरी तो निरोप पाठवला असावा अशी खात्री आहे तुझी?"

"अर्थातच."

"पण त्या व्यक्तीला तुझा खाजगी ईमेल पत्ता कसा काय मिळाला? त्याबद्दल काही सांगता येईल?"

एक क्षणभर पलिकडे शांतता पसरली. मग ती म्हणाली: "खरं म्हणजे मी आत्ता त्याच मुद्द्यावर येणार होते... म्हणूनच मला तुझ्याशी बोलायचं होतं."

सगळ्या गोष्टी इतक्या भराभर झाल्या होत्या की, आपण लुसीबाडीला येत असल्याचं मोयनाला कळवण्याकडे पियानं साफ दुर्लक्ष केलं होतं. अर्थात मोयनाला ते समजलं होतंच आणि ट्रस्टच्या गेस्ट-हाऊसवर जाऊन तिनं पियावर चांगलाच शाब्दिक हल्ला चढवला होता.

"लुसीबाडीला येत असल्याचं मला कळवलं का नाहीस तू?" तिला दोष देत मोयना म्हणाली आणि आश्चर्य म्हणजे नंतर तिला अश्रू अनावर झाले. मोयनाच्या बाबतीत असं काही घडणं फार दुर्मिळ होतं.

"टिपूशिवाय इथे मला किती एकटं वाटतं तुला कल्पना आहे?"

अचानक अपराधी वाटून पियानं हातातली सगळी कामं बाजूला ठेवली आणि ती मोयनाशी गप्पा मारायला बसली. तिनं तिच्या तब्येतीची, हॉस्पिटलची आणि टिपूची चौकशी केली. अजूनही टिपू बंगलोरवरून शहाण्या मुलासारखा फोन करतो का असं विचारल्यावर मोयनानं नकारार्थी मान डोलावली आणि म्हणाली, "नाही." टिपूचा बरेच दिवसात काही फोन नव्हता. त्याच्याशी शेवटचं बोलणं झालं त्याला दोन आठवडे उलटले होते. तेव्हा त्यानं बंगलोरमधल्या स्वतःच्या सहकाऱ्यांबरोबरचा एक फोटो पाठवला होता.

आपला फोन काढून पियाला देत मोयना म्हणाली: "हे बघ, हा फोटो पाठवला होता."

तो फोटो म्हणजे एका ऑफिसच्या इमारतीसमोर काढलेला ग्रुप फोटो होता. तीन ओळी करून उभी राहिलेली तरुण पोरं-पोरी गंभीर मुद्रेनं कॅमेऱ्याकडे बघत होती.

"ह्यात टिपू कुठेय?" पियानं विचारलं.

मोयनानं बोटानं दाखवलं. तो मागच्या ओळीत उभा होता. इतर पोरांप्रमाणेच त्यानंही सूट आणि टाय घातला होता.

"केवढा मोठा दिसतोय नाही?" मोयना अभिमानानं म्हणाली.

पियानं त्याला सहमती दर्शवली पण तिला त्या फोटोत काहीतरी खटकत होतं. तिनं तो फोटो स्वतःला फॉरवर्ड केला आणि मग तो कॉम्प्युटरवर उघडला. मोठ्या पडद्यावर बघताना तो बनावट फोटो असल्याचं तिच्या लक्षात आलं. टिपूच्या चेहऱ्याचा एक लहानसा फोटो दुसऱ्या कोणाच्या तरी प्रतिमेवर फॉटोशॉप करून लावला होता.

पियानं हे मोयनाच्या कानावर घातलं तसं मोयनावर वीजच कोसळली. तिनं फोटोशॉपिंग हा प्रकारच कधी ऐकला नव्हता.

"अगं, ते करणं काही फार अवघड नाही. टिपूसारख्या हुशार मुलाला तर फार सोपंय ते."

मग टिपूचा काही सुगावा लागतो का ते बघायला दोघींनी मिळून मोयनाचा फोन आणि सोशल मिडिया पालथा घातला होता.

मोयनाशी बोलताना बहुतेक वेळा सोशल मिडिया अकाउंट्स वापरायची टिपू काळजी घेत होता असं पियाच्या ध्यानात आलं. अर्थात अधून-मधून त्यानं फोन आणि टेक्स्ट मेसेजही केले होते. त्यासाठी त्यानं वापरलेल्या नंबरांच्या मागे आंतरराष्ट्रीय कोड दिसत होते.

पियानं त्यातले काही कोड मोयनाला दाखवले. +८८०, +९२, +९८ आणि +९०

"मोयना, हे सगळे फोन आणि मेसेज परदेशातल्या नंबरांवरून येत असल्याचं तुझ्या लक्षात नाही आलं?"

"आलं ना," निषेध नोंदवत मोयना म्हणाली. "मी टिपूला विचारलं सुद्धा त्याबद्दल. तो म्हणाला की, तो कुठलीतरी डायलिंग सर्व्हिस वापरतोय. ती परदेशातल्या सर्व्हर्सवरून येते. ते स्वस्त पडतं असं म्हणाला तो."

"आणि तू विश्वास ठेवलास?"

"दुसरं काय करणार?" कधी नव्हे ते असहायपणे मोयना म्हणाली. "टिपूला असल्या गोष्टींमधलं बरंच कळतं आणि मला काही फारशी माहिती नाही."

"तू ह्यातल्या एखाद्या नंबरवर फोन करायचा प्रयत्न केलास?"

"नाही," मोयना म्हणाली. "टिपूला मी बंगलोरला फोन केलेला आवडत नाही. म्हणतो की, त्याच्या कामाच्या वेळा विचित्र आहेत आणि त्याच्या ऑफिसात खाजगी फोन घेण्याबद्दल कडक नियम आहेत. मला त्याच्याशी बोलायचं असेल तर मी त्याला ईमेल पाठवते आणि मग एखाद-दोन तासात तो मला फोन करतो. गेले दोन आठवडे मात्र तेही नाही. मी निरोपावर निरोप पाठवलेत पण अजून त्याच्याकडून काही कळलेलं नाही."

एव्हाना पिया चांगलीच कोड्यात पडली होती आणि तिला काळजीही वाटू लागली होती. तिनं मोयनाला टिपूनं पाठवलेले इतर फोटो दाखवायला सांगितले. सगळे ग्रुप फोटो होते. कधी ऑफिसात, कधी बागेत किंवा कधी हॉस्टेलसारख्या दिसणाऱ्या ठिकाणी. थोडेफार फोटो पाहिल्यावर ते सगळेच बनावट असल्याचं पियाच्या लक्षात आलं. टिपूनं ते इंटरनेटवरून किंवा कोणाच्या तरी सोशल मिडिया फीडवरून मिळवले असणार.

टिपूनं बराच विचार करून आपल्या आईला गंडवलं होतं हे आता स्पष्टच दिसत होतं. बंगलोरला नोकरी करण्याऐवजी तो बांग्लादेशात गेलेला दिसत होता. त्यानं वापरलेल्या डायलिंग कोड्सचा पुरावा ग्राह्य धरला तर बांग्लादेशातून तो आधी पाकिस्तानात, मग इराणला आणि तिथून टर्कीला गेलेला दिसत होता. पण असा तो कुठपर्यंत जाऊन पोहोचला होता? आणि एवढ्या सगळ्या प्रवासासाठी लागणारा पैसा त्याच्याकडे कुठून आला होता? त्याच्या उत्पन्नाच्या साधनातून म्हणजे तो नेटवर जे काही काम करायचा त्या पैशातून एवढा प्रवास करता येईल ह्यावर पियाचा विश्वास नव्हता.

टिपूनं मोयनाला पाठवलेल्या शेवटच्या मेसेजमध्ये कोणत्याही देशाचा कोड दिसत नव्हता. मात्र ज्या दिवशी ती हाराकिरीची सूचना देणारी निनावी मेल आली त्याच दिवशी आणि जवळजवळ त्याच वेळेला तो मेसेज पाठवला गेला होता हे पियाच्या लक्षात आलं. तेव्हापासून त्या निनावी ईमेलशी टिपूचा काहीतरी संबंध असावा असं तिला वाटू लागलं.

पियानं आग्रह धरल्यामुळे त्या दोघी मोयनाच्या घरी जाऊन टिपूच्या खोलीत शिरल्या. इकडे -तिकडे बघत असताना पियाला एक बंद कपाट दिसलं. "त्याच्यात बघितलंयस तू?" तिनं मोयनाला विचारलं.

"नाही," मोयनानं उत्तर दिलं. "पण त्यात काय असेल ते ठाऊक आहे मला. टिपू त्याच्या सगळ्या इलेक्ट्रॉनिक्सच्या वस्तू त्या अलमारीत ठेवतो. इतक्या वर्षात तू त्याला दिलेल्या वस्तू सुद्धा."

"ते सगळं जागच्या जागी आहे का ते बघूया मग." पिया म्हणाली. "तुझ्याकडे किल्ली आहे?"

"नाही."

हातोडी आणून पियानं कुलूप तोडलं. अलमारीची दारं उघडली तेव्हा ती आतून पूर्ण मोकळी असल्याचं लक्षात आलं. थोड्याफार निरुपयोगी गोष्टी वगळता सगळे कप्पे रिकामे होते. पियानं दिलेल्या भेटवस्तू- जुने कॉम्प्युटर्स, मॉनिटर्स, कीबोर्ड्स, गेमिंग कन्सोल्स आणि बाकी सगळं गायब होतं. प्रवासासाठी पैसा उभा करायला म्हणून टिपूनं ते सगळं विकलं असावं असा पियानं अंदाज बांधला.

खालच्या कप्प्यात एक प्लॅस्टिकची पिशवी होती. त्यात बरेचसे कागद दिसत होते. ती घाईघाईत भरून इथेच विसरली असावी असं वाटत होतं. पियानं त्यातल्या काही कागदांवरून नजर फिरवली तर ते इंटरनेटवरून काढलेले वेगवेगळे प्रिंटआऊट्स असल्याचं तिला दिसलं.

हातातली पिशवी बाजूला ठेवत पियानं मोयनाला विचारलं: "टिपूकडे पासपोर्ट आहे?"

"नाही," मोयना म्हणाली. "निदान असेल तर मला तरी माहीत नाही. अमेरिकेला जायच्या आधी तू त्याच्यासाठी काढला होतास तो पासपोर्ट नवीन करून आणायचंही त्यानं कधीच मनावर घेतलं नाही."

बनावट कागदपत्रं घेऊन टिपू कसल्यातरी अवैध मार्गानं प्रवास करत असल्याचं आणि काहीतरी करून टर्कीला जाऊन पोहोचल्याचं पियाच्या स्पष्ट लक्षात आलं. त्या प्रवासाला साहजिकच अनेक महीने लागले होते आणि तो सगळा काळ मोयनाच्या संपर्कात राहण्याची त्यानं काळजी घेतली होती. आत्तापर्यंत कोणत्याही टप्प्यात तो गेल्या दोन आठवड्यांइतका गप्प बसला नव्हता. इतक्या दीर्घ शांततेमागे काहीतरी अभद्र घडलं असल्याची शंका पियाला आल्यावाचून राहिली नाही. कदाचित टिपू कसल्यातरी संकटात असावा.

एका मैत्रिणीच्या मदतीनं पियानं स्थलांतरित आणि निर्वासित लोकांच्या प्रश्नावर काम करणाऱ्या एका एनजीओशी संपर्क साधला. ती तिथल्या कोणाशीतरी बोलली. टिपूची कहाणी काही फार वेगळी नसल्याचं त्यांनी तिला सांगितलं. गेल्या काही वर्षांत आपल्या घरच्यांना न सांगता घर सोडून जाणाऱ्या किशोरवयीन आणि तरुण मुलांच्या प्रमाणात बरीच वाढ झाली होती. पाकिस्तानातून इराणमार्गे टर्कीला जाणारा रस्ता हाच निर्वासितांचा मुख्य मार्ग असल्याच्या शंकेला तिनं दुजोरा दिला होता. टिपूला शोधण्यासाठी मदत करण्याच्या दृष्टीनं मात्र कोणतीच एनजीओ विशेष काही करू शकणार नाही असं तिचं म्हणणं होतं. सगळ्याच एनजीओंवर कामाचा भयंकर ताण होता आणि त्यासाठी लागणारा कर्मचारी वर्ग मात्र कमी पडत होता. स्थलांतरित लोकांच्या गटातून माहिती काढू शकतील अशी माणसं शोधणं आणि अनौपचारिक मार्गानं काही कळतंय का ते बघणं एवढंच पियाला करता येण्यासारखं आहे असं तिचं मत पडलं.

टर्कीत अडकून पडलेल्या टिपूचं चित्रं डोळ्यासमोर येऊन पिया घाबरी झाली. जणू तिच्या नजरेसमोर आणखी एखादी हाराकिरी घडत होती. पुढले काही तास तिनं बरीच फोनाफोनी केली पण काही हाती लागलं नाही. सगळे उपाय

थकल्यावर अखेर तिला टिपूच्या अलमारीत सापडलेल्या प्लॅस्टिक पिशवीत आणखी शोधाशोध करायचं सुचलं.

कागदांचे ते गठ्ठे पालथे घालता-घालता तिला एक आश्चर्यकारक शोध लागला. "मला वाटलं होतं तशीच ती पिशवी प्रिंटआऊट्सनी भरलेली होती." ती म्हणाली, "पण ते वाट्टेल ते प्रिंटआऊट्स नव्हते. डीन, तुझा विश्वास बसणार नाही पण त्यातलं बरीचशी माहिती व्हेनिसबद्दल होती! मला वाटतं, टिपू नेटवर शोधाशोध करत असणार. त्यानं सगळ्याचे प्रिंटआऊट्स काढले होते – व्हेनिसचा इतिहास, भूगोल, चक्क तिथल्या झाडाझुडपांबद्दल सुद्धा. (आता बोल! व्हेनिसमध्ये कसली झाडंझुडपं असणार?) टिपूला असल्या गोष्टींमध्ये रस असेल असं मला कधी वाटलंही नव्हतं. तिथल्या वस्त्यांचे तपशीलवार नकाशेसुद्धा होते. त्यावर त्यानं पेन्सिलीनं खुणा केल्या होत्या. त्याला व्हेनिसनं जसं झपाटलंच होतं. शिवाय ते वेड काही तात्पुरतं नसावं. मी तारखा बघितल्या. नेटवरून प्रिंटआऊट्स काढल्या की सहसा वरच्या कोपऱ्यात तारीख दिसते ना? तर हा गेली दोन वर्षं हे उद्योग करत असणार असं मला दिसलं.

"दोन वर्षं?" मी म्हणालो. "म्हणजे त्याला तो साप चावला त्यानंतर लगेचच त्यानं ही सगळी माहिती गोळा करायला सुरुवात केली असणार."

"हो मला वाटतं. शिवाय तो इराणवरून टर्कीला आणि तिथून युरोपात जाणाऱ्या जमिनीवरच्या मार्गाचाही अभ्यास करत होता. त्यानं पासपोर्टसाठी काही फॉर्म्सही भरून ठेवलेत, फक्त स्वतःचे नाही तर रफीचे सुद्धा. त्यांनी एकत्र निघून जायचं ठरवलं होतं असाच त्याचा अर्थ होतो. म्हणून मी होरेनला बोलावून घेतलं आणि रफी कुठेय ते माहितेय का विचारलं. त्यानं मला सांगितलं की, वर्षभरापूर्वी रफी लुसीबाडी सोडून परदेशात गेला. त्यानं त्याच्या मालकीचं जे काही होतं ते सगळं विकून टाकलं होतं, अगदी बोटसुद्धा आणि मग तो गायब झाला होता. आत्तापर्यंत त्याची काहीच खबर आली नव्हती असं होरेन म्हणाला. महिन्याभरापूर्वी मात्र रफीनं एका मित्राला स्वतःचा एक फोटो पाठवला होता. युरोपात कुठेतरी काढलेला. म्हणून मी होरेनला विचारलं: "तो फोटो नक्की कुठून पाठवला होता माहितेय?" होरेन नाही म्हणाला पण त्या पोराला फोटो फॉरवर्ड करायला सांगतो असं म्हणाला. मी म्हटलं, "खरंच सांग," आणि तासाभरात तो फोटो माझ्या फोनवर आला. फोटो रफीचाच होता. तो एका पुलावर उभा होता आणि मागे एक कालवा दिसत होता."

दम खायला म्हणून पिया थांबली. "डीन, तो फोटो व्हेनिसमधलाच असणार अशी माझी बऱ्यापैकी खात्री आहे. म्हणून मग मी तुला तो निरोप पाठवला आणि मला फोन करायला सांगितलं. तू तिथे असेपर्यंत रफीला शोधायचा प्रयत्न करशील अशी मला आशा वाटत होती. म्हणजे, तसा योगायोग घडण्याची शक्यता अर्थात फार कमी आहे... मला माहीत आहे ते..."

'योगायोग' हा शब्द इतक्या ताकदीनं माझ्यावर येऊन आदळला की पिया काय बोलतेय ते मला समजेनासं झालं. डोळे बंद करून मी शांतपणे त्या शब्दाला

कवेत घेतलं. सत्याशी जोडणारा शेवटचा दुवा असल्यागत मी त्या शब्दाला धरून राहिलो.

अर्थात, सगळा योगायोगच तर होता. असंभाव्य वाटणाऱ्या त्या गाठीभेटी, भूत आणि वर्तमानाचं ते एकमेकांना छेदून जाणं, *गैतो*मधला तो जीवघेणा अपघात आणि त्यामुळे रफीशी झालेली भेट, हे सगळे निव्वळ योगायोगच तर होते. नक्कीच. ही गोष्ट ध्यानात घेतली नाही तर वास्तवापासून दूर जाण्याचा धोका होता. योगायोग हाच तर वास्तवाचा, सर्वसामान्य परिस्थितीचा पाया होता. अशा ठिकाणी झालेली आमची भेट संभाव्यतेच्या परिघातली नाही असा विचार करण्याचं काहीच कारण नव्हतं. कारण अशी काही गोष्ट अस्तित्त्वातच नव्हती. संभाव्यतेच्या परिघाबाहेर काही असूच शकत नाही. म्हणूनच तर मी एकशेतीन वर्षांचा होईपर्यंत जगलो तर काय असा विचार करून त्यासाठी विमा उतरवला नव्हता का? कारण तसं घडण्याची शक्यता कितीही कमी असली तरी ते घडणं संभव होतंच.

मात्र हा विचार माझ्या डोक्यात घोळत असतानाच शंकेचा एक किडा वळवळला. हे कसं ओळखणार? एखादा अनुभव योगायोगाच्या कक्षेत येतो का नाही ते ठरवायला कुठलं गणित मांडायचं यंत्र होतं का? छे, मुळीच नाही. अशा कितीतरी अनाकलनीय गोष्टी घडू शकतात ज्या योगायोगानं घडल्या नसल्याचं सिद्ध करता येत नाही. मग त्या दृष्टीनं पाहिलं तर योगायोग म्हणजे देवासारखा होता. कोणतीही घटना, कोणताही प्रसंग किंवा कोणतीही संभाव्य घटना देवाचं अस्तित्व दाखवून देऊ शकत नाही किंवा नाकारूही शकत नाही. शिवाय देवाप्रमाणेच योगायोगही आपल्याला धीर देण्याचं, सुरक्षित वाटवण्याचं, स्वच्छ आणि पवित्र भावना उत्पन्न करण्याचं काम करतो. म्हणून तर योगायोग शब्दामागे 'निखळ' असा शब्द वापरत नसतील? कारण योगायोग हा एखाद्या झऱ्यासारखा सर्व जगावरून वाहत जाणारा होता. वाटेत येणाऱ्या प्रत्येक गोष्टीला शुद्ध करत जाणारा. त्यावर विश्वास न ठेवणं म्हणजे प्राक्तन आणि नियतीच्या, राक्षस आणि सैतानांच्या, मंत्र-तंत्र आणि चमत्कारांच्या दुनियेत प्रवेश करण्यासारखं होतं. किंवा अधिक रुक्ष भाषेत सांगायचं तर मानसिक उन्माद झालेल्या व्यक्तीच्या कारस्थानी विश्वात प्रवेश करण्यासारखं होतं. अशा ठिकाणी अदृश्य शक्तीच सर्व काही ठरवतात.

मला स्वतःला त्या मार्गावर जाऊ देणं शक्य नव्हतं. मला श्रद्धा ठेवणं आवश्यक होतं. एवढ्यात माझ्या आयुष्यात तीच एक गोष्ट हरवून गेली होती – श्रद्धा. काय वाट्टेल ते झालं तरी योगायोगावरची माझी श्रद्धा ढळता उपयोगी नव्हती. माझ्या निष्ठेचा जणू कस लागत होता. त्यासाठी वेगवेगळ्या परीक्षांना आणि कसोट्यांना मला तोंड द्यावं लागत होतं. मारा राक्षसिणीनं जशी बुद्धाची सत्त्वपरीक्षा घेतली, सेंट अँथनीला वाळवंटात ज्या कसोटीला तोंड द्यावं लागलं, युधिष्ठिराला शेवटच्या प्रवासात ज्या परीक्षेला सामोरं जावं लागलं, अगदी तसंच.

हे सगळं डोक्यात गरगरत असतानाच मला पियाच्या आवाजाची जाणीव झाली. ती विचारत होती, "हॅलो? आहेस का डीन तू? हॅलो?" आणि ते विचारण्याची बहुधा तिची ही पहिलीच वेळ नसावी.

"हो गं, आहे मी." मी म्हणालो.

एक दीर्घ श्वास घेत मी स्वतःला सावरण्याचा प्रयत्न केला.

"पिया, तुला ऐकून आश्चर्य वाटेल पण कालच मला रफी भेटला."

"काहीतरीच काय! तू भेटलास त्याला? खरंच?"

"हो ना अगं! आता बोल, हे घडण्याची शक्यता किती?"

"हं... व्हेनिस काही फार मोठं शहर नाही. म्हणजे क्षेत्रफळाचा विचार केला तर. लोकसंख्याही काही लाखातच असेल. तेव्हा ते इतकं काही अशक्य नाही."

"नसावं. असो, तर मी रफीशी बोललो आणि त्याच्याकडे टिपूचीसुद्धा चौकशी केली. त्यावर, टिपू कुठेय ते माहीत नाही असं तो म्हणाला. मी तो प्रश्न विचारल्यामुळे तो वैतागलेलाही वाटला. मला वाटलं ह्यांचं ब्रेकअप झालं असेल म्हणून मी तो विषय सोडून दिला."

"पुन्हा एकदा त्याच्याशी बोलशील का प्लीज?" तिच्या आवाजात काठोकाठ कृतज्ञता जाणवत होती. "तुला ते जमलं तर फार बरं होईल बघ! त्यातून काही हाती लागण्याची शक्यता फार कमी आहे मला माहितेय पण..."

तेव्हा माझ्या डोक्यात प्रकाश पडला की, त्यातून काही हाती लागणार नाही ही भीती सोडाच उलट रफीला टिपूच्या ठावठिकाण्याचा काहीतरी अंदाज होता. उलट मी हाच प्रश्न विचारेन अशी त्याला अर्धवट अपेक्षा आणि अर्धवट भीती वाटत होती.

"नक्कीच मी पुन्हा रफीशी बोलेन," मी म्हणालो. "माझ्याकडून होईल तेवढं सगळं मी करेन. तू फार काळजी करू नकोस. टिपू फार हुशार पोरगा आहे. आपण नक्की काय करतोय ते त्याला चांगलं कळतं."

"तरीही तो अजून लहानच आहे रे," पिया म्हणाली. "त्यामुळेच काळजी वाटल्याशिवाय राहवत नाही. त्याच्या बाबतीत जे काही वाईट किंवा चुकीचं घडलंय त्यासाठी मीच जबाबदार आहे असं वाटतं मला. शेवटी त्याचे वडील गेले ते माझ्यासाठी काम करता-करताच."

"ती खरंच तुझी चूक नाही गं. स्वतःलाच बोल लावून घेऊ नकोस."

तिनं एक सुस्कारा सोडला. "टिपूच्या बाबतीत मला कधीच योग्य निर्णय घेता आलेला नाही. असो, रफीचं काय होतंय मला सांग. उद्या मी बर्लिनला असेन आणि व्हेनिसला यायला मला अगदी आवडेल. फार वेळाचा विमानप्रवास नाही तो."

"ठीक आहे," मी म्हणालो. "आधी रफी काय म्हणतोय बघूया. माझ्याकडे त्याचा नंबर आहे. तेव्हा मी थेट त्याला फोनच लावतो. जमेल तेवढ्या लवकर तुला कळवतो. जमल्यास आजच दिवसभरात."

"गुड. बोलू आपण."

दोस्त

पियाशी बोलताना मी आत्तापर्यंत भीतीला काबूत ठेवलं होतं. फोन संपल्यावर मात्र त्या भीतीनं अगदी त्वेषानं माझा ताबा घेतला. समोरच्या भिंतीकडे एकटक बघत मी जणू अंग गळाल्यासारखा बसून राहिलो. माझ्या बाबतीत... नव्हे, नव्हे... आमच्या बाबतीत हे काय घडत होतं? टिपू आणि रफीशी होणाऱ्या माझ्या भेटीगाठींमध्ये काहीएक आकृतीबंध दिसून येत होता. तो आकृतीबंध आम्ही ठरवलेला नव्हता. जणू कशानंतरी किंवा कोणीतरी आमचा ताबा घेतला होता. त्यामागचं कारण आमच्या समजण्याच्या कुवतीपलिकडचं होतं.

मग मात्र पियाशी फोनवर बोलत असताना मी जो निश्चय केला होता त्याची मला आठवण झाली. आपण स्वतःवर श्रद्धा ठेवायची हा तो संकल्प. जगात अंतर्भूत असलेल्या यादृच्छिकपणाचे हे परिणाम असू शकतात अशी मी स्वतःलाच आठवण करून दिली. वेगळ्या शब्दांत सांगायचं निव्वळ योगायोग. शेवटी टाईपरायटर बडवत बसलेली माकडं कधी-ना-कधी शेक्सपियरचं अख्खं नाटक लिहून काढू शकतात असं म्हटलं जातंच नाही का? ते घडण्याच्या शक्यतेपेक्षा माझ्या बाबतीत आत्ता जे घडत होतं त्याची शक्यता नक्कीच जास्त होती ना? स्वतःचं डोकं ठिकाणावर ठेवायचं असेल तर काही झालं तरी मला त्यावर विश्वास ठेवणं गरजेचं होतं.

मी स्वतःशीच मोठ्यांदा म्हणालो, "हा सगळा निव्वळ योगायोग आहे, आणखी काहीही नाही" - त्या शब्दांचा एखाद्या प्रार्थनेसारखा परिणाम झाला आणि माझ्यावरची मोहिनी उतरली. माझं मन स्वच्छ होऊ लागलं तसं रफी हाच महत्त्वाचा दुवा असल्याचं अधिकाधिक स्पष्ट होऊ लागलं. सर्वात आधी मला त्याच्याशी बोलणं आवश्यक होतं.

मी घड्याळाकडे पाहिलं. त्याचं दिवसभराचं बांधकामाचं काम सुरू होण्याआधी बोलायचं म्हटलं तर त्याला अजून फार उशीर झाला नव्हता. मी त्याचा नंबर फिरवला पण फोन बंद आहे असं उत्तर मिळालं. तो मेसेज बघेल ह्या आशेनं मी सुट्टी झाली की फोन करायचा निरोप त्याला पाठवला.

पुढल्या काही तासात मी अनेकवेळा रफीला फोन आणि मेसेज केले पण काहीच उपयोग झाला नाही. जेवणाची वेळ होऊन गेली पण ना फोन आला ना कुठला मेसेज. माझा अस्वस्थपणा फारच वाढला तेव्हा मी लुबनाच्या ऑफिसात जाऊन बघायचं ठरवलं. रफी कामावरून कधी सुटेल हे कदाचित तिला माहीत असू शकेल.

तिच्या ऑफिसचं दार अर्धवट उघडंच होतं. लुबना आत बसून तिच्या कॉम्प्युटरच्या मॉनिटरकडे लक्षपूर्वक बघत होती. माझं स्वागत करायला म्हणून तिची नजर पडद्यावरून किंचित हटली आणि पुन्हा तिथे स्थिरावली.

"देखेछेन?" असं म्हणत तिनं मॉनिटरकडे बोट दाखवलं. "बातम्या बघताय का?"

मला बसल्या जागेवरून बघता यावं म्हणून तिनं तो मॉनिटर किंचित वळवला. समोर एका लहानशा निळ्या बोटीबद्दलची काहीतरी बातमी चालू होती. निळ्याशार समुद्रातून वाट काढत ती बोट हळूहळू पुढे येत होती. बोटीच्या वरच्या डेकवर काळ्या-सावळ्या वर्णाच्या, फाटक्या कपड्यातल्या लोकांची गर्दी झाली होती. त्यातले बरेचजण कॅमेऱ्याकडे बघून दुःखाने हात हलवत होते.

त्या बोटीच्या मागोमाग सुरक्षित अंतर ठेवून तटरक्षकदलाची जहाजं येताना दिसत होती. प्रत्येकावर वेगवेगळा झेंडा फडकताना दिसत होता.

हळूहळू ते दृश्य विरून तिथे चकचकीत करड्या रंगाच्या आरमारी जहाजांच्या तुकडीचं दुसरंच एक दृश्य दिसू लागलं. त्यातल्या सगळ्यात मोठ्या जहाजाच्या पुढल्या डेकवर नाविकांची एक तुकडी दिसत होती. ते सगळेजण सावधान स्थितीत उभे राहून इटलीच्या झेंड्याला सलामी देत होते.

"तुम्ही ऐकलं असेलच ना?" लुबना म्हणाली. "निर्वासितांची बोट इटलीला पोहोचण्यापासून रोखण्याचा नौदलाला हुकूम आहे. भूमध्य समुद्राच्या आसपासच्या प्रत्येक देशानं आपापल्या तटरक्षक दलाची जहाजं पाठवलेली आहेत. त्या बोटीतले लोक दुसरीकडे कुठे उतरू नयेत ह्याची काळजी घ्यायला."

"म्हणजे त्या मंत्र्यांनी दिलेली धमकी खरी करून दाखवली तर."

"हो."

तिनं समोरच्या पडद्याकडे बघत मान डोलावली. त्यावर आता एका पत्रकार परिषदेचं थेट प्रक्षेपण चालू झालं होतं.

एक पोरगेलेसा, आक्रमक दिसणारा, जाड फ्रेमचा चष्मा घालून केस मागे वळवलेला माणूस समोरचं टेबल बडवत माईकमध्ये ओरडत होता: *"मी दिस्प्याचे मोल्तो, मोल्तो, मोल्तो कवेस्ते पेर्सोने नॉन मैत्रानो माई पैदे इन इतालिया!"*

"बुझते पारछेन?" लुबना म्हणाली. "तो काय म्हणतोय कळलं?"

"सगळं नाही."

"तो म्हणाला: "ह्या लोकांना इटलीत पाऊल ठेवू देणार नाही.""

"साल्वो के सुचेदा उन मिराकोलो"

"काही चमत्कार झाला तरच..."

लुबना शहारली. "मला ऐकवत नाहीये ह्या माणसाचं बोलणं." तिनं तो कार्यक्रम बंद केला आणि भुवई उंचावत माझ्याकडे पाहिलं.

"रफीचं काय झालं कळलं? काल रात्री काय प्रकार घडला ते?"

"त्याला काही झालंय का?" मी म्हणालो. "मी कधीचा त्याच्याशी बोलण्याचा प्रयत्न करतोय पण त्याचा फोन बंद दिसतोय."

"रफीला काल रात्री कोणीतरी मारलं," लुबना गंभीरपणे म्हणाली. "त्याचा फोन हरवला बहुतेक. हॉस्पिटलात आहे तो आत्ता."

मी थक्क होऊन तिच्याकडे बघत राहिलो.

"हो, मलाही धक्काच बसला," लुबना म्हणाली. "मला रात्री उशीरा फोन आला. मला माहिती देणाऱ्या माणसाला तो एखाद्या टोळीनं केलेला हल्ला वाटत होता. म्हणजे रोमा किंवा नापोलीसारख्या शहरात आपण ऐकतो तसा. उजव्या विचारसरणीचे गुंड ठरवून स्थलांतरित लोकांवर हल्ले करतात ना तसा. तसं असतं तर भीतीदायक प्रकार होता कारण इकडच्या भागात अजून तसलं काही कधी घडलेलं नाही. हा पहिलाच प्रसंग म्हणावा लागला असता."

"पण मग तसं काही नव्हतं का?"

"नाही. तसं वाटलं तरी नाही. आज सकाळी रफीबरोबर राहणाऱ्यांपैकी एकजण आला होता. त्यानं मला वेगळीच कहाणी ऐकवली."

"अच्छा," तिच्याकडे आणखी चौकशी करावी का करू नये ते मला कळेना. "तुम्हाला बोलता येण्यासारखं आहे का?"

लुबनाची नजर घड्याळावर गेली. "बोलायला माझी हरकत नाही पण आत्ता वेळ नाही. मला एका मिटिंगला जायचंय. तुम्ही रफीबरोबर राहणाऱ्या त्या मित्राशी थेटच बोललेलं बरं. त्याचं नाव आहे बिलाल. तुमच्या त्या माहितीपटाबद्दल मी अगोदरच बोललेय त्याच्याशी. त्याला तुमच्याशी बोलायला आवडेल म्हणाला. या, मी सरळ तुमची ओळखच करून देते त्याच्याशी. इथे जवळच काम करतो तो."

लुबनाच्या ऑफिसपासून जवळच एक लहानशी बाजारपेठ होती. रस्त्याच्या मध्यभागी कापडानं झाकलेल्या खोक्यांची एक मोठी रांग होती. रंगीबेरंगी भाज्या, फळं, वनस्पती आणि इतर मालानं ती खोकी भरून गेली होती. *फॉन्दी दि कार्सिओफि* म्हणजे आर्टिचोकची देठं खास मांडून ठेवलेली दिसत होती. पाण्याच्या कुंडात तरंगणारी लहान-लहान पांढरी गोल देठं.

ती देठं आणि इतर अनेक प्रकारच्या भाज्या कलाकुसरीनं मांडून ठेवल्या होत्या आणि एकंदरीत अस्सल परदेशी वातावरण असल्याचं भासवण्याचा प्रयत्न दिसत होता. तरीही काउंटरमागची जवळजवळ सगळी माणसं बंगाली होती.

बिलाल रस्त्याच्या कडेला बसलेला आम्हाला दिसला. तो रफीहून मोठा होता. कदाचित नुकतीच विशी ओलांडली असावी. उंच, रुंद हाडापेराचा आणि देखणा. डोळ्यात चमक, धारदार नाक आणि तांबूस वर्ण असलेला. फिकट निळ्या रंगाची जीन्स आणि चट्ट्या-पट्ट्यांचा टी-शर्ट अशा पोषाखात तो एका प्लॅस्टिकच्या खुर्चीत बसून होता. त्याच्या मानानं ती खुर्ची बरीच लहान दिसत होती. खुर्चीच्या एका बाजूला बारीक बारीक आर्टिचोकनं भरलेली बादली होती. दुसऱ्या बाजूला सालं आणि छाटलेली देठं वगैरे ठेवायला एक टोपली होती. त्याच्या दोन पायांमध्ये पाण्याचा एक कुंडा होता. हातात एक चाकू घेऊन तो सराईतपणे आर्टिचोक सोलत बसला होता. अगदी देठाच्या एकदम खालची पांढरी चकती शिल्लक राहीपर्यंत.

आमची चटकन ओळख करून देऊन लुबना घाईघाईनं तिच्या मिटींगला निघून गेली. बिलालनं मला जवळची एक खुर्ची ओढून घ्यायची खूण केली. बोलता-बोलता त्याचे हात सराईतपणे चालत होते आणि दोन पायांमध्ये ठेवलेल्या पाण्याच्या कुंडात *फोंदी दी कर्चिओफी* चा ढीग जमा होत होता.

बिलालच्या सांगण्याप्रमाणे आदल्या रात्री रफीला एक फोन आला होता. एका रेस्टॉरंटमध्ये भांडी घासणाऱ्या एका माणसाऐवजी बदली कामगार म्हणून जाता येईल का असं त्याला अगदी आयत्या वेळेला कोणीतरी विचारत होतं. तो तयार झाला आणि ते काम संपलं तोपर्यंत पुष्कळ उशीर झाला होता. रात्री त्या वेळेला मेस्त्रेमधल्या खोलीवर यायचं म्हणजे त्याला फारशी झोपच मिळाली नसती. दुसऱ्या दिवशी सकाळी लवकर उठून त्याला त्या बांधकामावरच्या नोकरीकरता व्हेनिसला पोहोचायचं होतं. तेव्हा त्यानं ती रात्र कान्नारेजिओला लागून असलेल्या एका वापरात नसलेल्या गोदामात काढायची ठरवली. गेल्या वर्षी बिलालनंच ती जागा हुडकून काढली होती आणि रफीला आणि आपल्या इतर काही दोस्तांना दाखवली होती.

कान्नारेजिओचा तो भाग सहसा निर्मनुष्य असायचा. विशेषतः रात्रीच्या वेळेस. रफी एका अंधाऱ्या गल्लीतून जात असताना आडोशाला उभी असलेली दोन माणसं एकदम आली आणि त्यांनी त्याच्यावर हल्ला केला.

त्यानंतर वाटेनं जाणाऱ्या एका माणसाला रफी एका रस्त्यावर बेशुद्ध पडलेला दिसला. त्यानेच हॉस्पिटलला फोन करून पाण्यावर चालणारी ॲम्ब्युलन्स मागवली होती आणि त्याला हॉस्पिटलमध्ये सोडला होता. रफी अजूनही तिथेच होता आणि त्याच्या एकाही मित्राला अजून त्याच्याशी बोलता आलं नव्हतं.

"नुसती चोरीच होती का?" मी विचारलं.

बिलालनं मान डोलावली. "हो, त्यांनी त्याच्याकडचे सगळे पैसे घेतले. बरेच होते."

बिलालनं चटकन आजूबाजूला पाहून घेतलं. मग हलक्या आवाजात तो म्हणाला: "त्याचं काय झालं, रफीनं एवढ्यात मोठं कर्ज घेतलं होतं आणि त्याचे काही हप्ते चुकले होते. मला नाही वाटत, त्या लोकांना त्याला इतकं बेकार मारायची इच्छा होती म्हणून. ह्यानं उलट मारामारी केली असणार आणि म्हणून सगळं प्रकरण हाताबाहेर गेलं."

"रफीनं कर्ज कशासाठी घेतलं होतं?" मी विचारलं, "आणि कोणाकडून?"

बिलालचा आवाज आणखीनच खाली आला आणि कुजबुजत तो म्हणाला: "त्यानं कर्ज घेतलं होतं ते एका *स्काफीस्ता* कडून, म्हणजे तस्कराकडून. रफीनं त्याच्या एका मित्रासाठी घेतलं होतं ते. ते दोघं बांग्लादेशातून निघताना एकत्रच निघाले होते पण टर्कीच्या सीमेवर त्यांची ताटातूट झाली. तिथे असे प्रकार कायम होत असतात कारण तिथे एका ठिकाणी तीव्र उतार असतो आणि त्यावरून वेड्यासारखं पळत सुटावं लागतं. टर्कीकडच्या सैनिकांना कोणी सीमा ओलांडायचा प्रयत्न करताना दिसलं तर ते थेट गोळ्या घालतात. रफीचं नशीब जोरावर होतं.

त्यानं सीमारेषा ओलांडली. त्याच्या मित्राला मात्र काहीतरी इजा झाली आणि त्याला इराणला परत जावं लागलं. नंतर त्यानं सीमारेषा ओलांडली पण मग तो बरेच दिवस टर्कीत अडकून पडला. असो, काही दिवसांपूर्वी त्या पोरानं रफीला फोन करून सांगितलं की, मी तिथल्या दलालाशी बोललोय. त्यानं त्याला दुसऱ्या एका देशातून बाहेर काढायचा वायदा केला होता. रफीनं जर का इटलीत पैसे भरायचं जमवलं तर त्या पोराला तिकडे बोटीवर जागा मिळणार होती. म्हणून मग रफी आजूबाजूला चौकशा करायला लागला आणि कोणीतरी त्याची इटालियन *स्काफीस्ता*शी गाठ घालून दिली. त्याला हप्त्या-हप्त्यानं पैसे दिलेले चालणार होते. रफीनं पहिला हप्ता भरला पण दुसरा आणि तिसरा हप्ता चुकला. म्हणून..."

"रफीनं कधी त्याच्या त्या मित्राचं नाव सांगितलं?"

"नाही," माझ्याकडे एक नजर टाकून खांदे उडवत बिलाल म्हणाला. "आमच्यापैकी काहीजणांनी रफीला स्कफिस्तीच्या भानगडीत पडू नको असा सल्ला दिला होता. भयंकर असतात ते. पण तो तरी काय करणार? हातघाईला आला होता तो. त्याचा तरी काय दोष म्हणा. तुम्ही एखाद्या मित्राबरोबर ह्या असल्या प्रवासाला निघता, तुमच्यापैकी एकजण पुढे जातो पण दुसरा मागेच राहतो तेव्हा फार भयानक वाटतं. तसं राहणं फार अवघड असतं हो. मग वाट्टेल ती मदत करायला तुम्ही तयार होता."

त्याच्या आवाजातला भावनेचा ओलावा जाणवून मी दचकलो. *"तोमार ओ होयेछिलो नाकी?"* मी विचारलं. "तुझ्या बाबतीतही असं काही घडलंय?"

नजर खाली वळवत त्यानं मान डोलावली. त्याचे डोळे हातातल्या चाकूवर खिळले होते. "हो. मीही माझ्या एका मित्राबरोबर बांग्लादेश सोडला. त्याचं नाव होतं कबीर. माझ्याच गावचा होता तो. फरीदपूर जिल्ह्यातला. लहानपणापासून ओळखायचो आम्ही एकमेकांना. एकत्र खेळायचो, एकत्र शाळेला जायचो आणि कायम एकमेकांच्या पाठीशी असायचो."

"काही वर्षांपूर्वी माझ्या घरात भांडणं झाली. जमिनीवरून. माझे एक काका राजकारणात आहेत आणि त्यांची मुलं म्हणजे सत्ताधारी पक्षाचे स्थानिक गुंड. बरेच दिवस ते त्यांची राजकारणातली ताकद वापरून माझ्या वडिलांच्या कायदेशीर हिश्श्यातला एक भाग लाटायचा प्रयत्न करत होते. दरवेळेस पूर आला... आणि तो सारखाच यायला लागला होता, की ते जमिनीची हद्द हलवू बघायचे. आम्ही विरोध केला तर आम्हाला धमकावायचे."

"एके दिवशी मारामारी झाली. माझ्या काकांनी आणि चुलतभावांनी माझ्यावर आणि माझ्या वडिलांवर हल्ला केला. कबीर आमच्या मदतीला धावून आला आणि त्यानं काकांना खाली पाडलं. त्यानंतर दंगलच उसळली. मी आणि कबीर तिथून निसटलो पण त्यानंतर आम्हाला फरारच व्हावं लागलं. आम्ही जिकडे कुठे जायचो तिकडे माझे काका आणि त्यांची मुलं आम्हाला हुडकून काढायची. पक्षाशी असलेल्या लाग्याबांध्यांमुळे त्यांचे खबरे सगळीकडे होते. त्यांनी चक्क पोलिसांना आणून आमच्याविरुद्ध खोटा दावा ठोकला."

“वर्षभर असंच लपून काढल्यावर आपण बांग्लादेशातच राहिलो तर मारले जाऊ हे आमच्या लक्षात आलं. एका नातेवाईकानं आमची दलालाशी गाठ घालून दिली. ३५०,००० टाक्यांच्या बदल्यात त्यानं आम्हाला एमिरेट्सला घेऊन जाण्याचं कबूल केलं. त्यानं सांगितलेली रक्कम बरीच होती पण कसंतरी करून आम्ही ती जमवली. दलालानं आम्हाला दोघांना एकेक कागदाचा तुकडा दिला आणि सांगितलं की हा ‘एअरपोर्ट व्हिसा’ आहे. त्यानं आम्हाला चितगॉन्गाला पाठवलं आणि तिथे आम्ही शारजाला जाणाऱ्या विमानात बसलो. शारजाला पोहोचल्यावर आम्हाला कळलं की आपल्याला एअरपोर्ट सोडताच येणार नाही.”

स्वतःचीच चेष्टा केल्याच्या सुरात बिलाल हसला. “आम्हाला कुठे काय कळत होतं? फक्त अठरा वर्षाची साधी गावाकडची पोरं होतो आम्ही. ह्याआधी कधी विमानातही बसलो नव्हतो.”

“असो, तर आम्हाला त्या एअरपोर्टवरच थांबावं लागलं. जसजसे दिवस उलटत होते तसतसे आम्ही अजूनच उतावीळ होत होतो. आमच्याकडे फक्त पन्नास यूएस डॉलर्स होते. त्यातले दहा डॉलर्स खर्च करून आम्ही एक प्रीपेड कार्ड घेतलं. तीस मिनिटाचा टॉकटाईम असलेलं. त्या दलालाला फोन केला तर आमच्याकडे दोन पर्याय असल्याचं त्यानं सांगितलं. पहिला पर्याय म्हणजे बांग्लादेशला परत जायचं. दुसरा पर्याय होता सुदानमार्गे लिबियाला जायचा. लिबियात युद्ध चालू असल्याचं त्यानं सांगितलं पण इतकीही वाईट परिस्थिती नव्हती. कितीतरी बंगाली लोक तिकडे गेले होते.”

“आम्ही काय करणार? परत जाणं अशक्य होतं. तेव्हा आम्ही दुसरा पर्याय निवडला. आम्ही स्वतःचीच समजूत घातली: “असून असून असं किती वाईट असणार? असंही मायदेशात काय बरी परिस्थिती होती थोडीच?”

“दुसऱ्या दिवशी आम्ही खार्तूमला जाणाऱ्या विमानात बसलो. विमानतळावर इतर बरेच बंगाली होते. सगळ्यांनाच लिबियाला जायचं होतं. दुसऱ्या दिवशी आम्ही त्रिपोलीला गेलो. संबंध विमानतळ बेचिराख झालेला होता. छताला मोठमोठी भगदाडं पडलेली आणि खिडक्यांचा चुराडा झालेला. बंदुका घेतलेली माणसं मन मानेल तशी आतबाहेर करत होती. त्यातल्या काही माणसांनी आम्हाला घेराव घातला आणि बाहेर नेऊन काळ्या खिडक्यांच्या एका मिनिव्हॅनमध्ये बसवलं. तेव्हा कुठे आमच्या लक्षात आलं की, आपल्याला हे पळवून नेतायत.”

“पुढलं दीड वर्षं आम्हाला मारहाण झाली, छळ झाला आणि एका टोळीकडून दुसऱ्या टोळीकडे अशी आमची खरेदी-विक्री चालू होती. आमच्याकडून ते सकाळपासून रात्रीपर्यंत काम करून घ्यायचे, केलेल्या कामाचे आम्हाला फारसे काही पैसे द्यायचे नाहीत आणि खायला फक्त ब्रेड मिळायचा. आम्हाला गुलामच करून टाकलं होतं. आम्हाला जे भोगावं लागलं ते कोणत्याही माणसाच्या वाट्याला येऊ नये.”

“काही झालं तरी, हे सगळं निभावून नेत असताना मी आणि कबीरनं एकमेकांची साथ सोडली नाही. आम्ही थोडेफार पैसेसुद्धा साठवले. जसजसे

महिने उलटत होते तसतशी आम्हाला जगाची माहितीही कळत गेली. त्रिपोलीत काही बंगाली दलाल आहेत जे बोटीनं युरोपात नेऊन सोडतात असं आम्हाला कळलं. थोडी काळजीपूर्वक आखणी केल्यावर एक दिवस आम्ही त्या टोळीच्या तावडीतून निसटलो. त्रिपोलीला जाऊन आम्ही त्या दलालाला पैसे दिले आणि त्यानं आम्हाला झुवारा नावाच्या एका शहरात पाठवलं. तिथे त्यांनी आम्हाला एका 'संपर्क केंद्रात' ठेवलं. ते एक नुसतं पत्र्याचं छत असलेलं कॉंक्रिटचं गोदाम होतं. नायजेरियन, सुदानी, एरिट्रीयन्स, इराकी, अफगाणी आणि इतर काही बंगाली अशी साधारण दोनेकशे माणसं आधीपासूनच तिथे होती.

"एखाद-दोन महिने असेच गेले आणि मग एकदा रात्री २ वाजता आम्हाला उठवून सांगितलं की, तुमची पुढे जायची वेळ झालेली आहे. आम्हाला लवकरात लवकर समुद्रकिनाऱ्यावर पोहोचायचं होतं. आम्हाला किनाऱ्यावर नेलं आणि अंगावरचे कपडे सोडून आमच्या बाकी सगळ्या वस्तू त्यांनी ताब्यात घेतल्या."

"बोट आली तेव्हा पहाटेचे ४ वाजले होते. ती बोट म्हणजे अगदी लहानशी, मोडकळीला आलेली अशी मासेमार बोट होती. तिथपर्यंत पोहोचायला आम्हाला छातीएवढ्या पाण्यातून वाट काढत जावं लागलं. आम्हाला बोटीत चढवल्यावर त्या स्कफिस्तींनी बसायच्या जागा ठरवून दिल्या. जास्त पैसे भरलेले लोक वरच्या डेकवर होते आणि ज्यांनी तेवढे पैसे दिले नव्हते त्यांना खालच्या भागात बसवलं. मला आणि कबीरला काही जास्तीचे पैसे भरायला जमलं नव्हतं. तेव्हा आम्ही खालच्या भागात गेलो आणि इंजिनाला लागून बसलो. इंजिनातून काळ्या धुराचे लोट येत होते.

"बोट हलली तसं खालच्या भागात पाणी शिरायला लागलं. आम्ही ते बाहेर काढून टाकायचा आटोकाट प्रयत्न केला पण परिस्थिती आणखी चिघळली. दुसऱ्या दिवशी दुपारपर्यंत बोटीचा मागचा भाग जवळपास पूर्ण बुडाला होता आणि आम्हाला हलताही येत नव्हतं. आम्हाला वाटलं आता आपण मरणार पण चमत्कार झाल्यासारखं एक हेलिकॉप्टर वरती घिरट्या घालायला लागलं. आम्हाला पार खालीसुद्धा त्याचा आवाज ऐकू येत होता. वरच्या डेकवरचे लोक उत्साहात उड्या मारायला लागले, आरडाओरडा करायला लागले आणि तेव्हा मात्र आमची बोट बुडायला लागली."

"सगळीकडे एकदम हलकल्लोळ माजला. आम्ही सगळेजण बोटीच्या खालच्या भागातून बाहेर पडायचा प्रयत्न करायला लागलो. बोट बुडायच्या किंचित आधी मी आणि कबीर कसेतरी बाहेर पडलो. लहानपणापासून आम्ही नद्या आणि तलावांत पोहलो होतो. आम्हाला दोघांनाही पाण्याची भीती नव्हती. आम्ही आपापल्या जीन्स आणि शर्ट काढून फेकले आणि पोहायला लागलो. पोहताना एकमेकांच्या आसपास राहायचा आम्ही प्रयत्न करत होतो. लवकरच आपला बचाव करायला एखादं जहाज येईल आणि धोका टळेल असं आम्हाला वाटत होतं. मात्र बराच वेळ झाला तरी ना जहाज आलं ना हेलिकॉप्टर. त्या दिवशी तसा समुद्र उधाणलेला नव्हता पण पाण्याची पातळी हळूहळू वाढत होती. लाटांना तोंड देताना दमायला

होत होतं आणि थोड्यावेळानं आम्हाला एकत्र राहणं मुश्किल झालं. हळूहळू आम्ही एकमेकांपासून दूर गेलो आणि एकमेकांना दिसेनासे झालो."

"शेवटी एकदाचं ते जहाज आलं तोपर्यंत मी भयंकर थकलो होतो आणि जेमतेम पाण्यावर तरंगत होतो. त्यांनी बाहेर फेकलेल्या दोरांपैकी एका दोराला मी कसंबसं पकडलं आणि इतर लोक स्पीडबोटीत चढेपर्यंत त्याला लटकून राहिलो. मी आजूबाजूला कुठे कबीर दिसतो का ते पाहिलं पण तो दिसला नाही. अर्थात मला काही काळजी वाटली नाही. त्याला अगोदरच वर घेतलं असेल असं मला वाटलं. शेवटी ती लाईफबोट मला न्यायला आली तेव्हा मी आत चढलो आणि तिथे कबीर आहे का ते पाहिलं. तो तिथेही नव्हता.

"आम्हाला वाचवायला आलेल्या जहाजावर चढणारा मी शेवटचाच होतो. डेकवरच्या लोकांकडे बघून कबीरही त्यातच असेल अशी मला खात्री वाटत होती. तिथे ते चकचकीत चंदेरी ब्लँकेट्स वाटत होते. त्यातलं एक अंगाभोवती गुंडाळून मी कबीर सापडेल ह्या आशेनं वेड्यासारखा त्या जहाजावर ह्या टोकापासून त्या टोकापर्यंत फिरलो. दरवेळेस दूरवर एखादा बंगाली माणूस दिसला की आशेनं माझं मन उंचबळून यायचं आणि मग जवळ गेल्यावर कळायचं की तो कबीर नाहीच. शेवटी थकून मी कोसळलो पण उठल्यावर पुन्हा शोधाशोध सुरू केली. बंदरावर पोहोचेपर्यंत आणि नंतर आम्हाला छावणीत नेल्यावरसुद्धा हा प्रकार असाच चालू राहिला. कबीर इथपर्यंत पोहोचलेला नाही हे मी मान्यच करू शकत नव्हतो. आजही तो एकदम कुठूनतरी येईल असं वाटतं मला."

बिलालच्या हाताची लयबद्ध हालचाल आता थांबली. हातातला चाकू बाजूला करून त्यानं मनगटानं डोळे पुसले. मग मूठभर आर्टिचोकची देठं हातात धरून त्यानं माझ्यापुढे केली.

"हे पाहिलंत?" तो म्हणाला, "हे काम करून मिळालेल्या प्रत्येक युरोतले चाळीस सेंट्स मी माझ्या स्वतःच्या गरजा भागवण्यासाठी ठेवतो. उरलेल्यातले तीस माझ्या घरी पाठवतो आणि तीस कबीरच्या घरी पाठवतो. तो एकुलता एक होता. त्याच्या आईवडिलांकडे बघायला दुसरं कोणी नाही. ते जोवर जिवंत आहेत तोवर मी त्यांना पैसे पाठवणार आहे. पाठवायलाच हवेत मला, नाही का? कबीरची आणि माझी मैत्री होती म्हणूनच आज तो इथे नाहीये. आणखी सगळ्यात नवलाची गोष्ट सांगू? आम्ही एवढं सगळं सोसत असताना एकदाही त्यानं मला दोष दिला नाही."

चाकू धरलेल्या हातानंच बिलालनं पुन्हा एकदा डोळे पुसले.

"रफीसारखा मलाही माझ्या मित्राचा फोन आला असता तर गरजेइतके पैसे उभे करायला मी नसतं जमेल ते सगळं केलं? रफीनं जे केलं तेच मी ही केलं असतं. आपल्याला ते पैसे भरून देणं जमणार नाही आणि त्यासाठी मार खावा लागेल हे माहीत असूनसुद्धा."

माझ्या नजरेला नजर भिडवत त्यानं टीशर्टच्या डाव्या बाहीकडे बोट दाखवलं. "हात जरी कापून द्यावा लागला असता तरी दिला असता मी."

त्यानंतर बिलालपासून दूर जात असताना मला ती जाणीव झाली. आपल्याकडे कोणी बघत असेल तर ते आतून जसं आपल्याला जाणवतं तसं आपल्यावर कोणीतरी लक्ष ठेवून असल्याचं मला जाणवलं. मी डावीकडे पाहिलं तर तो तिथेच होता. परवा बघितलेला फिकट वर्णाचा, रुंद जबड्याचा, रफीच्या छातीत बोट खुपसणारा तो माणूस. निवांत एका भिंतीला टेकून तो दात कोरत होता. डोक्यावरच्या हिरव्या बेसबॉल टोपीआडून दिसणाऱ्या त्याच्या डोळ्यात चक्क राक्षसी चमक दिसत होती.

क्षणभरच आमची नजरानजर झाली असेल पण तेवढ्यातच रफीनं ज्या *स्काफीस्ता*शी व्यवहार केला होता तो हाच, हे मला हमखास कळून चुकलं.

एव्हाना मी *चीनता*च्या घराजवळच्या वळणावर पोहोचलो होतो पण तिकडे दुर्लक्ष करून मी सरळ पुढे रियाल्टो ब्रिजच्या दिशेनं चालत राहिलो. आपलं राहण्याचं ठिकाण उघड न करणं तत्क्षणी मला अतिशय महत्त्वाचं वाटू लागलं.

तासभर मी असाच निरुद्देश भटकत राहिलो. पर्यटकांच्या घोळक्यात मुद्दाम हरवून गेलो. परत येताना मी पाणबोट घेतली. एव्हाना मी बराच शांत झालो होतो तरीही मानेमागून जाणवणारी ती टोचणी काही केल्या जाईना. नकळत मी आजूबाजूला बघत होतो, आसपासचे चेहेरे न्याहाळत होतो.

सान *मार्को*लाला पाणबोट थांबली तेव्हा सूर्यास्त होत होता. मी पर्यटकांच्या एका लोंढ्यात घुसलो आणि हळूच *चीनता*च्या इमारतीच्या मागच्या फाटकातून आत शिरलो. दार बंद करताना मला हायसं वाटलं खरं पण तरीही *चीनता*च्या घरात शिरून दाराकडे तोंड करून असलेल्या आरशाकडे बघताना मागून ते दोन डोळे दिसतात की काय असंच वाटत राहिलं.

घरात शिरतानाच वाऱ्याबरोबर आत आलेला विस्टेरियाच्या बहराचा मंद दरवळ मला जाणवला. मधल्या लांब कॉरिडॉरच्या शेवटच्या टोकाला असलेल्या खोलीतून तो दरवळ येत होता. माझा कॉम्प्युटर वगैरे मी तिथेच मांडून ठेवला होता.

ती खोली अगदी लहानशी होती. एकेकाळी कदाचित मोलकरणीची असावी. मात्र त्या खोलीत एक टेबल, एक खुर्ची आणि एक खिडकीही होती. ती खिडकी फुलांनी डवरलेल्या इमारतीच्या मागच्या अंगणात उघडायची. मागच्या बाजूच्या भिंतीवर चढलेल्या विस्टेरियाच्या वेलींमुळे खिडकीच्या चौकटीभोवती महिरप तयार झाली होती.

खोलीत गेलो तर मला खिडकी उघडीच दिसली. मी ती अशीच उघडी टाकून गेलो होतो की काय? मला काही आठवेना. हा विचार तसा फार वेळ माझ्या मनात राहिला नाही कारण समोर एक अद्भुत दृश्य दिसत होतं. मावळत्या सूर्याच्या गुलाबीसर किरणांनी उजळून निघालेली डोलोमाईट्स पर्वताची बर्फाच्छादित शिखरं.

ते दृश्य कॅमेऱ्यात पकडायला म्हणून मी फोन काढण्यासाठी वळलो आणि माझी नजर लॅपटॉपवर गेली. त्यावर एक कोळी ठिय्या देऊन बसलेला बघून मला धक्काच बसला. तो साधारण दोन इंच लांबीचा असावा. त्याचा रंग तपकिरी होता आणि एकमेकांना जुळलेले पाय त्याच्या अंगाच्याही वर गेले होते.

एकमेकांना छेदून जाणाऱ्या काही रेषांची एक आकृती अचानक माझ्या डोळ्यासमोर तरळली आणि मला रफीचं बोलणं आठवलं: "काही काही कोळी विषारी असतात ना? सापांसारखेच?"

मी काही पावलं मागे सरकलो आणि एकदम मागे भिंतीला टेकलो. तेवढ्या वेळात तो कोळी जागचा हलला नव्हता. त्याची नजर माझ्यावरच रोखलेली असावी. फोन अजून माझ्या हातातच होता त्यामुळे आपोआप मी तो वर उचलून एक फोटो काढला. कॅमेऱ्यातून उडालेल्या फ्लॅशमुळे तो प्राणी दचकला आणि खिडकीबाहेर उडी मारून नाहीसा झाला.

घाईघाईनं पुढे होऊन मी खिडकी बंद केली. माझं हृदय मात्र आता जोरानं धडधडत होतं. स्वतःला सावरण्यासाठी मी थोडावेळ खिडकीच्या चौकटीला टेकून उभा राहिलो. आपल्याला कसल्यातरी भीतीचा झटका येतोय हे माझ्या लक्षात आलं आणि मी जबरदस्तीनं पुष्कळसे दीर्घ श्वास घेतले.

त्याचा योग्य तो परिणाम होऊन यथावकाश माझी भीती कमी झाली. हृदयाच्या ठोक्यांचा वेग कमी झाला तसा मी स्वतःवरच चिडायला लागलो. ह्या असल्या सावल्या बघून घाबरायला मला झालं होतं तरी काय? कोळी सगळीकडेच असतात. माशा आणि मुंग्या असतात तसेच कोळीही ह्या जगाचा एक भाग नव्हते का? आता त्यात असे काहीतरी अर्थ शोधायला गेलो तर डोकं फिरायला फार वेळ लागायचा नाही.

टेबलाशी बसून मी लॅपटॉप उघडला आणि पियाला एक खुलासेवार निरोप लिहिला. रफी हॉस्पिटलमध्ये आहे पण माझं त्याच्या मित्राशी बोलणं झालंय. त्यानं मला सांगितलेली एकंदर कहाणी आपण लावलेल्या अंदाजाशी मिळती-जुळती आहे. टिपू आणि रफीनं एकत्रच बांग्लादेश सोडला आणि खुष्कीच्या मार्गानं प्रवास करत ते भारत, पाकिस्तान आणि इराण ओलांडून टर्कीच्या सीमेवर जाऊन पोहोचले. तिथेच त्यांची ताटातूट झाली. तू एकदा का बर्लिनला आलीस की, पुढचं सगळं आपण फोनवर बोलू असं मी तिला लिहिलं. तिला जमेल तितक्या लवकर मला फोन करायला सांगितला.

मी 'सेंड' चं बटण दाबणार तेवढ्यात फोनचा पडदा उजळला आणि नुकताच काढलेला तो कोळ्याचा फोटो 'शेयर' करायचा आहे का असं त्यानं विचारलं. मी तो फोटो लॅपटॉपवर घेतला आणि माझ्या निरोपाबरोबर जोडला. पुढे ताजा कलम लिहिला: 'प्राणीसृष्टीशी झालेला माझा ताजा-ताजा सामना'.

निरोप पुन्हा वाचताना हे वाक्य जरा उगीच अर्थपूर्ण झालंय असं मला वाटलं आणि म्हणून मी त्यापुढे सरसकट काही इमोजी चिकटवून दिले.

स्वप्न

दुसऱ्या दिवशी सकाळी दहा वाजता मी परत लुबनाच्या ऑफिसात गेलो. ते कदाचित बंद असेल असंच मला वाटलं होतं पण दार अर्धवट उघडं होतं. मी आत गेलो तर लुबनाच्या खुर्चीत एक तरुण पोरगा बसलेला दिसला. लहान चणीचा, काळ्याभोर केसांचा आणि मोठ्या आकाराचा चष्मा घातलेला तो एक बंगाली पोरगा होता.

मला बघून तो उठला आणि गोंधळून मला खालपासून वरपर्यंत न्याहाळू लागला. "तुम्ही मिसेस लुबना आलमना भेटायला आलायत का?" त्यानं इंग्रजीत विचारलं. तो साधारण पंचविशीचा असावा. व्यवस्थित इस्त्री केलेला शर्ट, पँट आणि जॅकेट असा त्याचा पोशाख होता. छातीवर आलेल्या जॅकेटच्या घडीमागे पाहिलं तर शर्टच्या खिशातून दोन पेनांची टोपणं डोकावताना दिसत होती.

मी बंगालीत उत्तर दिलं, "*हँ, उनि आछेन?* आहेत का त्या?"

अचानक एखादं कोडं सुटल्यासारखे त्याचे डोळे चमकले. "मला माहितेय तुम्ही कोण ते," तो ओरडला. "तुम्ही ते कोलकात्याचे बंगाली ना! रफीनं ज्यांच्या डोक्यात तो प्लास्टरचा तुकडा जवळजवळ आदळला तेच ना तुम्ही?"

"हो," मी म्हणालो, "माझं नाव दीनानाथ दत्त."

"माझं नाव फोझलुल हक् चौधुरी," माझा हात हातात घेऊन जोरजोरात हलवत तो म्हणाला. "पण सगळे मला पलाश म्हणतात. बसा ना."

मी ज्या इतर बंगाल्यांशी बोललो होतो त्यांच्यापेक्षा ह्याचे बंगाली उच्चार वेगळे असल्याचं माझ्या ध्यानात आलं. तो एखादा चुणचुणीत, शहरात वाढलेला कॉलेज विद्यार्थी वाटत होता.

"आज ऑफिसचं काम मी बघतोय," तो म्हणाला. "लुबना खालाला कार्यकर्त्यांच्या एका गटाबरोबर मीटिंग होती आज. एक बोट भाड्यानं घ्यायची आहे. त्यासाठी पैसे जमवण्यात गुंतलेत ते सगळे."

"बोट?" मी म्हणालो. "त्यांना भाड्याची बोट कशाला लागते?"

"अरेच्चा, तुमच्या कानावर नाही आलं...?"

सबंध इटलीतल्या मानवी हक्क कार्यकर्त्यांनी बोटीतून येणाऱ्या निर्वासितांचा प्रश्न तडीस लावायचा ठरवला होता, असं पलाशनं सांगितलं. सध्या ती बोट बातम्यांमध्ये सतत दिसत होती. निर्वासितांना परत पाठवायची शपथ घेतलेल्या उजव्या विचारसरणीच्या कार्यकर्त्यांना हे लोक आपापल्या बोटी पाठवून आव्हान देणार होते.

"निर्वासितांना पाठिंबा द्यायला सामान्य नागरिकांनी पाठवलेल्या नावांचा ताफा आला तर जगाच्या सद्‌सद्‌विवेकबुद्धीला साद घातल्यासारखं होईल," पलाश म्हणाला. "दुनियाभरच्या लोकांचे डोळे आता त्या निळ्या बोटीवर खिळलेत. जगात घडणाऱ्या सगळ्या वाईट गोष्टींचं ती बोट आता एक प्रतीक होऊन बसलीये - विषमता, हवामानातले बदल, भांडवलशाही, भ्रष्टाचार, शस्त्रास्त्रांचा व्यापार, तेल उद्योग, सगळं काही. हा क्षण ऐतिहासिक ठरावा अशी आशा आहे. अजून बदलायची संधी असेपर्यंतच लोकांमध्ये जागृती होऊन त्यांना काय घडतंय ते दिसायला लागेल."

"अरे वा, तुमचा उत्साह चांगलाच वाढला असणार,"

"हो तर," पलाश म्हणाला. "मला खूप उत्सुकता आहे तिकडे जायची. हा प्रवास म्हणजे निर्णायक टप्पा असण्याची शक्यता आहे."

माझ्याकडे बघून हसत तो म्हणाला, "तुम्हीही यायला हवं आमच्याबरोबर."

"मी?" मी इतका थक्क झालो होतो की मला चटकन उत्तरही द्यायला सुचलं नाही. "पण मी कुठे कार्यकर्ता आहे?"

"लुबना खाला म्हणाली की तुम्ही एका माहितीपटावर काम करताय. तुम्हाला हे फूटेज उपयोगी नाही का पडणार?"

त्याचा मुद्दा बरोबर असल्याचं माझ्या लक्षात आलं. "हं... इंटरेस्टिंग सूचना आहे..." मी म्हणालो, "मी सांगतो माझ्या मैत्रिणीला. तीच दिग्दर्शक आहे."

"गुड. तुम्ही खर्चही वाटून घ्यायला तयार असाल तर मोठीच मदत होईल. लुबना-खाला परत आली की मी सांगतो तिला."

"त्या कधी येतील तुला माहितेय?"

"बहुधा एवढ्यात नाही."

माझ्या चेहऱ्यावर निराशा स्पष्टच दिसली असावी कारण तो पुढे म्हणाला: "पण मी तुम्हाला मदत करू शकतो. तुमचं तिच्याकडे काय काम आहे ते सांगाल?"

"खरं म्हणजे मला त्यांच्याकडे रफीची चौकशी करायची होती," मी म्हणालो. "आज त्याच्याशी बोलता येईल का ते बघायचं होतं."

पलाशनं मान हलवली. "आज हॉस्पिटलमध्ये जाऊ नये असं मला वाटतंय. आज पुन्हा एकदा पोलिस येऊन रफीची चौकशी करतील अशी अफवा आहे."

"कशाबद्दल?"

"त्या मारामारीबद्दल. ते सगळं प्रकरण दिसतं तितकं साधं नाही हे त्यांना कळलं असावं."

"कसं काय?"

"पहिली गोष्ट म्हणजे रफीकडे पुष्कळ पैसे होते. त्याच्यासारख्या पोराच्या दृष्टीनं ते बरेच होते. ४०० युरोहून थोडे जास्तच. त्यानं इकडून तिकडून भिका मागून आणि उधार-उसनवारी करून ते जमवले होते. त्या धमकावणाऱ्या *स्काफीस्ता*ला त्याला ते पैसे परत करायचे होते. आज पैसे परत करीन असं त्यानं आदल्या रात्री त्या *स्काफीस्ता*ला कबूल केलं होतं म्हणे."

हिरव्या रंगाची बेसबॉलची टोपी घातलेला तो माणूस रफीच्या छातीत बोट खुपसताना मी पाहिला होता. मला पुन्हा एकदा त्या दृश्याची आठवण झाली.

"कोण आहे हा *स्काफीस्ता*? तू ओळखतोस त्याला?"

पलाशनं मान डोलावली. "एक असा उंच, गुंडासारखा दिसणारा माणूस आहे. कायम टोपी घालतो."

"हल्ला झाला त्या दिवशी मी त्याला रफीशी बोलताना पाहिलं होतं बहुतेक."

"शक्य आहे," पलाश म्हणाला. "तो खूपदा कान्नारेजिओत फिरत असतो. कामगार भरती करणारी माणसं असतात ना तसा आहे तो. फक्त त्याचे माफियांशी लागेबांधे असावेत. हे माफिया स्थलांतर करून आलेल्या लोकांना कात्रीत पकडून त्यांना खाली दक्षिणेकडे घेऊन जायला बघत असतात. तिथे त्यांच्याकडून शेतावर काम करून घेतात आणि त्यांना गुलामांसारखं वागवतात."

"पण तू तर म्हणालास की तो *स्काफीस्ता* होता?"

"त्यात फारसा काही फरक नाही," पलाश म्हणाला, "त्या सगळ्या गोष्टी एकमेकांशी जोडलेल्या आहेत. नायजेरिया, लिबिया आणि इजिप्तमधल्या गुंडांच्या टोळ्यांशी माफियांचे फार जवळचे संबंध आहेत. ते कायम ह्या देशात माणसांची तस्करी करतात आणि त्यांना स्वतःच्या शेतांवर किंवा बांधकामांवर कामाला लावतात. हे स्कफिस्ती रफीसारख्या पोरांच्या शोधातच असतात. एकदा का ते ह्यांच्या तावडीत सापडले की सुटणं सोपं नसतं."

"पण रफी त्या *स्काफीस्ता*चे पैसे परत करणार होता ना?"

"हो," पलाश म्हणाला. "आणि ज्या गुंडांनी रफीवर हल्ला करून त्याचे पैसे चोरले त्यांना त्या *स्काफीस्ता*नंच खबर दिली असणार."

"म्हणजे तो सगळा बनाव होता?"

"हो," पलाश म्हणाला. "त्या स्कफिस्तींना वास्तविक पैसे परत नकोच असतात. लोकांना कर्जात ठेवणं त्यांच्या फायद्याचंच असतं. तसं झालं की ते त्यांच्याकडून जबरदस्तीनं वाट्टेल ते काम करून घेऊ शकतात. आपल्या देशात वेठबिगार असतात तसंच. हे स्कफिस्ती अजिबात पुढे-मागे बघत नाहीत, अगदी..."

माझ्या नजरेला नजर भिडवत तो म्हणाला, "लुबना-खालाच्या नवऱ्याचं काय झालं माहितेय ना तुम्हाला?"

"नाही. ते मागच्या वर्षी सिसिलीत असताना गेले एवढंच म्हणाल्या त्या."

पलाशनं मान डोलावली. "खूप वाईट झालं. मुनीर-भाई म्हणजे लाख माणूस. स्थलांतरित लोकांसाठी आणि त्यांच्या समस्यांवर ते अखंड काम करायचे. खरंतर ते नगरपालिकेतसुद्धा होते. अशा एखाद्या पदावर असलेला तो पहिलाच बंगाली माणूस. त्यांच्या जाण्यानं सगळ्यांनाच फार वाईट वाटलं. शिवाय किती तरुण होते ते, फक्त बेचाळीस वर्षांचे."

"काय झालं त्यांना?"

"माफियाशी पंगा घेतला. त्या लोकांच्या दृष्टीनं स्थलांतरित, निर्वासित आणि त्यांना इटलीत 'सामावून घेणारी व्यवस्था' ह्या सगळ्या गोष्टी म्हणजे

चांगला किफायतशीर प्रकार आहे. दुभती गायच म्हणा ना. मुनीर-भाई म्हणजे त्यांच्या वाटेतला काटा होते. स्थलांतरित लोकांसाठी ठेवलेल्या निधीतून ते पैशांची अफरातफर करत असलेले बघून मुनीर-भाईंनी आवाज उठवला. मग सिसिलीतल्या एका शेतावर बंगाली माणसांच्या एका गटाला बांधून ठेवल्याची बातमी त्यांच्या कानावर आली. त्यांनी तिकडे जाऊन चौकशी करायची ठरवली. आम्ही थांबवायचा प्रयत्न केला पण त्यांनी ऐकलं नाही. हट्टच धरला जायचा. मग काही दिवसांनी बातमी आली की, मुनीर-भाई कार अपघातात मारले गेले."

मी अवाक झालो. "काय भयंकर प्रकार आहे!" मी म्हणालो, "*बिभोत्सो!* आणि हा रफी असल्या लोकांच्या नादी लागलाय... अवघडच आहे त्याचं."

पलाशनं मान डोलावली. "हो, आम्ही त्याला सावध केलं होतं पण त्याला धीर नसावा. काय वाट्टेल ते झालं तरी त्याला त्या मित्राला मदत करायची होती."

पलाशला पुढचा प्रश्न विचारणार तेवढ्यात माझा फोन वाजायला लागला. फोनकडे नजर टाकली तर पियाचा फोन असल्याचं दिसलं.

"मला हा फोन घ्यावाच लागेल," मी पलाशला म्हणालो. "पण आपल्याला पुन्हा बोलता येईल ना?"

"नक्कीच. केव्हाही."

बाहेर पडून मी फोन कानाला लावला. "हॅलो? पिया?"

"हाय डीन, मी बर्लिनच्या हॉटेलातून बोलतेय. आत्ता एवढ्यात तुझा निरोप पाहिला. माझा अंदाज खरा निघाला ना? रफी आणि टिपू टर्कीला गेले होते ना?"

"होय," मी म्हणालो, "तसं दिसतंय खरं. सीमेवर त्यांची ताटातूट झाली असावी. रफी युरोपात पोहोचला पण टिपू टर्कीतच अडकला."

"पण मला नाही वाटत आता तो तिकडे आहे म्हणून," पिया म्हणाली. "काहीतरी करून तो इजिप्तला पोहोचला असावा."

"तुला का असं वाटलं?"

"सांगते ना... तुला ती ईमेल आठवतेय ना? हाराकिरीबद्दलची? मी ती माझ्या एका मित्राला पाठवली. तो ह्या डिजिटल फॉरेन्सिकमधला तज्ज्ञ आहे. त्यानं त्या ईमेलचा माग काढला."

"आणि...?"

"ती ईमेल अलेक्झांड्रियामधल्या एका इंटरनेट कॅफेतून पाठवलेली आहे म्हणे. म्हणजे टिपूनं ती पाठवली तेव्हा तो तिकडे असणार."

"इजिप्त?" त्या देशातल्या मानवी तस्करीबद्दल कळलेल्या माहितीतला थोडाफार भाग पियाला सांगावा की काय, अशा विचारात मी क्षणभर पडलो. मात्र तिच्या चिंतेत आणखी भर घालण्यात काही अर्थ नाही अशा निष्कर्षाला मी आलो.

"इजिप्तमध्ये बसून त्यानं डॉल्फिन्सच्या हाराकिरीचा विचार करावा हे जरा विचित्र नाही का?" मी विचारलं.

"माझा असा अंदाज आहे की, कंपनीतल्या ज्या माणसानं ही पूर्वसूचना दिली त्यानं सोशल मिडिया किंवा अशाच कुठल्या तरी प्रकारानं त्याच्याशी तिथे संपर्क साधला असावा." पिया म्हणाली.

"म्हणजे अजूनही तुला अशी खात्री आहे की ही बातमी कंपनीतल्या कोणीतरी दिली?"

"दुसरं आणखी काय असणार डीन?" ती अस्वस्थ होत म्हणाली. "त्याला कसलातरी दृष्टांत झाला किंवा डॉल्फिन त्याच्या स्वप्नात येऊन त्याच्याशी बोलला किंवा असलंच काहीतरी सांगणारेस का तू मला? तसल्या गोष्टींचा खरंच काही उपयोग नाही."

मग एकदम तिचा सूर बदलला. "एक विचित्र गोष्ट मात्र आहे."

"कोणती?"

"त्या सूचनेत जसं सांगितलं होतं तसं सूर्योदय झाल्या-झाल्या हाराकिरी सुरू झाली नाही. त्यानंतर सुमारे अडीच तासांनी म्हणजे सकाळी ८.३० ला सुरू झाली. तुला आठवतंय मी सांगितलेलं?"

"हो आठवतंय मला."

"त्यावर मी विचार करत होते आणि माझ्या एकदम लक्षात आलं की, भारतीय वेळेप्रमाणे सकाळचे ८.३० म्हणजे टिपूच्या इथे सूर्योदयाचीच वेळ होती... म्हणजे तो निरोप पाठवल्यावर पुढचा आठवडाभर तो इजिप्तमध्येच असेल तर..."

"हं इंटरेस्टिंग..."

माझं बोलणं मध्येच तोडत पिया म्हणाली, "आता ह्यावर तू जर असं म्हणणार असशील की, टिपूला ते स्वप्नात दिसलं असेल, तर कृपा करून तसलं काही म्हणू नकोस. मुळात टिपू इजिप्तला गेलाच कशाला हे शोधणं आत्ता जास्त महत्त्वाचं आहे."

"माझा असा अंदाज आहे की, टिपूला भूमध्य समुद्र ओलांडण्यासाठी बोटीवर जागा मिळवायची होती. माझा हा नुसता अंदाज आहे पण रफीला काय ते ठाऊक असावं." मी म्हणालो.

"हो, म्हणून तर तू त्याच्याशी बोलावंस असं मला वाटतंय."

"हे बघ पिया, ऐक," मी म्हणालो. "मी माझ्याकडून पूर्ण प्रयत्न करेन पण तो आत्ता हॉस्पिटलमध्ये असल्यामुळे ते कधी जमेल मला सांगता येणार नाही."

"हॉस्पिटलमध्ये जाऊन भेटायला परवानगी नाहीये का?"

"मला माहीत नाही. विचारतो."

"असो, तू काय ते मला कळवत रहा. अगदी मिनिटभर आधी सांगितलंस तरी येईन मी."

"हं... तुला भेटून *मला* नक्कीच खूप आनंद होईल!" मी म्हणालो.

आपण बहुतेक तिला आश्चर्यचकित केलं असावं हे जाणवून मी पुढे म्हणालो: "पण आत्ता एवढ्यात काही करू नकोस. मी पुन्हा एकदा रफीशी बोलायचा प्रयत्न करतो आणि मग तुला काय ते सांगतो."

"ओके, मी वाट बघते तुझ्या फोनची."

मी तिचा निरोप घेणार एवढ्यात ती एकदम म्हणाली, "अरे डीन! एक मिनिट थांबशील का? आत्ता एवढ्यात काहीतरी आलेलं दिसतंय. इथे माझ्यासमोरच्या स्क्रीनवर."

"हो थांबतो ना."

पलिकडून मला कॉम्प्युटरवर क्लिक केल्याचा आवाज आला आणि मिनिटभरानं तिनं किंचित श्वास रोखलेलाही मी ऐकला. "डीन, तू मला तो फोटो पाठवला होतास ना? त्या कोळ्याचा?"

"हो, त्याचं काय?"

"मी तो लॅरीला पाठवला होता. माझा मित्र आहे तो एक. कोळ्यांचा अभ्यास करतो."

"तू त्याला कशाला पाठवलास तो फोटो?" अचानक घाबरून मी म्हणालो, "ती... ती तर आपली नुसती गंमत होती."

"मलाही माहीत नाही मला का पाठवावासा वाटला ते," पिया म्हणाली. "पण मी पाठवला असाच. आत्ता लॅरीचीच ईमेल आलीये. फोटो बघून तो फारच एक्साईट झालाय. त्याचं रेझोल्यूशन भरपूर होतं वाटतं. त्यामुळे त्याला तो खूप मोठा करून बघता आला आणि ओळखताही आला. तो म्हणतोय की लवकरात लवकर मी तुला सावध केलं पाहिजे."

"सावध? कशाबद्दल?"

"त्या फोटोतला कोळी म्हणजे तपकिरी रंगाचा रेक्लूझ आहे. *लोक्सोसेल्स रेकलूसा.* तो चावला तर भयंकर वेदना होतात आणि त्याचं विषही खूप जालीम असतं. रॅटलस्नेकपेक्षाही जालीम. हा कोळी अंगावरची कातडी सोलून आतलं मांस खातो. लॅरी विचारतोय: तू एवढा एकच कोळी पाहिलायस का आणखी काही दिसले तुला?"

"आणखी एक दिसला," मी म्हणालो. "किंवा खरं म्हणजे रफीला दिसला. तो आधी त्याच्या खांद्यावर होता आणि मग तिथून त्यानं माझ्यावर उडी मारली. तो ह्याच जातीचा कोळी होता का नाही ते मात्र माहीत नाही मला. इथे आसपास असे कोळी नेहमी सापडतात का?"

"लॅरी म्हणतोय की, इतक्या उत्तरेकडे तो कोळी सापडल्याचं तो पहिल्यांदाच ऐकतोय पण त्याला फारसं आश्चर्य वाटत नाहीये. तो म्हणतोय की, युरोपात हवा आता इतकी तापायला लागली आहे की त्यामुळे तिथे तपकिरी रेक्लूझ फार पटापट सापडायला लागलेत. आणखी एक त्याच्याशी संबंधित जमात आहे ती म्हणजे भूमध्य रेक्लूझ. ते अगोदरच इटलीत खूप पसरलेत. तेही खूप धोकादायक असतात. काही वर्षांपूर्वी दक्षिण इटलीत भूमध्य रेक्लूझ चावून एक बाई मेली. फारसं काही गंभीर नाही असं वाटून तिनं सुरुवातीला त्या चाव्याकडे दुर्लक्ष केलं आणि एका दिवसात ती इतकी आजारी पडली की वाचूच शकली नाही. त्या विषावरचा उतारा पार ब्राझिलवरून मागवावा लागला. तो पोहोचायच्या आत ही गेली."

"काहीतरीच काय!"

"खरंच. मी तुला लिंक पाठवते त्या बातमीची. आत्ता मी तीच वाचतेय. तिच्या शेजारच्या घरात म्हणे भूमध्य रेक्लूझचा खूप सुळसुळाट झाला होता. त्यातले काही तिच्या तळघरात शिरले. तू राहतोयस तिकडे तसलं काही नाही ना?"

"विषारी कोळ्यांचा सुळसुळाट?" त्या नुसत्या विचारानंच मला कसंतरी झालं. "व्हेनिसमध्ये? काहीतरी काय?"

"हो पण जरा काळजीच घे, ओके?"

आपल्याला आता आणखी एक भीतीचा झटका येतो की काय असं मला वाटायला लागलं आणि तो रोखण्यासाठी मी सरळ चालत सुटलो. खरं म्हणजे आत्ता ताबडतोब *चीनता*च्या घरी जाऊन तिथे कोळी वगैरे नाहीत ना, ते तपासून बघणं जास्त योग्य होतं. त्या क्षणी मात्र त्या प्रकाराला तोंड द्यायची माझी तयारी नव्हती. मी विरुद्ध दिशेला चालत निघालो.

मी फार लांब गेलो नसेन तेवढ्यात मला कोणीतरी आपल्या शेजारून चालत असल्याची जाणीव झाली. माझ्यापेक्षा पुष्कळच उंच असलेली कोणी व्यक्ती असावी. बाजूला नजर टाकल्यावर मला हिरव्या रंगाच्या बेसबॉल टोपीची आणि फिकट वर्णाच्या, दाढीचे खुंट वाढलेल्या जबड्याची एक झलक दिसली.

मानेला एक झटका देत मी नजर वळवली आणि थेट समोर बघत चालत राहिलो.

"हॅलो मिस्टर, कसे आहात?"

तो अस्खलित इंग्रजी बोलत होता पण त्याच्या उच्चारात मात्र वेगळाच हेल होता. त्याच्या हाताभोवती एका अजगराची प्रतिमा गोंदवलेली होती.

"बराय," आवाज स्थिर ठेवायचा प्रयत्न करत मी म्हणालो.

"मजा येतेय का व्हेनिसमध्ये?"

"हो, येतेय."

"पण मला तर तुम्ही टुरिस्ट वाटत नाही."

"असं का म्हणताय?"

"मला तर तुम्ही सारखे त्या बंगाली पोरांशी बोलताना दिसता. काही शोधताय का तुम्ही?"

"नाही," मी म्हणालो. "मी ही त्यांच्यासारखा बंगालीच आहे. मला त्यांच्या गोष्टी ऐकायला आवडतात एवढंच."

"गोष्टी आवडतात होय तुम्हाला?"

"हो, आवडतात."

"काळजी घ्या. कधीकधी गोष्टीसुद्धा भयंकर असतात हां."

मला अजूनही त्याच्याकडे नजर वळवणं शक्य होत नव्हतं. "काय म्हणायचंय तुम्हाला?"

"तुम्ही ऐकलं असेल की मिस्टर. *मोर्ते अ वेनेतसीआ* नावाची एक गोष्ट आहे बघा."

हसणं आणि गुरगुरणं ह्याच्या मधला काहीतरी आवाज त्यानं केला आणि तो म्हणाला: “एन्जॉय व्हेनिस. मजा करा पण जपून राहायला विसरू नका.”

त्याचा आवाज हळूहळू विरत गेला आणि आजूबाजूला न बघता मी चालत राहिलो.

आश्चर्य म्हणजे आता मला भीती वाटत नव्हती. त्याऐवजी एकप्रकारची बधीर भावना मनात घर करू लागली होती. आपण काय करतोय किंवा कुठे आहोत हे समजत नसल्याची भावना. आपण त्या माणसाशी खरंच बोललो का तसा नुसताच भास झाला तेही मला कळेना.

मध्येच कधीतरी मी मान वर केली तर आपण *गैतोत* आल्याचं माझ्या लक्षात आलं. मी एका पुस्तकांच्या लहानशा दुकानावरून जात होतो. ते दुकान मागे टाकून मी पुढे निघालोच होतो तेवढ्यात कशानंतरी माझं लक्ष वेधून घेतलं आणि घाईघाईनं मी मागे गेलो.

दुकानाच्या खिडकीला एका प्रदर्शनाचं माहितीपत्रक लावलं होतं. त्याकडे बघताना माझ्या नाडीचे ठोके जलदगतीनं पडू लागले. आपल्याला ह्या प्रदर्शनाबद्दल माहीतही नव्हतं ह्यावर माझा विश्वासच बसेना.

जगातल्या सर्वात दुर्मिळ आणि मौल्यवान पुस्तकाचं ते प्रदर्शन होतं. अल्डाईन प्रेसनं काढलेली *निरोतोमाक़िया पॉलिफिली* ह्या पंधराव्या शतकातल्या रूपककथेची आवृत्ती. अल्डाईन प्रेसची ही आवृत्ती म्हणजे आत्तापर्यंत छापलेलं सर्वात सुंदर पुस्तक म्हणून गणली जाते. १४९९ साली ती व्हेनिसमध्ये छापण्यात आली. (म्हणजे तांत्रिकदृष्ट्या त्याला ‘सुरुवातीच्या काळात छापलेलं पुस्तक’ म्हणता येईल. १५०१ पूर्वी छापलेल्या पुस्तकांना असं म्हटलं जातं.) ती आवृत्ती छापणारा दुसरा-तिसरा कोणी नसून *आल्दो मानूतिउस* होता. त्यानं आयुष्यातला बहुतेक काळ ह्याच शहरात घालवला आणि १५१५ साली त्याचा तिथेच मृत्यूही झाला.

नुसतं ते नाव बघूनच मला संजीवनी मिळाल्यासारखं झालं. *आल्दो मानूतिउस*ला कधीकधी ‘छापील जमान्यातला मायकेल अँजेलो’ असंही म्हटलं जातं. गुटेनबर्ग नंतर *आल्दो मानूतिउस* हा सर्वात प्रभावशाली पुस्तककर्ता मानला जातो. ह्या माणसाचा वारसा आजही आपल्या आयुष्यात सर्वत्र भिनलेला दिसतो. आजकाल आपण मोठ्या प्रमाणात वापरत असलेल्या काही फॉन्ट्सचे नमुने त्यानंच तयार केले होते. त्यात ‘बेम्बो’ आणि ‘गॅरमॉण्ड’ (हा माझा स्वतःचा फार आवडता आहे) ह्यांचा समावेश होता. *इटालिक्स* वळणाचा शोध मानुतियसनंच लावला. त्यानंच अर्धविरामाचा वापर करायला सुरुवात केली आणि स्वल्पविरामाला एखाद्या आकड्यासारखा तो विशिष्ट आकारही त्यानंच दिला. एवढं पुरेसं नव्हतं म्हणून की काय, सध्याच्या आधुनिक पद्धतीच्या कागदी बांधणीची प्राथमिक आवृत्तीही त्यानंच तयार केली होती. त्यामुळेच लिखित साहित्याचं आणि आपलं नातं कायमचं बदलून टाकण्याचं श्रेय त्याला देण्यात येतं. केवळ सूचना, आध्यात्मिक उपदेश किंवा धार्मिक दृष्ट्या आवश्यक गोष्टी न वाचता निखळ आनंद मिळावा म्हणून माणसं वाचू लागली ते *आल्दो मानूतिउस*नंतरच.

माहितीपत्रक काळजीपूर्वक वाचल्यावर ते प्रदर्शन *क्वेरीनी स्तमपालिया* ग्रंथालयात आयोजित केलं होतं असं माझ्या लक्षात आलं. ते नाव ऐकल्यावरदेखील माझ्या आठवणीच्या बऱ्याच तारा छेडल्या गेल्या. मागच्या वेळेस मी व्हेनिसला आलो होतो ते ह्याच ग्रंथालयात भरलेल्या परिषदेसाठी.

आता तर प्रश्नच मिटला. मी ताबडतोब तिकडे जायला निघालो.

अरुंद, नागमोडी गल्ल्यांमधून वाट काढत जाताना मला व्हेनिसच्या मागच्या भेटीचे तपशील आठवू लागले. *क्वेरीनी स्तमपालियात* *चीनता*नं दिलेल्या प्रेझेंटेशनची मला विशेष आठवण झाली. तिनं व्हेनिसचं वर्णन 'प्रबोधनकाळातली प्रकाशन व्यवसायाची राजधानी.' असं केलं होतं. छापखान्यांचा शोध लागल्यानंतर पहिली दोन शतकं जी काही छापील पुस्तकं अस्तित्त्वात होती त्यातली निम्म्याहून अधिक पुस्तकं व्हेनिसमध्ये छापण्यात आली होती असं तिनं सांगितलं होतं. व्हेनिस हे पुस्तकांच्या व्यापाराचं जागतिक केंद्र होतं. अरेबिक लिपीतल्या छापील कुराणाची पहिली प्रत १५३८ साली इथेच तयार झाली होती. अर्मेनियन, ग्रीक आणि विविध स्लाव्हिक भाषा आणि लिपींमधली अगदी सुरुवातीची छापील पुस्तकंही इथेच प्रकाशित झाली होती. अगदी ग्लॅगोलितीक लिपीतली सुद्धा. (ज्या सहजतेनं तो शब्द तिच्या तोंडून बाहेर पडला त्याचं मला इतकं नवल वाटलं होतं म्हणून सांगू!)

*चीनता*बरोबर ह्या शहरात फिरणं हा ही एक अनोखा अनुभव होता. एकेकाळी जिथे पुस्तकांची दुकानं असत तिथे थांबायचं आणि त्या काळातल्या 'पुस्तकांचं' वर्णन तिच्या तोंडून ऐकायचं. त्या काळातली पुस्तकं म्हणजे नुसते छापलेले कागद असत असं ती सांगायची. विकत घेणारे लोक ते मोठाले, न कापलेले कागद विकत घेत आणि पुस्तक विक्रेत्याशी चर्चा करून मग त्याची बांधणी ठरवत.

बंदुकीचा व्यापारी जेव्हा व्हेनिसला आला असेल तेव्हा ती जुनी पुस्तकांची दुकानं आणि छापखाने चालूच असतील असं आत्ता त्या ग्रंथालयाच्या दिशेनं जात असताना माझ्या एकदम ध्यानात आलं. ह्या रस्त्यांवरून फिरताना त्याला आजूबाजूला सगळीकडे पुस्तकांचीच दुनिया दिसली असेल.

माझ्या मनःचक्षूंसमोरून त्या प्रतिमा सरकत होत्या आणि तेव्हाच ते केवळ विचार नसून आठवणी आहेत अशी एक विचित्र जाणीव मला झाली. एखाद्या स्वप्नाइतक्या स्पष्ट आणि हुबेहूब आठवणी.

मागच्या वेळेस व्हेनिसला आलो तेव्हा मी कित्येक तास *क्वेरीनी स्तमपालिया* ग्रंथालयात भटकण्यात घालवले होते. सोनेरी प्रकाशाच्या त्या वाचनखोल्या आणि अत्याधुनिक पद्धतीची आवारं आणि प्रदर्शन खोल्या बघता वळणा-वळणावर तिथे लक्ष विचलित करणारं काहीतरी असायचंच. आज मात्र माझ्या मनात *हिप्नेरोतोमाखिया* चं प्रदर्शन सोडून दुसरा विचार नव्हता.

प्रदर्शनाच्या खोलीत गेलो तेव्हा मी तिथे एकटाच असलेला बघून मला आश्चर्य वाटलं. दुर्मिळ पुस्तकांमध्ये फारशा पर्यटकांना रस नसावा हे उघडच होतं.

खोलीच्या मध्यभागी ठेवलेल्या एका मोठ्या काचेच्या कपाटात ते पुस्तक होतं. भिंतीला लागून इतर बरीच कपाटं होती आणि बरेच पडदेही लटकवले होते. त्यातल्या काही पडद्यांवर पुस्तकातल्या मजकुराचं वेगवेगळ्या भाषांमधलं भाषांतर दिसत होतं. बाकी पडद्यांवर त्याच्या ऐतिहासिक पार्श्वभूमीची आणि त्याचा लेखक कोण ह्यावरून असलेल्या वादविवादांची माहिती होती (त्या पुस्तकाच्या लेखनाचं श्रेय सहसा *फ्राँचेस्को कोलोना* नावाच्या फ्रान्सिस्कन भिक्षूला दिलं जातं.)

१९५२ साली प्रसिद्ध झालेलं इंग्रजी भाषांतर दाखवणाऱ्या एका पडद्यासमोर मी थांबलो. त्या भाषांतराचं शीर्षक होतं *द स्ट्राईफ ऑफ लव्ह इन अ ड्रीम.* (प्रेमासाठी स्वप्नात केलेला संघर्ष). त्यातली पानं चाळता चाळता मला त्या कथेचे तुकडे आठवू लागले. एका माणसाच्या प्रथम पुरुषी निवेदनातून ती कथा उलगडते. हा माणूस सदा दूर असणाऱ्या त्याच्या प्रेयसीच्या शोधात निघतो आणि एका जंगलात हरवतो. तिथे त्याच्याभोवती लांडगे, अस्वलं आणि फूत्कार टाकणारे साप अशी जंगली श्वापदं गोळा होतात. तो पुढे-पुढे चालत राहतो आणि अखेर भयंकर थकून झोपतो. झोपेत त्याला एक स्वप्न पडतं. त्या स्वप्नात त्याला आणखी एक स्वप्न पडत असतं. ते स्वप्न भीतीदायकही असतं आणि कामुकही असतं. त्यात अद्भुत प्राणी असतात, शिल्पं असतात आणि काही स्मारकंही असतात. त्यातल्या काही स्मारकांवर लॅटिन, ग्रीक, हिब्रू आणि अरेबिक भाषांमध्ये गुप्त संदेश लिहिलेले असतात. त्या स्वप्नातल्या स्वप्नात सर्व प्रकारचे सजीव म्हणजे प्राणी, झाडं, फुलं, आत्मे एकमेकांशी बोलत असतात, संदेश देत असतात.

ते सगळं आठवायला लागलं तसं ह्या स्वप्नात आपणही स्वतःला हरवून बसलोय अशी एक विलक्षण भावना मला जाणवू लागली. आपण स्वप्न बघत नसून इतके दिवस ज्या प्राण्यांचं अस्तित्व आपल्या दृष्टीनं अद्भुतरम्यतेच्या रेषेवर होतं ते कोळी, नाग, पाणसाप आपल्याला स्वप्नात बघताहेत आणि तरीही ते आणि मी – आम्ही सगळेच एकमेकांच्या स्वप्नाचा एक भाग होऊन बसलोय असं काहीसं मला वाटू लागलं.

त्या स्वप्नावस्थेतच अखेर मी ते पुस्तक बघायला म्हणून गेलो. ग्रंथ ठेवायच्या एका मखमली चौपाईवर ते उघडून ठेवलं होतं. त्याच्या आजूबाजूला त्या पुस्तकाच्या पानोपानी सजलेली काही सुरेख चित्रं छापून लावली होती. त्या आवृत्तीच्या लोकप्रियतेचं एक महत्त्वाचं कारण म्हणजे ती लाकडातून कोरून मग छापून काढलेली दिमाखदार चित्रं. (काहींच्या मते हे काम *मानतेया*नं केलं होतं.)

त्या गूढ, रहस्यमय चित्रांकडे बघत मी काचेच्या कपाटाभोवती फिरू लागलो आणि त्यातली काही आपल्याला ठाऊक आहेत, एवढ्यातच तशी चित्रं आपण आणखी कुठेतरी पाहिली आहेत असं मला वाटू लागलं. अचानक मला त्या व्यापाऱ्याच्या स्मारकाच्या भिंतीवर काढलेल्या प्रतिमा आठवल्या आणि मग त्या व्यापाऱ्यानं हीच पुस्तकाची पानं, हीच चित्रं इथे येऊन बघितली असणार अशा श्रद्धेनं माझ्या मनात जोर धरला. ज्या पुस्तकात त्याला मनसा देवीचा चेहेरा दिसला होता ते हेच असं मला वाटू लागलं. मग वळवळणाऱ्या सापांची एक प्रतिमा

दिसली आणि माझ्या सगळ्या शंका फिटल्या. माझी पक्की खात्रीच झाली. त्या बंदुकीच्या व्यापाऱ्याप्रमाणेच आपणही पुस्तकाच्या सुरुवातीच्या काळात गेलोय, तो ही आपल्या आसपासच कुठेतरी आहे ही ती खात्री.

मी त्या स्वप्नात इतका बुडालो होतो की डोकं ठिकाणावर असताना कधीच केली नसती अशी एक गोष्ट मी केली. मी त्या काचेच्या कपाटाशी झटापट करून त्याचं झाकण उघडण्याचा प्रयत्न करू लागलो.

मला जाणवलं नसलं तरी कुठेतरी धोक्याची घंटा वाजली असावी. मी पुन्हा मान वर केली तेव्हा आजूबाजूला गणवेशधारी शिपाई आणि ग्रंथपाल उभे असल्याचं माझ्या लक्षात आलं. मी जितक्या एकाग्र चित्तानं त्या पुस्तकाकडे टक लावून बघत होतो तितक्याच एकाग्र चित्तानं ही माणसं माझ्याकडे बघत होती.

त्यानंतर आपल्याला धसमुसळेपणानं कुठेतरी नेलं जातंय असं माझ्या लक्षात आलं. कदाचित पोलिस स्टेशनला किंवा तुरुंगात सुद्धा नेत असावेत. त्यामुळे एकदम धक्का बसून मी भानावर आलो. चटकन मागे वळून पाहिलं तर मला एक चष्मिस बाई दिसली. ती ग्रंथपाल असावी. यथावकाश आयुष्यात एक टप्पा येतो जेव्हा तुम्ही अशा लोकांना ओळखू लागता. मी ओरडलो : “थांबा! मी सांगतो काय झालं ते... मी प्राध्यापिका *जाचीनता सकीअवॉन*चा मित्र आहे... त्यांचा पाहुणा आहे मी.”

माझं नशीब बलवत्तर असल्यामुळे *क्वेरीनी स्तमपालिया*मधले कर्मचारी *चीनता*ला चांगले ओळखत होते. तिच्या नावाचा जादूच्या कांडीसारखा परिणाम झाला. ग्रंथपाल बाई चटकन जाऊन पोलिसांशी काहीतरी बोलल्या. ते कुठून आले होते काय माहीत! मग एक फोन लावण्यात आला. त्यावर जोरजोरात हातवारे करत काहीतरी संभाषण झालं आणि मग तो फोन माझ्या हवाली करण्यात आला.

पलिकडे *चीनता*च होती. जे काही घडलं ती एक मोठी चूक होती असं समजावून सांगण्याचा माझ्या परीनं मी पूर्ण प्रयत्न केला. तसं मुद्दाम करण्याचा माझा कोणताही इरादा नव्हता, कपाटाचं काही नुकसान झालं असेल तर ते मी भरून देईन, वगैरे, वगैरे...

“काल्माती, दिनो,” चीनता म्हणाली. *“इट्स ओके*. मी त्यांना तुझ्याबद्दल सांगितलंय. काळजी करण्यासारखं काहीही नाही. प्रवासानं तू बहुतेक सैरभैर झालायस. घरी जा आणि आराम कर.”

“थँक यू *चीनता*,” मी म्हणालो.

फोन परत करणार तेवढ्यात मला पियाशी झालेलं बोलणं आठवलं.

“*चीनता*, तुला आणखी एक सांगायचं होतं. तुझ्या घरात कोळ्यांचा सुळसुळाट झाला असण्याची शक्यता आहे.”

“कोळ्यांचा सुळसुळाट?” ती कोड्यात पडली.

“हो, मला दिसले आहेत आजूबाजूला. माझ्या एका मैत्रिणीनं सांगितलं की ते विषारीही असू शकतात.”

पलिकडून श्वास रोखल्याचा आवाज ऐकू आला. "*औरिबिले!* मी लगेच *मार्को*ला येऊन बघायला सांगते. असो, तू काही काळजी करू नकोस. उद्या मी ही घरी येतेय."

"अरे वा, खूपच बरं वाटलं गं ऐकून."

"*अ प्रेस्तो कारो*. चाओ चाओ चाओ!"

मी वरच्या मजल्यावर चाललो असतानाच *मार्को* समोर अवतरला. तो चांगला आडदांड होता. झुबकेदार मिशा आणि मोठ्ठी ढेरी असा त्याचा एकंदर अवतार होता. मी ज्या दिवशी इथे आलो त्याच दिवशी त्याच्याशी ओळख झाली होती. त्यानंच माझी सगळी कागदपत्रं बघून *चीनता*च्या घराच्या किल्ल्या माझ्या हवाली केल्या होत्या. तेव्हापासून कितीतरी वेळा माझी त्याच्याशी भेट झाली होती आणि त्यातल्या काही प्रसंगात मी त्याच्याशी इटालियनमध्ये बोलायचा प्रयत्नही करून पाहिला होता. त्याला मात्र त्या कशानंच काही फरक पडला नव्हता. त्याच्या दृष्टीनं मी एक पर्यटक होतो आणि म्हणून माझ्याशी फक्त इंग्रजीतच बोलणं योग्य होतं.

त्याच्या एकंदर आविर्भावावरून तो माझी वाटच बघत असावा आणि मला उशीर झाल्याबद्दल जरासा वैतागलेला असावा हे माझ्या लक्षात आलं.

"अहो मिस्टर," हात उंचावून तो म्हणाला, "जरा एक मिनिट थांबा!"

"बोला? काय झालं?"

"तुम्हाला प्राध्यापिका स्कॅव्होनच्या *अप्पार्तमेन्तो*मध्ये काहीतरी दिसलं म्हणे? कसलातरी किडा? कोळी?" *मार्को* म्हणाला.

"हो," मी म्हणालो. "काल मला एक विषारी कोळी दिसला तिकडे. एका मैत्रिणीनं सांगितलं की कोळ्यांचा सुळसुळाट झाला असू शकेल."

"मी सगळीकडे पाहिलं... कुठेच काही नाही, *नियन्ते नूला.* आत्ता मी तुमच्याबरोबर वर येतो. कुठे कोळी दिसला ते दाखवा मला."

आम्ही एकत्रच अपार्टमेंटपाशी गेलो. त्यानं कंबरेच्या पट्ट्याला अडकवलेल्या जुडग्यातून एक किल्ली काढली. दार उघडून मला आत घेत तो म्हणाला: "*प्रेगो*"

मी आत शिरलो आणि तो मागोमाग आला. त्यानें धाडकन् दार बंद केलं. क्षणभरानं बाहेरच्या खोलीत काहीतरी पडल्याचा आवाज ऐकू आला. दाराशी जाऊन मी बाहेर बघितलं. जमिनीवर एक पुस्तक पडलं होतं.

"व्हेनिसमधल्या ह्या सगळ्या जुन्या इमारती असल्याच... सगळ्याच पालाइझी बेनेझिआनि," एक सुस्कारा सोडत *मार्को* म्हणाला. "कधीही दार लावलं की कपाटातून कायतरी खाली पडतंच."

"ह्या पुस्तकानं बरीच मोठी उडी मारलेली दिसतेय," मी म्हणालो.

ते पुस्तक खोलीच्या मधोमध एका खुर्चीशेजारी जाऊन पडलं होतं. मी ते उचलून बघितलं. मुखपृष्ठावर एका गडद रंगात रंगवलेल्या वाघाचं चित्र होतं. ते *सालगारी*चं सुंदरबनावरचं पुस्तक होतं. ते बाहेर काढून पुन्हा जागेवर ठेवून दिल्याचं मला बऱ्यापैकी खात्रीशीररित्या आठवत होतं.

का नव्हतं ठेवलं?

इकडे *मार्को* उतावीळ झाला होता. *"फोर्जा!"* तो म्हणाला. "कुठे कोळी दिसला दाखवा मला."

पुस्तक जागेवर ठेवत मी *मार्को*कडे वळलो. "या, दाखवतो."

मी त्याला मोलकरणीच्या त्या खोलीत घेऊन गेलो आणि दिवा लावला. जिथे कोळी दिसला ती जागा दाखवायला म्हणून मी पुढे झालो आणि तेवढ्यात जोरात आवाज करत समोरच्या खिडकीच्या तावदानावर काहीतरी आपटलं.

घाबरून मी मागे उडी मारली आणि *मार्को* हसायला लागला.

"काळजी करण्यासारखं काही नाही. पाखरू आहे."

मी खिडकीकडे निरखून पाहिलं तर बाहेरच्या कट्ट्यावर एक लहानसा तपकिरी पक्षी येऊन बसलेला दिसला. उडून जायच्या आधी त्यानं क्षणभर माझ्याकडे एक नजर टाकली.

"होतं असं कधीकधी," *मार्को* म्हणाला. "हे पक्षी उत्तरेकडे उडत येतात आणि मग दमतात. दिवा दिसला की तिकडे झेप घेतात. हा त्यांचा त्या... ह्याचा मोसम आहे ना... काय म्हणता तुम्ही त्याला?"

"स्थलांतर?"

"सि, मिग्रात्सिऔने."

"असो," टेबलाकडे बोट दाखवत मी म्हणालो, "इथे मला तो कोळी दिसला. माझ्या लॅपटॉपवर होता."

"सारा!" वैतागून डोळे फिरवत *मार्को* म्हणाला, "मी आधीच तपासली ही खोली. काही नाहीये. *नुल्ला!* मी इथे वीस वर्षं राहतोय. एकदाही मला कोळी दिसला नाही. तुम्ही इथे दोन-तीन दिवसांसाठी आलात तर तुम्हाला दिसला. *मा कोमे?"*

"ते मला माहीत नाही पण दिसला खरा. हे बघा." मी त्याला फोनवर काढलेला फोटो दाखवला.

त्याच्यावर त्याचा काहीही परिणाम झाला नाही. "तुमच्या देशात चिकार कोळी असतात म्हणे? तिकडे बघितला असेल तुम्ही?"

"नाही. इथेच होता."

हात उडवत तो जायला निघाला. "पुन्हा दिसला तर मला बोलवा, ओके?"

"ओके."

बाहेर जाता-जाता *मार्को*नं माझ्या पाठीवर थोपटल्यासारखं केलं, एखाद्याला धीर देताना करतात तसं. त्यामुळे *चीनता*ला विनाकारण धोक्याचा इशारा दिल्याबद्दल मला अगदीच मूर्खासारखं आणि अपराधी वाटू लागलं. दार बंद केल्यावर मी फोन बाहेर काढून तिला एक मेसेज पाठवला. "*मार्को* येऊन अपार्टमेंट तपासून गेला. इथे काहीही नाही. काळजी करू नकोस. सगळं काही ठीक आहे."

काही मिनिटांतच तिचं उत्तर आलं, "*ग्रात्झि कारो!* नीट झोप. उद्या भेटूच."

स्वयंपाकघरात जाऊन मी ग्लासात पाणी भरून घेणार तेवढ्यात खिडकीच्या तावदानावर काहीतरी आपटल्याचा आवाज येऊ लागला. मी वळून पाहिलं तर खिडकीच्या कट्ट्यावर आणखी एक तपकिरी रंगाचा पक्षी बसलेला दिसला. तो काचेवर टकटक करत होता. मी खिडकीच्या दिशेनं जायला लागलो तसा तो पंख पसरून उडून गेला. मी खिडकीशी जाऊन बाहेर बघू लागलो. मागच्या बाजूची फुलांनी डवरलेली बाग आणि भिंतीपलिकडची अंधुक प्रकाश असलेली गल्ली दिसत होती. विशेष दखल घ्यावी असं काही मला दिसलं नाही पण अचानक मागून कसलीशी विचित्र जाणीव झाली. वळून बघितलं तर तिथे काहीच नव्हतं पण घरात कुठेतरी काहीतरी करकरल्याचा आवाज आला. कित्येक शतकं जुनं लाकूड दलदलीत हळूहळू रुतताना होतो तसला आवाज.

अनुचित म्हणावं असं आजूबाजूला काहीच नव्हतं तरीही भोवतालची प्रत्येक गोष्ट मला जिवंत झाल्यासारखी वाटत होती. अगदी माझ्या चेहेऱ्याला स्पर्श करून जाणारा वारासुद्धा. कुठूनतरी हवेचा मोठा झोत यावा तसं वाटत होतं पण सगळ्या खिडक्या मात्र बंद होत्या.

स्वतःलाच शांत करायचा प्रयत्न करत मी *जीजा*ला फोन लावला आणि लुबनाचा बोट भाड्यानं घेण्याचा बेत तिला सांगितला.

"*जीजा*, तुला कदाचित आवडेल त्या बोटीवर जायला नाही का? काय वाटतंय?"

तिनं थोडा विचार केला. "तू म्हणतोस ते बरोबर आहे दिनो. फारच इंटरेस्टिंग असेल ते सगळं. मी माझ्या टीमशी बोलून बघते आणि तुला परत फोन करते."

फोनवरचं बोलणं संपल्यावर आपण प्रचंड दमलोय असं माझ्या लक्षात आलं. मी झोपून जायचं ठरवलं पण झोपेनं हुलकावणीच दिली. घरातली रात्रीची करकर ऐकत मी बराच वेळ डोळे टक्क उघडे ठेवून पडून राहिलो. तो आवाज आता एरवीपेक्षा जास्तच मोठा वाटत होता आणि ठळकपणे जाणवत होता.

कधीतरी माझा डोळा लागला पण काही तासातच मला पुन्हा जाग आली. माझं हृदय जोरानं धडधडत होतं. जणू कुठलंतरी संकट चालून येत असावं तशा काही एका तातडीच्या भावनेनं मला घेरलं. हवासुद्धा जड झाल्यासारखी वाटत होती. वादळापूर्वी असते तशी.

थोडं पाणी प्यायला म्हणून मी पुन्हा एकदा स्वयंपाकघरात गेलो. झोपायच्या खोलीत परत येताना दार लावलं तेव्हा बाहेरच्या खोलीतून एक आवाज ऐकू आला. काहीतरी पडल्याचा आवाज. कोणाच्या तरी हातून दचकून काहीतरी पडावं तसा आवाज.

त्याकडे दुर्लक्ष करून मी पुन्हा झोपी गेलो.

पूर्वसूचना

दुसऱ्या दिवशी सकाळी मी चहाचा कप हातात घेऊन स्वयंपाकघरात टेबलाशी बसलो होतो. तेवढ्यात अपार्टमेंटच्या पुढच्या दारात किल्ली फिरवल्याचा आवाज आला. पाठोपाठ *चीनता*चा आवाज घुमला: "दिनो? आहेस का?"

"हो. इकडे स्वयंपाकघरात आहे."

"अस्पेता!"

तिनं बाहेरच्या खोलीकडे मोहरा वळवला आणि पडदे ओढून घेतले. परत येताना तिच्या हातात एक पुस्तक होतं. माझ्याकडे बघून ते हलवत ती हसली.

"*सालगारी*चं पुस्तक वाचतोयस वाटतं...?"

मग तिचं माझ्याकडे लक्ष गेलं आणि ती एकदम थांबली. मी स्वयंपाकघरात टेबलाशी बसलो होतो. "*कारो मिओ!* काय झालं? असा का दिसतोयस?"

आत येऊन तिनं माझ्या खांद्यावर हात ठेवला. "तुझा चेहेरा असा का दिसतोय? एखाद्या भुताला घाबरवायचंय का काय तुला?"

"अगं दचकलो मी," मी म्हणालो, "तू इतक्या लवकर येशील असं वाटलं नाही मला."

"जमेल तितक्या लवकर निघाले मी," ती म्हणाली. "काल तुझा आवाज ऐकूनच वाटलं की काहीतरी गडबड आहे, तुझं चित्त ठिकाणावर दिसत नाही. माझा अंदाज खरा ठरला म्हणायचा: तू चक्क कापतोयस."

"हो?"

"हो. काय झालंय दिनो?"

"माहीत नाही गं. पण तू म्हणतेस ते बरोबर आहे. माझं चित्त ठिकाणावर नाहीये."

ती टेबलापलिकडे माझ्यासमोर येऊन बसली. "बोल, काय गडबड आहे? *दीमी!*"

"मला नीट उलगडून सांगता येईल का नाही माहीत नाही. बरंच काय-काय घडतंय आणि मला त्याची संगती लागत नाहीये. फार विचित्र वाटतंय. असं वाटतंय की, माझा माझ्या हालचालींवर ताबाच राहिलेला नाही. कशात तरी विरघळून जातोय मी, माझी इच्छाशक्ती, माझं स्वातंत्र्य हरवून बसलोय."

"असं का वाटतंय तुला? सांग बघू."

"लागोपाठ खूप छोट्या-छोट्या गोष्टी घडल्या आहेत अगं. मला हे असं बोलायलाही वेड्यासारखं वाटतंय पण कोळ्याच्या त्या प्रकरणानं मी फार अस्वस्थ

झालो. तो ज्या पद्धतीनं माझ्यासमोर अवतरला, माझ्याकडेच बघत असल्यासारखा समोर थांबून राहिला ना, त्यावरून असं वाटलं की आमच्यात काहीतरी नातं आहे... आणि मग कळलं की तो भयंकर विषारी होता. त्यातून मी नको इतके अर्थ काढतोय अशी खात्री आहे माझी... त्या सगळ्या प्रकारचा माझ्याशी काही एक संबंध नाही ते ठाऊक आहे मला, त्यामागे अगदी नैसर्गिक, शास्त्रीय कारणं आहेत."

"खरंच?" कपाळाला आठ्या घालत *चीनता* म्हणाली. "आणि काय आहेत ही नैसर्गिक, शास्त्रीय कारणं?"

"ते माझ्याइतकंच तुलाही माहितेय की गं," मी उतावीळपणे म्हणालो. "ग्लोबल वॉर्मिंगमुळे जगभरात सगळीकडे तापमान वाढतंय. त्यामुळे वेगवेगळ्या प्रकारच्या प्राण्यांची राहण्याची ठिकाणंही बदलत चाललीयेत. तो तपकिरी रेक्लूझ पूर्वी कधी आढळायचाही अशा ठिकाणी सापडायला लागलाय... म्हणजे उदाहरणार्थ, इटलीचा हा भाग."

"हो, ते समजलं मला," *चीनता* म्हणाली. "पण मुळात जगाचं तापमान का वाढतंय? तेही नैसर्गिक आहे का?"

"हो, एका दृष्टीनं आहेच," मी म्हणालो. "वातावरणात कार्बनडायऑक्साईडचं प्रमाण वाढल्यामुळे होतंय तसं. शिवाय इतरही घातक वायू आहेत."

"आणि हे वायू येतात कुठून?" *चीनता* म्हणाली. "गाड्या, विमानं, आणि..." स्वयंपाकघरात बोटानं निर्देश करत ती म्हणाली: "ह्या किटल्या, विजेवर चालणारे टोस्टर, एस्प्रेसो मशीन्स हे सगळं तयार करणाऱ्या कारखान्यांमधूनच येतात ना ते? ते सगळंही नैसर्गिक आहे का? शंभर वर्षांपूर्वी ज्या गोष्टी कोणाला कधी लागल्या नाहीत त्या गोष्टी आम्हाला आता लागाव्यात, हे नैसर्गिक आहे?"

"काहीतरी बोलू नकोस हां *चीनता*," मी उलट उत्तरलो, "त्या सगळ्यामागे खूप मोठा इतिहास आहे हे माझ्याइतकंच तुलाही चांगलं माहितेय."

तिनं त्वेषानं हा मुद्दा उचलून धरला "*एकोलो!* तेच तर! म्हणूनच तो कोळी इथे असणं हे 'नैसर्गिक' किंवा 'शास्त्रीय' नाही म्हणता येत."

"तो इथे आला तो *आपल्या* इतिहासामुळे. आपण माणसांनी केलेल्या कृत्यांमुळे. त्याचा तुझ्याशी आधीपासूनच संबंध आहे... त्या कोळ्याशी तुझं अगोदर पासून नातं आहे, मग तुला ते आवडो किंवा न आवडो."

"म्हणजे तुला काय म्हणायचंय?" मी उपरोधाने उलट प्रश्न केला. "त्या कोळ्याला कोणीतरी इथे चेटूक करून किंवा जादू करून आणलं? तो कसलातरी संदेश घेऊन आलाय? का मला झपाटायला आलाय?"

*चीनता*नं तिच्या लांब पांढऱ्या केसांवर हात फिरवला आणि ते ठीकठाक केले.

"दिनो, आत्ताच तू म्हणालास ना, तुला विरघळून गेल्यासारखं वाटत होतं, तुझी इच्छाशक्ती संपली होती?"

"हो म्हणालो ना."

"ते कशाचं लक्षण आहे माहितेय तुला?"

"नैराश्याचं?"

"तुला हवं तर तसं म्हण. पण त्याकडे वेगळ्या तऱ्हेनंही बघता येईल. इनक्विझिशन इन व्हेनिस वर पुस्तक लिहीत असताना मी ह्या लक्षणांचं वर्णन असलेल्या शंभरेक तरी केस फाइल्स वाचल्या असतील. त्या केसेसचे निवाडे चौकशी अधिकाऱ्यांनी केले होते. त्यातल्या बऱ्याचशा केसेस ह्या जादूटोणा आणि पिशाच्चानं झपाटण्याशी संबंधित होत्या. त्यावरून भूत दिसलं किंवा एखादी वस्तू हवेत उडत जाताना दिसली असल्या प्रकारच्या त्या केसेस असतील असं वाटू शकतं पण तसं मुळीच नव्हतं. त्यातल्या बहुतेक केसेस ह्या 'इच्छाशक्ती' आणि 'स्वातंत्र्य' हरवून बसल्याच्या होत्या. आपण आपल्या मर्जीनं सहसा करणार नाही अशी कृत्यं करायला आपल्याला भाग पाडलं जातंय असं त्यात बळी पडलेल्या व्यक्तीला वाटतं. नाहीतर आपल्यावर कोणीतरी करणी केलीये किंवा कोणीतरी एखादा काढा दिल्यामुळे एरवी आपण ज्या व्यक्तीकडे ढुंकूनही बघणार नाही अशा व्यक्तीच्या प्रेमात पडलो आहोत असं वाटतं. कोणीतरी आपल्या नवऱ्यावर करणी करून त्याला आपल्यापासून दूर नेऊ बघतंय असं बायकोला वाटू शकतं. आपल्या वडिलांवर कोणीतरी जादूटोणा केल्यामुळे ते पैसे उधळतायत असं एखाद्या मुलाला वाटू शकतं. आपली इच्छाशक्ती इतकी निकामी करण्यात आली आहे की, आपल्याला पलंगावरून उठता येणार नाही किंवा पायही हलवता येणार नाहीत अशी एखाद्या मुलीला खात्री वाटू शकते. कुठल्या तरी गूढ शक्तीनं आपल्याला झपाटलं असून आपल्या बाबतीत काय घडेल ह्यावर आता आपलं नियंत्रण राहिलेलं नाही अशी भावना त्यांना घेरून टाकते. भुतानं झपाटलेल्याच्या बहुतेक केसेस ह्या अशा असतात."

माझ्या डोळ्यात बघत ती हसून म्हणाली, "आणि तुझ्यात हीच लक्षणं दिसतायत ना?"

मी अविश्वासानं तिच्याकडे एकटक बघत राहिलो. "*चीनता*, म्हणजे मला कोणीतरी झपाटलंय असं म्हणायचंय तुला? खरंच? माझ्या मनावर दुसऱ्याच कोणीतरी ताबा मिळवलेला आहे असं?"

ती हसली. "छे, छे, मी मुळीच तसं काही म्हणत नाहीये. पूर्वी ज्याला झपाटणं म्हणायचे ते आजकाल तू आणि मी ज्या जगात राहतो त्या जगात शक्य नाहीये. आपल्या पूर्वजांच्या बाबतीत ते घडायचं कारण त्यांचा निभाव लागणं हे त्यांच्या इच्छाशक्तीवर आणि स्वतःच्या जगातल्या अस्तित्वाची त्यांना किती जाणीव आहे त्यावर अवलंबून होतं. इथे निभावून नेण्यासाठी त्यांना जमीन, हवामान, प्राणी, शेजारी-पाजारी, कुटुंब आणि अशाच अनेक गोष्टींवर अवलंबून रहावं लागत होतं. ह्यातली एकही गोष्ट केवळ त्यांनी मागितलं म्हणून त्यांना काही द्यायची नाही. म्हणजे आजकाल जसं पैसे काढायचं मशीन असतं किंवा स्टाझिओनेवर जसा तिकीट देणारा माणूस असतो तसं ते नव्हतं. पूर्वीची माणसं उपजीविकेसाठी ज्या-ज्या गोष्टीवर अवलंबून असायची मग तो जोडीदार असो किंवा घोडा असो, किंवा अगदी वारा नाहीतर हवामान असो, त्या प्रत्येक गोष्टीत उलट सामना करायची आणि विरोध करायची क्षमता होती. केवळ तगून राहण्यासाठी सुद्धा त्यांना स्वतःचं अस्तित्व दाखवून द्यायला लागायचं नाहीतर ही माणसं हरवूनच गेली असती. एखाद्या सावलीसारखं अस्तित्व उरलं असतं त्यांचं.

म्हणून कोणीतरी आपला ताबा घेणं, आपलं अस्तित्व हरवून जाणं ह्या प्रकाराची त्यांना एवढी चिंता वाटायची. तुला किंवा मला असल्या भीतीला तोंड द्यावं लागत नाही. आपण राहतो ते जग व्यक्तीनिरपेक्ष आहे. आपल्याला आपलेच पैसे काढताना त्या पैसे देणाऱ्या मशीनला आपलं अस्तित्व दाखवून द्यावं लागत नाही. आपापले सेलफोन्स चालावेत म्हणून आपल्याला आपली इच्छाशक्ती पणाला लावावी लागत नाही. दैनंदिन आयुष्यात निभाव लागण्यासाठी आपल्याला आपलं अस्तित्त्व दाखवून द्यावं लागत नाही. मग गरज नसल्यामुळे ही अस्तित्त्वाची जाणीव हळूहळू मिटत जाते किंवा हरवून जाते किंवा विसरली जाते... मग व्यवस्थेला तुमचा ताबा घेणं सोपं होतं."

तिच्या बोलण्याचा मतितार्थ लक्षात यायला मला थोडा वेळ लागला. मी म्हणालो, "अगं पण तसं असेल, तर आपण आजकालची माणसं... तुझ्या-माझ्यासारखी माणसं अगोदरच झपाटलेली आहोत असं म्हणायचंय तुला?"

ती नेहमीसारखीच गूढ हसली. "दिनो, एखाद्या चौकस विश्लेषकाच्या भूमिकेतून मी जेव्हा आपल्या जगाकडे बघते तेव्हा एक थेट निष्कर्ष अगदी अटळपणे निघतो."

"तो कुठला...?"

"सध्याच्या जगात राक्षसी शक्तींनी झपाटल्याची सगळी लक्षणं दिसतात."

मी श्वास रोखला. "काय? अगं काय बोलतेयस! राक्षसी शक्तींनी झपाटल्याची लक्षणं दिसतात म्हणजे नक्की काय?"

"*कारो*, जरा आजूबाजूला बघ," तिच्या आवाजात आता थोडा थकवा जाणवत होता. "हे जग राहण्याच्या लायकीचं हवं असेल, समुद्रानं किंवा कोळ्यासारख्या प्राण्यांनी आपल्या घरांवर आक्रमण करायला नको असेल तर काय केलं पाहिजे ते प्रत्येकाला माहीत आहे. प्रत्येकजण जाणून आहे... आणि तरीही आपल्याकडे ती ताकद नाही, आपल्यापैकी सर्वात ताकदवान म्हणवणाऱ्यांकडेही ती ताकद नाही. आपण सवयीनं आपापली रोजची कामं करत राहतो. जणू काही आपल्या इच्छाशक्तीवर पकड मिळवणाऱ्या त्या शक्तीच्या कचाट्यात आपण अडकलोय. आजूबाजूला सगळीकडे धक्कादायक आणि क्रूर घटना घडताना दिसतात पण आपण आपली नजर फिरवतो. आपल्यावर ताबा मिळवणारी ती जी काही शक्ती आहे तिला आपण स्वेच्छेनं शरण जातो."

हसून पुढे होत तिनं माझा हात थोपटला. "म्हणून तुझ्याबाबतीत जे घडतंय त्याला 'झपाटणं' म्हणता येणार नाही. त्यापेक्षा मी त्याला *रिसवेलियो* म्हणजे एक प्रकारची जागृती अवस्था म्हणेन. ती अर्थातच धोकादायक वाटू शकते पण ह्याआधी कल्पना केली नसेल किंवा जाणवल्याही नसतील अशा गोष्टींचं भान तुला येतंय म्हणून. नशीबवान आहेस तू दिनो. कुठल्यातरी अज्ञात शक्तीनं तुला फार मोठी देणगी दिलीये."

उठून ती खिडकीपाशी गेली आणि बाहेर बघत म्हणाली: "*कारो*, मला हेवा वाटतो तुझा पण कृतज्ञताही वाटते. तुझ्यामुळे माझ्याही आयुष्यात त्या बंदुकीच्या व्यापाऱ्यानं प्रवेश केला. त्यामुळे आपल्या वाट्याला काही कर्तव्यं आलीयेत असं वाटतंय मला, तुला नाही वाटत तसं?"

"कसली कर्तव्यं?"

"पुन्हा एकदा त्याच्या पाऊलखुणा गिरवण्याचं कर्तव्य; तो इथे असताना व्हेनिस जसं होतं तसं बघायचा प्रयत्न करण्याचं कर्तव्य?"

"आणि ते कसं करणार?"

"मला वाटतं आपण एक लांब चक्कर मारायला जाऊया. व्हेनिसला आल्यावर बंदुकीच्या व्यापाऱ्यानं ज्या गोष्टी पाहिल्या असतील त्यातलं काहीतरी बघायला जाऊया. काय वाटतंय तुला?"

मी उत्सुकतेनं ताडकन उठलो. "मस्त कल्पना आहे! कधी जाऊया?"

ती हसली. "थोड्या वेळानं निघूया रे. आधी मी जरा स्थिरस्थावर होते. दुपारी जेवण झाल्यावर जाऊया?"

त्या दिवशी दुपारी *चीनता* ज्या कपड्यात बाहेर पडली ते ह्यापूर्वीच्या तिच्या अनेक कपड्यांप्रमाणेच काहीसे विक्षिप्त पण गूढ आणि डौलदार होते. तिनं एक झुळझुळीत काळा झगा घालून त्यावर फुशिया म्हणजे जांभळट-गुलाबी रंगाचा भारतीय पद्धतीचा दुपट्टा घेतला होता. पायात निळ्या रंगाचे बूट आणि डोक्यावर हॅट होती. त्या हॅटभोवतीच्या पट्ट्यातून एक पीस बाहेर डोकावत होतं.

त्या दिवशी हवा अगदी स्वच्छ होती. पर्यटकांनी शहर अगदी ओसंडून वाहत होतं. गर्दीच्या आवाजानं रस्ते भरून गेले होते. एकेकाळी तो आवाज म्हणजे मला गलबला वाटला असता. आता मात्र त्या गजबजाटात एक अखंड बंगाली कुजबुजही मला ऐकू येत होती. असं वाटत होतं जसं काही आपण एखाद्या जंगलात आहोत आणि त्या जागेच्या केवळ आत्म्यातच नव्हे तर रंध्रा-रंध्रात सामावून घेणारी एखाद्या विशिष्ट झऱ्याची किंवा झाडाची कुजबुज माझ्यापर्यंत येते आहे.

उलट इकडे *चीनता*ला मात्र त्या जंगलात कोणाच्या ना कोणाच्या अनुपस्थितिची कुजबुज जाणवत होती: "माझी आत्या राहायची इथे..." एखाद्या ठिकाणी बोट दाखवत ती म्हणायची. "आणि तिकडे शहरातल्या सगळ्यात उत्कृष्ट हॅट तयार करणाऱ्या माणसाचं दुकान होतं," किंवा आणखी एखाद्या भेटवस्तूंच्या दुकानासमोरून जाताना ती म्हणे: "शाळा सुटली की मी आणि माझे मित्र-मैत्रिणी त्या दुकानात जायचो - खाऊ घ्यायला."

मधूनच तिला कोणीतरी ओळखीचं भेटायचं. एखाद्या विलयाला चाललेल्या जमातीतल्या शेवटच्या काही सदस्यांसारखा खिन्न नूर बाळगत ते एकमेकांना अभिवादन करायचे. "आम्हा व्हेनेशियन लोकांपैकी आता इतके कमी शिल्लक राहिलेत की, आम्ही सगळे एकमेकांना ओळखायला लागलोय. आमची इथली बोलीभाषा बोलताना मला जो काही आनंद होतो ना... मी सांगूच शकत नाही."

"तुला काय म्हणायचंय ते मला चांगलं कळतंय."

मला एक गल्ली दाखवायला म्हणून ती एका कोपऱ्यात थांबली. "त्या तिकडे ते घर आहे ना, तिथे *मार्को पॉलोस*चा जन्म झाला म्हणतात. बंदुकीच्या व्यापाऱ्याला

नक्कीच कोणीतरी ही जागा दाखवली असणार. खात्रीच आहे माझी. शेवटी *पॉलोस* मंडळी प्रवासी-व्यापारी म्हणूनच प्रसिद्ध होती, अगदी त्या काळातसुद्धा."

थोड्या वेळानं आम्ही रियाल्टो ब्रिजवर पोहोचलो. तांबड्या रंगाचं प्रवेशद्वार असलेल्या आणि उंच-उंच टोकदार खिडक्यांनी सजलेल्या समोरच्या भव्य प्रासादाकडे बोट दाखवत *चीनता* म्हणाली,

"तो बेम्बो महाल. महान कवी *पिएत्रो बैम्बो*च्या कुटुंबाच्या मालकीचा."

"बेम्बो फॉन्टचं नाव मानुतियसनं ज्याच्यावरून ठेवलं तोच ना?"

"बरोबर! *पिएत्रो बैम्बो* गेल्यानंतर बऱ्याच वर्षांनी त्यांच्या घराण्यात *अमब्रोसिओ बैम्बो* नावाचा महान प्रवासी जन्माला आला. तो बंदुकीच्या व्यापाऱ्यापेक्षा वयानं लहान होता पण त्याचाच समकालीन होता हे नक्की. १६७१ साली वयाच्या एकोणिसाव्या वर्षी हा तरुण ॲम्ब्रोशिओ दीर्घ पल्ल्याच्या प्रवासाला निघाला. इथून तो पार भारतापर्यंत जाऊन परत आला."

एका दिशेला मान कलती करून ती गाल खाजवू लागली.

"हा *अमब्रोसिओ बैम्बो* बंदुकीच्या व्यापाऱ्याला भेटला असू शकेल नाही का? तसं समजण्यात मला फार मोठी अतिशयोक्ति वाटत नाही. शेवटी त्यानं माहीतगार लोकांकडे जाण्या-येण्याच्या मार्गाची चौकशी केलीच असणार. कोणी ना कोणी त्याला कप्तान इलीयासबद्दल सांगितलंच असणार. मग भारतात राहणारा एक माणूस आत्ता इथे व्हेनिसमध्ये असल्याचं इलीयासनं कदाचित सांगितलंही असेल. *ए अबसतंजा पॉसिब्ले नो?*"

तेवढ्यात इकडे एक तरुण बंगाली माणूस माझ्यासमोर अवतरला होता. त्याच्या हातात बर्फात ठेवलेल्या पाण्याच्या बाटल्यांनी भरलेली एक बादली होती. त्याच्या विनवण्यांसमोर मान तुकवत *चीनता*नं दोन बाटल्या विकत घेतल्या. एक तिच्यासाठी आणि एक माझ्यासाठी. मग एकीकडे माझ्या कानात कुजबुजत ती म्हणाली, "त्या पोराला विचार, तू कुठला आणि इथे कसा आलास ते. बंगालीत विचार हां."

"देश कोय?" मी त्या पोराला विचारलं.

अचानक कुठलं तरी गिऱ्हाईक बंगाली बोलायला लागल्यानं अपेक्षेप्रमाणे तो पोरगा थक्कच झाला.

त्याच्या चेहेऱ्यावरचे आविर्भाव बघून *चीनता*ला भयंकर आनंद झाला. "काय म्हणाला तो? *दीमी! दीमी!*"

मी त्या पोराचं बोलणं भाषांतर करून सांगत होतो आणि तो ऐकत होता. "बांग्लादेशातल्या मदारीपूरमधून आलाय तो. माझे पूर्वजही तिथलेच. अठराव्या वर्षी त्यानं गाव सोडलं आणि लिबियात काम करायला म्हणून गेला. दोन वर्षांनी त्यानं एका रबरी तराफ्यावर बसून समुद्र ओलांडला आणि तो सिसिलीत आला."

"तराफ्यात बसून आला?" *चीनता*नं श्वास रोखला. "पण त्याला भीती नाही वाटली? विचार बघू त्याला- असला धोका पत्करायची भीती नाही वाटली?"

मी त्याला प्रश्न विचारला आणि त्याच्या उत्तराचं भाषांतर करून ते सांगितलं "तो म्हणतोय, त्यानं तसा काही विचारच नाही केला. तेव्हा तो एका मोठ्या जथ्थ्याबरोबर होता. एकमेकांना धीर देत त्यांनी एकत्रच समुद्र ओलांडला."

इथे आता त्या तरुण पोरानं हसून मध्ये तोंड घातलं आणि मला आव्हान दिल्यासारखा तो म्हणाला, "आणि तुम्ही? तुम्ही कसे आलात इथे?"

"विमानातून."

"मग त्यात काहीच धोका नाही?" हसतच त्यानं विचारलं, "विमानात बसायच्या आधी तुम्ही त्या धोक्यांचा अभ्यास केला होता का?"

"नाही."

"मी ही नाही केला," तो म्हणाला. "कधीकधी बाकीचे करतायत म्हणून एखादी गोष्ट करायला सहज वाटते. शिवाय तरुणपणी तुम्ही धोक्याचा फारसा विचार करत नाही."

बादली उचलून तो दुसऱ्या एका गिऱ्हाईकामागे धावला.

तो काय म्हणाला ते मी *चीनता*ला सांगितलं आणि तिनं मान डोलावली. बराच काळ डोक्यात घर करून असलेल्या एखाद्या मुद्द्याला त्या पोरानं पुष्टी दिल्यासारखी.

"कधीकधी मी स्वतःशीच विचार करते," ती म्हणाली, "त्या काळातले *पॉलोस*, *निकोलो द कॉन्ती*, *अमब्रोसिओ बैम्बो* हे व्हेनेशियन प्रवासी सध्याच्या व्हेनिसमध्ये आले तर काय होईल? त्यांना कोण जास्त जवळचं वाटेल? आपापली घाणेरडी कामं करून घ्यायला निर्वासितांवर अवलंबून असणारे आम्ही एकविसाव्या शतकातले इटालियन लोक? ऐटबाज जहाजांमधून किंवा विमानातून येणारे पर्यटक? का ही स्थलांतर करणारी, पूर्वीच्या व्हेनेशियन प्रवाशांसारखीच जीवावर उदार होऊन समुद्र ओलांडणारी पोरं?"

आम्ही रियाल्टो ब्रिजवर चढलो आणि मग *चीनता* उजवीकडे एका छप्परवाल्या गल्लीला लागून असलेल्या चौकात वळली. कमानीच्या सावलीत जुन्या दुकानांची रांग पसरली होती. त्यातली बहुतेक दुकानं आता वापरात नसल्यामुळे सीलबंद होती.

"ह्याच बाजारात तुझा तो व्यापारी त्याच्याकडच्या कवड्या विकायला आला असणार," *चीनता* म्हणाली. "इथेच त्यानं ठोक व्यापाऱ्यांशी घासाघीस केली असणार. त्यांना अटलांटिक महासागरात जहाजं पाठवायला कवड्या लागायच्या. पश्चिम आफ्रिकेत तेव्हा कवड्यांचं चलन खूप आवश्यक होतं. 'नवीन जगा'साठी लागणाऱ्या गुलामांचा व्यापार त्या काळी तेजीत होता. ह्याच काळात आफ्रिकन गुलामांचा व्यापार हा युरोपातल्या वसाहतींच्या अर्थव्यवस्थेचा आधारस्तंभ होत चालला होता."

पुढे चालत जाऊन तिनं एक गर्दीचा रस्ता ओलांडला आणि मला एका अरुंद, शांत गल्लीत घेऊन गेली. "दिनो, एक लक्षात घे," *चीनता* म्हणाली, "१६६०

च्या दशकात तुझा तो व्यापारी इथं आला तेव्हा व्हेनिस आक्रसलं होतं, भकास झालं होतं. व्यापारी सत्तेच्या ऐन भरातले त्याचे दिवस आता ओसरले होते. अमेरिकेकडे आणि हिंदी महासागराकडे जाणाऱ्या नवीन समुद्री मार्गांचा शोध लागल्यामुळे तो भर ओसरला. शिवाय तो काळही लघु हिमयुगातल्या आपत्तींचा काळ होता. आकाशात काय आणि पृथ्वीवर काय सगळीकडे अराजक माजलं होतं. व्हेनिसच्या दृष्टीनं बघितलं तर १६३० साली आपत्तींनी कळस गाठला. तिकडे आल्प्सच्या पलिकडच्या बाजूला – ज्याला तीस वर्षांची लढाई म्हणतात ती भयानक लढाई चालू होती. सध्या भूमध्य समुद्राच्या आसपास जसं युद्ध धुमसतंय तशीच आणि हे सगळं चालू असतानाच हवेनेही मानवजातीच्या विरोधात बंड पुकारलं. आकाश फाटलं आणि उत्तर इटलीतला पठारी प्रदेश पाण्याखाली गेला. असा पाऊस पूर्वी कोणीच पाहिला नव्हता. त्या पावसानं पिकं वाहून नेली, कापणी करून ठेवलेल्या धान्याचा नाश केला. अन्नधान्याची किंमत वाढली आणि संपूर्ण प्रदेशात भुकेनं थैमान घातलं. भूक आली की तिच्या मागोमाग रोगराई येतेच."

"१६२९ साली जर्मन शिपायांमुळे मिलानमध्ये प्लेगची साथ पसरली आणि काही आठवड्यात हजारोंनी माणसं मेली. एका शहरातून दुसऱ्या शहरात साथीचा फैलाव व्हायला लागला. मान्तोव्हावरून पदोव्हा आणि तिथून पुढे व्हेनिस. व्हेनिसमध्ये एका परराष्ट्र अधिकाऱ्यामुळे तो पसरला असं म्हणतात.

तो रोग काही व्हेनिससाठी नवीन नव्हता. ह्यापूर्वीही प्लेगच्या साथी येऊन गेल्या होत्या आणि त्यातून बरंच काही शिकायला मिळालं होतं. प्लेग कसा आटोक्यात आणायचा ह्यासाठी पुष्कळ नियमावली प्रसिद्ध झाल्या होत्या आणि पार पंधराव्या शतकापासून कायमच्या आरोग्य समित्या स्थापन केल्या होत्या. साथीचा मुकाबला करण्यासाठी जे आधुनिक स्वच्छतेचे नियम पाळले जातात त्यांचा शोध व्हेनिसमध्येच लागला असंही अगदी खुशाल म्हणता येईल. त्यामुळे १६३० सालची प्लेगची मोठी साथ आली तेव्हा शहरातल्या अधिकाऱ्यांनी जराही वेळ न घालवता काम सुरू केलं."

जणू मी पुढे चुकीचा निष्कर्ष काढू नये म्हणून की काय पण तिनं माझ्या दंडात एक बोट खुपसलं आणि ती पुढे म्हणाली, "दिनो, हे अधिकारी भोळसट होते असं अजिबात समजू नकोस. त्यातले बरेचसे पदोव्हा विद्यापीठात शिकलेले होते. बुद्धिप्रामाण्यवादाचं मोठं केंद्र होतं ते. गॅलिलिओ एकेकाळी तिथेच शिकवायचा. त्याची निसर्गातल्या सुव्यवस्थेची शिकवण म्हणजे व्हेनिसचा कारभार बघणाऱ्यांसाठी धर्मग्रंथासारखी होती. आजकालच्या युरोपीय महासंघाचे नोकरशहा असतात ना? तसे होते ते. धडाडीचे, उत्तम शिकलेले, जराही लहरी कारभार न करणारे. माणसाच्या तर्कबुद्धीवर त्यांची अफाट निष्ठा होती.

"एकामागून एक उपाय अंमलात आणत ते सराईतपणे कामाला लागले. लागण झालेल्या लोकांना वेगळं केलं गेलं, संचारबंदी लागू केली. ज्यांना ज्यांना लागण झाल्याचा संशय होता त्या सगळ्यांना एका बेटावर वेगळं ठेवण्यात आलं.

त्यातून बऱ्या झालेल्या काही लोकांना आणखी एका वेगळ्या बेटावर पाठवलं. सगळी सार्वजनिक ठिकाणं बंद केली. लोकांना घरातून बाहेर पडायला बंदी केली. फक्त सैनिकांना मोकळं फिरायची परवानगी होती. रस्ते इतके ओस पडले की, फरसबंदीच्या मधल्या फटीतून रोपं उगवायला लागली. खास नेमणूक करण्यात आलेले अधिकारी मास्कनं चेहेरा झाकून घरोघरी फिरायला लागले आणि तिथे औषध फवारणी करून कोणाला रोगाची लक्षणं दिसतयात का ते तपासून बघायला लागले."

"पण प्लेग चिवट होता. हजारोंच्या संख्येनं माणसं मेली. मजूर, कोळीणी, उमराव घराण्यातल्या बायका, पाद्री, अगदी उच्चपदस्थ पंचही त्यातून सुटले नाहीत. काही महिन्यातच शहरातले एक चतुर्थांश लोक मेले. मेलेल्या माणसांना उचलून नेणारी जहाजं पुरेनाशी झाली. कालवे प्रेतांनी भरून गेले. *आर्सेनाले*ला, म्हणजे जिथे आता कलेची प्रदर्शनं भरतात तिथे प्रेतांचे ढीग लागले होते. ती निर्जंतुक करायला माणसं मिळत नव्हती.

"हा सगळा भयंकर प्रकार चालू असताना शहरातल्या एका छोट्या कोपऱ्यात मात्र जवळजवळ काहीच उलथापालथ झाली नव्हती. ती एक कोर्ते नोव्हा नावाची बारकीशी गल्ली होती. तिथे राहणाऱ्या एका लहान मुलीनं पवित्र कुमारी मेरीचं चित्र काढून ते गल्लीच्या तोंडाशी लावलं. त्या मॅडोना (व्हर्जिन मेरी) ला ओलांडून प्लेग पुढे जाऊच शकणार नाही असं तिचं म्हणणं होतं. आश्चर्य म्हणजे त्या गल्लीत राहणारी माणसं खरंच प्लेगपासून वाचली."

"व्हेनेशियन कायमच पवित्र कुमारिकेची पूजा करत आलेत. आता तर अख्खं शहर तिला शरण गेलं. शहराचा कारभार बघणाऱ्या तर्कनिष्ठ आणि धडाडीच्या अधिकाऱ्यांनीसुद्धा हतबल झाल्याचं मान्य केलं आणि मॅडोनासाठी एक मोठं चर्च बांधायची प्रतिज्ञा केली. त्यानंतर मात्र लगेचच प्लेग कमी व्हायला लागला. *सांता मारिया देला सालूते* – म्हणजे आरोग्यदात्री मॅडोनानं हा चमत्कार घडवल्याचं बोललं जाऊ लागलं."

एका ठिकाणी थांबून तिनं समोर बोट दाखवलं. अचानक समोर ग्रँड कॅनॉलच्या वरच्या बाजूला एक भव्य करड्या रंगाचा घुमट दिसायला लागला होता. "ते बघ तिकडे: *सांता मारिया देला सालूते*. हे चर्च आता शहरातलं एक महत्त्वाचं ठिकाण झालंय."

"हं... टर्नरची चित्रं आठवली मला."

"इतरही पुष्कळ आहेत. पृथ्वीवरच्या इतर कोणत्याही ठिकाणाइतकीच ला सलूतेचीही चित्रं आणि फोटो काढले गेलेत. तरीही ते एका मोठ्या प्रलयाचं स्मारक आहे असंही म्हणता येईल. लघु हिमयुगातल्या भयंकर मोठ्या संहाराचं स्मारक."

आम्ही त्या गगनचुंबी, अष्टकोनी चर्चेकडे कौतुकानं बघत थांबलो. त्याच्या पांढऱ्याशुभ्र पृष्ठभागावर ग्रँड कॅनॉलमध्ये उठणाऱ्या तरंगांचं प्रतिबिंब लहरत होतं.

"तुझ्या त्या व्यापाऱ्याला ला सलूतेचं हे रूप बघायला मिळालं नसेल," *चीनता* म्हणाली. "हे बांधायला जवळजवळ पन्नास वर्षं लागली. इथे दलदलीत त्याचा पाया खोदायलाच पुष्कळ वर्षं लागली. १६६० साली जर तुझा तो व्यापारी खरंच इथे आला असेल तर त्याला घुमटाच्या आधाराला बांधलेली अष्टकोनी इमारत बघायला मिळाली असेल. पण त्याला हे भव्य चर्च उभं राहताना दिसलं असणार आणि ते का बांधलं जातंय तेही समजलं असणार. नाही कसं? तेव्हाच्या व्हेनिसमध्ये १६३० च्या भयंकर प्लेगच्या आठवणी अजूनही ताज्या होत्या."

ती बोलत असतानाच एक पाणबोट ग्रँड कॅनॉलमधून वेगात निघून गेली आणि चर्चच्या पृष्ठभागावर दिसणाऱ्या लाटांच्या प्रतिबिंबाची जागा प्रकाशाच्या लखलखत्या भोवऱ्याच्या प्रतिबिंबानं घेतली. त्याक्षणी ते चर्च केवळ सुंदरच आहे असं नाही तर त्यातून भीती आणि अपशकुनाची भावनाही झिरपते आहे असं मला दिसलं. अगदी टोकाच्या असहाय अवस्थेतून ते सावधगिरीचं स्मारक उभं राहिलं होतं आणि म्हणूनच बहुधा त्याचं रूपांतर दगडी इमारतीत झालं होतं.

*चीनता*च्या मागोमाग मी त्या स्मारकाच्या पायऱ्या चढून चर्चमध्ये गेलो. गोलाकार कठड्याला वळसा घालून आम्ही उंचावरच्या पवित्र वेदीकडे गेलो. तिच्या मध्यभागी गडद वर्णाच्या मॅडोनाची आणि तिच्या बाळाची तेजःपुंज, सोनेरी प्रतिमा होती.

"ही ला सलूते मधली कृष्णवर्णीय मॅडोना," *चीनता* म्हणाली. "*पनागिया मेसोपनदीतीस्सा* - मध्यस्थ मॅडोना. ती आपल्या आणि पृथ्वीमातेच्या मध्ये उभी आहे, पृथ्वीमातेचे आशीर्वाद आणि शाप दोन्ही अंगावर झेलत."

माझ्याकडे वळून बघत ती हसली. "ती प्रतिमा बायझेंटाइन पद्धतीची आहे बघ. *क्रेते* बेटावरच्या *एराक्लिओन*वरून ती आणली होती. आ-सा-सा-रा-मी देवतेशी संबंधित म्हणून ते शहर प्रसिद्ध होतं."

माझ्याकडे बघून एक भुवई उंचावत तिनं विचारलं: "ती देवता कोण आहे माहितेय?"

"नाही."

"*मिनोआन* संस्कृतीतली नागदेवता."

चीनता वळली आणि मेणबत्ती लावून प्रार्थना म्हणायला वाकली. मी इकडेतिकडे फिरत त्या भव्य घुमटाकडे मान वर करून बघत राहिलो. लहान लहान छिद्रं असलेल्या त्या पोकळीत एकटक बघत असताना चर्चच्या घंटा घणघणू लागल्या. पूर्वी तो आवाज मला आनंदाचा आणि उत्सवाचा आविष्कार वाटे. मात्र धोक्याची सूचना देण्यासाठी किंवा येऊ घातलेल्या संकटाची चाहूल म्हणूनही घंटा वाजवल्या जात असत ते मला आठवलं. मानवी तर्क आणि क्षमतेची मर्यादा दीर्घकाळ, संथगतीनं पुढे सरकणाऱ्या दैनंदिन आयुष्यात जाणवत नाही तर मधूनच येणाऱ्या आपत्तीच्या भयंकर आणि वेगवान हल्ल्याच्या वेळेस जाणवते अशी जणू आठवणच भूतकाळातला एखादा आवाज ओरडून करून देत होता.

मग *चीनता*नं माझ्या कोपराला स्पर्श केल्याची जाणीव मला झाली.

"आपलं नशीब जोरावर आहे आज," चर्चमधल्या बसायच्या गोलाकार भागाकडे मला नेत ती हळूच म्हणाली. "एरवी चर्चच्या मध्यभागी दोऱ्या बांधलेल्या असतात. फक्त २१ नोव्हेंबर सोडून. त्या दिवशी हजारो लोक *मॅडोना देला सालूते*चा उत्सव साजरा करायला जमतात. तेव्हाच फक्त आपल्याला चर्चच्या मध्यभागी जायची परवानगी असते."

तिनं जमिनीकडे बोट दाखवलं. तिथे काही लॅटिन अक्षरांभोवती गुलाबाच्या फुलांची गोलाकार वेलबुट्टी चितारली होती. ती माझ्या कानात कुजबुजली: "*कारो*, हे शब्द लक्षात ठेव. जेव्हा तुला भविष्याबद्दल निराश वाटायला लागेल तेव्हा ते आठव: *उनदे ओरीगो इन्दे सालूस*... "आदितत्त्वातूनच मुक्तीचाही जन्म होतो."

भरती

ला सलूतेमधून बाहेर पडत असतानाच *चीनता* म्हणाली: "आता आपण इकडच्या भागात आलोच आहोत तर तुला आणखी एक दाखवायचंय. अगदी आत्ताच्या काळातलं. अजिबात चुकवता कामा नये असं काहीतरी."

उजवीकडे वळून आम्ही एक लहानसा चौक ओलांडला आणि एका अरुंद रस्त्यावर आलो. त्या रस्त्यावर एक कमी उंचीची नुकतीच रंग दिलेली इमारत दिसत होती.

"हे जुनं जकातघर" *चीनता* म्हणाली. "साधारण ला सलूतेच्या वेळेसच बांधलं. माझ्या लहानपणी ही अगदी पडझड झालेली जुनी इमारत होती. काही वर्षांपूर्वी एका जपानी आर्किटेक्टनं तिचा जीर्णोद्धार केला. आता शहरातल्या इतर बऱ्याचशा इमारतींप्रमाणे ही सुद्धा एक आर्ट गॅलरी झालीये. चल चक्कर मारून येऊ. आत्ता इथे मॉडर्न आर्टचं इंटरेस्टिंग प्रदर्शन भरलंय असं कळलं मला."

आम्ही ज्या रस्त्यावर होतो तो एका त्रिकोणाकृती भूशिरापाशी जाऊन संपत होता.

"त्याला म्हणतात, *पुनता देला दोगाना,*" *चीनता* म्हणाली. "जकात नाका. व्हेनिसमधले दोन महत्त्वाचे मार्ग इथे एकत्र येतात बघ. ग्रँड कॅनॉल आणि *जुदेक्का कनाल.*"

थेट समोर बघितलं तर सेंट मार्क्स स्क्वेअर आणि पलिकडच्या सरोवराचं विलोभनीय दृश्य दिसत होतं.

"चल आत जाऊ," *चीनता* म्हणाली. "प्रदर्शन लवकरच बंद होईल."

आम्ही आत शिरलो तेच एका नाट्यपूर्ण प्रकाशयोजना केलेल्या खोलीत. तिथे काही नीरस कलाकृतींचे नमुने मांडून ठेवले होते. बहुतेक सर्व प्रेक्षक त्याकडे दुर्लक्ष करून गॅलरीच्या दुसऱ्या टोकाला गेलेले दिसत होते.

तिथल्या कलाकृतीभोवती गोळा झालेल्या गर्दीतून वाट काढत पुढे जायला आम्हाला थोडी वाट बघावी लागली. शेवटी एकदाचे आम्ही तिथे पोहोचलो तर समोर एक लांबलचक, भगभगीत उजेड असलेला पाण्याचा हौद होता. तो एखाद्या मोठ्या मत्स्यालयासारखा वाटत होता. त्यात पुष्कळसे लांब-लांब, सोंडेसारखे वळवळणारे आणि एकमेकांना वेढे घालून बसलेले आकार दिसत होते. ते आकार पंचरंगी पोपटासारख्या भडक रंगाच्या धातूच्या बारीक-बारीक खवल्यांनी आच्छादलेले होते. त्या आकारांना स्पर्श करून आणि पाणी हलवून त्यांच्याशी संवाद साधण्यासाठी प्रेक्षकांना प्रोत्साहन दिलेलं होतं. दरवेळेस स्पर्श झाला की

ते सोंडेसारखे दिसणारे तंतू डोलत, उलगडत आणि त्यांचा आकार बदले. तिथली प्रकाशयोजना इतक्या कल्पकतेनं केलेली होती की, अशावेळेस ते वळवळणारे आकार अक्षरशः जिवंत झाल्यासारखे वाटत.

चीनता आणि मी, आम्ही दोघेही त्या कलाकृतीनं भारावून गेलो. कॅटलॉगमध्ये पाहून ती हळूच हसली. “अरेच्चा! हा तर आपला जुनाच दोस्त आहे!” ती म्हणाली.

“कोण? हा कलाकार?”

“छे! तो प्राणी – *इल मोस्तरो*” तिनं मला ते शीर्षक दाखवलं “*इल मोस्तरो दि पुन्ता देला दोगाना* – जकातनाक्यावरचा राक्षस.”

त्या कॅटलॉगमधल्या लेखात खुलासेवार माहिती दिली होती. पुन्ता देला दोगानाच्या बांधाखाली एका राक्षसाची गुहा होती अशी एक व्हेनेशियन आख्यायिका आहे. ही कलाकृती त्या आख्यायिकेवरून प्रेरणा घेऊन तयार केली आहे असं त्या लेखात म्हटलं होतं.

“आत्ताच काही मिनिटांपूर्वी आपण तिथे होतो ना?”

“हो,” माझ्या कोपराला स्पर्श करत *चीनता* हसली. “ये... पुन्हा तिकडे जाऊ आणि तसा काही प्राणी दिसतोय का ते बघू.”

तिनं मला गॅलरीतून बाहेर काढलं आणि थेट समोर ते दोन मोठे कालवे जिथे एकत्र येतात तिथे घेऊन गेली. भरतीची वेळ होती. पाण्याची पातळी आमच्या पावलाच्या जेमतेम काही इंच खाली होती.

“गेल्या काही शतकांत,” *चीनता* म्हणाली, “व्हेनिसच्या सरोवरांमध्ये वेगवेगळ्या भागात *ईल मेस्त्रो* दिसल्याची नोंद बऱ्याचदा सापडते. काहीजण म्हणतात की, एक मोठा स्क्विड किंवा कदाचित त्याचं अख्खं कुटुंबच इथल्या जलाशयात येऊन राहिलं होतं. तो प्राणी शेवटचा दिसला ते १९३० साली. ज्या दोघा कोळ्यांनी त्याला पाहिलं त्यांना तो पुन्ता देला दोगानाजवळ दिसल्याची नोंद आहे. *ईल मेस्त्रो* इथे राहात असल्याची गोष्ट पसरली ती अशी.”

बांधावर येऊन आपटणाऱ्या पाण्यात *चीनता*नं पायातल्या बुटाचं पुढचं टोक बुडवलं.

“दिनो, मला एक सांग,” तिचं ते खेळकर हसू ओठांवर खेळवत ती म्हणाली, “तुला वाटतं का रे, ह्या अशा ठिकाणी एखादा राक्षस रहात असेल म्हणून? कालव्यांच्या जाळ्यातल्या सर्वात गजबजलेल्या ठिकाणी? आजूबाजूला इतकी रहदारी असताना?”

बाजूनं वेगात जाणाऱ्या पाणबोटींकडे तिनं बोट दाखवलं.

“छे! असल्या गोष्टीवर फक्त पर्यटकांचा विश्वास बसू शकेल. तो राक्षस इथे राहत असणं शक्यच नाही.”

मी तिच्याकडे नजर टाकली तर तिचे डोळे खोडकरपणे चमकताना दिसले.

“नाही रे,” आणखी पुढे होऊन ती म्हणाली, “तो राक्षस शहराच्या पलिकडच्या भागात राहतो हे मला लहानपणीच कळलं होतं. माझ्या काकांनी पाहिला होता त्याला, माहितेय...?”

माझ्या खांद्याला स्पर्श करून ती झपझप पुढे चालायला लागली आणि म्हणाली, “चल, तिकडे जाता जाता तुला ती गोष्ट सांगते,” माझ्याकडे बघून एक डोळा मिचकावत ती पुढे म्हणाली, “आणि तिकडे गेलो ना की काही खरे राक्षसही दाखवेन.”

तिची एकंदर मनःस्थिती आणि नजरेतली बघता आत्ता ती सांगते ते ऐकण्याशिवाय पर्याय नाही हे मला कळून चुकलं.

*चीनता*चे आजोबा म्हणजे तिच्या वडिलांचे वडील मासेमार होते. त्यांच्या एकाही मुलानं त्यांच्या धंद्यात लक्ष घातलं नसलं तरी दोघांना मासे पकडायला आवडायचं. विशेषतः *चीनता*च्या काकांना. त्यांचं नाव *रुजैरो*. ते खूपदा *फुन्दामेंते नोवे*ला जाऊन स्वतःचं नशीब आजमावायचे.

फुन्दामेंते नोवे हा साधारण एक किलोमीटर लांबीचा बंधारा आहे. तो शहराच्या ईशान्येकडच्या वेशीला लागून आहे. मुख्य रस्ते आणि चौकांपासून बराच लांब असल्यामुळे आजही त्या भागात फार कमी लोक दिसतात. १९२० सालात तर तो भाग म्हणजे अंधारा, एकाकी असाच होता. शिवाय तिथल्या धक्क्याला व्यवस्थित पायऱ्या होत्या. त्यामुळे तिथे बसून स्क्विड आणि कट्लफिश पकडणं अगदी छान जमायचं. पाण्यावर एक कंदील लटकवायचा. मग प्राणी उजेडाच्या दिशेनं पोहत यायचे आणि अलगद जाळ्यात सापडायचे.

एके दिवशी रात्री *चीनता*चे *रुजैरो* काका धक्क्यावर गेले. तेव्हा ते अगदी किशोरवयात होते. घरात नुकताच घेतलेला महागडा कंदील बरोबर होता. लख्ख उजेड पडला तर चांगले मासे पकडता येतील असं वाटून वडिलांच्या परवानगीशिवाय त्यांनी हळूच तो कंदील घराबाहेर आणला होता.

त्यांचा अंदाज बरोबर ठरला. तो कंदील लटकवल्यावर स्क्विड आणि कट्लफिशचे जथ्थेच्या जथ्थे गोळा झाले आणि अक्षरशः विक्रमी वेळात त्यांची बादली भरली. मग शेवटची शिकार गोळा करायला म्हणून ते वाकले तर त्यांच्या हातातल्या जाळ्याला अचानक हिसका बसला. जाळ्याला एक लाकडी हँडल होतं. ते पुन्हा तरंगून वर येईल म्हणून त्यांनी वाट पाहिली पण तसं काही झालं नाही. जणू एखाद्या मोठ्या, ताकदवान प्राण्यानं ते जाळं पकडून दूर न्यावं तसं झालं होतं.

पण ते कसं शक्य होतं?

*रुजैरो*नं कंदील एका आकड्याला लावला आणि धक्क्यावर पालथं पडून ते पाण्याकडे टक लावून बघू लागले. जाळं कुठेतरी अडकलं असेल असं त्यांना वाटत होतं. मात्र जाळ्याऐवजी त्यांना पाण्यात चमकणाऱ्या दोन लहान चकत्या दिसल्या. त्या खोल पाण्यात होत्या आणि मांजरीच्या डोळ्यांसारखाच त्यांच्यावर पडलेला प्रकाशही परावर्तित होत होता. ते बघत असतानाच पाण्याच्या पृष्ठभागाकडे चालून येत असल्यासारखा त्या चकत्यांचा आकार वाढायला लागला.

तिथून धूम ठोकायला *रुजैरो*ला तेवढं कारण पुरेसं होतं. कंदील तिथेच सोडून तो धक्क्यावरून पळत सुटला. थोडंसं अंतर गेला असेल् तेवढ्यात त्याला पाणी

उडाल्याचा आणि पाठोपाठ चुर्र असा आवाज आला. खांद्यावरून मागे वळून पाहिलं तर कोणीतरी तो कंदील पाण्यात ओढून घेतल्याचं त्याला दिसलं. क्षणभर तो कंदील मंदपणे लुकलुकला आणि मग पाण्यात बुडाला.

"त्यानंतर अर्थातच खूप खूप वर्षांनी मी ही गोष्ट ऐकली," *चीनता* म्हणाली. "मी तेव्हा लहानच होते. मला ती खूप आवडली. नंतर बरेच दिवस कधी एकदा त्या प्राण्याला बघते असं मला झालं होतं. मी आणि माझे मित्र-मैत्रिणी कधीकधी तिकडे जायचो. अगदी दिवे-बिवे घेऊन बरोब्बर त्याच ठिकाणी जाऊन थांबायचो."

"आणि मग...?"

"आम्हाला कधीच काही दिसलं नाही. तोपर्यंत सगळीकडे वीज आली होती. दिव्यांमुळे ते प्राणी दूर निघून गेले असं लोक म्हणायचे."

गोष्ट सांगता सांगता मध्ये बरेच व्यत्यय येत होते कारण आम्ही अगदी अरुंद गल्ल्यामधून जात होतो. तिथे गर्दीही इतकी होती की मला आणि *चीनता*ला फार वेळ एकत्र चालता येत नव्हतं. शिवाय दर थोड्या वेळानं *चीनता*ला कोणीतरी ओळखीचं भेटत होतं, मग त्यांच्याशी गप्पा होत होत्या, ओळखी होत होत्या वगैरे, वगैरे. त्यामुळे आम्हाला आणखीनच वेळ लागला.

आम्ही इतक्या सावकाश पुढे सरकत होतो की समोर *फुन्दामेंते नोवे* दिसायला लागलं तोवर सूर्य अस्ताला गेला होता. बोगद्यासारख्या गल्ल्या आणि लहान-लहान वेडीवाकडी घरं असलेल्या वस्तीत आम्ही आलो होतो. त्यातली बरीचशी घरं आता ओस पडलेली दिसत होती. एकेकाळी ही कष्टकरी वर्गाची वसाहत असावी हे पहिल्या नजरेतच लक्षात येत होतं.

एकदम उजवीकडे वळत *चीनता* एका लहानशा दुमजली घरासमोर थांबली. बघणाऱ्याला भोवळ येईल अशा कोनात ते घर एका बाजूला कललं होतं. "हेच माझ्या बाबांचं घर." ती म्हणाली. बोट वर करून तिनं एका वाकड्या झालेल्या खिडकीकडे निर्देश केला. "माझी आजी रोज संध्याकाळी तिथे बसून जाणारी-येणारी माणसं बघत राहायची. माझे *रुजैरो* काका आयुष्यभर इथेच राहिले. त्यांचा मुलगा, माझा चुलतभाऊ *आलतियेरो* इथेच लहानाचा मोठा झाला पण लग्नानंतर दुसरीकडे राहायला गेला. *जीजा* त्याचीच मुलगी."

अंधारणाऱ्या आकाशाकडे बघत ती म्हणाली, "*रुजैरो* काका संध्याकाळच्या ह्याच वेळेला मासे पकडायला जायचे."

उलटं फिरून तिनं मला गल्लीतून बाहेर काढलं आणि रस्त्यावरून चालत पुढे *फुन्दामेंते नोवे*ला घेऊन गेली. आता जवळजवळ अंधार पडला होता. आजूबाजूच्या बेटांवरचे दिवे लुकलुकत होते. संधीप्रकाशात उजळून निघालेल्या आकाशाच्या पार्श्वभूमीवर कित्येक मनोऱ्यांच्या बाह्याकृती उठून दिसत होत्या.

तो बंधारा आणि त्याला लागून असलेल्या इमारती मात्र अंधारात होत्या. "ह्या वस्तीत माणसं राहतात?" मी विचारलं.

"शंकाच आहे," *चीनता* म्हणाली. "मला तरी वाटतं बहुतेक इमारती ओस पडल्या असणार..."

दूरवर वाजणाऱ्या सायरनच्या आवाजानं तिचं बोलणं थांबलं.

"अरे!" मान कलती करत *चीनता* म्हणाली. "हा तर भरतीचा इशारा दिसतोय. आज रात्री पूर येणार."

पाण्याची पातळी आता फरसबंदीच्या काहीच इंच खाली होती. मी बंधाऱ्याच्या दोन्ही बाजूंना नजर टाकली. माझ्या मते तरी कोणीही दृष्टीपथात नव्हतं. अर्थात इतक्या अंधूक प्रकाशात नक्की काही सांगणं अवघडच होतं म्हणा.

"*चीनता*, आपण आता निघायचं का?" मी म्हणालो.

ती हसली. "छे! आत्ताशी तर आलोय इथे. अजून वेळ आहे."

ती बांधाला लागून झपझप चालायला लागली. "ये ना. कुणी सांगावं? पुराबरोबर *ईल मेस्त्रो* सुद्धा वर येईल."

ती एका अरुंद लाकडी धक्क्यावर चढली. त्याचा साधारण दहा मीटर लांब भाग पाण्यात होता. दोन्ही बाजूला धक्क्याच्या लाकडी फळ्यांवर दोन ओंडके एकमेकाला दोरीनं बांधून उंच वासे तयार केले होते.

दोन्ही बाजूच्या कठड्याला धरून *चीनता* धक्क्याच्या शेवटच्या टोकापर्यंत चालत गेली. तिथे पोहोचल्यावर तिनं वळून हातानं खूण केली. "ये ना, घाबरू नकोस. आपण पोचलोय. इथेच माझ्या *रुजैरो* काकांना तो राक्षस दिसला." त्यातल्या एका लाकडी खांबावर थोपटत ती म्हणाली, "इथेच त्यांनी तो कंदील लटकवला होता."

स्वतःचा सेलफोन बाहेर काढून तिनं त्याचा फ्लॅशलाईट चालू केला आणि तो झोत पाण्यावर सोडला. "ये इकडे दिनो," ती म्हणाली. "तुझा फोन कुठाय? त्याचाही दिवा चालू कर."

तिच्या शेजारी उभा राहून मी त्या पाण्यातल्या अंधारात माझ्या सेलफोनच्या उजेडाचा झोत टाकला. पाण्याची पातळी आता धक्क्याच्या पृष्ठभागाच्या खालच्या बाजूला स्पर्श करण्याइतकी वाढली होती. त्या गढूळ, हिरवट रंगाच्या पाण्यात पडलेल्या दोन प्रकाशझोतांची वलयं तयार होऊ लागली.

"अरेरे, सरोवरातल्या राक्षसाला दर्शन द्यायची इच्छा दिसत नाही," गालातल्या गालात हसत *चीनता* म्हणाली. "चल, मी तुला दुसरा एक राक्षस दाखवते. तो आणखीनच भयंकर आहे."

किंचित वळून तिनं शेजारच्या लाकडी खांबावर प्रकाशाचा झोत टाकला. "हे बघ... इकडे!"

तिनं खांबाच्या ज्या भागावर उजेड टाकला होता तिथे लाकडात व्यवस्थित कोरलेला एक अंतर्गोलाकार खळगा दिसत होता.

"जवळून बघ हं," *चीनता* म्हणाली. "तुला राक्षस दिसतील बघ."

माझ्या हातातला दिवा त्या खांबावर टाकून मी बघायला लागलो. वाळवी लागलेल्या पुस्तकात असतात तशी त्या खळग्यात मला बारीक-बारीक पुष्कळ

भोकं दिसली. मग अचानक माझ्या लक्षात आलं की, त्या खांबाच्या आत जिवंत काहीतरी होतं. एखादा जीव नव्हे तर अनेक जीव होते. वळवळणारे, हलणारे.

केसातली एक पिन काढून *चीनता*नं त्या खळग्यात खुपसली आणि लाकडाचा एक कुजलेला तुकडा बाहेर काढला. एकदम आतला एक प्राणी बाहेर येऊन धक्क्यावर आमच्या पायाशी पडला. त्याला निरखून बघण्यासाठी मी चटकन हातातला उजेड त्याच्यावर टाकला. तो किडा साधारण दोनेक इंच लांबीचा असेल. गोठलेल्या खोबरेल तेलाचा असतो तसा त्याचा रंग होता. त्याच्या निमुळत्या शरीराच्या एका टोकाला नरसाळ्यासारखं तोंड होतं आणि त्याभोवती गोलाकार आकाराचे लहान-लहान तंतू होते.

तो इतका हिडीस प्राणी होता की खरा आहे ह्यावर विश्वास बसणं मुश्किल होतं. क्षणभरातच तो सरपटत जाऊन पाण्यात पडला.

"काय आहे ते?" मी *चीनता*ला विचारलं.

"शिपवर्म. गलबताचं लाकूड पोखरणारा किडा. इथे महानगरपालिकेत काम करणारा एक मित्र महिन्याभरापूर्वी मला इथे घेऊन आला होता. हे किडे आणि त्यांच्यामुळे होणारं नुकसान दाखवायला. त्यानंच त्या लाकडात खाच केलीये. व्हेनिसच्या सरोवरांचं तापमान वाढतंय तसं असे आणखी आणखी किडे शहर गिळंकृत करत चाललेत. ते लाकूड आतून पोखरून काढतात, खूप मोठ्या प्रमाणात. ही खूप मोठी समस्या आहे कारण व्हेनिस मुळात लाकडाच्या ढिगाऱ्यांवरच बांधलेलं आहे. हे किडे अक्षरशः आमच्या शहराचा पायाच खाऊन टाकतायत."

आम्ही आपापले सेलफोन पुन्हा एकदा त्या लाकडी खांबांकडे वळवले आणि लाकडात वळवळ करणाऱ्या किड्यांवर प्रकाशझोत टाकला. *चीनता*नं तळहाताच्या मागच्या बाजूनं त्या ओंडक्यावर हलकीशी टकटक केली. "बाहेरून एकदम टणक वाटतं नाही हे? टणक वाटतं पण आतून पाहिलंस तर बहुधा पोकळच असेल."

ती बोलत असतानाच आम्ही ज्या कठड्याला रेललो होतो तो बाजूला सरकला. आम्ही दोघंही बेसावध होतो. आम्ही तो कठडा धरायला गेलो तर दोघांच्याही हातातले सेलफोन उडाले आणि पाण्यात नाहीसे झाले.

कुठूनतरी मला लाकडाची करकर ऐकू आली आणि मी *चीनता*कडे बघत ओरडलो, "तिकडे हो! पटकन!"

आम्ही वळतो न वळतो तोच कठड्याचा एक भाग घरंगळत पाण्यात पडला. लाकडाच्या खांबांच्या ढलप्या निघाल्या आणि आतला पोकळ भाग उघडा पडला. तुटक्या खांबांमधून किड्यांची झुंडच्या झुंड बाहेर आली. त्या वळवळणाऱ्या किड्यांकडे आम्ही घाबरून बघत राहिलो. ते धक्क्यावर उतरले आणि आमच्या दिशेनं चाल करून आले.

मी *चीनता*चा दंड पकडला: "पळ! पळ!"

मात्र ते किडे आता संबंध धक्क्यावर पसरले होते. आम्ही काही पावलं गेलो असू तेवढ्यात *चीनता*चा पाय त्यांच्यावर पडला आणि ती घसरली. ती धडपडत

असताना मी तिला धरायचा प्रयत्न केला पण मला ते जमेना. आम्ही दोघंही खाली फळ्यांवर पडलो आणि तिनं एक किंकाळी फोडली.

मग ते किडे आमच्या अंगावर चढले - हात, पाय, चेहेरा, डोकं सगळीकडे चढले. जणू आमच्या कातडीचा पोत अनुभवायला आणि आम्ही खरेखुरे आहोत का ते बघायला धरणीनं आमच्यापर्यंत काही तंतू सोडले होते.

आम्ही जोरजोरात हातपाय झाडत किडे ओढून काढायला लागलो. तेवढ्यात एक मोठी लाट आली आणि बहुतेक सगळे किडे त्यात वाहून गेले. पाणी मागे हटल्यावर मला *चीनता*च्या क्षीण कण्हण्याचा आवाज आला

"काय झालं *चीनता?*"

"माझा पाय आणि घोटा रे, खूप खूप दुखतोय."

"उभं राहता येईल का तुला?"

तिनं जोर देऊन उठायचा प्रयत्न केला आणि वेदनेनं किंकाळी फोडत ती पुन्हा खाली कोसळली. "नाही. *नॉन पोस्सो.*"

तिच्या खांद्याभोवती हात टाकत मी पाण्याकडे बघितलं. पाण्याची पातळी आता भराभर वाढत चालली होती. आपल्याकडे फारसा वेळ नाही हे माझ्या लक्षात आलं. लवकरच आम्ही बुडालो असतो.

"*चीनता* जरा थांब इथे. एकच मिनिट."

धडपडून उठत मी किनाऱ्याकडे पाहिलं. *चीनता*ला धक्क्याच्या टोकाला नेऊन *फुन्दामेंते नोवे*पर्यंत घेऊन जाणं जमेल का ते मी बघत होतो. पण तो बांधच आता पाण्याखाली गेला होता आणि धक्क्याची एक बाजू एका दिशेला कलली होती. मी स्वतः एखादवेळेस तिथपर्यंत जाऊ शकलो असतो पण *चीनता*ला घेऊन जाणं माझ्याच्यानं शक्य नव्हतं. तसा प्रयत्न जरी केला तरी ती पाण्यात पडण्याचा धोका होता. तिची सध्याची अवस्था बघता तिनं तिथे एकदम हातपाय गाळले असते.

दूरवर शहरातले दिवे लुकलुकत होते आणि पूर सोडता बाकी सगळं नेहमीप्रमाणे चालू दिसत होतं. दूरवर कुठूनतरी मला बँडचा आवाजही ऐकू आला. आमच्या अगदी आसपासचा भाग मात्र पूर्ण अंधारात बुडाला होता. जवळ एकही दिवा दिसत नव्हता.

घोटाभर पाण्यात उभं राहून दूरवरच्या प्रकाशमान मनोऱ्यांकडे बघताना माझ्या मनात अविश्वासाचे तरंग उठले. एवढ्या सुसंस्कृत शहरात आम्ही असे एकटे, असहाय आणि पृथ्वीच्या लहरीवर इतके अवलंबून कसे काय होतो?

चीनता आता काहीतरी पुटपुटत होती. माझ्या कानावर 'मॅडोना' असा शब्द पडला आणि ती प्रार्थना करत असल्याचं माझ्या लक्षात आलं.

मी प्रार्थना करून इतका काळ लोटला होता की, कोणाची प्रार्थना करावी तेच मला समजेना. मी तिच्याशेजारी डोळे मिटून गुडघे टेकून बसलो तेव्हा माझ्या डोळ्यासमोर प्रतिमा उभी राहिली ती नागानं फणा धरलेल्या तळहाताच्या पंज्याचीच.

"ते बघ!"

चीनता माझ्या कोपराला स्पर्श करत होती. "रखवालदार! ते बघ तिकडे... बघ बघ!"

तिच्या बोटाच्या दिशेनं पाहिल्यावर मला मेणबत्तीसारखा एक मंद प्रकाश दिसला. *फुन्दामेंते नोवे*वरच्या एका ओसाड इमारतीतून तो येत असावा.

"तिकडे कोणीतरी आहे बहुतेक," *चीनता* म्हणाली. "कदाचित कोणीतरी बेघर माणूस असेल. एखादवेळेस तो मदत करेल आपल्याला. एकदा ओरडून बघतोस का?"

तोंडभोवती हात धरून मी ओरडलो: *"आयुतो, पेर फावोरे, आयुतो!"*

क्षणभर शांतता पसरली आणि मग एक आवाज आला: *"दोवे सेइ? के सुचेदे?"*

शब्द इटालियन असले तरी आवाज मात्र इटालियन नव्हता. उलट तो ओळखीचाच वाटत होता.

"बिलाल नाकी?" मी बंगालीत ओरडलो. "बिलाल, तू आहेस का?"

"हॅं! हो हो" आश्चर्यानं तो ओरडला.

"मी दीनानाथ दत्त. परवा आपण बोललो बघ. मी इथे एका धक्क्यावर अडकलोय आणि माझ्या मैत्रिणीला बरंच लागलंय. तुला ॲम्ब्युलन्स बोलावता येईल का?"

"हो हो!"

पाणी आता *चीनता*च्या कंबरेपर्यंत आलेलं दिसत होतं.

"*ताडाताडी*... जरा घाई कर रे बिलाल."

काही मिनिटांनी बिलालचा आवाज ऐकू आला. "काही मिनिटांत ॲम्ब्युलन्स येईल. तिकडे मदतीला येऊ का?"

"नको, नको," मी ओरडलो. "तुला करण्यासारखं काहीच नाही इथे. आमचं नशीब जोरावर म्हणून तू इथे भेटलास बाबा. *ग्रात्झि! ग्रात्ज़ी मील*"

"प्रेगो," तो म्हणाला. "बरं झालं माझा उपयोग झाला. कृपा करून एक मात्र करा. मी कुठे होतो ते कोणाला सांगू नका. ही आमची गुप्त जागा आहे."

"एका शब्दानं सांगणार नाही," मी म्हणालो, "काळजी करू नकोस!"

*चीनता*शेजारी बसून मी तिचे हात हातात घेऊन शेकू लागलो. लांबवर सायरन ऐकू आला तेव्हा पाणी जवळजवळ आमच्या छातीपर्यंत आलं होतं. तो आवाज मोठा मोठा होत गेला आणि एक केशरी-पांढऱ्या रंगाची बोट एकदम आमच्याशेजारी येऊन उभी राहिली.

भेटीगाठी

ॲम्ब्युलन्स इतक्या चटकन येण्याचं कारण म्हणजे *ओसपेदाले चिवीले* हे हॉस्पिटल तिथून अगदी जवळच, *फुन्दामेंते नोवे*च्या दुसऱ्या टोकाला होतं. तिथून इथे यायला फक्त काही मिनिटं पुरेशी होती.

पाण्याला भरती आली तर त्यासाठी हॉस्पिटल सुसज्ज होतं. एका छप्पर असलेल्या गोदीपाशी ॲम्ब्युलन्स थांबली. तिथे एक नर्स आणि काही तंत्रज्ञ स्ट्रेचर घेऊन उभेच होते. त्यांच्यामागोमाग मी एका प्लॅस्टिकने झाकलेल्या बोगद्यातून निघालो. तो बोगदा एका स्वच्छ अत्याधुनिक इमारतीकडे जात होता. *प्रोन्तो सोकोर्सो त्रौमातोलोजीको* असं लिहिलेल्या एका दारातून *चीनता*ला आत नेण्यात आलं आणि मी ओल्या कपड्यात तसाच रिसेप्शनपाशी थांबून राहिलो. थोड्यावेळानं एका दयाळू नर्सला माझी कीव येऊन तिनं मला हिरवा गाऊन आणि हॉस्पिटलमध्ये घालायच्या स्लिपर्स दिल्या. माझे कपडे बदलून झाल्यावर तिनं ओले कपडे ठेवायला एक प्लॅस्टिकची पिशवी दिली. मग ती मला घेऊन कॉरिडॉरमागून कॉरिडॉर ओलांडत, काही जिन्यांची चढउतार करून जुन्या मठासारख्या दिसणाऱ्या एका दालनात घेऊन गेली. तिथल्या एका मोठ्या रिकाम्या सज्जात नेऊन तिनं मला थांबायला सांगितलं. *चीनता*ची खबर कळायची वाट बघत मी थांबलो.

एका उंच, दगडी कमान असलेल्या खिडकीशी जाऊन मी खाली पुरानं वेढलेल्या शहराकडे नजर टाकली. ते दृश्य फार विलक्षण होतं. सगळीकडे लाकडी फळ्या टाकल्या होत्या आणि गमबूट घातलेले स्थलांतरित लोक त्या फळ्यांवर लक्ष ठेवून होते. कोपऱ्या-कोपऱ्यावर बंगाल्यांचे जथ्थे उंच बूट नाहीतर चपला झाकण्यासाठीची प्लॅस्टिकची आवरणं विकत बसले होते.

मी ते दृश्य बघण्यात इतका गुंगून गेलो की, मागून कोणीतरी आल्याचा मला पत्ताच लागला नाही. ती व्यक्ती बंगालीत बोलायला लागली तसा मी उडालोच: "*बानी भालो रोजगार होय.* असल्या दिवसांत चांगले पैसे मिळतात आम्हाला. आमच्यासाठी ते नेहमीचंच आहे. आम्हाला सवय असते पुराची."

"रफी!"

त्यानं हॉस्पिटलचा निळा गाऊन आणि स्लिपर्स घातल्या होत्या. त्याचा एक हात प्लास्टरमध्ये होता, एक डोळा सुजून काळानिळा झाला होता आणि चेहेऱ्यावर मारल्याच्या खुणा होत्या.

"तुम्हाला माझ्या वॉर्डवरून जाताना पाहिलं मी," तो म्हणाला, "इकडे कसे काय आलात?"

मी त्याला थोडक्यात सगळी कहाणी ऐकवली. तो म्हणाला: "म्हणजे बिलाल त्या बंधाऱ्याजवळच्या पडक्या गोदामात होता?"

"हो. आमचं नशीब बलवत्तर म्हणून तो तिथे होता. अगदी योग्य वेळेला."

रफीनं मान डोलावली. "मला चांगली ठाऊक आहे ती जागा. पूर आला की कधीकधी आम्ही रात्र तिकडे काढतो. मी गेलोय तिथल्या जेट्टींवर. त्यांचा आवाजही ऐकलाय."

"कसला आवाज?"

"त्या किड्यांचा. सुंदरबनासारखंच आहे ते. तिकडे बांधाला कान लावला की आत बिळं करणाऱ्या खेकड्यांचे आवाज ऐकू येतात. माझ्या आजानं शिकवलं होतं, त्यांचा आवाज कसा ऐकायचा ते. नीट ऐकलं ना तर कधीकधी तो बांध कोसळणार असेल तर कळतं सुद्धा. इथेही तेच आहे."

रफीनं सुंदरबनाचा उल्लेख केल्यामुळे मला आमची पहिली भेट आठवली. मी तेव्हा त्या स्मारकाच्या गाभाऱ्यात होतो आणि दाराशी उभा राहून तो विस्फारलेल्या डोळ्यांनी माझ्याकडे एकटक बघत होता. मी पुढे झाल्यावर तो कसा मागेमागे जाऊ लागला होता ते मला आठवलं. तो सबंध वेळ एक नाग फणा उभारून आपला पाठलाग करत होता ह्या विचारानं माझ्या अंगातून भीतीची एक शिरशिरी गेली. लुसीबाडीच्या हॉस्पिटलला परत जाताना रफीनं किती हळूवारपणे टिपूची काळजी घेतली होती ते ही मला आठवलं.

"रफी, मला तुला काही विचारायचंय," त्याच्या नजरेला नजर भिडवत मी म्हणालो. "आणि ह्यावेळेस तू खरं काय ते सांग. मला खरं काय ते कळणं आवश्यक आहे. तू आणि टिपू एकत्रच लुसीबाडीहून निघालात?"

एक आवंढा गिळत तो म्हणाला, "हो."

"आणि त्यानंतर टिपूला बऱ्याचदा फेफरं आलं हे खरंय?"

"हो," रफी म्हणाला, "पण त्या दिवशी बोटीत जसं झालं तसं नव्हतं ते. त्याला पुन्हा जेव्हा फीट्स यायला लागल्या तेव्हा त्या वेगळ्याच प्रकारच्या होत्या. कधीकधी तो एकदम गप्प बसायचा, कधीकधी थरथरायला लागायचा, कधीकधी तो झोपेत चालतोय असं वाटायचं, कधीकधी डोळे बंद करूनच तो बोलत बसायचा, कोणाशी तरी वाद घालत असायचा."

"हे सगळं घडत असताना तू कायम त्याच्याबरोबर असायचास का?"

"नाही. पहिल्यांदा एक-दोनदा त्याच्या घरीच हा प्रकार झाला. त्याच्या आईला खूप काळजी वाटायला लागली. त्यानं जाऊन डॉक्टरला भेटावं आणि औषध घ्यावं असं तिला वाटत होतं पण टिपूला काही ते करायचं नव्हतं. त्यामुळे त्यानंतर फीट येतेय असं वाटलं की तो मला फोन करायचा आणि आम्ही माझी बोट काढून कुठेतरी जायचो. त्याला पाण्यावर आवडायचं; म्हणायचा, लहानपणी बाबांबरोबर केलेल्या बोटीवरच्या सफरीची आठवण होते."

"त्या फीट आल्यावर काय दिसतं ह्याबद्दल तो तुझ्याशी कधी बोलला?"

"थोडंसं," रफी म्हणाला, "फार नाही. म्हणायचा, बहुतेक वेळेला काय चाललंय हे त्याचं त्यालाच कळायचं नाही. त्याला कसले-कसले आवाज ऐकू यायचे, कोणाचंतरी अस्तित्व जाणवायचं किंवा एखादं ठिकाण दिसायचं. तो जिथे कधीही गेलेला नाही अशा जागासुद्धा दिसायच्या. कधीकधी त्याला त्याच्या वडिलांचा आवाज ऐकू यायचा. तो आवाज ऐकून तो कायम खूश व्हायचा. कधीकधी मात्र तो भयंकर घाबरलेला असायचा आणि नक्की कशाची भीती वाटते हे त्याला कधीच सांगता आलं नाही. म्हणायचा, भोवताली अंधार दाटून येत असलेला जाणवतो. जितकं जास्तवेळा असं घडायचं तितका तो जास्त अस्वस्थ व्हायचा. मला लुसीबाडी सोडून लांब जायला हवं असं सारखं म्हणायचा. मी ही तिथून निघायच्याच विचारात होतो. म्हणून आम्ही एकत्रच जायचं ठरवलं. मी आपापलाच बाहेर पडलो असतो तर कदाचित भारतातल्याच एखाद्या शहरात गेलो असतो पण टिपूला कोलकाता किंवा दिल्लीला जाण्यात रस नव्हता. आपण युरोपला जाऊया असं तोच माझ्या मागे लागला. तिथे आपल्याला एकत्र राहणं सोपं होईल असं म्हणाला तो. त्यानं सगळ्या तयारीला सुरुवात केली आणि आम्ही पैसे गोळा करायच्या मागे लागलो. सगळं काही गुप्तपणे करूया असा त्याचा आग्रह होता. देश सोडून जाणार हे कळल्यावर आई आणि पिया मावशी आपल्याला थांबवायचा प्रयत्न करतील असं त्याला वाटत होतं. त्या आपल्याला मेंटल हॉस्पिटलमध्ये ठेवतील असंही त्याला वाटत होतं. म्हणून त्यानं बंगलोरला नोकरी मिळाल्याची कहाणी रचली."

"पण त्याऐवजी तुम्ही दोघं बांग्लादेशात गेलात?"

"होय. टिपूची बांग्लादेशातल्या काही दलालांशी आधीपासूनच ओळख् होती. त्यानं त्यांच्याशी फोनवर बोलून व्यवस्था केली. एके दिवशी रात्री आम्ही रायमंगल नदी ओलांडून ढाक्यात पोहोचलो. आम्ही जमवलेले पैसे- म्हणजे त्यातले बरेचसे टिपूचेच होते, तर ते पैसे स्वस्तातल्या स्वस्त प्रवासाला म्हणजे जमिनीवरून करायच्या प्रवासाला पुरून थोडेसे वर उरतील इतकेच होते. वाटेतल्या आमच्या गरजा भागतील इतकेच. आम्ही दोन आठवडे ढाक्यात काढले आणि मग त्या दलालानं आम्हाला एका मिनीबसमध्ये बसवलं. आमच्याबरोबर आणखी काही माणसांचा एक गट होता. माझ्याकडे फक्त एक बॅकपॅक होती आणि टिपूकडेसुद्धा. आमच्याकडे काही कपडे, थोडंसं अन्न आणि प्रत्येकी २५० अमेरिकन डॉलर्स होते. बस्स."

"बसमध्ये सुमारे चोवीस माणसं होती पण ते सगळेजण काही आमच्यासारखे पैसे देऊन आलेले उतारू नव्हते. त्यातले काहीजण त्या दलालाकडे काम करणारे होते. आम्हाला सीमेपलिकडे नेऊन सोडणं हे त्यांचं काम होतं. ती माणसं फार कडक होती. त्यांच्याशी वाद घालणं शक्य नव्हतं. ते जसं सांगतील तसंच वागावं लागायचं. तसे ते सगळेच काही वाईट नव्हते. त्यांच्यापैकी काहीजण मनमिळावू आणि मदत करणारेही होते. टिपूला मात्र ते आवडले नाहीत. तो त्यांना 'कोल्हे' म्हणायचा... म्हणायचा अमेरिकेत असल्या माणसांना हाच शब्द वापरतात. कोणता बरं शब्द वापरला त्यानं?"

“कायोटी?”

“हां... तोच. त्यानंतर टर्कीच्या सीमेपर्यंत आमच्याबरोबर कायम थोडेबहुत कोल्हे असायचेच. प्रत्येक टप्प्यावर ते बदलायचे पण आमच्यावर लक्ष ठेवायला त्यांच्यापैकी कोणीतरी कायम असायचं. बहुतेक वेळा आम्हाला त्यांची नावंही ठाऊक नसायची.”

“त्या पहिल्या मिनीबसनं आम्हाला ढाक्यावरून भारतीय बाजूच्या सीमेवर पश्चिम बंगालमधल्या बेनापोल गावापाशी आणलं. आमच्या दलालानं आवश्यक ती लाच अगोदरच दिलेली होती. त्यामुळे आम्हाला इमिग्रेशन तपासणीतून नुसतं चालत जायचं काम करावं लागलं. पलिकडच्या बाजूला आमच्यासाठी दुसरी एक मिनीबस उभीच होती. त्यात कोल्ह्यांचा दुसरा गट बसलेला होता.

“आम्ही त्या बसमध्ये बसलो आणि काही तासात कोलकात्याला पोहोचलो. आम्हाला एका संपर्क केंद्रात नेऊन कोंडून ठेवलं. तीन दिवस आम्ही तिथे राहिलो. दोन खोल्या आणि एक बाथरूम अशा जागेत आम्ही वीस लोक लपून बसलो होतो. श्वास घ्यायलासुद्धा बाहेर जाता यायचं नाही. तक्रार केली किंवा जास्त प्रश्न विचारले तर थोबाडीत मिळायची नाहीतर मार खावा लागायचा. कधीकधी ते कोल्हे पिस्तुलाच्या दांड्यानं ठोकायचे.”

“तिसऱ्या दिवशी रात्री खूप उशीरा आम्हाला भसकन उठवलं आणि पंधरा मिनिटांत निघण्यासाठी तयार राहायला सांगितलं. घराबाहेर दोन्ही बाजू भडक रंगात रंगवलेला एक जुना ट्रक उभा होता. त्याचा सामान ठेवायचा भाग लाकडी फळ्या ठोकून पूर्ण बंद केला होता. बाहेरून लोकांना आतलं दिसू नये म्हणून. एकेक करून आम्हाला गायींसारखं किंवा मेंढ्यांसारखं त्या जागेत कोंबलं. आमच्यातल्या प्रत्येकाला फक्त बसता येईल इतपतच जागा तिथे होती.”

“ट्रक अगदी हळू चालला होता आणि त्याचं सस्पेन्शनही खराब होतं. दरवेळेस ड्रायव्हरनं गियर बदलले की, धुराचे लोट आत यायचे आणि आम्ही गुदमरायचो. दिवसभर शेगडीत बसल्यासारखं वाटत होतं. बाहेरचं बघायला एकही खिडकी नव्हती. ट्रक खडखडत पुढे जात होता आणि आम्ही सगळेजण एकमेकांना धडकत तिथे नुसते बसून होतो. खूप वेळ गेला की मध्येच ट्रक थांबायचा आणि आम्हाला पाय मोकळे करायला बाहेर सोडलं जायचं. कधीकधी आत बसलेल्या माणसांना गाडी लागायची आणि ते आतच ओकायचे. इतका घाण वास पसरायचा की त्या वासानं इतरांनाही उलट्या व्हायच्या.”

“आपण कुठे आहोत हे बहुतेक वेळा आम्हाला कळायचं नाही. कधी आम्ही विचारलंच तर, ‘आग्र्याजवळ’, ‘इंदूरजवळ’ असं सांगायचे पण बऱ्याचदा उत्तरच द्यायचे नाहीत. मग एके दिवशी रात्री ट्रक एका वाळवंटासारख्या दिसणाऱ्या जागी एका संपर्क केंद्राशी थांबला. त्यांनी आम्हाला पाकिस्तानच्या सीमारेषेजवळ आल्याचं सांगितलं. इथून पुढे जायचं असेल तर प्रत्येकी आणखी पन्नास अमेरिकन डॉलर्सची सोय करावी लागणार होती.”

“ते ऐकून आम्हाला मोठा धक्का बसला. आपण अगोदरच पूर्ण पैसे भरलेत अशी आमची समजूत होती. काय करावं आम्हाला समजेना. जवळचे डॉलर्स

प्रवासाच्या इतक्या सुरुवातीलाच वापरून टाकायचा आमचा कोणताही बेत नव्हता. आपल्याला पुढे पैसे लागतील असं आम्हाला वाटलं होतं."

"टिपूचा पारा चढला आणि तो त्या कोल्ह्यांशी बाचाबाची करायला लागला. मी त्याला गप्प करण्याचा प्रयत्न केला पण ते अशक्य होतं. तो संतापानं बेभान झाला होता. आरडाओरडा करत होता, शिव्याशाप देत होता. एका कोल्ह्यानं त्याला थोबाडीत दिली आणि तरीही तो गप्प बसत नाही म्हटल्यावर दोघांनी त्याला फरफटत दुसऱ्या खोलीत नेलं. आम्हाला जोरजोरात ठोसे मारल्याचे आणि त्यानंतर टिपूच्या ओरडण्याचे आवाज आले. मग अचानक त्याचा आवाज बदलून एखाद्या प्राण्याचा आक्रोश असतो तसा विचित्रच यायला लागला. मी ह्यापूर्वी त्याला असं करताना ऐकलं होतं. त्याला नेहमीप्रमाणेच फीट येत असल्याचं माझ्या लक्षात आलं. साधारण एक-दोन मिनिटं हा प्रकार चालला आणि मग दोघे कोल्हे धावत बाहेर आले. ते चांगलेच हादरलेले दिसत होते. त्यांनी मला आत जाऊन टिपूला घेऊन यायला सांगितलं.

"मला तो पलंगावर आडवा पडलेला दिसला. त्याची पँट खाली केलेली होती. जमिनीवर एक काठी पडलेली होती. टिपूनं नंतर मला सांगितलं की, ती काठी ते त्याच्या आत खुपसणार होते. तसं काही करायच्या आधीच टिपूला फीट आली होती. तसली फीट आली की कधीकधी टिपूची जाम भीती वाटते आणि मला वाटतं त्या दिवशी म्हणूनच तो वाचला. असो, आम्ही गपचूप पैसे भरले आणि त्या कोल्ह्यांनी आम्हाला इतरांबरोबर पुढे जाऊ दिलं."

"त्यानंतर आम्ही ट्रकमधून बाहेर उतरलो तेव्हा खूप अंधार झाला होता. आम्हाला चालायला सुरुवात करायला सांगितलं. अर्थात आपण कुठे जातोय हे आम्हाला कळत नव्हतं. आम्ही कधी सीमारेषा ओलांडली आणि पाकिस्तानात पोहोचलो ते कळलं नाही. थोड्या वेळानं कोणीतरी हातात टॉर्च घेऊन इशारा देताना दिसला. इथे आम्हाला दुसऱ्या काही कोल्ह्यांच्या हवाली करण्यात आलं. एका रस्त्याला लागेपर्यंत त्यांनी आम्हाला चालवलं. तिथे एक ट्रक थांबला होता."

"मग पुन्हा तो सगळा प्रकार सुरू झाला. रस्त्यावरनं लांब पल्ल्याचा प्रवास करायचा आणि अधूनमधून सुरक्षा घरात थांबायचं - अशा ठिकाणी ज्यांची नावं आम्हाला कधीही कळली नाहीत. मग पूर्वीसारखाच एका रात्री आमचा ट्रक पुन्हा थांबला. आपण इराणच्या सीमारेषेजवळ आल्याचं आम्हाला कळलं आणि आता इथून पुढे जायचं असेल तर आणखी पुढचे पैसे द्यावे लागतील हेही कळलं.

"ह्यावेळेस काही आश्चर्य वाटलं नाही आणि कोणी वादही घातला नाही. टिपूनं सुद्धा नाही. भारताच्या सीमारेषेवर घडलेल्या त्या प्रकारानंतर तो थोडा गप्पच झाला होता. एके दिवशी इराणमधून जात असताना त्यानं मला सांगितलं की, पुढे आपल्यावर काहीतरी संकट येण्याची चिन्हं दिसताहेत. त्याला तसं जाणवत होतं म्हणे. माझ्याकडे वळून तो म्हणाला: "रफी, समजा मला काही झालं आणि आपली ताटातूट झाली तर काय वाट्टेल ते झालं तरी तुला पुढे जावंच लागेल."

आत्तापर्यंत रफीचा आवाज स्थिर होता पण आता मात्र तो कापायला लागला आणि हात वर करून त्यानं डोळ्यांच्या कडा पुसल्या.

"तो आमी ओके बोलाम," तो पुढे सांगायला लागला, "मी टिपूला म्हणालो: 'मी कधीच तुला सोडून जाणार नाही.' आणि तो म्हणाला: 'नाही, नाही, तुला जावंच लागेल. आपली ताटातूट झाली तर तुला आपापलं पुढे जावं लागेल. आपण पुन्हा एकमेकांना भेटू असा विश्वास बाळगावा लागेल." जणू काही पुढे काय होणार ते टिपूला कळलं होतं.

"इराणमध्ये अफगाण आणि कुर्द लोक आमचे 'कोल्हे' होते. आत्तापर्यंत त्यांना इतकी बंगाली माणसं भेटली होती की त्यांना थोडंथोडं बंगाली बोलताही यायला लागलं होतं. पुष्कळ दिवस प्रवास केल्यावर आम्ही इराणच्या पश्चिमेकडे असलेल्या डोंगराळ भागात पोहोचलो. एव्हाना खूप गार झालं होतं. आम्हाला बर्फाची झलकसुद्धा दिसली. आमच्यापैकी बहुतेकांकडे गरम कपडे किंवा बूटसुद्धा नव्हते. टिपू आणि मी तर रबरी स्लिपर्सवर बांग्लादेश सोडला होता. गरम कोट आणि बंद बूट घेण्यासाठी त्या कोल्ह्यांना मागतील तितके पैसे द्यावेच लागले. आमच्याकडे दुसरा पर्याय नव्हता.

"आम्ही डोंगराळ भागातल्या एका लहानशा कुर्दी खेड्यात आलो. ते कोल्हे आम्हाला एका घरात घेऊन गेले. तिथे आधीपासूनच डझनभर इतर माणसं भरलेली होती. त्यात जास्त करून अफगाणिस्तान, पाकिस्तान आणि इराणमधले हजारा लोक होते. आम्हाला सीमारेषा ओलांडून टर्कीत जायचा रस्ता दाखवायला एक वाटाड्या येणार होता. तोवर त्यांनी आम्हाला तिथेच थांबायला सांगितलं."

"थोड्या दिवसांनी काही कुर्दिश माणसं आली. त्यांनी आम्हाला ताडपत्रीनं झाकलेल्या एका ट्रकमध्ये चढवलं. तो ट्रक थांबला की जमेल तितक्या जोरात धावत सुटायचं असं त्यांनी आम्हाला सांगितलं. टर्कीच्या सीमारेषेवरच्या जवानांना हालचाल दिसली तर ते सरळ गोळ्या घालतात असा इशाराही त्यांनी आम्हाला दिला. तसं झालं तरीही पळत रहा असं ते म्हणाले. अंधारात कदाचित त्या सैनिकांना तुम्ही दिसणार नाही. पलिकडे पोहोचलात तर त्या बाजूला पुढचे वाटाडे उभे असतील असंही आम्हाला सांगितलं गेलं.

"एका तीव्र उताराच्या ठिकाणी आमचा ट्रक थांबला. मागचं दार उघडलं तशा आम्ही खाली उड्या मारल्या आणि सांगितल्याप्रमाणे पळत सुटलो. पायाखाली येणाऱ्या सुट्या दगडांवरून घसरून आम्ही खाली पडत होतो. टिपूला आणि मला एकमेकांपासून लांब जाण्याची भयंकर भीती वाटत होती. आम्ही जमेल तितके एकमेकांबरोबर राहायचा प्रयत्न करायला लागलो.

"अचानक आम्हाला बंदुकीच्या गोळ्यांचे आवाज ऐकू आले. मागून प्रकाशाचे झोत येत होते आणि लाल दिवे चमकायला लागले होते. आम्ही उतारावरून खाली चालत होतो ते आता जीव मुठीत धरून पळायला लागलो. जोरजोरात धावायला लागलो, अडखळत होतो, पडत होतो, पुन्हा पळत होतो. आमच्यापुढे पळणाऱ्या काही माणसांना गोळ्या लागल्या. वेदनेनं कळवळत ते वाटेत पडत होते. आम्हाला

सगळं दिसत होतं पण काहीच करता येत नव्हतं. आम्ही पुढे जात राहिलो. वाटेत पडलेली प्रेतं जनावरांची असावीत तसं त्यांच्यावरून उड्या मारत निघालो. आम्ही असे तीस-चाळीस जण तरी असू. घाबरून आंधळ्यासारखे धावत सुटलो होतो. चेंगराचेंगरीच झाली होती."

"कसं ते आता माहीत नाही पण एक डझनभर हजारा लोकांबरोबर मी एका ठिकाणी लपून बसलो. मला वाटलं टिपू शेजारीच आहे पण वळून आजूबाजूला पाहिलं तर तो नव्हताच तिथे. मी त्याला हाका मारायला लागलो पण ह्या जागेचा कोणालातरी पत्ता लागेल असं म्हणून इतरांनी मला थोपवलं."

"टिपू दुसरीकडे कुठेतरी लपून बसला असेल, सकाळी त्याला शोधून काढू अशी मी स्वतःचीच समजूत घातली. दुसऱ्या दिवशी मात्र इतर ठिकाणी लपून बसलेले लोक येऊन आम्हाला मिळाले त्यात तो नव्हता. त्याचं कुठेच चिन्ह दिसत नव्हतं."

"माझी काय अवस्था झाली असेल त्याची तुम्हाला कल्पना येईल. टिपू कुठेय ते मला मुळीच समजत नव्हतं आणि आता पुढे काय करायचं तेही ठाऊक नव्हतं. टिपूनेच सगळ्या मार्गांचा अभ्यास केला होता आणि कुठे जायचं तेही त्यालाच माहीत होतं. इतरांच्या मागोमाग जायचं सोडून मला दुसरं काहीच करता येण्यासारखं नव्हतं."

"आम्ही तो पर्वत उतरून खाली गेलो. तिथे काही कुर्द लोक आम्हाला भेटले. ते आम्हाला गावात घेऊन गेले आणि इस्तंबूलला जाणारी बस कुठून पकडायची ते त्यांनी आम्हाला दाखवलं. बसमध्ये बसल्यावर काही तासांनी माझा फोन वाजला. टिपूनं एका सोशल मिडिया ॲपवरून मला फोन लावला होता. त्या उतारावरून घसरत असताना तो पडला आणि त्याच्या पायाला चिकार लागलं असं त्यानं मला सांगितलं. आम्ही जसे आलो होतो तसाच तो रात्रीतून हळूहळू सरपटत परत गेला आणि इराणच्या सीमारेषेपाशी पोहोचला. दुसऱ्या दिवशी बंगाली लोकांच्या एका गटानं आम्ही राहिलो होतो त्या कुर्दी खेड्यात परत जायला त्याला मदत केली. तिथल्या लोकांनी त्याला ओळखलं आणि त्याच्या पायावर उपचार केले. पाय बरा होईपर्यंत त्याचा तिथेच राहायचा बेत आहे असं त्यानं मला सांगितलं. त्यानंतर तो हद्द ओलांडायचा आणखी एक प्रयत्न करणार होता."

"मधल्या काळात मात्र टिपूनं ऑनलाइन जाऊन माझी सगळी व्यवस्था केली होती. इस्तंबूलजवळच्या एका गावात मी बसमधून उतरावं आणि युरोपात चालत जाण्याच्या बेतात असलेल्या निर्वासितांच्या लोंढ्यात शिरावं असं त्यानं मला सांगितलं. त्याचा सल्ला ऐकून मी त्या निर्वासितांच्या गटात शिरलो. त्यात काही बंगाली होते पण बाकीचे लोक इराक, सिरिया, अफगाणिस्तान, सोमालिया, पाकिस्तान आणि इतरही काही देशांतून आले होते. मी त्यांच्या मागोमाग हद्द ओलांडून बल्गेरियात शिरलो आणि मग तिथून सर्बियामार्गे हंगेरी आणि तिथून ऑस्ट्रियात आलो."

"हा सगळा प्रवास चालू असेपर्यंत टिपू माझ्या संपर्कात होता. त्यानंच मला व्हेनिसला जायचा प्रयत्न करून बघायला सांगितलं. मी खूपदा त्याला त्या जागेबद्दल

बोलताना ऐकलं होतं. मी तयार झालो. असंही मी आणखी कुठे जाणार? तेव्हा मला इटली आणि युरोपची काहीही माहिती नव्हती."

"ऑस्ट्रियातून मी ट्रेन पकडली आणि इटलीत आलो. त्रिएस्तेजवळच्या *चैंत्रो दीअकोलियेंज़ा* मध्ये माझी नोंदणी झाली. त्यानंतर काही दिवसांनी मी शहराबाहेरच्या एका छावणीत राहिलो. मी तिथे असतानाच टिपूनं टर्की ओलांडायचा पुढचा प्रयत्न केला आणि ह्यावेळेस त्याला ते जमलं. मला वाटलं आता लवकरात लवकर तो इकडे येईल. पण वाटेत कुठेतरी काहीतरी झालं आणि त्याचं मन पालटलं. त्याला एक स्वप्न पडलं. त्यात त्याला एक इथिओपियन बाई दिसली. ती एखाद्या *फोरिश्ता* सारखी म्हणजे देवदूतासारखी होती असं तो म्हणाला. त्यानंतर तो दुसरं काही बोलेचना. तिला शोधायला तो उतावीळ झाला होता. स्वप्नात पाहिलेल्या *फोरिश्ता* ला प्रत्यक्षात भेटायचा प्रयत्न करणं वेडेपणाचं आहे असं मी त्याला समजवायचा खूप प्रयत्न केला. मग साधारण तीन आठवड्यांपूर्वी एक दिवस त्याचा फोन आला. स्वप्नात दिसलेल्या त्या बाईशी प्रत्यक्षात बोलणं झालं असं तो म्हणाला. तिनं त्याला इजिप्तमधल्या कुठल्यातरी गावात बोलावलं होतं म्हणे. टर्कीतल्या दलालाशी त्याचं अगोदरच बोलणं झालं होतं. त्यानं सगळी व्यवस्था करायचं कबूल केलं होतं. आता फक्त पैशांचा प्रश्न होता.

"एव्हाना मी ती छावणी सोडून व्हेनिसला आलो होतो आणि त्यामुळे थोडेफार पैसेही कमवायला लागलो होतो. ह्याआधी खूपदा मी पैसे पाठवू का म्हणून टिपूला विचारलं होतं पण तो कायम नकोच म्हणायचा. खरंच लागले की मागेन असं म्हणायचा. आता तो हतबल झाल्याचं कळत होतं. मला त्याला नाही म्हणता येईना. दलालाचे पैसे भरण्याइतकी रक्कम माझ्याकडे नव्हती. बरीच मोठी रक्कम होती ती. म्हणून मग मी *स्काफीस्ता*शी बोललो. त्यानं माझ्याकडून हप्त्यानं पैसे घ्यायचं कबूल केलं. त्या *स्काफीस्ता*नंच टिपूच्या दलालाला पैसे पाठवले."

"पैसे भरल्यावर लगेच टिपू विमानानं इजिप्तला गेला. त्याला आता साधारण सोळा दिवस झालेत. इजिप्तमधून कुठल्यातरी एका इंटरनेट कॅफेतून त्यानं मला एकदा फोन केला. त्याच्याकडे आता फोन नाही असं तो म्हणाला. असंही आता फोनचा उपयोग नव्हता कारण तो ज्या संपर्क केंद्रात जाणार होता तिथून तो त्याच्याकडून जप्तच केला असता. काही काळजी करू नकोस असं तो मला म्हणाला. त्याला हवी ती माणसं भेटली होती म्हणे आणि आता आपली भेट व्हायला फार दिवस थांबावं लागणार नाही असंही तो म्हणाला.

त्याच्याशी झालेलं ते शेवटचं बोलणं."

एकंदर सगळी कहाणी समजून घ्यायला मला थोडा वेळ लागला.

"पण मला एक समजत नाही रफी," मी म्हणालो, "तू टिपूच्या आईशी किंवा पियाशी का नाही बोललास? त्यांनी नसते का पैसे पाठवले?"

रफीनं नकारार्थी मान हलवली. "मी तसं केलेलं टिपूला नको होतं. त्याबाबतीत तो अगदी हट्टाला पेटला होता. कोणत्याही परिस्थितीत मी त्याच्या आईकडून

किंवा पियाकडून मदत घेता कामा नये असं तो म्हणाला. त्यांना काहीही सांगणार नाही असं त्यानं वचन घेतलं माझ्याकडून किंवा तुम्हाला सुद्धा."

"मग आत्ता का तू मला सांगतोयस?"

"दाखवतो."

हॉस्पिटलच्या गाऊनमध्ये हात घालून रफीनं घड्या घालून घालून छोट्या चौकोनी आकारात दुमडलेला कागदाचा एक तुकडा बाहेर काढला.

"मला मारलं तेव्हा एवढी एकच गोष्ट त्यांनी बरोबर नेली नाही," घडी उलगडत तिरकस सुरात तो म्हणाला.

तो एका वर्तमानपत्रातून फाडलेला फोटो होता. निर्वासितांनी भरलेल्या निळ्या मासेमार बोटीचा फोटो.

त्या फोटोवर बोट ठेवत रफी म्हणाला: "ह्या इथल्या माणसाचा चेहेरा दिसतोय? तोच टिपू आहे. आता हा कागद जरा विटलाय म्हणून कदाचित तुम्हाला कळणार नाही. पण हा तोच आहे. माझी पक्की खात्री आहे. टिपू त्या निळ्या बोटीत आहे."

आमचं बोलणं चालू असताना एकदम माझ्या ध्यानात आलं की, काही तास उलटून गेले होते. अजून *चीनता*ची काही खबर आली नव्हती.

रफीनं मला रिसेप्शनपर्यंत पोहोचायला मदत केली. तिथे गेल्यावर मला कळलं की, *चीनता*चा घोटा मुरगाळला होता आणि नडगीला फ्रॅक्चर झालं होतं. त्यावर उपचार चालू होते. सध्या तिला भूल दिलेली होती आणि त्यामुळे ती एका खाजगी खोलीत शांतपणे झोपून होती. (हॉस्पिटलच्या संचालकांनीच तशी सोय केली होती. ते तिचे स्नेही निघाले.)

तुम्ही आता हॉस्पिटलमध्ये थांबायची गरज नाही असं नर्सनं मला सांगितलं. असंही *चीनता*ला भेटता आलं नसतं तेव्हा उद्याच परत येणं अधिक उत्तम होतं.

तो प्रश्न मार्गी लागल्यावर माझ्या मनात पहिला विचार आला तो फोन शोधायचा.

"मला लुबनाला फोन करता येईल?" मी रफीला विचारलं.

त्यानं मान डोलावली. "तिकडे प्रतीक्षालयात सार्वजनिक फोन आहेत. तिथून लावून बघूया."

"त्यासाठी फोनकार्ड लागेल ना?"

"माझ्याकडे आहे," रफी म्हणाला. "त्या नर्सनं दिलं मला."

मला फोनपाशी घेऊन जाऊन त्यानं नंबर फिरवला. "हे घ्या," हँडसेट माझ्याकडे देत तो म्हणाला, "वाजतोय."

काही घंटांनंतर लुबनानं फोन उचलला आणि जराही वेळ न दवडता मी मुद्द्यावर आलो. "लुबना? *शूनून*... तुम्ही आणि तुमचे सहकारी अजूनही त्या निर्वासितांच्या बोटीला भेट द्यायला जाणार आहात?"

"हो," लुबना म्हणाली. "आम्ही एक बचावाचं जहाज भाड्यानं घेतलंय. *मार्गेरा*ला आहे ते. इथून फार लांब नाही. मी आणि पलाश उद्या तिकडे जाणार आहोत. बाकीचे अगोदरच तिथे असतील. का बरं?"

"मलाही आवडेल तुमच्याबरोबर यायला."

"खरंच?" तिला बरंच आश्चर्य वाटलेलं दिसलं. "*केनो बोलून तो?* का बरं?"

"मोठी कहाणी आहे ती," मी म्हणालो. "आत्ता इतकंच सांगतो की, त्या बोटीवर कदाचित माझ्या ओळखीचं कोणीतरी असू शकतं. तो ही बंगालीच आहे. खरं म्हणजे रफीचा मित्रच आहे."

"अच्छा? रफीलाही यायचंय का?"

मी रफीकडे नजर टाकली. तो उत्सुकतेनं आमचं बोलणं ऐकत माझ्या शेजारीच उभा होता.

"रफी काही आत्ता प्रवास करण्याच्या परिस्थितीत नाही," मी म्हणालो. "पण माझ्या इतर काही मित्रमंडळींना यायची इच्छा असू शकेल. चालेल का तसं?"

"*शोमोश्शा नाई,*" लुबना म्हणाली. "काहीच हरकत नाही फक्त खर्च तुमचा तुम्हाला करावा लागेल. बोट बरीच मोठी आहे आणि आत पुष्कळ जागा आहे. कितीजण असाल तुम्ही?"

"आत्ता मला नक्की ठाऊक नाही," मी म्हणालो. "आधी त्यांच्याशी बोलावं लागेल मला. एक-दोन तासात कळवतो मी तुम्हाला."

"जरूर. कळवा मला."

मी फोन बंद केला तर इकडे रफी रागानं माझ्याकडे बघत होता.

"मी का नाही येऊ शकत तुमच्या बरोबर?"

"कारण तुला लागलंय आणि तू हॉस्पिटलात आहेस. रफी, जरा स्वतःकडे बघ एकदा! तू मुळीच प्रवास करण्याच्या परिस्थितीत नाहीस."

त्यावर तो वाद घालायला लागला पण त्याचं बोलणं तिथेच तोडत मी म्हणालो, "रफी! *बस!* पुरे झालं! ह्यावर आणखी चर्चा करण्यात काही अर्थ नाही. तुला येता येणार नाही. विषय संपला."

एकंदर परिस्थिती बघता मी वॉटर टॅक्सीची चैन करायचा निर्णय घेतला. अर्ध्या तासात मी *चीनता*च्या घरी पोहोचून माझ्या कॉम्प्युटरसमोर बसलो होतो. एकदा ऑनलाईन गेल्यावर सगळं कसं सोपं होऊन गेलं. *जीजा* ह्या मोहिमेवर यायला खूप उत्सुक होती आणि पियाच्या बाबतीत तर काय सांगायचं? रफीची कहाणी ऐकल्यावर आणि टिपू त्या निळ्या बोटीत आहे हे कळल्यावर ती मागे राहणं शक्यच नव्हतं.

जीजा आल्यानं मोठीच मदत होणार हे लवकरच लक्षात आलं. सगळ्या आवश्यक गोष्टींची सोय करण्याचं काम तिनं स्वतःकडे घेतलं. स्लीपिंग बॅग्ज, खाण्या-पिण्याचं सामान, विमानतळावरून *मार्गेरा*ला जाण्यासाठी मिनीबसची व्यवस्था करणं इत्यादी. लुबना आणि तिच्याबरोबरच्या कार्यकर्त्यांनी भाड्यानं घेतलेलं *लुकानिया* नावाचं जहाज *मार्गेरा*ला होतं. तिला आणि तिच्या सहकाऱ्यांना दुसऱ्या दिवशी पियाबरोबरच व्हेनिसला पोहोचता येईल असं विमानही तिनं शोधून काढलं. तेव्हा लुबना, पलाश आणि मी त्यांना दुपारी विमानतळावर भेटणार आणि तिथून आम्ही सगळे एकत्र *मार्गेरा*ला जाणार असं ठरलं.

वारे

दुसऱ्या दिवशी सकाळी उठलो तेव्हा मला हवेत काही वेगळाच बदल झाल्याचं जाणवलं. भरती आता ओसरली असली तरी आकाश काळवंडलेलंच होतं. आभाळात काळ्या रंगाच्या सर्व छटांचे ढग वेगानं गोळा होऊन गोल-गोल फिरत होते. वाऱ्याच्या उग्र आणि चंचल झोतामुळे ते इकडून तिकडे हलतही होते. थोड्या थोड्या वेळानं घराच्या खिडक्या करकर वाजत होत्या आणि वाऱ्याचे झोत शीळ घालत आत येत होते. जीर्ण होत चाललेल्या घराच्या वाशांमधून क्रुद्ध करकर ऐकू येत होती. त्या करकरीच्या सामूहिक सुरात वाऱ्याची शीळ अक्षरशः मिनिटा – दोन मिनिटांतच विरून जात होती.

मी चटकन नाश्ता केला, सामान भरलं आणि ऑस्पेदेले सिव्हिलेकडे निघालो. विमानतळावर जायच्या आधी *चीनता*ची भेट घ्यावी असा माझा विचार होता.

मी बाहेर पडेपर्यंत सकाळचे ९ वाजले होते. स्थलांतरित लोक भोवतालच्या रस्त्यांवर मोठ्या संख्येनं उतरले होते. भरतीची तयारी म्हणून टाकलेल्या लाकडी फळ्या ते आता काढून घेत होते आणि पुरानं वाहून आलेला गाळ स्वच्छ करत होते.

मधूनच येणाऱ्या वाऱ्याच्या झोतांमुळे ओल्या फरसबंदीवरून घसरायला होत होतं. थोड्या थोड्या वेळानं थांबून मला वाऱ्याचा जोर कमी होईपर्यंत एखाद्या दुकानाचा आसरा घ्यावा लागत होता. एकदा असं थांबलेलो असतानाच एक माणूस बंगालीत ओरडताना मी ऐकलं – *"कोनो दिन देखी नाई* – हा असला प्रकार कधी बघितला नव्हता..." आणि त्यानंतर क्षणातच वरच्या बाल्कनीतून एक फुलांची कुंडी खाली येऊन आदळली. आम्ही उभे होतो तिथून जेमतेम वारभर अंतरावर पडून तिचे तुकडे तुकडे झाले आणि ते खाली फरशीवर विखुरले.

एरवी मला *चीनता*च्या घरापासून ऑस्पेदेले सिव्हिलेला जायला पंधरा ते वीस मिनिटं लागली असती. आज मात्र अर्धा तास झाला तरी मी दोन तृतीयांश अंतरच कापू शकलो. एका लहानसं मैदान ओलांडून जात असताना मला आजूबाजूनं थाडथाड असा आवाज ऐकू यायला लागला. क्षणभरानं माझ्या पाठीवर आणि मग खांद्यांवर आणि डोक्यावरही गार काहीतरी येऊन आपटलं. एका हातानं मी स्वतःचीच मानगूट पकडली तर हाताला गारा लागल्या.

मी चौकाच्या एका दिशेला पळालो आणि एका कॅफेच्या छताखाली आसरा घेतला. तिथे आणखीही काही माणसं होती. आम्ही थक्क होऊन समोर चाललेली

गारपीट बघत होतो. थडाथड खाली येणाऱ्या गारांनी खिडक्यांचा आणि दुकानांच्या पुढच्या भागांचा चक्काचूर होत होता. तेवढ्यात कोणीतरी ओरडलं, *"गुआर्दा! अतेंति!"* मी वर बघितलं तर दुकानाचं कापडी छप्पर गारांनी भरून गेलं होतं आणि धोकादायकरित्या खाली आलं होतं. मी जेमतेम बाजूला सरकलो असेन तेवढ्यात ते कापड फाटून गारांचा वर्षाव झाला.

मग जशी अचानक सुरू झाली होती तशी अचानकच ती गारपीट थांबली आणि ऊन पडलं. विरघळणाऱ्या गारांमधून लगेच वाफा येऊ लागल्या. त्या चकाकत्या, मृगजळासारख्या दिसणाऱ्या धुक्यातून वाट काढत अखेर मी हॉस्पिटलात पोहोचलो.

एक नर्स मला *चीनता*च्या खोलीत घेऊन गेली. मी आत शिरलो तर *चीनता* चाकाच्या खुर्चीत बसलेली दिसली. तिचा डावा पाय आणि घोटा प्लास्टरमध्ये होता.

चीनता एकटीच असेल असं मी गृहीत धरून चाललो होतो. मात्र एकमेकांच्या गालांचं चुंबन घेऊन झाल्या- झाल्या मागे बोट दाखवत ती मला म्हणाली: "ते बघ दिनो, तुझा मित्र पण आलाय इथे."

मी वळून पाहिलं तर रफी खुर्चीत बसून किंचित लाजून हसत होता.

चीनता म्हणाली, "आज सकाळी त्या नर्सनं मला सांगितलं की, एक बंगाली पोरगा तुम्हाला शोधत आलाय. मी तिला म्हटलं, त्याला आत पाठव. तेव्हापासून आम्ही गप्पा मारतोय. रफीचं इटालियन तुझ्यापेक्षा चांगलंय."

थांबून तिनं स्वतःच्या मोकळ्या पांढऱ्या केसात हात फिरवला.

"दिनो, तू बराच व्यस्त आहेस असं कळलं मला. रफी म्हणतोय की, तू कसल्यातरी सागरी मोहिमेवर निघालायस म्हणून."

"मी तरी त्याला सागरी मोहीम वगैरे म्हणणार नाही."

"मी खूप नाराज झालेय हं... तू रफीला का बरोबर नाही घेतलंस? किंवा मलासुद्धा?"

"त्याचं कारण सरळ आहे *चीनता*. तू हॉस्पिटलमध्ये आहेस. तुझ्या पायाला प्लास्टर आहे. तू कशी येशील? आणि तुला यायचंय तरी कशाला?" मी ओरडलो.

माझ्याकडे बघून एक बोट नाचवत *चीनता* म्हणाली, "दिनो, रफीला का यायचंय ते तुला चांगलं ठाऊक आहे. काही झालं तरी त्याचा प्रिय जोडीदार त्या बोटीवर आहे. माझं म्हणशील तर, माझंही एक वेगळं कारण आहे."

"अस्सं? काय आहे ते कारण?"

"मला एक दृष्टांत झालाय."

"कसला दृष्टांत? कोणी दिला?"

*चीनता*नं तिचे नेहमीचे नाटकी हातवारे केले. "बंदुकीच्या व्यापाऱ्याच्या गोष्टीनं दिलाय. मी आणि रफीनं मिळून त्या आख्यायिकेतलं शेवटचं कोडं सोडवलंय. तुला ते माहीत करून घेण्यात पुष्कळच इंटरेस्ट असेल, नाही?"

"कसलं कोडं?"

"गोष्टीच्या शेवटी-शेवटी असलेलं. तो व्यापारी व्हेनिस सोडून निघतो आणि त्याला समुद्री चाचे पकडतात त्यानंतरचं. ते त्याला गुलाम म्हणून विकायला एका बेटावर घेऊन जात असतात, आठवतंय ना? पण जाता-जाता वाटेत चमत्कार होतो. आकाशातले आणि समुद्रातले जीव मिळून त्याची सुटका करतात, हो ना?"

"हो, आठवतंय मला."

"ते त्याला गुलाम म्हणून विकायला कुठल्या बेटावर घेऊन जात असतात? नाव आठवतंय?"

"हो तर," मी म्हणालो, "ते बेट होतं शृंखलाद्वीप."

"बंगालीत सांग."

"शिकोलद्वीप."

"हां! तेच तर उत्तर आहे – *शिकोल.*"

"म्हणजे काय? ते कसं काय उत्तर असेल?" मी गोंधळून विचारलं.

"कारण, सिसीलीचं अरबी नाव आहे 'सिकीलीया'" *चीनता* म्हणाली. "त्याचं शिकोलशी साम्य असणं हा योगायोग नसावा. मौखिक परंपरेतून ती आख्यायिका पुढे जात असताना त्या शब्दाचं रूपांतर झालं असावं. काही असलं तरी, तो चमत्कार घडला तेव्हा तो व्यापारी सिसिलीला जात असणार अशी मला खात्री आहे आणि ती निर्वासितांची बोट सिसिलीच्याच दिशेनं येते आहे."

मी अवाक होऊन तिच्याकडे बघत राहिलो. "थांब, मला जरा हे समजून घेऊ दे," मी म्हणालो, "त्या गोष्टीतला प्रसंग जसाच्या तसा पुन्हा घडणार असं तुला वाटतंय म्हणून तुला आमच्याबरोबर यायचंय?"

चीनता हसली.

"अं... कदाचित काही घडेल, कदाचित घडणारही नाही. काही असलं तरी मला ते चुकवायचं नाहीये एवढं नक्की! त्यातून तू तिकडे जाणार असशील तर नाहीच नाही."

"पण अगं!" मी तिला विरोध करत म्हणालो, "ते जहाज मी नाही भाड्यानं घेतलेलं. ते माझ्या हातात नाहीये."

"ते मला चांगलं माहितेय रे *कारो*. रफीच्या मदतीनं मी त्या लुबना आलम नावाच्या बाईंशी आधीच बोललेय. आम्हीही त्या मोहिमेवर आलो तर खूप आवडेल असं म्हणाल्या त्या."

चीनता माझ्याकडे बघून खोडकरपणे हसली. "हां... मी त्यांना भरघोस देणगी देऊ केली त्याचाही काही परिणाम झाला असू शकेल."

"ठीक आहे," मी हार पत्करत म्हणालो, "तू सगळ्याचाच विचार केलेला दिसतोयस."

तिनं मान डोलावली. "केलाच आहे रे. सगळी व्यवस्था झाली आहे. मी आणि रफी आम्ही दोघं तुझ्याबरोबर येतोय."

रफीकडे एक जळजळीत कटाक्ष टाकून मी म्हणालो, "हे सगळं तुझं कारस्थान वाटतं?"

"तसंच काही नाही," म्हणत त्यानं मान हलवली पण तो स्वतःवर बराच खूश झालेला दिसला. शिवाय त्यानं ज्या सराईतपणे माझ्यावर मात केली होती ते बघून माझ्यावरही चांगलीच छाप पडली होती. तरीही *चीनता*चं मन वळवायचा शेवटचा अर्धवट प्रयत्न केल्यावाचून मला राहवलं नाही.

"अगं तू जरा बाहेर बघ... आज हवा कशी आहे पाहिलंयस? इथे येताना मी वाटेत गारपीटीत अडकलो होतो. चाकाच्या खुर्चीवर बसून बाहेर पडण्यासारखा आजचा दिवस नाहीये. शिवाय तुला एअरपोर्टपर्यंत कसं घेऊन जाणार?"

*चीनता*नं पुन्हा एकदा माझ्या हातावर थोपटलं. *"नॉन ती प्रेओकूपी, कारो,"* ती म्हणाली. "तू भारी काळजी करतोस बघ. नको एवढी चिंता करूस. सगळी व्यवस्था झालीये. माझ्या स्नेह्यांनी, म्हणजे ह्या हॉस्पिटलच्या संचालकांनी मला एअरपोर्टला घेऊन जाण्यासाठी चाकाची खुर्ची बसेल अशा एका खास वॉटर टॅक्सीची व्यवस्था केलीये. शिवाय *मार्गेरा*ला जाण्यासाठी *जीजा*नं जी मिनीबस केलीये त्यातही मला आवश्यक यंत्रणा आहे. तू शांत हो... आपला सगळ्यांचा आणि त्यातूनही माझा प्रवास अगदी आरामात होईल."

खराब हवेमुळे आणि सरोवरांवरून वाहणाऱ्या सोसाट्याच्या वाऱ्यामुळे हॉस्पिटलवरून विमानतळावर पोहोचायला आम्हाला अपेक्षेपेक्षा जास्त वेळ लागला. आमच्या वॉटर टॅक्सीच्या ड्रायव्हरनं सांगितलं की, त्यांना खूप काळजीपूर्वक जाण्याच्या सूचना देण्यात आल्या आहेत. त्या दिवशी सकाळी अगोदरच पाण्यावर आणि रस्त्यावरसुद्धा बरेच अपघात झाले होते.

नशीबानं कोणतंही विमान रद्द करण्यात आलेलं नव्हतं. आम्ही विमानतळावर पोहोचेपर्यंत लुबना, पलाश आणि पिया हे आधीच मिनीबसमध्ये जाऊन बसले होते. *जीजा* आणि तिचा चार लोकांचा संच मात्र त्यांची सगळी यंत्रं सामानाच्या कप्प्यात चढवण्यात व्यग्र होते. शिवाय स्लीपिंग बॅग्ज, पाण्याच्या बाटल्यांची खोकी आणि खाण्याचं सामान हे ही त्याबरोबरीनं चढवलं जात होतं.

*जीजा*नं एकंदर सूत्रं स्वतःच्या हातात घेतल्याचं एका नजरेत लक्षात येत होतं. तसं बघायला गेलं तर तिच्यात चांगली धमक असल्याचं माझ्या आत्ता लक्षात आलं. मधल्या-मधल्या बटा रंगवलेले सोनेरी केस, जाड भिंगाचा गुलाबी चष्मा आणि तिखट जीभ असा तिचा एकंदर अवतार होता. *चीनता*ची खुर्ची व्यवस्थित बांधलेली आहे ना आणि रफीच्या प्लास्टरमधल्या हाताला आधार द्यायला शेजारच्या सीटवर पुरेशा स्लीपिंग बॅग्ज आहेत ना हे तिनं चटकन मोठ्या सराईतपणे बघून घेतलं.

बसमध्ये चढायला थांबलो असताना मला बेचैन वाटत होतं. मी बराच काळ पियाला भेटलो नव्हतो. त्यामुळे आता पुढे काय होणार ते मला कळत नव्हतं. शेवटी एकदाचा आत शिरलो तर तिनं स्वतःशेजारी माझी जागा राखून ठेवल्याचं दिसलं. मला मनातून उकळ्या फुटल्या खऱ्या पण ती अगदी घाईघाईत "हाय!" म्हणाली तेव्हा लगेचच माझ्या आकांक्षा धुळीला मिळाल्या.

"हाय!"

लुसीबाडीच्या हॉस्पिटलमध्ये होती तशीच चिंता तिच्या चेहेऱ्यावर आत्ताही दिसत असल्याचं आता कुठे माझ्या लक्षात आलं. “बराच वेळ बसून आहेस?”

“अर्धा तास झाला असेल,” ती म्हणाली, “आपली बोट चुकणार तर नाही ना?”

“शक्यच नाही,” मी म्हणालो. “आत्ताशी एक वाजतोय आणि दुपारी तीनच्या आत तर काही ते जहाज निघणार नाही. इथून *मार्गेरा*पर्यंत जमिनीवरच्या रस्त्यानं जायला फक्त वीस मिनिटं लागतात.”

मात्र नेमकी तीच वेळ साधून, सकाळच्या सोसाट्याच्या वाऱ्यामुळे रस्त्यावर अपघात झालेला आहे आणि म्हणून आपण दुसऱ्या रस्त्यानं जाणार आहोत अशी घोषणा ड्रायव्हरनं केली. त्याच्या म्हणण्यानुसार काळजीचं काही कारण नव्हतं. आम्ही वेळेपूर्वीच *मार्गेरा*ला पोहोचणार होतो. एकूण प्रवासाला तासापेक्षा जास्त वेळ लागणार नव्हता.

विमानतळ सोडल्यावर काही मिनिटांतच आम्ही झंझावातात अडकलो. मध्येमध्ये तर इतका जोराचा पाऊस येत होता की आम्ही अगदी कूर्मगतीनं पुढे सरकू लागलो. बसच्या खिडकीतून रस्त्याची कड जेमतेम दिसत होती. पाऊस थांबल्यावरही आकाशात एक विचित्र संकट फिरतंय असं जाणवत होतं. काळ्याकुट्ट ढगांचे भोवरे गडद करड्या रंगाच्या पार्श्वभूमीवर उठून दिसत होते.

मग पाऊस एकदम पूर्णपणे थांबला आणि त्याच वेळेस आकाशात ढगांची आणखी दाटी झाली.

आम्ही आता गावाबाहेरच्या एका वळणदार रस्त्याला लागलो होतो. दोन्ही बाजूला हिरवीगार शेतं दिसत होती. पिया बाहेर बघत खिडकीपाशी बसली होती. अचानक माझा दंड धरून ती ओरडली, “ते बघ! तिकडे आकाशात बघ!”

वर बघितलं तर मला काळ्याकुट्ट ढगांचा एक तुकडा हेलकावताना आणि थरथरताना दिसला. जणू त्याला प्रसूतीवेदना होत असाव्यात. मग एखाद्या अंड्याचं टरफल फुटावं तशी त्यात एकदम एक फट पडली. त्यातून एका बारीक, करड्या रंगाच्या पदार्थाचा उद्रेक झाला आणि तो जमिनीच्या दिशेनं येऊ लागला. जसजसा त्याचा आकार मोठा होत होता तसतसा एखाद्या चाबकाच्या फटकाऱ्यासारखा त्याला पीळ बसत होता.

“अरे देवा!” पिया ओरडली. “वावटळ आहे ती मोठी!”

तिच्या आवाजातल्या भीतीनं मी दचकलो कारण पिया सहजासहजी घाबरणारी नव्हती. मग मात्र तिनं अगदीच अनपेक्षित अशी एक गोष्ट केली. माझ्या कोटाचं टोक हातात पकडून तिनं माझ्या छातीत डोकं खुपसलं. नकळतच मी तिच्या अंगाभोवती हात टाकून तिला आणखी जवळ ओढलं.

मिनीबसमधल्या प्रत्येकाचे डोळे आता खिडकीबाहेर खिळले होते. डावीकडे हिरव्यागार मक्याच्या शेतावर भोवऱ्याप्रमाणे फिरणाऱ्या आणि नर्तन करणाऱ्या त्या सापासारख्या आकाराकडे सगळे बघत होते. क्षणभर त्या आकाराचं तोंड पार जमिनीला टेकलं आणि अगदी आयत्या वेळेस ते पुन्हा वर गेलं. तीन-चार वेळा हा प्रकार घडला आणि मग एकदम त्यानं जमिनीला स्पर्श केला.

आजूबाजूच्या वस्तू ताबडतोब एखाद्या कारंज्यासारख्या शेतावरून उडू लागल्या आणि पाठोपाठ वीज कडाडल्यासारखा किंवा वेगानं धावणाऱ्या आगगाडीसारखा आवाज ऐकू आला. झाडांच्या फांद्या, कुंपणाचे खांब, देठं, गवत, घाण आणि माती एकत्र येऊन हवेत गिरक्या घेऊ लागले. जसजशी ती वावटळ आमच्याकडे सरकत होती तसतशा त्या गिरक्या घेणाऱ्या वस्तू आकाशाकडे झेपावू लागल्या.

मिनीबस जागेवरच थांबली आहे आणि आजूबाजूला सगळीकडून किंचाळण्याचे आवाज येताहेत असं मला अस्पष्टपणे जाणवलं. पियाची नखं आपल्या पाठीत रुतली आहेत आणि तिच्या दातांनी आपल्या अंगावरच्या जाकिटाचा चावा घेतला आहे ह्याची जाणीव होऊन मी थोडासा अवघडलो देखील होतो. आता मात्र मीही भयंकर घाबरलो. माझ्याच्यानं बाहेर बघवेना म्हणून मी पियाच्या मानेत चेहेरा लपवला. माझ्या मनात एकच विचार येत होता: "जर आत्ता आपण मरणारच असू तर झटकन मेलेलं बरं."

कानाचे पडदे फाटावेत इतका आता बाहेरचा आवाज वाढला. बस थरथरायला लागली आणि खिडक्या एकमेकांवर आपटून वाजायला लागल्या. मग अचानक धरणी दुभंगल्यासारखा मोठ्ठा आवाज झाला आणि एखाद्या वजनदार वस्तूचा आघात झाल्यासारखी क्षणात जमीन हादरली.

वर बघितल्यावर माझ्या लक्षात आलं की आम्ही त्या वावटळीतून अगदी थोडक्यात वाचलो होतो. समोर वीसेक यार्डावर ते तुफान जमिनीवर उतरलं होतं आणि वाटेत आलेलं एक झाड त्यानं उडवून लावलं होतं.

मग तो आवाज विरला आणि त्याची जागा एका भयाण, दबक्या शांततेनं घेतली. ती वावटळ आता जमीन सोडून पुन्हा आकाशात झेपावल्याचं आम्हाला जाणवत होतं पण हवेत इतकी धूळ, पानं आणि माती होती की रात्र झाल्यासारखं वाटावं. ड्रायव्हरनं बसचे हेडलाईट्स लावल्यावर आमच्या लक्षात आलं की, समोरचा रस्ता त्या पडलेल्या झाडामुळे बंद झाला होता. मरताना शेवटचे आचके द्यावेत त्याप्रमाणे त्याच्या फांद्या थरथरत आणि कापत होत्या.

मग, गाडीच्या पुढच्या दिव्यांच्या प्रकाशात मला ते दृश्य दिसलं. झाडाच्या खोडाच्या पलिकडच्या बाजूला काहीतरी हलत होतं. स्वर्गातून कोणीतरी अवतरावं तशी त्या धुळीच्या लोटातून एक अंधुक आकृती पुढे येताना दिसू लागली. क्षणभरानं त्या आकृतीनं खोडावरून उडी मारली आणि ती आमच्याच दिशेनं येऊ लागली.

तो एक माणूस असल्याचं आत्ता आमच्या ध्यानात आलं. त्यानं पिवळ्या रंगाचा घोळदार लांब अंगरखा घातला होता, गेरूसारख्या पिवळसर तपकिरी रंगाचं कापड डोक्याला मुंडाशासारखं बांधलं होतं. त्याचा चेहेरा सावळा होता आणि त्यानं व्यवस्थित कापलेली करड्या रंगाची दाढी ठेवली होती.

ड्रायव्हरच्या खिडकीपाशी तो आला तेव्हा त्याच्या हालचाली जराही घुटमळल्यासारख्या नव्हत्या. त्यानं काचेवर टकटक केली. आपण काय करतोय हे त्याला पक्कं ठाऊक दिसत होतं. ड्रायव्हरच दचकून जागच्या जागी उडाला आणि धडपडत त्यानं खिडकी खाली केली.

त्या माणसानं कोणतेही प्रश्न न विचारता नुसतं रस्त्यावर बोट दाखवलं, *"चे उना आलत्रास्तादा,"* तो म्हणाला, "आणखी एक रस्ता आहे. दोन किलोमीटर पुढे गेल्यावर उजवीकडे तो लागेल. त्यावर पुढे जात राहिलात तर *मार्गेरा*ला पोहोचाल."

आणखी एकही शब्द न बोलता तो अनोळखी माणूस गर्रकन वळला आणि निघून गेला.

"ग्रात्झि!" मागून ड्रायव्हर ओरडला. *"ग्रात्ज़ी मील!"* काहीही उत्तर आलं नाही.

शेजारच्या सीटवरून मला रफीचं पुटपुटणं ऐकू आलं, "तोच आहे तो... बोंदुकी सौदागर. तोच आहे तो."

माझी आत्ता इतकी जाम टरकली होती की माझा आवाज चढला: "नॉन्सेन्स रफी!" मी त्याला झापलं. "पायघोळ अंगरखा घातलेला कोणीतरी स्थलांतरित माणूस होता तो. उत्तर आफ्रिकेतला असेल."

आम्ही एकमेकांकडे जळजळीत कटाक्ष टाकले आणि तेवढ्यात ड्रायव्हर मध्येच म्हणाला: "*ची सोनो तांती मारोकीनी क्वी* – इथे पुष्कळ मोरक्कन आहेत. शेतावर काम करतात."

मला हायसं वाटलं.

"बघितलंस," मी रफीला म्हणालो, "मी म्हटलं नव्हतं तुला?"

मात्र एवढा वेळ शांत बसून आमच्याकडे बघणारी *चीनता* त्याचवेळेस तिची खुर्ची घेऊन पुढे झाली आणि रफीचा हात थोपटत म्हणाली, "*ती क्रेदो रफी,* मला पटतंय तुझं. मला वाटतं, कोणीतरी आपली काळजी घेतंय."

लुकानिया

गडद हिरव्या रंगाचं खालचं बांधकाम आणि त्यावर पांढऱ्या रंगात रंगवलेला वरचा भाग असं ते *लुकानिया* नावाचं जहाज म्हणजे चांगला भक्कम डोलारा होता. १९७० साली जर्मनीत बांधलेलं ते जहाज तीस वर्षं तटरक्षक दलाच्या तुकडीत होतं. त्यानंतर ते जिब्राल्टरमधल्या एका चार्टर कंपनीला विकण्यात आलं. गेल्या काही वर्षांत निर्वासितांच्या बचाव कार्यासाठी दोनदा त्याचा वापर झाला होता.

*मार्गेरा*च्या किनाऱ्यावर उभ्या असलेल्या समुद्रसफरीसाठी वापरल्या जाणाऱ्या प्रचंड आकाराच्या जहाजांपुढे *लुकानिया* अगदी लहान दिसत होतं. अर्थात त्याचं हे रूप फसवंच म्हटलं पाहिजे. त्या सागरीरक्षक वाहनाचं आता वय झालं असलं तरी आकारानं ते मुळीच लहान नव्हता. ह्या टोकापासून त्या टोकापर्यंत मोजली तर त्याची लांबी २५० फूट होती आणि वरती आणि खालती मिळून त्यात शेकडो माणसं बसू शकत होती. आम्ही अगदी थोडे लोक असल्यामुळे आम्हाला जहाजावर हिंडायला पुष्कळ जागा होती.

*जीजा*नं धोशा लावल्यामुळे *चीनता*ला मुख्य डेकवर एक आरामशीर केबिन देण्यात आली होती. आम्ही बाकी सगळेजण खालच्या भागात होतो. तिथल्या मोठमोठ्या, निऑनच्या प्रकाशात उजळलेल्या खोल्यांमधून आवाज घुमत होता. खोल्यांमधून काहीही सामान नव्हतं.

आत जाऊन सामान लावत असतानाच कर्ण्याचा मोठा आवाज ऐकू आला आणि आम्ही डेकवर आलो. *मार्गेरा*ला उभ्या असलेल्या क्रेन्स आणि स्टीलचे मोठमोठे सांगाडे मागे पडताना दिसत होते. बंदर दृष्टीआड झालं तसं त्यापलिकडचं दृश्य हळूहळू दिसायला लागलं. क्षितिजापर्यंत पसरलेला नदीमुखाचा पठारी प्रदेश.

अचानक कोणीतरी ओरडलं – *"गुआर्दाते! गुआर्दाते!"* आम्ही सगळे उत्तरेकडे वळून बघू लागलो. दूर काही मैलांवर लांबसडक सापासारखा एक आकार आकाशातून खाली उतरताना दिसत होता. जमिनीवर आपटण्यापूर्वी तो काही वेळा वर-खाली झाल्यासारखा वाटला आणि मग एखाद्या दोरीच्या टोकाला जोडलेला भोवरा जसा खेचला जातो तसा तो आकाशात अंतर्धान पावला.

तो जेमतेम दिसेनासा झाला असेल तेवढ्यात आणखी आरडाओरडा ऐकू आला. आता आम्ही पूर्वेकडे वळलो. तिथेही असाच भोवरा दिसला. त्यानं खाली व्हेनिसमधल्या सरोवरांना स्पर्श केला आणि पाण्याचा एक फिरता भोवरा वरती

ओढून घेतला. एखादा स्फटिकाचा खांब असल्याप्रमाणे पाण्याचा तो धबधबा जमिनीवर लटकून राहिला होता. काही सेकंदातच आकाशातला तो भोवराही नष्ट झाला पण आता मात्र बोटीच्या कप्तानानं धोक्याचा इशारा दिला आणि डेक मोकळा करण्याची सूचना केली.

आमच्या गटानं *चीनता*च्या केबिनमध्ये गर्दी केली. तिथून समोरचं विहंगम दृश्य दिसत होतं. *चीनता*नं तिची खुर्ची आग्रहानं खिडकीपाशी नेली. तिथून तिनं खूण करून मला आणि रफीला बोलावून घेतलं.

"ते तिकडचं बेट दिसतंय?" मागे पडणाऱ्या जमिनीच्या एका बारीक तुकड्याकडे बोट दाखवत तिनं विचारलं. "ते *आल्गा*वरचं *सान जोर्जो*. तिथला तो मठ गेली हजारो वर्षं तिथेच आहे. आत्ता आपण चाललोय तसाच तो बंदुकीचा व्यापारीही त्या मठावरून गेला असेल. आणि ते तिकडचं बेट? ते *सान क्लेमेंते* आहे. तो व्यापारी इथे आला तेव्हाही ते आत्तासारखंच दिसलं असेल. आणि त्या तिकडे आहे ते *लाजारितो वेचिओ*. प्लेग झालेल्या लोकांना इकडेच आणून ठेवलं होतं. तिकडे सामूहिक थडग्यांमध्ये हजारो मानवी सांगाडे मिळालेत. कित्येक शतकात तिथेही काही बदल नाही. तुम्हाला आत्ता जे दिसतंय तेच बंदुकीच्या व्यापाऱ्यालाही दिसलं असणार..."

हे बोलणं चालू असताना इकडे काळ्याकुट्ट अंधारलेल्या आकाशात अखंड उलथापालथ चालू होती. मधूनच एखादा भोवरा खाली येऊन जमिनीला किंवा पाण्याला स्पर्श करून जात होता किंवा नुसताच परतत होता. असं दृश्य मी पूर्वी कधीही पाहिलं नव्हतं. मानवी अनुभवाच्या कक्षेत येणाऱ्या पृथ्वीवर घडेल असं ते दृश्यच नव्हतं. *निरोतोमाक़िया पॉलिफिली* सारख्या अद्भुत कथेतला वाटेल असाच तो देखावा होता.

हवेचं हे लहरी आणि विचित्र वागणं फक्त एवढ्याच भागापुरतं मर्यादित नाही हे आम्हाला लवकरच समजलं. संबंध इटलीत काही ना काही धुमाकूळ माजला होता. उत्तरेकडेच्या काही शहरांत पाऊस आणि गारपीट होऊन पूर आले होते. देशातल्या अनेक भागांना वादळी वाऱ्यांचा तडाखा बसला होता. सुद तिरोल पर्वतरांगांमधली जंगलच्या जंगलं भुईसपाट झाली होती. इतरत्र अनेक ठिकाणी झाडं पडल्यामुळे घरांचं नुकसान झालं होतं आणि रस्ते बंद झाले होते.

*जीजा*च्या संचातल्या एकानं *चीनता*च्या खोलीत एका मॉनिटरची व्यवस्था केली आणि आम्हाला बाहेर चाललेल्या हाहाःकाराचं थेट प्रक्षेपण बघता आलं. उद्ध्वस्त झालेली जंगलं, गारपीटीपासून बचाव करायला ठिकठिकाणी आसरा घेतलेली माणसं, शहरातल्या रस्त्यांवरून वाहत येणाऱ्या गाड्या असं सगळंच दिसलं. मग रोममधली काही विलक्षण दृश्यं बघायला मिळाली. तिकडली पाईनची कित्येक उंच झाडं मुळापासून उन्मळून पडली होती.

समोरच्या पडद्यावरून चित्रं सरकत असताना *जीजा*नं एकदम श्वास रोखला. "हे तर *त्रास्तेवेरे* आहे. माझं घर इकडेच आहे!" सेलफोन हातात घेत ती केबिनबाहेर धावली.

ती इतका वेळ गायब होती की *चीनता*ला काळजी वाटायला लागली. माझ्याकडे वळून ती म्हणाली: "तू जरा जाऊन *जीजा* कुठेय ते बघतोस? तिच्या घरचे सगळे सुखरूप असले म्हणजे मिळवलं."

*लुकानिया*च्या अवतीभोवती आता फक्त पाणी होतं. विशेष म्हणजे इतरत्र घडणाऱ्या घटना बघता आमच्या इथली हवा आता चांगलीच होती. भरून आलेलं आभाळ निवळलं होतं आणि आकाशात सूर्याचा तांबूस, तेजस्वी प्रकाश पसरला होता.

हवा निवळल्यामुळे आमच्यापैकी बरेच प्रवासी मुख्य डेकवर परतले होते. त्यामुळे *जीजा*च्या शोधात डेकवर फिरत असताना मला डझनभर तरी चेहेरे पालथे घालावे लागले. शेवटी एकदाची ती मला *लुकानिया*वरच्या एका लाईफबोटीमागे अर्धवट लपल्यासारखी उभी असलेली दिसली. तिला कसला तरी धक्का बसलेला दिसत होता. थंडपणे ती फोनकडे एकटक बघत होती.

"*जीजा*? काय झालं?" मी विचारलं.

तिनं गोंधळून माझ्याकडे पाहिलं आणि जाड भिंगाच्या चष्म्यामागे तिच्या डोळ्यांची वेगानं उघडमीट झाली. "नाही, काही नाही... *नीएंते*... मला जरा हायसं वाटलं इतकंच."

तिनं सांगितलं की, तिच्या मैत्रिणीशी एमाशी बोलायला तिला बरेच कष्ट पडले होते. पहिली पंधरावीस मिनिटं तिनं फोनच उचलला नाही. मात्र तेवढ्या वेळात *जीजा*नं खालच्या मजल्यावर राहणाऱ्या शेजाऱ्यांशी संपर्क साधला होता. त्यांच्याकडून तिला असं कळलं की, वाऱ्यामुळे त्यांच्या घरासमोरच्या रस्त्यावर झाड पडलं होतं आणि ते त्यांच्या इमारतीवर येऊन आदळलं होतं. हे ऐकून ती पूर्ण वेडीपिशी झाली होती. एमाचा फोन येईपर्यंत ती काळजीनं बेभान झाली होती. ते झाड त्यांच्याच घरावर पडल्याचं आणि बऱ्याच खिडक्या फुटल्याचं तिला एमानं सांगितलं होतं. तो प्रकार घडला तेव्हा त्यांची दत्तक मुलगी स्वतःच्या खोलीतच होती. तिच्या खोलीच्या खिडकीचा चक्काचूर झाला होता. सगळीकडे काचा विखुरल्या होत्या. तिला काही लागलं नव्हतं. त्यांना कोणालाच लागलं नव्हतं पण सगळ्यांना खूप धक्का बसला होता. घर सोडून ते काही मित्रमंडळींकडे राहायला गेले होते. आजची रात्र तिकडेच काढायचा त्यांचा बेत होता.

*जीजा*नं डोळ्यांवरून हात फिरवला आणि ती कशीबशी हसली.

"विश्वास बसतोय तुमचा? सगळं सोडून रोममध्ये!... माझं कुटुंब रोममध्येच अक्षरशः रस्त्यावर आलंय."

त्यानंतर संध्याकाळी कोणा कॅमेरामननं वाईनची बाटली उघडली. लुबना आणि पलाश पनिनीच्या प्लेट्स वाटत होते. तेव्हा सगळ्यांबरोबर पिया मात्र *चीनता*च्या केबिनमध्ये नाही हे माझ्या लक्षात आलं.

मला फार आश्चर्य वाटलं नाही कारण जहाजावर चढल्यापासून पिया विशेष शांत होती. मघाचा तो झंझावात बघून तिनं जी प्रतिक्रिया दिली होती त्याची तिला आता लाज वाटत असावी असा माझा अंदाज होता.

मी डेकवर नजर फिरवली तर पिया मला जहाजाच्या पुढच्या भागात उभी असलेली दिसली. समोर चंद्रप्रकाशात न्हाऊन निघालेल्या समुद्राकडे ती एकटक बघत होती. मला येताना बघून ती दचकली आणि मी वाटेतच थांबलो.

"सॉरी, नको असताना आलो का मी?" मी विचारलं.

"छे, छे!"

तिनं पुढे होऊन माझी बाही पकडली. "खरं म्हणजे तू इथे आल्याचं मला बरंच वाटलं. तुझी माफी मागायची होती. मगाशी मिनीबसमध्ये मी एवढी भेदरले त्याबद्दल. अगदी मूर्ख वाटले असेन ना मी तुला."

"अजिबात नाही," मी म्हणालो, "मीही घाबरलोच होतो."

तिची स्वतःशीच काहीतरी झटापट चालली असावी हे माझ्या लक्षात येत होतं. ती पुन्हा जेव्हा बोलायला लागली तेव्हा त्यासाठी तिला पुष्कळच प्रयत्न करावे लागत होते हे उघड दिसत होतं.

"मी इतक्या सहजासहजी घाबरत नाही खरंतर," ती म्हणाली, "पण एकदा मला वादळाचा खूप भयंकर अनुभव आलाय. ते चक्रीवादळ होतं, हा असा झंझावात नव्हता... पण एव्हाना तो अनुभव आपण पचवला असेल असं वाटत होतं मला. तसं काही झालेलं दिसत नाही. कदाचित कधीच होणार नाही."

"त्याच वादळात टिपूचे वडील मारले गेले का?"

तिनं मान डोलावली. "हो. ते नसते तर त्या दिवशी मी ही मेले असते. त्यांचं नाव होतं फोकिर... त्यांनी वाचवलं मला. माझ्यासाठी स्वतःचा जीव दिला त्यांनी. टिपूला ते माहीत असणार ह्याची पक्की खात्री आहे मला. आमचं नातं इतकं गुंतागुंतीचं असायचं ते ही एक कारण आहे. टिपूला त्याचे वडील फार म्हणजे फारच जवळचे होते. मला वाटतं, त्यांना गमावल्याबद्दल मनातून तो मलाच दोष देत असावा."

"हे बघ पिया," मी म्हणालो, "तू टिपू आणि मोयनासाठी खूप केलंयस. तुला जेवढं करणं शक्य होतं तेवढं सगळं केलंयस."

"मी प्रयत्न केले," पिया म्हणाली, "पण मला वाटतं एका परीनं मी त्यांची जास्तच अडचण करून ठेवली. मी केलेल्या एकाही गोष्टीचा काही फायदा होताना दिसत नाही. उदाहरणार्थ, टिपूला अमेरिकेला घेऊन जाणं. त्याचा परिणाम वाईट होणार हे मला कळायला हवं होतं. मी मुळीच 'आई' प्रकारातली बाई नाही. पण त्याला तिकडे जायची इतकी मनापासून इच्छा होती की, मला नाही म्हणताच आलं नाही."

कायम भावनांवर नियंत्रण असणाऱ्या पियाला इतक्या गोंधळलेल्या आणि असहाय अवस्थेत बघताना अस्वस्थ व्हायला होत होतं. त्यावर काही सांत्वनपर बोलणंही सोपं नव्हतं. ती स्वतः इतकी प्रांजळ होती की, तिला पोकळ शब्दांनी दिलासा देणं शक्य नव्हतं. शेवटी मी म्हणालो, "तुला सांगू, मोयनाला ते कळतंय. तू जे काही केलंस त्याबद्दल तिला कृतज्ञच वाटतं. तिनं सांगितलंय मला तसं."

पियानं मान डोलावली. "तसं मला तिनं माफ केलं असावं, पण खरी गोष्ट अशी की, उद्या टिपूला काही झालं तर तिच्या हातात काहीच उरणार नाही आणि तसं झालं तर ती माझीच चूक नाही का?"

"पिया, तू उगीच पुढचा विचार करते आहेस," मी म्हणालो. "आपण इथे टिपूला परत न्यायला आलोय, हो ना? मग काही घडायच्या आतच वाईट विचार करत बसू नकोस."

"बरोबर आहे तुझं," ओठ घट्ट मिटून ती हसली. "थँक्स."

"अगं थँक्स काय त्यात!"

पुन्हा एकदा माझ्या बाहीला स्पर्श करत ती म्हणाली: "नाही, खरंच मनापासून म्हणतेय. थँक यू. गेले काही आठवडे तू नसतास तर मी काय केलं असतं? टिपू गायब झालेला कळलं तेव्हा मला तर वाटलं, आपल्याला आता वेडच लागणार. भरवसा टाकावा असा तूच एक होतास."

तिचे हे शब्द इतके अनपेक्षित होते की अक्षरशः माझी बोलतीच बंद झाली.

निर्वासितांच्या बचावासाठी निघालेल्या जहाजांवर सहसा पुरुषांना आणि बायकांना झोपण्यासाठी स्वतंत्र खोल्या देण्याची पद्धत आहे... (फक्त एकत्र प्रवास करणाऱ्या कुटुंबाचा अपवाद केला जातो) आम्ही बोटीवर चढलो तेव्हा आम्हाला तसं सांगण्यात आलं होतं. *लुकानिया*वर देखील तीच पद्धत पाळली होती. जहाजाच्या उजवीकडच्या खोल्या बायकांसाठी आणि डावीकडच्या पुरुषांसाठी ठेवल्या होत्या.

आडवं व्हायची वेळ झाली तेव्हा मी थोडा इकडे-तिकडे फिरून स्लीपिंग बॅग पसरायला निवांत कोपरा शोधू लागलो. एक लहानशी खोपटेवजा जागा शोधून काढायला मला फार वेळ लागला नाही. आधीच्या बचावकार्यातून उरलेली साधनसामग्री ठेवायला त्या जागेचा कोठीची खोली म्हणून उपयोग होत असावा. देणगी म्हणून मिळालेले काही कपडे आणि गरम पांघरूणं तिथे अस्ताव्यस्त होऊन पडली होती. त्यातच काही उदास दिसणारी खेळणीही होती.

त्या कपड्यांचा आणि खेळण्यांचा एक ढिगारा करून मी स्वतःसाठी एक लहानशी जागा तयार केली आणि चटकन स्लीपिंग बॅगमध्ये घुसलो. अंगाखालचा धातूचा डेक काही विशेष आरामशीर नव्हता. शिवाय रात्रीच्या दिव्यांचा बाहेरून येणारा उजेड डोळ्यांवर येत होता. तेही टाळता येण्यासारखं नव्हतं. तरीही मला झोप लागली आणि लवकरच मी एका स्वप्नात हरवून गेलो. त्या स्वप्नात मी वादळाच्या डोळ्यांनी खाली जमिनीकडे बघत होतो. माझ्या आजूबाजूचं सगळं फिरत होतं. त्या फिरत्या अंधुक भोवऱ्यातून आम्हाला वादळानंतर भेटलेला तो माणूस मला दिसत होता. पायघोळ अंगरखा आणि पागोटं घातलेला.

त्याची नजर इतकी तीक्ष्ण होती की, मला एकदम जाग आली. समोर पाहतो तर डोळ्यांच्या तीन जोड्या माझ्याकडे टक लावून बघत होत्या. कपड्यांच्या त्या ढिगावर बसून दोन भुसा भरलेले प्राणी आणि एक मोठी बाहुली माझ्याकडे बघत होते.

मी दचकून उठलो आणि आपणच ही खेळणी इथे ठेवली की काय असा विचार करू लागलो. का मी झोपलेला असताना इथे कोणीतरी येऊन ह्या वस्तू अशा ठेवून

गेलं होतं? पण तसं असेल तर जमिनीवर येणाऱ्या पावलांच्या आवाजानं मला जाग नसती का आली?

आता मी चांगलाच अस्वस्थ झालो होतो. पुन्हा झोप येणं शक्य नव्हतं. त्याऐवजी अंगात जॅकेट घालून मी जिना चढून मुख्य डेकवर आलो.

रात्रीची हवा छान गार आणि उत्साहवर्धक होती. काही दीर्घ श्वास घेत मी जहाजाच्या पुढच्या भागाकडे वळलो. तेवढ्यात मला चांदण्यानं भरलेल्या आकाशाच्या पार्श्वभूमीवर *चीनता*चं डोकं आणि खांद्यांची रेखाकृती दिसली. ते बघून मला आश्चर्य वाटलं. ती तिच्या चाकांच्या खुर्चीत बसून *जीजा*शी बोलत होती.

त्या दोघी बोलण्यात चांगल्याच गढून गेलेल्या दिसत होत्या. त्यांच्या बोलण्यात व्यत्यय आणायला नको असं मी ठरवलं. मी वळून परत जाणार तेवढ्यात *जीजा*ची नजर माझ्यावर गेली. हात वर करून तिनं मला जहाजाच्या पुढच्या भागात येण्याविषयी खुणावलं.

"तुलाही झोप लागली नाही वाटतं?" *चीनता* म्हणाली.

"हो ना."

*चीनता*च्या अंगावर चांदण्याचा मंद शीतल प्रकाश चमकत होता. तिच्या डोळ्यात मला एक स्वप्नाळू झाक दिसली.

"आत्ता *जीजा* सांगत होती मला, आज काय झालं ते," *चीनता* म्हणाली, "ती एमाला फोन करायचा प्रयत्न करत होती ना, तेव्हा..."

सुरुवातीला सुमारे वीसेक मिनिटं एमाचा फोन लागला नव्हता. तेवढा वेळ *जीजा* भयंकर काळजीत होती. तेवढ्या वेळात तिला एक आवाज ऐकू आला होता. एका मुलीचा आवाज. ती म्हणत होती: "*स्ता त्रान्क्विला, ऐला-* काळजी करू नकोस. तुझी मुलं सुखरूप आहेत. त्यांना काहीही झालेलं नाही..."

*जीजा*नं डावी-उजवीकडे बघितलं, खांद्यावरून मागे वळून बघितलं: कोणीही नव्हतं.

"त्यात विचित्र गोष्ट अशी की, आत्तापर्यंत मला *ऐला* म्हणणारी एकच व्यक्ती होती. *चीनता*ची मुलगी *लूचीआ*. तिनं लाडानं माझं टोपणनाव *ऐला* ठेवलं होतं." *जीजा* म्हणाली.

*चीनता*नं हसून मान मागे टाकली. तिचे पांढरेशुभ्र केस मुक्तपणे वाऱ्यावर उडू लागले.

"*लूचीआ* आहे इथे," शांत पण ठाम आवाजात ती म्हणाली. "मला तिचा वावर जाणवतोय."

दर्शन

दुसऱ्या दिवशी हवा विशेष आल्हाददायक होती. ते बघून सगळ्यांनाच आश्चर्य वाटलं.

पिया वर येताना दिसली तेव्हा मी अगोदरच जाऊन डेकवर बसलो होतो. चेहेरा झाकला जाईल इतपत मोठी कॅनव्हास हॅट, पट्ट्यानं मानेभोवती बांधलेली फील्डवर वापरायची दुर्बिण आणि खांद्यावर लटकणारी बॅकपॅक अशी ती एकंदर पेशाला साजेशा अवतारात आली होती.

"हे काय!" मी थक्क होऊन म्हणालो, "तू खरंच इथे डॉल्फिन्स बघत बसणार आहेस?"

"तेच केलेलं बरंय," खांदे उडवत ती म्हणाली, "नाहीतर टिपूच्या काळजीनं वेड लागेल मला."

"पण इथे डॉल्फिन्स दिसतील असं वाटतंय तुला?" मी विचारलं.

"न दिसण्याचं काही कारण तर नाही," ती म्हणाली. "इकडे भूमध्य समुद्रात सिटेशन्स जातीचे डॉल्फिन्स पुष्कळ सापडतात. त्यातले खूपसे आत्ता ह्या मोसमात स्थलांतरही करतात."

हातातली बॅकपॅक पायाशी ठेवत ती जहाजाच्या पुढच्या भागात उभी राहिली आणि लवकरच दुर्बिण डोळ्याला लावून क्षितिज न्याहाळू लागली.

डॉल्फिनचं पहिलं दर्शन झालं ते मात्र पियाला नव्हे तर रफीला. *"ओईजे,"* तो उत्तेजित होऊन ओरडला, "तिकडे बघा पिया-दीदी. मला काहीतरी दिसतंय."

त्यानं दाखवलेल्या ठिकाणी पियानं दुर्बिण फिरवली. तिच्या कपाळावर एक आठी उमटली. काही वेळानं काहीशा नाखुशीनंच ती म्हणाली: "अरे वा रफी! तोमार चोख खूब भालो तो! नजर चांगली आहे हां तुझी!"

"काय दिसतंय?" मी विचारलं.

"पुढे नक्कीच सिटेशन्सचा घोळका असणार. कुठल्या जातीचे असतील मला माहीत नाही. एवढ्या लांबून कळणार नाही ते. रफीला दुर्बिणीशिवाय कसे काय दिसले!"

तिनं ती दुर्बिण माझ्याकडे देत विचारलं, "बघायचेत?"

मी चष्मा वर करून आणि डोळे बारीक करून त्या दुर्बिणीतून बघायला लागलो पण त्याचा काहीही उपयोग झाला नाही. मला सगळंच धूसर दिसत होतं.

"दिसतील लवकरच," पिया म्हणाली. "आपण जिकडे चाललोय त्याच दिशेला तेही चाललेले दिसतायत. लवकरच आपण त्यांना गाठू."

तिनं दुर्बीण डोळ्याला लावत समोरच्या पाण्यावर लक्ष केंद्रित केलं. थोड्याच वेळात मलाही अधूनमधून पांढऱ्याशुभ्र फेसाळ लाटा दिसू लागल्या. डॉल्फिन्सच्या गडद रंगाच्या वळणदार पाठी पाण्याच्या पृष्ठभागावर आल्या की त्या लाटा फुटत होत्या.

"लांब कल्ल्याचे पायलट व्हेल्स दिसतायत हे," पिया उत्तेजित स्वरात म्हणाली. "पाच-सहा तरी असतील. कधीकधी सुंदरबनाच्या आसपास दिसतात. बहुतेक वेळा किनाऱ्याला लागूनच असतात. आजकाल ते नदीच्या वरच्या भागात क्वचित जातात. एकोणिसाव्या शतकात मात्र ते समुद्रापासून आत पार कलकत्त्यापर्यंत दिसायचे."

रफीकडे वळून तिनं विचारलं: "तू कधी पाहिलेत असे व्हेल्स? डोक्याच्या पुढच्या बाजूला मोठा फुगीर भाग असलेले?"

त्यानं मान डोलावली. "एक-दोनदा पाहिलेत."

पियानं तिच्या बॅकपॅकमधून आणखी एक दुर्बिण काढली आणि रफीपुढे धरली. "तुला ही एका हातानं धरून वापरता येईल?"

"हो."

"मग माझ्याबरोबर येशील बघायला?"

होकारार्थी मान डोलावत रफीनं आतुरतेनं ती दुर्बिण डोळ्याला लावली. काही मिनिटांतच त्याला आणखी काहीतरी दिसलं. "ते बघा! तिकडे!"

दुर्बिण फोकस करत पिया त्यानं दाखवलेल्या दिशेला वळली. "अरेच्चा!" मिनिटभरानं ती ओरडली. "आपल्याला दिसतंय ते बहुतेक रिसोज डॉल्फिन्सचं एक अख्खं कुटुंब आहे!"

तिनं पुढे होऊन रफीच्या पाठीवर थाप मारली. "गुड जॉब!"

थोड्यावेळानं *चीनता*ही तिथे आली. तिनं थोडावेळ पियाकडे बघितलं आणि मग माझी बाही खेचत मला जवळ यायची खूण केली.

"ऐ इन गाम्बा क्वेस्ता रागात्जा," माझ्या कानात ती कुजबुजली. "ही पोरगी चांगली चुणचुणीत आहे हां."

"आहे तर," मी म्हणालो.

*चीनता*ची नजर माझ्या चेहेऱ्यावर काहीतरी शोधत होती. "तुला आवडते ना ती?"

मी मान डोलावली.

"मग त्यावर काही करतोयस का तू?" *चीनता* म्हणाली.

मी अस्वस्थ होऊन हसलो, "हं, तिला माझ्यात काही इंटरेस्ट आहे का नाही, मला ठाऊक नाही."

"वेड्यासारखं करू नकोस रे, बाब्बेओ कारो," *चीनता* म्हणाली. "ही पोरगी काही सगळं उघड-उघड बोलून दाखवणार नाही पण मी सांगते, तुझ्यासाठी ती

मनाचं दार नक्की उघडणार. कदाचित, नुसतं थोडंसं किलकिलं करेल. तिनं तसं केल्यावर तू मात्र पुढाकार घ्यायला हवास. *कापिस्की?*"

"अगं *चीनता*, तसलं काही कधी घडेल का नाही मला माहीत नाही."

"पण तसं व्हावं अशी आशा तर वाटते आहे ना तुला, काय?" *चीनता* म्हणाली.

"असावी..."

"बघितलंस!" *चीनता* हसत म्हणाली, "तुझ्या त्या व्यापाऱ्यानं तुझ्या आयुष्यात बरे दिवस आणले की नाही?"

"कसे काय?"

"त्याच्यामुळेच तर तुझी तिच्याशी भेट झाली – खरं ना?"

हवा निवळल्यामुळे लोक आता आपापसात मिसळू लागले. लुबना आणि पलाश त्यांच्या कार्यकर्त्या मित्रांशी गप्पा मारायला निघून गेले. *जीजा* जहाजावरच्या इतर पत्रकारांना शोधायला गेली.

दुपारी जेवायच्या वेळेस आम्ही पुन्हा एकदा *चीनता*च्या केबिनमध्ये गोळा झालो होतो. तेवढ्यात *जीजा* निळ्या बोटीबद्दलची एक ताजी खबर घेऊन धावत आली. तिनं तिच्या एका परदेशी वार्ताहर मित्राकडून ती बातमी ऐकली होती. त्याने इजिप्तवरून हिला फोन केला होता.

सिनाईमधल्या एल-आरीश नावाच्या गावाजवळ कुठेतरी त्या निळ्या बोटीच्या प्रवासाला सुरुवात झाली आहे हे सॅटेलाइटमधून मिळालेल्या फोटोंवरून स्पष्ट झालं होतं. त्या भागात कायदा आणि सुव्यवस्थेचं नामोनिशाण नव्हतं पण काही निर्भय वार्ताहर तिथपर्यंत पोहोचले होते. काही स्थानिक माणसं त्यांना गावापासून तीस किलोमीटर अंतरावर असलेल्या एका उद्ध्वस्त इमारतीत घेऊन गेली होती. इथेच एकेकाळी ते कुप्रसिद्ध संपर्क केंद्र होतं असं त्यांचं म्हणणं होतं. तस्करांनी कित्येक निर्वासितांना पकडून इथेच डांबून ठेवलं होतं. मानवी अवयवांच्या व्यापाराचं प्रमुख केंद्र म्हणून ती जागा ओळखली जात होती.

संपर्क केंद्राची रचना अगदी धूर्तपणे केली होती. निर्वासितांच्या अंधारकोठडीसारख्या खोल्या जमिनीखाली बांधल्या होत्या. त्या दिसून येणं अवघड होतं. वरच्या भागात कोणाच्याही डोळ्यावर येऊ नये अशा पद्धतीनं बांधलेलं घर होतं. तिथे त्या तस्करांची राहण्याची सोय होती. कोणालाच ते संपर्क केंद्र असू शकेल असं वाटलं नसतं.

सुमारे तीन आठवड्यांपूर्वी एका काळ्या मिनीव्हॅनमधून निर्वासितांच्या एका गटाला इकडे आणलं होतं असं त्या स्थानिक लोकांनी सांगितलं. त्यात अनेक वेगवेगळ्या देशातले लोक होते. इथिओपियन्स, एरिट्रीयन्स, सोमाली, अरब आणि बंगाली लोक. त्यांच्यात एक उंच इथिओपियन बाईसुद्धा होती.

ते येऊन काही दिवस उलटल्यावर एका रात्री त्या संपर्क केंद्रात नोकर म्हणून काम करणारा एक पोरगा धावत जवळच्या गावात आला होता. त्यानं एक विलक्षण कहाणी सांगितली. अंधार पडल्यावर थोड्याच वेळात संपर्क केंद्राला अचानक

आलेल्या एका वादळाचा मोठा तडाखा बसला होता. त्या घरावर इतक्या जोराचा झंझावात येऊन आदळला होता की ती इमारत कोसळली होती. काही तस्कर मारले गेले होते आणि बाकीच्यांची अवस्था दयनीय झाली होती. वादळामुळे काही ठिकाणची फरशीही उखडली होती. त्यामुळे निर्वासित लोकांना आपापल्या भूमिगत कोठड्यांमधून बाहेर येऊन तस्करांवर ताबा मिळवता आला होता.

मग त्या तस्करांचे सेलफोन्स ताब्यात घेऊन आणि त्यांच्या लॅपटॉपमधल्या हार्डडिस्क बाहेर काढून हे निर्वासित दमदाटी करत त्यांना एका बोटीपाशी घेऊन गेले होते. ही बोट म्हणजेच ती निळी बोट. ही सगळी मोहीम त्या इथिओपियन बाईच्या सांगण्यानुसार पार पडली होती असं त्या पोरानं सांगितलं. ती त्या निर्वासितांच्या गटाला बोटीवर घेऊन गेली होती आणि शंभराहून अधिक निर्वासित बसल्यावर ती बोट रात्रीतून निघाली होती.

सगळी कहाणी ऐकल्यावर, पत्रकारांनी हवामान विभागाचा डेटा तपासून त्या वेळेला त्या भागात खरंच वादळ झाल्याची खात्री करून घेतली होती. त्या भागात अशी लहरी वादळं होण्याचं प्रमाण वाढलं असल्याचंही त्यांना समजलं होतं. हा बदलत्या हवामानाचा परिणाम असल्याचं समजलं जात होतं.

"खरं काय झालं कोणाला माहीत," *जीजा* म्हणाली, "पण काही असलं तरी ह्या निर्वासित लोकांकडे मानवी तस्करीबद्दलची भरपूर माहिती असणार. ह्या तस्करांचे सगळीकडे लागेबांधे असतात हे प्रत्येकालाच ठाऊक आहे. फक्त गुन्हेगारांशीच नाही तर मोठमोठ्या पदावरच्या लोकांशीही. शिवाय पोलिसांमध्ये आणि चक्क युरोपियन सरकारांमध्ये सुद्धा. हे सगळे लागेबांधे उघडकीला येतील आणि म्हणूनच एवढ्या सगळ्या सरकारांना ती निळी बोट नकोय असं म्हणतायत. ह्या निर्वासितांच्या गटाकडे नको ती बरीच माहिती असू शकते."

लुबनानंही एक खबर आणली होती.

"बाहेरून पुष्कळ अफवा कानावर येतायत," ती म्हणाली, "लोक म्हणतायत की, कमांडो *लुकानिया* जहाजाचा ताबा घेतील किंवा मग ड्रोन्स वापरून हल्ला करतील."

"खरंच?"

तिनं गंभीरपणे मान डोलावली. "हो आणि उजव्या विचारसरणीचे समर्थक आपल्यापेक्षा खूप जास्त असतील असं वाटतंय. त्यांनी म्हणे जहाजांचा एक अख्खा ताफाच भाड्यानं आणलाय. त्यात फारसं काही आश्चर्य नाही म्हणा. उजव्या विचारसरणीच्या पक्षांकडे आजकाल पुष्कळ पैसा असतो. ते आपली वाट अडवतील किंवा आपल्यावर हल्लासुद्धा करू शकतील."

"ते असा प्रयत्न करतील असं खरंच वाटतंय?"

"कोणी सांगावं? ते काहीही करू शकतात. एकंदर परिस्थिती हाताळताना नेव्ही काय करतेय त्यावर बरंच अवलंबून आहे. ॲडमिरल विगोनोव्हो डोकं ठिकाणावर ठेवून काम करतील अशी आशा करूया."

नाव ऐकून *चीनता*नं कान टवकारले. “काय म्हणालात? ॲडमिरल कोण आहेत?”

“*अल्सांद्रो दी विनयोवो*,” लुबना म्हणाली. “तुम्ही ओळखता त्यांना?”

“सेर्तो!” आनंदानं खुर्चीच्या हातांवर थाप मारत *चीनता* म्हणाली. “ओळखते मी त्याला! सान्द्रो अगदी लहान असल्यापासून ओळखते. दि विगोनोव्होंचं घराणं व्हेनिसमधलं फार जुनं घराणं आहे. कान्नारेजिओतल्या सान्ता मरिया दि मिराकोली चर्चचे पाद्री म्हणजे सान्द्रोचे काका. बरीच वर्षं सान्द्रो तिकडे अल्तार – बॉय म्हणून काम करत होता. सगळ्यांना वाटलं होतं की, आता हा दीक्षा घेणार. मग त्याला एक पोरगी भेटली, हा तिच्या प्रेमात पडला आणि त्यानं नेव्हीत जायचं ठरवलं. चांगला माणूस आहे तो... प्रामाणिक आहे...”

तेवढ्यात पिया जोरात किंचाळली आणि *चीनता*चं बोलणं तसंच राहिलं. पिया खिडकीतून बाहेर बघत होती: “काहीतरीच काय! इथे चक्क समोर फिन व्हेल्स दिसतायत!”

डेकच्या कठड्याला लागून सगळ्यांनी गर्दी केली होती. तेवढ्यात एक मोठ्ठा व्हेल मासा हळूच समुद्रातून उसळी मारून बाहेर आला आणि पुन्हा आत गेला. त्याच्या त्या उसळीमुळे इतकं पाणी उडलं की त्यानंतर काही मिनिटांतच एक मोठी लाट आली आणि *लुकानिया* अक्षरशः डगमगायला लागलं.

“ऊ!” *जीजा* ओरडली. “हे सगळे आपल्या बरोबरच येताना दिसतायत. जरा विचित्रच आहे नाही?”

“फारसं नाही,” पिया म्हणाली, “आपल्या सारखेच तेही सिसिलीला जात असतील तर ते साहजिकच म्हणायला हवं. भूमध्य समुद्राच्या पश्चिमेकडे जायचं असेल तर त्यांना सिसिलीच्या सामुद्रधुनीतून जावं लागतं. काही विशिष्ट मोसमात तो मार्ग समुद्री सस्तन प्राण्यांनी सर्वात जास्त गजबजलेला असतो. जगातल्या इतर कोणत्याही मार्गांपेक्षा जास्त.”

आणखी तासाभरानं पिया पुन्हा ओरडली: “स्पर्म व्हेल्स! आत्ता दुपारी तीन वाजता!”

आम्ही धावत पुढे झालो तर हवेत पाण्याचा एक मोठा फवारा उडताना दिसला.

“कसलं भारी आहे हे,” मी म्हणालो, “आज किती जाती बघायला मिळाल्या?”

“आत्तापर्यंत चार झाल्या,” पिया म्हणाली. “आणि भूमध्य समुद्रात सिटेशन्सच्या फक्त आठ जाती आहेत.”

“एवढ्या सगळ्या जाती एकाच वेळेस बघायला मिळणं नॉर्मल आहे?”

“तुमची नॉर्मलची व्याख्या काय आहे त्यावर ते अवलंबून आहे.” पिया म्हणाली, “दर मोसमात ती बदलते.”

*लुकानिया*वर असलेल्या मिडियावाल्यांकडून लुबना आणि पलाशला खूपच मागणी होती. स्थलांतराच्या प्रश्नांवर त्यांनी त्यांच्या मोठमोठ्या मुलाखती घेतल्या. त्या दोघांपैकी पलाश मात्र आपली ओळख लपवायचा आटोकाट प्रयत्न करत

होता आणि सतत नाव न देता बोलण्याचा आग्रह धरत होता. टीव्हीवरच्या एका वार्ताहरानं त्याला कॅमेऱ्यासमोर यायला सांगितलं तर त्यानं सपशेल नकार दिला आणि त्याऐवजी लुबनाला पुढे केलं.

एकदा एका पत्रकारानं त्याला थेटच विचारलं, “इतकी का गुप्तता बाळगतोयस तू?”

त्यावर “मला लाईमलाईटमध्ये राहायला फारसं आवडत नाही,” असं म्हणत पलाशनं त्याला उडवून लावलं.

नंतर मात्र त्यानं माझ्याकडे खुलासा केला, “तुम्हाला माझ्या चारित्र्यावर जरा संशयच येत असेल नाही.”

“नाही, मुळीच नाही.” मी म्हणालो.

एक अवघडलेली शांतता पसरली आणि मग पलाश मला डेकच्या कठड्यापाशी घेऊन गेला. तिथे जाऊन वारा खात आम्ही बोलू लागलो.

“त्याचं असं आहे की, माझ्या घरच्यांना माझ्या इथल्या आयुष्याबद्दल काही कल्पना नाही,” पलाश म्हणाला.

“अस्सं? का बरं?”

“मी इटलीला आलो ते शिकायला. विद्यार्थी म्हणून. त्यामुळे इतर बंगाली स्थलांतरित लोकांपेक्षा मी वेगळा पडतो. तिकडे बांग्लादेशात माझी परिस्थिती त्यांच्यापेक्षा पूर्ण वेगळी होती. त्यांच्यापैकी बहुतेक जण खेड्यांमधून नाहीतर लहान गावांमधून आलेले असतात पण माझे वडील ढाक्यात बँकर आहेत. माझा मोठा भाऊ सरकारी सेवेत बऱ्याच मोठ्या पदावर आहे. मी ढाका युनिव्हार्सिटीत शिकलोय आणि माझ्याकडे मॅनेजमेंटची पदवीसुद्धा आहे. काही वर्षं मी एका मल्टीनॅशनल कंपनीत मॅनेजर म्हणून कामही केलंय. सूट आणि टाय घालून मी रोज गाडीतून कामाला जायचो.”

स्वतःच्या कपड्यांकडे बोट दाखवत तो म्हणाला, “तिकडेच मला ही कोट आणि पँट घालायची सवय लागली पण का कोण जाणे, मला त्यात समाधान वाटत नव्हतं. अगदी लहानपणापासून मला बांग्लादेश सोडून बाहेर जायचं होतं. आमचा काही जवळच्या मित्रांचा एक ग्रुप होता. अगदी लहान असतानाच आम्ही ठरवलं होतं की आपण फिनलंडला जायचं.”

“फिनलंड?” मी आश्चर्यानं विचारलं “फिनलंडला का?”

पलाश स्वतःशीच उपरोधानं हसला.

“हं... मला माहितेय... फिनलंडला जायचंय असं कोणी म्हटलं तर जरा विचित्रच वाटतं ना! पण ढाक्यातल्या पुष्कळ तरुण मुलांचं ते स्वप्न असतं. ढाक्यात जे नाही ते सगळं फिनलंडमध्ये आहे असं मला आणि माझ्या मित्रांना वाटायचं. शांत, स्वच्छ, गार, अजिबात गर्दी नसलेलं. शिवाय आमचे सगळ्यांचे पहिले सेलफोन्स नोकियाचे होते – मेड इन फिनलंड. त्यामुळे आम्हाला त्या देशाबद्दल जरा विशेष प्रेम होतं. असो, कारण काही असलं तरी आम्हाला सगळ्यांना फिनलंडला जायचं होतं. आमचं ते स्वप्न होतं. आमच्यातल्या एका मुलाला खरंच फिनिश युनिव्हर्सिटीत शिकण्यासाठी

शिष्यवृत्ती मिळाली. त्यामुळे आम्हा बाकीच्या मुलांचा निश्चय आणखी पक्का झाला. तो आमचा मित्र जिथे राहत होता तिथले फोटो त्यानं पाठवायला सुरुवात केल्यावर तर जास्तच. त्यापेक्षा सुंदर काही असू शकेल अशी आम्ही कल्पनाच केली नव्हती! मी ही त्याच शिष्यवृत्तीसाठी दोन-तीनदा अर्ज केला पण मला ती मिळाली नाही. मग मी असं ठरवलं की आपण आपापला खर्च करून युरोपातल्या एखाद्या युनिव्हर्सिटीत प्रवेश मिळवू आणि तिथून नंतर फिनलंडला जाऊ."

"एव्हाना मी नोकरी करायला लागलो होतो आणि पैसेही चांगले मिळत होते. मी पैसे साठवायला लागलो. घरच्यांकडून काही मदत मिळेल अशी अपेक्षा ठेवता येणार नाही हे मला चांगलं ठाऊक होतं. ते माझ्या परदेशी जाण्याच्या अगदी विरोधात होते. त्यांना मी बांग्लादेशातच राहायला हवा होतो. म्हणून त्यांना न सांगताच मी युरोपातल्या विद्यापीठांना अर्ज पाठवू लागलो. पदोव्हा विद्यापीठानं माझा अर्ज मंजूर केला आणि मी तिकडे जायचं ठरवलं. मी स्वतः साठवलेले पैसे आणि मित्रांकडून घेतलेलं कर्ज असं मिळून माझा स्टुडंट व्हिसा आणि विमानाचं तिकीट सुटलं.

"पण अपेक्षेप्रमाणे गोष्टी घडल्या नाहीत. मी क्लास लावून बऱ्यापैकी चांगलं इटालियन बोलायला शिकलो. तरीही आमच्या कोर्सचा अभ्यास मला झेपला नाही. एक वर्ष प्रयत्न केल्यावर मी अभ्यासाचा नाद सोडून दिला आणि वर्क परमिटसाठी अर्ज केला. ते नाकारल्यावर मी पुन्हा अपील केलं आणि पुन्हा पुन्हा अपील करत राहिलो. अशी आता चार वर्षं उलटून गेलीयेत आणि मी अजून लटकलोच आहे. नुसता इटलीतल्या माझ्या 'व्हिसा स्टेटस'चा प्रश्न नाहीये तर इतर बंगाल्यांच्या दृष्टीनंही मी वेगळा पडतो."

"असं का?"

"कारण माझं सगळंच वेगळं आहे हो," पलाश म्हणाला. "माझे बंगाली उच्चार, माझी वागण्या-बोलण्याची पद्धत, माझी पार्श्वभूमी. मला बोलताना ऐकलं की इतरांच्या ते लक्षात येतं. मग मी त्यांच्यासारखा इकडे आलेलो नाही हे त्यांना कळतं. मला त्यांच्यासारख्या कष्टांना तोंड द्यावं लागलेलं नाही, त्यांच्यासारखा त्रास सोसावा लागला नाही हे समजतं. ते करत असलेली कामं मला जमणार नाहीत असं ते गृहीत धरतात आणि म्हणून मला माहिती देत नाहीत. उदाहरणार्थ, अमुक एका दुकानदाराला एखादा डिलिव्हरी बॉय हवा आहे किंवा एखाद्या हॉटेलात संडास साफ करायला माणसं हवी आहेत वगैरे. मी इथे बसून तसली कामं आनंदानं करेन. तिकडे मायदेशात मात्र मला एखाद्या ऑफिसात कारकून म्हणून काम करायलाही कमीपणा वाटला असता. इथे मात्र मी आनंदानं पिझ्झे पोचवेन; भांडी घासेन. एकेकाळी मी सूट आणि टाय घालून मॅनेजर म्हणून काम करत होतो ह्यावर आता माझा स्वतःचाच विश्वास बसत नाही."

"घरी परत का जात नाहीस मग तू?" मी विचारलं. "दुसरी एखादी नोकरी बघ. तुझ्या घरचे नक्कीच मदत करतील ना तुला?"

तो पश्चात्ताप झाल्यासारखा हसला पण त्याच्या डोळ्यात पाणी तरारलेलं मला दिसलं.

"आता परत जाणं अशक्य आहे. मी युनिव्हर्सिटीतलं शिक्षण सोडलंय आणि रस्त्यावर कसेबसे दिवस काढतोय ते अजूनही माझ्या घरच्यांना माहीत नाही. आपला मुलगा असलं काही काम करतोय ही कल्पनाच माझ्या आई-बाबांना सहन होणार नाही. त्यांना वाटतंय, मी अजूनही शिकतोच आहे, विद्यापीठात लेक्चर्सला जातोय, पेपर्स लिहितोय. आत्ता जर त्यांना खरं काय ते सांगितलं तर एवढे दिवस खोटं बोलत असल्याचं मला कबूल करावं लागेल. मी परदेशी जाऊ नये हे त्यांचं म्हणणं बरोबर होतं असं मान्य करावं लागेल, मी फार भयंकर चूक केलीये त्याऐवजी त्यांचा सल्ला ऐकायला हवा होता असं म्हटल्यासारखं होईल ते. एका स्वप्नामागे धावण्यात मी स्वतःचं आयुष्य बरबाद करून घेतलं हे कबूल करावं लागेल."

"म्हणजे तुझं स्वप्न हा एक शाप होता तर?" मी म्हणालो.

"असं दिसतंय," पलाश थकून म्हणाला. "पण प्रत्येकाचंच काही ना काही स्वप्न असतं, हो ना? आणि स्वप्न म्हणजे एखाद्या परिकथेसारखंच असतं ना? इथे व्हेनिस बघायला म्हणून एवढी माणसं येतात त्यांचंच बघा ना. त्यांना त्या स्वप्नानंच इथे खेचून आणलेलं असतं. आपण इटलीच्या अगदी मध्यवर्ती भागात आलोय, इथे येऊन इटलीचा इतिहास अनुभवता येईल, अस्सल इटालियन खाणं खाता येईल असं वाटतं त्यांना. ह्या सगळ्या गोष्टी माझ्यासारख्या लोकांमुळे शक्य होतात हे माहितेय त्यांना? त्यांचं अन्न शिजवणारे, त्यांची ताटं धुणारे, त्यांची अंथरूणं-पांघरूणं आवरणारे आम्ही असतो हे ठाऊक आहे? आता कोणीही इटालियन माणूस असलं काम करत नाही हे समजतं का त्यांना? त्यांच्या ह्या स्वप्नाला इंधन पुरवण्याचं काम आम्ही करतो, आम्ही स्वतः त्यात जळून गेलो तरीही... हे माहितेय? आणि का करू नये? प्रत्येक माणसाला स्वप्न बघायचा अधिकार आहे, हो ना? माणसाला मिळालेला तो एक महत्त्वाचा हक्क आहे. त्यामुळेच आपण इतर प्राण्यांपेक्षा वेगळे ठरतो. कधीही फोनवर नाहीतर टीव्हीवर बघितलं की एखादी जाहिरात असतेच, 'तुम्हाला हवं तेच करा', 'तुमच्या स्वप्नाचा पाठपुरावा करा', 'जगात अशक्य असं काही नसतं', 'करून तर बघा!' असं सांगणारी. त्या सगळ्याचा अर्थ तुम्ही तुमच्या स्वप्नाप्रमाणे जगायचा प्रयत्न केला पाहिजे हा सोडून दुसरा काय असतो? कोणत्याही इटालियन माणसाला विचारा, तो तुम्हाला सांगेल की, त्याचं एक स्वप्न आहे. एकतर त्याला दक्षिण अमेरिकेत जाऊन अँडीज पर्वत बघायचा असेल किंवा भारतात जाऊन महाल आणि जंगलं बघायची असतील. तुम्ही गोरे असाल तर ते सोपंच असतं. तुम्हाला हवं तिथे तुम्ही जाऊ शकता, हवं ते करू शकता पण आम्ही नाही करू शकत. आता जर मी मागे वळून विचार केला की, फिनलंडला जायचा आपला एवढा ठाम निश्चय का होता? तर पुन्हा-पुन्हा एकच उत्तर मिळतं. मला तिकडे जायचं होतं कारण तू तिकडे जाऊ नकोस असं सगळं जग मला सांगत होतं. मला ती संधी नाकारली गेली होती. तुम्ही एखादी गोष्ट माणसाला नाकारता तेव्हा ती आणखीनच हवीशी वाटायला लागते."

तो बोलत असताना मला काही एक ओळखीची खूण पटत होती. पलाशमध्ये मी जणू माझंच रूप बघत होतो. माझ्या स्वतःच्या तरुणपणातली अस्वस्थता मला

आठवली. त्या अस्वस्थतेला स्वप्नं दाखवणाऱ्या आणखी एका ताकदवान माध्यमातून कसं खतपाणी मिळालं होतं ते ही आठवलं. ते माध्यम होतं कादंबऱ्यांचं. मी अधाशीपणे कादंबऱ्या वाचत सुटायचो आणि त्यातही त्या दूरवरच्या ठिकाणांबद्दल असतील तर खासच वाचायचो. मला माझे किशोरवयातले दिवस आठवले. कलकत्त्याच्या आतल्या आतल्या गल्ल्यांमध्ये स्वस्त कागदी बांधणीची पुस्तकं हुडकण्यात मी तो सगळा काळ घालवला होता. (*आल्दो मानूतिउस*नं स्वस्त पुस्तक प्रकाशनाचा पाया घातला तो कदाचित मलाच डोळ्यासमोर ठेवून असावा. पलाशच्या पिढीच्या पोरांना जसं त्यांच्या फोनचं व्यसन लागलेलं असतं तसंच मला त्या पुस्तकांचं व्यसन होतं.)

त्या काळी कलकत्त्यात पुस्तकांची दुकानं फार कमी होती. शिवाय तिथल्या किमतीही माझ्या आवाक्याबाहेर होत्या. त्याऐवजी मी ग्रंथालयं आणि जुन्या पुस्तकांची दुकानं पालथी घालायचो. पुस्तकं म्हणजे मी राहत असलेल्या संकुचित जगातून निसटण्याचा एक मार्ग होता. पण मुळात अधाशासारखं वाचत असल्यामुळेच मला माझं जग संकुचित वाटत होतं असं तर नसेल? शेवटी कोणतंही वास्तव हे केवळ पुस्तकातच अस्तित्त्वात असलेल्या दुनियेच्या तोडीचं कसं काय असू शकेल? अठराव्या शतकात पहिल्यांदा मोठ्या प्रमाणावर 'प्रेमकथा' वाचल्या जाऊ लागल्या. तेव्हाच्या टीकाकारांना जी भीती वाटत होती अगदी तेच माझ्या बाबतीत प्रत्यक्ष घडलं. त्यातून अशी काही स्वप्नं आणि आकांक्षा जन्माला आल्या आणि त्यांनी मला असं काही अस्वस्थ करून सोडलं की, त्यामुळेच माझी पाळंमुळं उखडली गेली.

केवळ शब्दांचा एवढा परिणाम होत असेल तर लॅपटॉपवर आणि सेलफोन्सवर डोळ्यासमोरून सतत सरकत जाणाऱ्या फोटोंचं आणि व्हिडिओंचं काय? एक चित्र हजार शब्दांच्या तोडीचं असतं असं मानलं तर जगाच्या कानाकोपऱ्यात फिरणाऱ्या लाखो चित्रांमध्ये केवढी ताकद असेल? त्यातून निर्माण होणाऱ्या स्वप्नांमध्ये आणि आकांक्षांमध्ये किती सामर्थ्य असेल? त्यातून जन्माला येणाऱ्या अस्वस्थतेत केवढी शक्ती असेल?

सूर्यास्त होता होता अचानक कुठूनतरी वीसेक डॉल्फिन्स आले आणि *लुकानिया*पुढे पाण्यात चक्क बागडू लागले. अगदी आमच्या डोळ्यादेखत. ते स्ट्रिप्ड डॉल्फिन ह्या आणखी एका वेगळ्या जमातीचे असल्याचं पियानं सांगितलं. आता तर ती ही थक्क झाली होती. "हा एखादा विक्रमच म्हटला पाहिजे," ती म्हणाली. "भूमध्य समुद्रात जेवढ्या सिटेशन्स डॉल्फिन्सच्या जमाती आहेत त्यातल्या अर्ध्यापेक्षा जास्त आपल्याला एका दिवसातच दिसल्या. विश्वासच बसत नाहीये!"

"चमत्कारच म्हणायचा नाही?" *चीनता* चेष्टेच्या सुरात म्हणाली.

पियाच्या कपाळाला आठ्या पडल्या. "मुळीच नाही! थोडंसं वेगळं आहे इतकंच. मी अशीही काही ठिकाणं पाहिलेयत जिथे तासाच्या आत सिटेशन्सच्या डझनभर तरी वेगवेगळ्या जमाती दिसतात."

पाण्यात बागडणारे डॉल्फिन्स बघून जहाजावर उत्साहाचं वारं भरलं. लोक आनंदानं ओरडू लागले, टाळ्या वाजवू लागले. प्राण्यांनाही तो उत्साह जाणवला असावा. त्यांनी कसरतींचे विशेष प्रकार करून, उसळ्या मारून, कोलांट्या उड्या मारून आणि हवेतल्या हवेत उडी मारताना चक्क आमच्या नजरेला नजर भिडवून प्रतिसाद दिला.

"नुसते नौटंकी असतात हे स्ट्रिप्ड डॉल्फिन्स म्हणजे," पिया म्हणाली. तिच्या सुरात जरा नाराजीच डोकावत होती. "लोकांचं लक्ष कसं वेधून घ्यायचं ते चांगलं माहीत असतं त्यांना."

"हो?" मी म्हणालो, "मग त्यांना मानवी भावना चांगल्या समजतात असा त्याचा अर्थ नाही का?"

"तसलं काहीही नाही," पिया तीक्ष्ण सुरात म्हणाली. "ते असल्या कसरती करतात एवढाच त्याचा अर्थ."

त्या खेळामुळे *लुकानिया*चा एकदम कायापालट झाला. जहाजावरचं वातावरण हलकंफुलकं झालं. संशय आणि भीतीचा रागरंग जाऊन त्याची जागा उत्सवी एकोप्याच्या भावनेनं घेतली. लवकरच वाईन आणि ग्रापा मद्याच्या बाटल्या फिरू लागल्या. जेवणाच्या टेबलावर वाफाळत्या पास्त्याची भांडी दिसू लागली. एका कॅथॉलिक धर्मादाय संस्थेनं खाण्याचा पुष्कळ साठा बरोबर आणला होता. थोड्याच वेळात डेकवर गिटार आणि अॅकॉर्डियनचे सूर घुमू लागले. मधूनच त्यात गाण्याचा आवाजही मिसळू लागला.

रात्रीची हवा एकदम निरभ्र होती. चंद्राचा लख्ख प्रकाश पडला होता. रात्र पडल्यावरही ते डॉल्फिन्स *लुकानिया*च्या सोबतीनं चालले होते. आमच्यावर नजर ठेवायला की काय पण मधूनच उंच उसळ्याही घेत होते.

मध्येच कधीतरी पिया माझ्यासाठी पास्त्याची एक डिश आणि वाईन घेऊन आली. काही न बोलता 'टोस्ट' करत आम्ही एकमेकांच्या ग्लासला ग्लास भिडवले (डिस्पोझेबल आणि ऑरगॅनिक ग्लास) आणि ब्लँकेटनं पाय झाकून घेतले. पास्त्याचा समाचार घेता घेता आमचे खांदे एकमेकांना हलकेच भिडले.

शेवटचा घास खाऊन झाल्यावर हातातला काटा खाली ठेवत पिया म्हणाली, "डीन, मला एक सांग, तुला काय वाटतं? तू न्यूयॉर्क सोडून दुसरीकडे कुठे राहू शकशील?"

मी नाहीच म्हणणार होतो पण तेवढ्यात मला *चीनता*चं बोलणं आठवलं... ते दार किलकिलं झाल्याबद्दलचं... "का असं का विचारतेस?" मी सावधपणे विचारलं.

"कारण मला असं वाटलं की, कदाचित ओरेगॉनमधलं युजीन गाव आवडेल तुला." ती म्हणाली. "तिकडची हवा एकदम मस्त आहे आणि लायब्ररीही चांगली आहे. कधीतरी चक्कर मारायला हवीस तू."

"आता ते कसं सांगता येईल? आलो तरी मी राहणार कुठे?" मी म्हणालो.

"अं... मला वाटतं, माझ्याबरोबर राहायला हरकत नाही. माझ्याकडे एक गेस्टरूम आहे." ती घुटमळत म्हणाली.

माझं हृदय आता इतक्या वेगानं धडधडत होतं की, तिला ते ऐकू जाईल अशी मला भीती वाटायला लागली. उगाच अति बोलायला गेलो तर ती कायमची मागे हटेल हे मला ठाऊक होतं. तेव्हा मोठ्या मुश्किलीनं सहज उत्तर दिल्याचा आव आणत मी म्हणालो, "जरूर. आवडेल मला."

"आणि आणखी एक सांगू? तुला जर युजीन आवडलं आणि माझ्याबरोबर आणखी थोडं रहावंसं वाटलं तर आणखी काहीतरी आरामशीर सोय करता येईल. माझ्या शेजारचं अपार्टमेंट नुकतंच मोकळं झालंय."

आता मला मनातून फुटणाऱ्या आनंदाच्या उकळ्या दाबणं आणखीनच कठीण झालं. आवाज स्थिर ठेवायचा प्रयत्न करत मी म्हणालो, "नक्कीच विचार करण्यासारखं आहे. मला वाटतं ब्रूकलिनमधलं अपार्टमेंट भाड्यानं द्यावं. तेवढ्या पैशात आरामात राहता येईल."

"बघ कसं जमवायचं ते."

"बघतो."

कृतज्ञतेची अनिवार भावना मनात दाटून आली आणि मी गप्प झालो. बंदुकीचा व्यापारी, त्याची ती आख्यायिका, मनसा देवी आणि तो नागदेखील. ह्या सर्वांबद्दलचीच ती कृतज्ञता होती. त्या सगळ्यांनी मिळून जणू माझ्यावरचं एखादं चेटूक दूर करून मला मुक्त केलं होतं.

माझी नजर चंद्रप्रकाशात न्हाऊन निघालेल्या समुद्रावर गेली आणि बंगालमधल्या त्या व्यापाऱ्याच्या कथेत पुन्हा पुन्हा येणारा एक वाक्प्रयोग मला आठवला. *ससागरा बसुमती* – 'समुद्रासह असलेली धरती.' त्याक्षणी जगातल्या सगळ्या उत्कृष्ट गोष्टी आत्ता आपल्याभोवती जमा झाल्या आहेत अशी भावना माझ्या मनात निर्माण झाली. अफाट खुला समुद्र, क्षितिज, तेजस्वी चंद्रप्रकाश, उसळ्या घेणारे डॉल्फिन्स आणि शिवाय आशा, चांगुलपणा, प्रेम, दया आणि औदार्य ह्या भावनांचा भवतालातून होणारा उद्रेक.

तुफान

दुसऱ्या दिवशी विविध प्रकारच्या जहाजांचा एक ताफा समोर दिसायला लागला आणि आदल्या दिवशीची एकजुटीची आणि आशेची भावना चटकन विरून गेली. त्या सगळ्या चार्टर बोटी कार्यकर्त्यांच्या वेगवेगळ्या गटांनी भाड्यानं घेतलेल्या होत्या. प्रत्येक जहाजावर लावलेले फलक आणि निशाणं बघून त्यांच्या-त्यांच्या स्वतंत्र विचारसरणीचा अंदाज येत होता.

आलात तसे परत जा!

इथे तुम्हाला जागा नाही, मायदेशी जा

कोणीही माणूस अवैध नसतो

आम्ही इथले स्थानिक रहिवासी आहोत, ह्या खंडाचे एकमेव मालक आहोत

हवामानामुळे होणारं स्थलांतर = आक्रमण

निर्वासित काही तुमचे शत्रू नव्हेत

स्थलांतरित माणसं म्हणजे देवाचीच लेकरं आहेत

आता पुरे!

ह्यांना गर्भनिरोधकांसकट परत पाठवा

आम्ही जसजसे समोरच्या जहाजांकडे जाऊ लागलो तसतसं उजव्या विचारसरणीच्या, स्थलांतर-विरोधी गटांनी पुष्कळच मोठी फौज जमा केल्याचं स्पष्ट झालं. त्यांच्या डेकवर फडकणाऱ्या झेंड्यांकडे बघून त्यांचे काही पाठीराखे भलतेच लांबून म्हणजे - जर्मनी, हंगेरी, रशिया, सिंगापूर आणि ऑस्ट्रेलिया इथून आल्याचं लक्षात येत होतं.

जहाजं जशी जवळ येऊ लागली तसं *लुकानिया*वरचं वातावरण अधिकाधिक गंभीर होऊ लागलं. मागच्या बाजूच्या डेकवर एक बैठक होणार असल्याची खबर आली. *चीनता*नं तिच्या चाकाच्या खुर्चीत बसून त्या बैठकीला येण्याचा आग्रह धरला. मी तिची खुर्ची ढकलत जहाजाच्या मागच्या बाजूला नेली आणि खुर्चीमागे उभा राहिलो. बाकीचे प्रवासी मांडी घालून आमच्या आसपास बसले.

असल्या बैठकीला हजेरी लावायचा प्रसंग ह्यापूर्वी माझ्यावर कलकत्त्यात कॉलेजमध्ये शिकत असताना आला होता. त्या काळी 'नेतेमंडळी' माईकपुढे उभी राहून प्रेक्षकांकडे बघत आवेशानं भाषणं ठोकत असत. इथे मात्र ना कोणी नेता होता ना माईक होता. ज्यांना काही बोलायचं असेल ते हात वर करायचे आणि आळीपाळीनं बोलायचे. सगळे बहुतेक करून इंग्रजीत बोलत होते. त्यांच्यापैकी फार थोड्या लोकांची ती मातृभाषा असली तरीही.

एक मोठा, विटका कफ्तान घातलेली बाई पहिल्यांदा बोलली. एखाद्या जहाजानं आपला मार्ग रोखला किंवा आपल्यावर हल्ला केला तर त्यावर आपली रणनीती काय असेल हा प्रश्न तातडीनं विचारात घ्यायला हवा असं तोडक्या-मोडक्या इंग्रजीत ती म्हणाली. लोकांनी हात वर करून ह्या मुद्द्याला पाठिंबा दिला आणि मग एकामागून एक वक्ते उठून उभे रहात त्यावरचे आपले विचार मांडू लागले. आपण धीरानं आणि अहिंसेनं वागायला हवं असाच एकंदर नूर दिसत होता. उलट आपल्यावर शस्त्रास्त्रांचा मारा झाला तर आपणही तसंच उत्तर द्यायला हवं असं जहाल विचारसरणीच्या काही तरुण कार्यकर्त्यांचं म्हणणं पडलं. हा प्रस्ताव बहुमतानं नामंजूर झाला. जर एखादं जहाज हल्ला करण्याच्या इराद्यानं पुढे येताना दिसलं तर आपण एकमेकांचे हात धरून ठामपणे पण कोणतीही हिंसा न करता त्याला सामोरं जायचं असं ठरलं.

बैठक संपायच्या आत मागून एक जहाज आमच्या दिशेला येताना दिसलं. आम्ही घाईघाईनं डेकच्या कठड्यापाशी जायला निघालो. पुन्हा एकदा मी विरोध करूनही *चीनता* आग्रहानं आमच्या बरोबर आली.

ते जहाज आमच्या बरोबरीला आलं तसं तिकडून एक संतप्त आरोळी घुमली. डेकवर उभी असलेली माणसं इतकी जवळ होती की, आम्हाला त्यांचे चेहेरे स्पष्ट दिसत होते. त्यांच्यात बहुतेक सगळी तरुण पोरं होती. आपापल्या फुटबॉल क्लबच्या रंगात त्यांनी स्वतःचे चेहेरे रंगवले होते. बरेचसे झिंगलेले दिसत होते.

ते ओरडून घोषणा देऊ लागले – *'सीमारेषा ताबडतोब बंद करा! लीतालिआ अली इतलियानी!'* आम्ही एकमेकांचे हात धरत ओरडलो – *'झेनोफोबियाला नकार! तिरस्काराला नकार!'*

मात्र नंतर आमच्या डोळ्यासमोर जे लोकोत्तर दृश्य साकार झालं त्यापुढे ह्या साध्या-सरळ घोषणा अगदी विसंगत वाटू लागल्या. समोर दिसणारा संतापाचा आविष्कार हा भीतीपोटी होता म्हणून नव्हे तर घडलेली घटनाच अक्षरशः प्रलयंकारी म्हणावी अशी होती म्हणून.

मी रफीकडे नजर टाकली. संतापाचं ते प्रदर्शन बघून तो अस्वस्थ झाला असेल असं मला वाटत होतं. त्याऐवजी त्याचा चेहेरा उजळलाच होता आणि डोळे चमकत होते.

"तो व्यापारी व्हेनिसमधून निसटायला बघत असताना काय झालं होतं आठवतंय?" तो म्हणाला.

"त्याच्या जहाजावर चाच्यांनी हल्ला केला होता. तेच म्हणतोयस ना तू?"

"हो. आत्ता इथेही तेच घडू शकलं असतं, नाही का?"

आजूबाजूला चाललेल्या गोंगाटाचा आणि शाब्दिक चकमकीचा एकट्या पियालाच विसर पडलेला दिसत होता. तिची दृष्टी अखंड पाण्यावर खिळली होती आणि दुर्बिणीवरचे तिचे हात नेहमीसारखेच स्थिर होते.

"अजूनही तुला डॉल्फिन्स आणि व्हेल्स दिसतायत?" मी विचारलं.

तिनं मान डोलावली. "लांब गेलेत आता ते. ही बाकीची जहाजं आपल्या बरोबरीला आली तेव्हा ते बाजूला झाले. पण अजूनही त्यातले बरेचसे नजरेच्या टप्प्यात आहेत."

"कालच्या इतकेच अजूनही दिसतायत?"

"नक्कीच! उलट मी तर म्हणेन आणखी वाढलेत. हे नक्कीच फार मोठं स्थलांतर चाललंय."

"हो? आपलं नशीब जोरात आहे म्हणायचं."

"त्यांचं नशीब मात्र तेवढं जोरावर दिसत नाही. समोरच्या त्या लढाऊ जहाजांपाशी गेल्यावर हे काय करणार कोण जाणे?"

इटलीची लढाऊ जहाजं समोर दिसायला लागायच्या आधीच त्यांच्या भोवतालच्या पाण्यात काहीतरी वेगळं घडत असल्याची आम्हाला जाणीव झाली. काही टीव्ही वार्ताहर अगोदरच त्या भागात जाऊन पोहोचले होते आणि तिथून थेट प्रक्षेपण करत होते.

त्या दिवशी सकाळी *लुकानिया*च्या मागच्या भागात एक मोठा पडदा लावला होता. त्यामुळे आम्हालाही ते प्रक्षेपण बघता येत होतं. समोर पाण्याचा एक मोठा पट्टा विलक्षण रितीनं, अगदी अविश्वसनीय म्हणता येईल अशा पद्धतीनं जिवंत झालेला दिसत होता. सूर्यप्रकाशात चमकणारा समुद्र अगदी शांत होता आणि तेवढ्यात समोरच्या पडद्यावरल्या चौकटीत पाण्याचे मोठमोठे फवारे उडून खाली आपटताना दिसू लागले. व्हेल आणि डॉल्फिन माशांची कुटुंबंच्या कुटुंबं पाण्याच्या पृष्ठभागावर येऊ लागली. अधून-मधून एखादा डॉल्फिन पाण्यातून वर उसळी घ्यायचा आणि हवेतल्या हवेत कोलांटी उडी मारायचा. केवळ काही किलोमीटरच्या क्षेत्रफळात असे शेकडो मासे जमा झाले होते.

"तू हा असला प्रकार कधी पाहिलायस?" मी पियाला विचारलं.

तिनं मान हलवली. "मोठ्या प्रमाणात सिटेशन्स एकत्र आलेले मी पाहिलेत पण इतक्या वेगवेगळ्या जमाती एकत्र कधीच नाही बघितल्या. त्यापेक्षाही विशेष काय असेल तर हे सगळे मासे एकाच ठिकाणी गोलगोल फिरतायत."

"एनी थियरीज?"

"माझा असा अंदाज आहे की, त्या नेव्हीच्या जहाजांमुळे त्यांचा स्थलांतराचा मार्ग बंद झालाय." ती घुटमळत म्हणाली.

"पण ते त्या जहाजाला वळसा घालून जाऊ शकतात ना?"

"हो खरं..."

"मग तसं का नाही करत ते?"

तिनं तोंड किंचित वाकडं केलं आणि काहीशा वैतागलेल्या सुरात ती म्हणाली. "ते नाही मला सांगता येणार. सिटेशन्स आणि त्यांच्या हालचालींच्या पद्धती ह्याबद्दल आम्हाला अजून खूपशा गोष्टी कळलेल्या नाहीत."

आम्हाला ती लढाऊ जहाजं दिसली तेव्हा दुपार उलटून गेली होती. एकूण चार जहाजं एका ओळीत उभी राहून पूर्वेकडे लक्ष ठेवून होती. शत्रूच्या जहाजावर हल्ला करायची जणू वाटच बघत असावीत.

एकदा का निळी बोट दिसली की आपल्याला थेट मध्ये पडता येईल असं *लुकानिया*वरच्या कार्यकर्त्यांनी गृहीत धरलं होतं. इकडे मात्र त्यांच्या नकळत नौदलानं त्यांच्या आशा नेस्तनाबूत करण्याच्या दृष्टीनं पावलं उचलली होती.

करड्या रंगाच्या स्पीडबोटींचा एक ताफा आम्हाला भेटायला आला तेव्हा ती लढाऊ जहाजं आणखी बरीच लांब होती. कर्ण्यांवरून हुकूम सोडत त्यांनी आमच्या जहाजांभोवती गराडा घातला आणि आमच्या सगळ्या चार्टर बोटी एकमेकांपासून आणि लढाऊ जहाजांपासून सुरक्षित अंतरावर राहतील ह्याची काळजी घेतली.

आपल्याला केवळ प्रेक्षकांची भूमिका पार पाडावी लागणार हे लक्षात आल्यानंतर *लुकानिया*वर एकंदर निराशा पसरली. मात्र एका बाबतीत तरी आम्ही नशीबवान होतो. *लुकानिया* जिथे उभं होतं तिथून लढाऊ जहाजांसमोरचा भाग अगदी व्यवस्थित दिसत होता.

अजून तरी निळ्या बोटीचं काही चिन्ह दिसत नव्हतं. आणखी काही तास तरी ती इथे येऊन पोहोचणं अपेक्षित नव्हतं. मात्र समोरच्या पाण्यात जे काही घडत होतं ते पुरेसं चित्तवेधक होतं. तिथे माशांचे कल्ले आणि पाण्याच्या फवाऱ्यांचं अक्षरशः जंगल तयार झालं होतं.

पियाचं तर आनंदानं भान हरपलं होतं. "स्पर्म व्हेल्स... पायलट व्हेल्स... फिन व्हेल्स... बॉटलनोझेस... सगळे आहेत! आता भूमध्य समुद्रातली फक्त कुव्हियर्स बीक्ड व्हेल एवढी एकच जात बघायची राहिली!"

क्षितिजाजवळ धुराची एक बारीक रेषा उमटताना दिसली तेव्हा सूर्यास्त व्हायला आला होता. एवढा वेळ ज्याची प्रतीक्षा करत होतो ते जहाज दृष्टीक्षेपात येईपर्यंत अनंतकाळ लोटल्याचा भास झाला. निळ्या बोटीच्या मागोमाग साधारण एक किलोमीटरचं अंतर ठेवून तटरक्षक दलाच्या जहाजांचा ताफा होता. प्रत्येक जहाजावर वेगवेगळं निशाण फडकत होतं. मोडकळीला आलेला सांगाडा आणि

टवके उडालेला निळा रंग अशा अवतारातली ती दुर्दैवी दिसणारी मासेमार बोट जहाजांसमोर झाकोळली गेली होती.

निळ्या बोटीच्या डेकवर बसलेल्या निर्वासितांनी आमच्याकडे बघून हात हलवायला सुरुवात केली. प्रतिसादादाखल *लुकानिया*वरून आनंदाच्या आरोळ्या घुमल्या. मात्र आजूबाजूच्या जहाजांवरून येणाऱ्या संतप्त गर्जनेत त्या लवकरच विरूनही गेल्या.

'आलात तसे परत जा...! तुमची इथे गरज नाही...! युरोप फक्त युरोपियन लोकांचा!'

लढाऊ जहाजांच्या दिशेनं धडपडत येणाऱ्या मासेमार बोटीचा वेग कमी झाला. मग तिचं इंजिन बंद पडलं आणि व्हेल्स, डॉल्फिन्स आणि मध्येच उडणाऱ्या पाण्याच्या फवाऱ्यांमध्ये ती भरकटू लागली.

"बोटीला एखाद्या उसळी मारणाऱ्या व्हेलची धडक नाही बसली म्हणजे मिळवलं," पिया म्हणाली. "एखादा स्पर्म किंवा फिन व्हेलसुद्धा तिला सहज उलटवेल."

डोळ्याला दुर्बिण लावून ती निळ्या बोटीचा डेक बारकाईनं धुंडाळू लागली.

"त्यांचे चेहेरे दिसतायत का गं तुला?" मी विचारलं.

"हो, साधारण."

"टिपू दिसला?"

"नाही. अजून तरी नाही."

पण काही मिनिटांतच रफी ओरडला: "ते बघा तिकडे! दिसला मला! त्या धुराच्या चिमणीपाशी."

बेभानपणे ओरडत तो उड्या मारू लागला. पियानं त्याच्या गळ्यात हात टाकले आणि दोघांनी अर्धवट हसत, अर्धवट रडत एकमेकांना मिठी मारली.

जवळच एक जर्मन टीव्ही वार्ताहर होता. तो आनंदोत्सव बघून कुतुहलानं त्यानं *जीजा*ला विचारलं: "ते दोघंजण बोटीवरच्या कोणाला तरी प्रत्यक्ष ओळखतात की काय?"

"हो, बरोबर आहे." *जीजा* म्हणाली. "ती बाई आहे ना ती त्या बोटीवरच्या एका मुलाची दत्तक पालक आहे. आणि तो हाताला प्लास्टर घातलेला मुलगा दिसतोय? तो त्याच मुलाचा पार्टनर आहे. वास्तविक ते बांग्लादेशातून एकत्रच ह्या प्रवासावर निघाले होते. फार विलक्षण गोष्ट आहे त्यांची."

"जबरदस्त! एखादी मुलाखत देतील का ते?"

"न देण्याचं मला तरी काही कारण दिसत नाही," *जीजा* म्हणाली. "त्यांनाच का नाही विचारत तू?"

थोड्याच वेळात पिया येऊन विचारायला लागली: "तुला काय वाटतं? मी आणि रफीनं मुलाखत द्यावी का?"

"जरूर!" मी म्हणालो. *जीजा*नं पुढे पुस्ती जोडली: "तुम्ही त्यांना सगळं सांगायला हवं. तुमच्याबद्दल, टिपूबद्दल, शिवाय रफीच्या आणि त्याच्या नात्याबद्दल. निर्वासित

लोकांचा मानवी चेहेरा दिसावा म्हणून जमेल ते सगळं केलं पाहिजे. फार उपकार होतील त्यांच्यावर.”

तरीही पियाची समजूत पटलेली दिसली नाही म्हणून मी पुढे म्हणालो: “मानवी हितसंबंध दाखवणारी जबरदस्त बातमी होईल अगं.”

“मानवी हितसंबंध... हं...” पिया म्हणाली. “माझ्या विद्यापीठातले विज्ञान संवाद विभागातले लोक खूश होतील म्हणायचे.”

हसून हातातली दुर्बिण माझ्याकडे देत ती म्हणाली, “ह्या दुर्बिणीकडे जरा लक्ष ठेवशील?”

निर्वासितांच्या दिशेला दुर्बिण रोखूनही माझ्या हाताला फारसं काही लागलं नाही. त्या डेकवर बसलेल्यांचे चेहेरे पाण्याच्या फवाऱ्यांमुळे इतके धूसर दिसत होते की, मला ते एकमेकांहून वेगळे ओळखताही येत नव्हते. अस्ताला जाणाऱ्या सूर्याचा तांबूस संधीप्रकाश, बोटीची धूसर झालेली बाह्यरेषा, सभोवताली उसळणारं पाणी हे सगळं मिळून एक आभासी चित्रमय देखावा तयार झाला होता. त्याकडे बघताना मला कुठेतरी बघितलेल्या चित्रांची अंधुक आठवण येत होती.

शेजारी बसलेल्या *चीनता*लादेखील एक चित्र आठवलं. “दिनो, तू टर्नरचं गुलामांच्या जहाजाचं (स्लेव्ह शिप) चित्र पाहिलंयस? त्यात येऊ घातलेलं वादळ दाखवलंय बघ?” ती म्हणाली.

“अरे हो!” मी म्हणालो. “आत्ता मी तोच विचार करत होतो. शिवाय एकेकाळी मी मजुरांच्या बोटींची काही चित्रं पाहिली होती. ती आठवली मला.”

दोन्हीतील साम्यस्थळं हा काही योगायोग नव्हता हे आता माझ्या लक्षात आलं. एका परीनं आत्ताचे हे निर्वासित आणि एकेकाळी भारतीय उपखंडातून जगाच्या कानाकोपऱ्यात शेतमळ्यावर कामासाठी पाठवले जाणारे कंत्राटी मजूर किंवा कूली ह्या दोघांच्या दैन्यावस्थेत साम्यस्थळं होतीच. कूलींमध्ये देखील मुख्यतः पुरुषांचा आणि जास्त करून तरुणांचा भरणा होता. त्या काळीही दलाल आणि इतर मध्यस्थ (दफदार आणि महाजन लोक किंवा ठेकेदार आणि कंत्राटदार) हे मानवी तस्करीच्या यंत्रणेतले महत्त्वाचे घटक होते. तेव्हाही त्या यंत्रणेला वंगण पुरवणारी कर्ज आणि सावकारी व्यवस्था होतीच. आजच्या प्रमाणेच त्या काळीही माणसांची तस्करी हा अतिशय किफायतशीर धंदा होता.

ज्या परिस्थितीत ते प्रवास करत त्यातही साम्य होतं. निर्वासितांप्रमाणे कूलींवरदेखील ‘कोल्ह्यांची’ आणि मुकदमांची नजर असे आणि ते त्यांना कचाट्यात पकडायला बघत असत. कूलींनादेखील बंदिस्त ठिकाणी कोंबून रहावं लागे, तुटपुंज्या शिध्यावर दिवस काढावे लागत. मारहाण, फटक्यांच्या शिक्षा, आपल्या प्रियजनांचा डोळ्यासमोर झालेला मृत्यू हे सगळं कूली जहाजावरच्या प्रवाशांना ओळखीचंच होतं.

तरीही एक मोठा फरक मात्र होता. कंत्राटी मजूर व्यवस्थेचं नियंत्रण आणि व्यवस्थापन त्यापूर्वीच्या गुलामगिरी व्यवस्थेप्रमाणेच युरोपियन साम्राज्यवादी

शक्तींच्या हातात होतं. आपण कुठे जातोय किंवा तिथे काय परिस्थितीला तोंड द्यावं लागणार आहे हे त्या मजुरांना बहुतेक वेळेला ठाऊक नसायचं. ज्या नियमांनी आणि कायद्यांनी त्यांची नियती बांधलेली असायची त्यांचीही माहिती त्यांना नसे.

त्याउलट त्या मजुरांच्या मालकांना त्यांच्याबद्दलची सगळी माहिती असायची. हे कूली कुठून आलेत, त्यांची जात कुठली, पोटजात कुठली हे सगळं ते अगदी झपाटल्यासारखे तपशीलात नोंदवून ठेवायचे. त्या मजुरांच्या शरीराचं देखील जवळून निरीक्षण केलं जायचं. त्यांच्या अंगावरचे व्रण, ओळख पटवणाऱ्या इतर खाणाखुणा ह्यांची विशेष नोंद घेतली जायची. ते मजूर कुठे जाणार, केव्हा जाणार हे निर्णय वसाहतवादी राज्यं घेत. मजूर येऊन दाखल झाले की शेतमळ्यांच्या मालकांकडे त्यांना वाटून द्यायचं कामही ही राज्यं करत.

आता मात्र ते सगळं पार उलटं झालं होतं.

रफी, टिपू आणि त्यांच्याबरोबरचे इतर निर्वासित आपापले प्रवासाला निघाले होते. त्यांच्या कित्येक वर्षं आधी मी निघालो होतो तसेच. माझ्यासारखाच त्यांचाही प्रवास त्यांच्या स्वतःच्या ओळखींमुळे, त्यांना मिळालेल्या माहितीमुळे शक्य झाला होता. आपण ज्या देशात जाणार तिथल्या कायद्यांची आणि नियमांची माझ्याप्रमाणेच त्यांनाही पूर्ण माहिती होती. त्याउलट पश्चिमेकडेच्या ह्या देशांना आपल्याकडे इतक्या मोठ्या संख्येनं येणाऱ्या लोकांबद्दल फार थोडी माहिती होती.

मी काय किंवा मला भेटलेले तरुण स्थलांतरित काय, आमच्यापैकी कोणीच शेतमळ्यांसारख्या एखाद्या मोठ्या यंत्रणेचा एक लहानसा भाग व्हायला म्हणून ह्या खंडातून त्या खंडात पाठवले गेलो नव्हतो. शेतमळ्यांसारख्या यंत्रणा ह्या इतर लोकांच्या आकांक्षा पूर्ण करण्यासाठी असत. उस, तंबाखू, कॉफी, कपास, चहा, रबर अशी उत्पादनं काढण्यासाठी गुलाम आणि मजूर राबत असत. ही सगळी उत्पादनं वसाहतींच्या मूळ देशासाठी असत. विक्रीयोग्य माल अखंड उतू जात राहावा यासाठी महानगरं वखवखलेली असतात. ती वखवख आणि ती आकांक्षा लोकांना ह्या खंडातून त्या खंडात स्थलांतर करण्यासाठी कारणीभूत ठरत होत्या. त्या व्यवहारात गुलाम आणि मजूर हे उत्पादक होते, उपभोक्ते नव्हते. त्यांना आपल्या मालकांसारख्या आकांक्षांचे डोहाळे नव्हते.

आता मात्र इतर लोकांना ज्या गोष्टी हव्या असत त्याच गोष्टी रफी, टिपू आणि बिलालसारख्या तरुण पोरांनाही हव्या होत्या - स्मार्टफोन्स, कॉम्प्युटर्स, गाड्या; आणि का नको असतील? लहानपणापासून त्यांनी पाहिलेले सर्वात आकर्षक फोटो हे काही आजूबाजूच्या नद्यांचे आणि शेतांचे नव्हते तर ह्या असल्या गोष्टींचेच होते. त्यांच्याच हातातल्या फोनवर ते त्यांना बघता येत होते.

आमच्या आजूबाजूच्या बोटींवरची संतप्त तरुण माणसं त्या मोडकळीला आलेल्या निर्वासितांच्या बोटीला एवढी का घाबरली असावी ते आत्ता मला कळू लागलं. ती लहानशी बोट म्हणजे युरोपाला आकार देण्याकरता आवश्यक अशी एक शतकानुशतकं चालत आलेली योजना उलटल्याचं प्रतीक होतं. गुलामगिरीच्या सुरुवातीच्या काळापासून युरोपियन साम्राज्यवादी शक्तींनी पृथ्वीचा कायापालट

करणारा इतिहासातला सर्वात मोठा आणि क्रूर प्रयोग आरंभला होता. उद्योगधंद्यांच्या गरजेसाठी त्यांनी कल्पनाही करता येणार नाही एवढ्या मोठ्या प्रमाणात माणसांची वाहतूक केली होती आणि अखेर सबंध पृथ्वीच्या लोकसंख्येचा नकाशाच बदलून टाकला होता. मात्र इतर खंडांमध्ये जाऊन वसाहती वसवत असताना युरोपातल्या स्वतःच्या प्रदेशाचं गोरेपण जपण्याचाच त्यांनी कायम प्रयत्न केला होता.

ती सगळी योजनाच आता उलटली होती. शस्त्रास्त्रांपासून माहितीवरच्या नियंत्रणापर्यंत ज्या व्यवस्था आणि तंत्रज्ञानामुळे इतक्या मोठ्या प्रमाणात लोकसंख्येची उलथापालथ शक्य झाली होती, त्या व्यवस्थांना आता स्वतःची गती प्राप्त झाली होती. त्यांच्यावर आता कोणाचंच नियंत्रण राहिलं नव्हतं.

म्हणून त्या संतप्त तरुणांना निळ्या रंगाच्या त्या लहानशा मासेमार बोटीचं भय वाटत होतं. जणू त्या बोटीरूपी काचेच्या लोलकातून पाहिल्यावर एखादी शतकानुशतकं चाललेली व्यवस्था उलगडताना दिसत होती. ज्या व्यवस्थेमुळे त्यांना इतर जगाच्या तुलनेत मक्तेदारी प्राप्त झाली होती ती व्यवस्था. एकेकाळी ज्या माणसांमुळे आणि प्रथांमुळे ते विशेष अधिकार मिळण्याची खात्री होती त्यांचा आता काहीही भरवसा उरलेला नाही हे त्यांना मनातून कुठेतरी ठाऊक होतं.

जग फार बदललं होतं; फार वेगानं बदललं होतं. सगळं काही नियंत्रण करणाऱ्या व्यवस्था आता कोणत्याही मनुष्यरूपी मालकाचं ऐकत नव्हत्या. त्या आता स्वतःच्याच क्रूर आणि गहन आज्ञा पाळत होत्या.

अचानक लुबना धावत आली. तिचा चेहेरा आरक्त झाला होता आणि डोळे हर्षोन्मादानं चमकत होते.

"आपनी जानतेन?" तिनं मला विचारलं. "तुम्हाला माहीत होतं हे सगळं? रफी आणि त्याच्या त्या मित्राबद्दल वगैरे?"

"हो... तसं माहीत होतं. का?"

"त्यांची कहाणी जगभरातल्या लोकांना भावलेली दिसते आहे!" लुबना ओरडली. "अजून मुलाखत संपलीही नाहीये आणि आम्हाला अखंड फोन यायला लागलेत. नुसत्या देणग्या आणि मदतीचे प्रस्ताव यायला लागलेत! ज्या गटांनी आमच्या प्रश्नांमध्ये कधीही रस दाखवला नाही त्यांचे निरोप येतायत. जबरदस्त प्रकार आहे हा... आम्ही हे असलं कधीच पाहिलं नव्हतं."

दूरवर काहीतरी दिसल्यामुळे तिचं लक्ष विचलित झालं आणि तिची नजर माझ्या खांद्यावरून पलिकडे क्षितिजावर खिळली. अचानक तिच्या चेहेऱ्यावरचे भाव बदलले आणि डोळ्यांवर हातानी सावली धरत ती डेकच्या कठड्यापाशी गेली.

"काय आहे तिकडे?"

मी वळलो तर दक्षिणेकडेच्या क्षितिजावर एक गडद काळ्या रंगाचा डाग पसरताना दिसत होता.

"कदाचित ढग असेल," मी म्हणालो.

"नाही, ढग नसणार," *चीनता* म्हणाली. "त्याची हालचाल काहीतरी वेगळी आहे. तो आपल्याकडे येताना दिसतोय..."

तो डाग झपाट्यानं वाढत क्षितिजावर एखाद्या कालिम्यासारखा पसरत चालला होता आणि वेगानं आमच्याच दिशेला येत होता. काहीच न कळून मी नुसता बघत राहिलो.

"काय असेल हे नक्की?"

मग एकदम पिया माझ्याशेजारी येऊन उभी राहिली. माझ्या हातातून दुर्बिण ओढून घेऊन तिनं ती क्षितिजाकडे वळवली.

"पक्षी आहेत," ती म्हणाली, "पक्षी आहेत ते. शेकडो, हजारो पक्षी. छे. लाखभर असतील. उत्तरेकडे स्थलांतर करत असणार. आपल्या डोक्यावरूनच जाणार आहेत ते."

रफीही आता आमच्या शेजारी अवतरला होता. आकाशाकडे बघत तो म्हणाला: "त्या गोष्टीत आहे अगदी तसंच दिसतंय... आकाशातले आणि समुद्रातले जीव उसळ्या मारून वर आले..."

गडद रंगाचा तो प्रचंड थवा आकाशातून आमच्या दिशेनं आला तेव्हा आम्ही सगळेच अवाक होऊन गप्प झालो. जणू पृथ्वीचा एखादा पाय पार स्वर्गापर्यंत जाऊन पोहोचला होता आणि आम्हाला स्पर्श करू बघत होता. सगळं काही, अगदी हवासुद्धा स्तब्ध झाल्यासारखी वाटत होती. आपला श्वास जणू थांबलाय असंच मला वाटत होतं.

"काळाला ब्रह्मानंद झाला असावा असं वाटतंय," *चीनता* हळूवारपणे म्हणाली. "क्षितिजावरून ओसंडून वाहणारा हा असा आनंद कधी स्वतःच्या डोळ्यांनी बघायला मिळेल असं वाटलं नव्हतं."

मग ते लाखो पक्षी आमच्या डोक्यावर घिरट्या घालू लागले, खाली पाण्यात त्या निळ्या बोटीच्या अवतीभवती डॉल्फिन्सची कुटुंबंच्या कुटुंबं कोलांट्या उड्या मारू लागली आणि व्हेल मासे लाटांवर शेपट्या आपटू लागले.

"उनो स्तोर्मो," वर बघून *चीनता*नं पक्ष्यांच्या उडणाऱ्या थव्यासाठीचा इटालियन शब्द वापरला आणि मला वाटलं, किती समर्पक शब्द आहे हा. आमच्या समोर घडणाऱ्या त्या घटनेसाठी हाच एक शब्द होता: सजीवांचं तुफान – *भुतांचं* वादळ.

निळ्या बोटीकडे दुर्बिण फिरवत रफी ओरडला, "ते बघा! ते तिकडे बघा!"

तो जहाजाच्या पुढच्या भागाकडे बोट दाखवत होता. तिथे एक पायघोळ अंगरखा घातलेली व्यक्ती ताठ उभी दिसत होती.

"बाई दिसतेय एक!" पिया ओरडली.

"तीच ती इथिओपियन बाई असणार," रफी म्हणाला. "टिपूला जिनं इजिप्तला बोलावून घेतलं तीच."

त्या बाईनं आता दोन्ही हात उचलले आणि खांद्याच्या रेषेत आडवे केले. तिच्या हातांचे तळवे आकाशाकडे होते. अक्षरशः त्या क्षणी वर घोंगावणाऱ्या पक्षांच्या

वादळातून एक नरसाळ्यासारखा उद्रेक झाला. त्यातून खाली आलेले पक्षी एखाद्या तेजोवलयासारखे तिच्या डोक्यावर फिरू लागले.

फार तर एखादा क्षण ती अगदी स्थिर थांबली असेल. तिच्या डोक्यावर पक्षांचं वलय फिरत होतं आणि त्याचवेळेस खाली पाण्यात बोटीभोवती डॉल्फिन्स आणि व्हेल्स चक्राकार गरगरत होते. मग एक आणखीनच विचित्र घटना घडली. निर्वासितांच्या बोटीभोवती असलेल्या पाण्याचा रंग बदलू लागला. काही क्षणातच ते पाणी हिरव्या रंगाच्या एका तेजस्वी प्रकाशानं भरून गेलं. तो प्रकाश इतका लखलखीत होता की, पाण्यात हेलकावणाऱ्या डॉल्फिन्स आणि व्हेल्सची बाह्यरेषा आम्हाला दिसू लागली.

"बायोल्युमिनसन्स!" पिया ओरडली, "माझा विश्वासच बसत नाहीये!"

पुढचे काही क्षण आम्ही त्या अद्भुत दृश्यानं जागीच खिळलो. एखाद्या फिरत्या नरसाळ्यासारखा वरती घिरट्या घालणारा पक्षांचा थवा आणि खालच्या चमकदार हिरव्या पाण्यात दिसणाऱ्या जलचरांच्या डौलदार सावल्या. मग अचानक नौदल प्रमुखांच्या जहाजावरचा कर्णा वाजू लागला आणि काही सेकंदातच त्याच्या पुढच्या डेकवरून एका हेलिकॉप्टरनं उड्डाण केलं.

आता जणू तुफान निवलं. पक्ष्यांचा थवा पुढे गेला, पाण्यातून प्रकाश यायचा थांबला आणि पाण्याचे फवारे बंद झाले. ते हेलिकॉप्टर निळ्या बोटीशी पोहोचेपर्यंत पाणी शांतवलं होतं आणि आकाश निरभ्र झालं होतं.

बोटीवर घिरट्या घालणाऱ्या हेलिकॉप्टरमधून एका मोठ्या कर्ण्यातून इंग्रजीत घोषणा करण्यात आली. "आम्ही इटलीच्या नौदलाकडून आलोय. इथे तुमची सुटका करण्यासाठी पोहोचलो आहे. लवकरच तुम्हाला नौदलाच्या जहाजावर घेऊन जाण्यात येईल. आम्हाला मुख्य चिंता आहे ती तुमच्या सुरक्षेची. कृपा करून गोंधळून जाऊ नका आणि आमच्या आदेशांचं पालन करा. घाबरण्याचं काहीही कारण नाही; तुम्ही सर्वजण आता सुरक्षित आहात."

हे शब्द पाण्यावर विरत असतानाच दूरवरून नौदलाच्या दोन लहान पण वेगवान बोटी निर्वासितांकडे येताना दिसू लागल्या.

इकडे *लुकानियावर* आधी आम्ही सगळेच अविश्वासानं चकित होऊन गप्प झालो आणि मग हायसं वाटून आमच्या तोंडून आरोळ्या बाहेर पडल्या. मात्र त्या ऐकू येतात न येतात तोच बाकीच्या चार्टर बोटींवरून संतप्त आरोळ्या ऐकू येऊ लागल्या: *"ट्रीजन...! त्यांना परत पाठवा...! ॲडमिरल देशद्रोही आहे...! त्याच्यावर खटला भरा...!"*

कोणीतरी माझा हात धरून दाबल्याचं मला जाणवलं. खाली पाहिलं तर *चीनता* माझ्याकडे बघून हसत होती. "मी काय म्हणाले होते तुला? सान्द्रो दि विगोनोव्हो फार भला माणूस आहे, नीतीमान आहे, खराखुरा व्हेनेशियन आहे तो. त्यानंच सुटकेचा आदेश दिला असणार."

इकडे शेजारी रफी आणि पिया एकमेकांना मिठी मारून गोलगोल फिरत होते. त्यांच्या चेहेऱ्यावरून सुटकेचे अश्रू ओघळत होते. मग बाजूला होत पियानं माझ्या

गळ्यात हात टाकले. माझ्या गालाचा मुका घेत ती म्हणाली, "माझा विश्वासच बसत नाहीये. टिपू सुखरूप आहे!"

त्या दोन बोटी निळ्या बोटीपाशी पोहोचल्या तोवर अंधार झाला होता. प्रखर दिव्यांच्या उजेडात त्या बोटीतून लोकांना बाहेर काढण्यात आलं. सगळे निर्वासित बाहेर आल्यावर बांधकाम पाडणारे तज्ञ लोक त्या लहानशा निळ्या मासेमार बोटीत चढले. थोड्या वेळानं लागोपाठ बारीक स्फोट झाल्यासारखे आवाज आले आणि ती निळी बोट अगदी हळूहळू पाण्यात उलटू लागली. सगळे निर्वासित ओळीनं नौदलाच्या बोटीवर उभे राहून आपली बोट बुडताना बघत होते. त्यातल्या कित्येकांनी हात वर करून तिचा निरोप घेतला.

मग *लुकानिया*च्या डेकवर *जीजा*चा आवाज घुमला: "*वेनीते! वेनीते क्वी!* या, इकडे या. ॲडमिरल पत्रकार परिषदेत बोलतायत. या बघायला."

जहाजाच्या मागच्या बाजूला लावलेल्या पडद्याकडे आम्ही धावलो. त्यावर गणवेशातला एक गंभीर चर्येचा माणूस पत्रकारांशी बोलताना दिसत होता. पडद्यावर खालच्या बाजूला एक धावती पट्टी होती. त्यावर तिथे चाललेल्या बोलण्याचं भाषांतर दिसत होतं.

"ॲडमिरल साहेब, तुम्ही तुमच्या अखत्यारीत निर्वासितांच्या सुटकेचा आदेश दिलात?"

"होय, ती माझी एकट्याची जबाबदारी आहे," ॲडमिरल विगोनोव्हो म्हणाले.

ह्यावर मोठा गलबला झाला. थोडा वेळ असाच जाऊ दिल्यावर मगच पुढचा प्रश्न विचारणं शक्य झालं.

"पण ॲडमिरल साहेब, ह्या निर्वासितांनी इटलीच्या भूमीवर पाय ठेवता कामा नये किंवा इटलीच्या बोटींमध्ये शिरता कामा नये असा तुम्हाला कडक आदेश होता ना? तुम्ही त्या आदेशाचं उल्लंघन केलंय ह्याची तुम्हाला कल्पना आहे का?"

"मी आदेशाचं उल्लंघन केलंय हे म्हणणं मला मान्य नाही."

"पण काय वाट्टेल ते झालं तरी निर्वासितांना इटलीच्या भूमीवर पाय ठेवू द्यायचा नाही असा मंत्री महोदयांचा आदेश होता ना?"

"माफ करा," ॲडमिरल म्हणाले, "पण मला इथे दुरुस्ती करावीशी वाटते. मंत्री महोदयांनी जाहीररीत्या असं सांगितलं होतं की, केवळ काही चमत्कार झाला तरच ह्या निर्वासितांना इटलीत प्रवेश मिळेल."

थोडावेळ शांतता पसरली.

"आणि आज आपण पाहिला तो नक्कीच एक चमत्कार होता असं मला वाटतं."

त्यानंतर एकच कोलाहल माजला. त्या कोलाहलात पिया माझ्या उजव्या कानात कुजबुजत होती: "त्यांचं म्हणणं बरोबर नाही बरंका… तिकडे जे घडलं त्या सगळ्याचा शास्त्रीय खुलासा करता येईल. स्थलांतराचे वेगवेगळे नमुने कधी नव्हे ते एकामागून एक एकत्र आले इतकंच."

"बायोल्युमिनसन्स सुद्धा?"

"अर्थातच. तसला बायोल्युमिनसन्स डायनोफ्लॅजलेट्समुळे दिसून येतो आणि ह्या डायनोंपैकी काही जाती स्थलांतर करण्यासाठी प्रसिद्ध आहेत."

"ह्याआधी असं काही घडल्याचं तू ऐकलंयस?"

"नाही," पिया कुजबुजत म्हणाली. "पण हवामानातल्या बदलांमुळे प्राण्यांच्या स्थलांतरातही खूप मोठे बदल होतायत. त्यामुळे आता कशाचंच फारसं आश्चर्य वाटत नाही. अशा आणखी विशेष घटना ह्यापुढेही आपल्याला बघायला मिळतील हे नक्की."

"अगं पण हे सगळं एकाच वेळेला घडलं ह्यात तुला काहीच विचित्र वाटत नाही?"

"माहीत नाही," मान हलवत पिया म्हणाली. "खरंच माहीत नाही मला. पण ते ज्या पद्धतीनं घडलं त्याबद्दल मात्र मला फार कृतज्ञ वाटतंय एवढं मी म्हणेन."

पलाश येऊन आपल्या डावीकडे बसलाय आणि हातात चेहेरा लपवून मूकपणे रडतो आहे इकडे आत्ता कुठे माझं लक्ष गेलं.

"कि होयेछे पलाश?" मी म्हणालो. "काय झालं? रडतोयस का असा?"

"चमत्कारच म्हणायचा हा." तिकडून उत्तर आलं. "आहेच! जे जे घडावं अशी आम्हाला आशा वाटत होती ते सगळं घडतंय. सगळ्या दुनियेत जागृती घडून येतेय... सगळं काही बदलवून टाकणारा हाच तो क्षण असू शकेल..."

इकडे समोरच्या पडद्यावर एक वार्ताहर जोरजोरात ओरडत होता. "ॲडमिरल साहेब, तुम्ही कायद्याचं उल्लंघन केलं आहे आणि त्याचा योग्य तो निवाडा केला जाईल असं मंत्री महोदयांनी नुकतंच सांगितलं. तुम्हाला काय म्हणायचंय ह्यावर?"

"मला कायद्यापासून कसलीही भीती नाही," एखाद्या बंदुकीसारखे ताठ उभे राहत ॲडमिरल म्हणाले. "मी समुद्राच्या, माणुसकीच्या आणि देवाच्या कायद्याचं पालन केलं आहे. जर माझ्यावर खटला दाखल झालाच तर मी ह्या कायद्यांना बांधील असेन."

आता मात्र तिथे पूर्ण अंदाधुंद माजली आणि वार्ताहर वाट्टेल तसा प्रश्नांचा मारा करू लागले.

"ॲडमिरल साहेब, सरकारी आदेशापेक्षा तुमच्या धार्मिक श्रद्धेला अधिक महत्त्व द्यायचा अधिकार तुम्हाला कोणी दिला...?"

"ॲडमिरल साहेब, जहाजावरच्या तुमच्या खाजगी खोलीत ला सलूतेच्या कृष्णवर्णी मॅडोनाची मूर्ती आहे हे खरंय...?"

शेवटचे शब्द ऐकून मला *चीनता*ची आठवण झाली. आसपास नजर टाकली तर ती आमच्याबरोबर नसल्याचं माझ्या लक्षात आलं. तिला शेवटचं बघून आता काही तास उलटले असल्याचं माझ्या एकदम ध्यानात आलं.

जहाजाच्या मागच्या भागापासून दूर होत मी *लुकानिया*च्या डेकवर सगळीकडे फिरून आलो पण *चीनता*चा कुठे मागमूसही दिसेना. मला एक अस्वस्थ टोचणी लागून राहिली. मी घाईघाईनं तिच्या केबिनकडे गेलो. दारावर टकटक करूनही काही उत्तर आलं नाही म्हणून मी हँडल फिरवलं आणि आश्चर्य म्हणजे दार उघडलं. केबिनमध्ये अंधार होता पण एका कोपऱ्यात नाईटलॅम्प जळत होता. *चीनता* तिच्या पलंगावर डोळे मिटून पडलेली मला दिसली. तिच्या डोक्याभोवती पांढऱ्याशुभ्र केसांचं वलय तयार झालं होतं.

तिला झोप लागली असावी असं वाटून मी बाहेर पडणार तेवढ्यात तिनं डोळे उघडले आणि ती हसली. "ये रे दिनो."

मी तिच्यापाशी गेलो आणि तिनं पुढे होऊन माझा हात हातात घेतला. "कसा आहेस *कारो?*"

"मी बराय गं," मी म्हणालो. "पण तुला काय झालं? तू का इथे अशी एकटीच बसलीयेस? आमच्याबरोबर बाहेर येऊन आनंद का नाही साजरा करत?"

"मी आनंदच साजरा करतेय अरे," शांतपणे हसत ती म्हणाली. "माझ्या मुलीबरोबर, *लूचीआ*बरोबर मजा करतेय. ती आहे ना इथे माझ्याबरोबर."

"काय...?"

तिनं हळूच माझा हात दाबला. "तिला शोधायचा प्रयत्न करू नकोस रे... तुला नाही दिसायची ती. पण आहे ती इथे. विश्वास ठेव माझ्यावर."

"काहीतरी काय, *चीनता*... ती कशाला इथे येईल?"

"मला न्यायला आलीये ती. शेवटी ती वेळ आली एकदाची."

"अगं काय बोलतेस तू?" आपल्या आवाजाची पट्टी वाढून आता तो रडका झालाय असं माझ्या लक्षात आलं. "तू कुठेही जाणार नाहीयेस. तुला डॉक्टरची गरज आहे इतकंच! बरं वाटत नाहीये तुला."

"नाही रे दिनो," ती शांतपणे म्हणाली. "चुकतोयस तू. मी अगदी बरी आहे. उलट इतकं बरं मला कधीच वाटलं नव्हतं. त्यासाठी मला तुझेच आभार मानायचेत. तू मला फार मोठी भेट दिली आहेस... मला कायमच ठाऊक होतं ते..."

"कसली भेट? कशाबद्दल बोलतेयस तू?"

"त्याचं असं आहे दिनो, कधीकधी मला... अंतर्ज्ञानानं काही गोष्टी समजतात आणि आपण अगदी पहिल्यांदा जेव्हा बोललो ना, तेव्हाच मला असा एक दृष्टांत झाला होता. मिडवेस्टमधल्या बर्फात आपण त्या ग्रंथालयाबाहेर उभे होतो ना तेव्हा. एक दिवस तू मला एक मोठी भेट देणार आहेस, एक मोठं वरदान देणार आहेस हे कळलं होतं मला... आणि मला फक्त तुझे आभार मानायचे होते."

एव्हाना मी चांगलाच कावराबावरा झालो होतो. मला तिचं बोलणं ऐकवेना. "*चीनता*, तुला डॉक्टरची गरज आहे. मी शोधून आणतो त्यांना."

मी धडपडत केबिनबाहेर गेलो आणि डॉक्टरांना हाका मारत डेकवर फिरू लागलो. मात्र बाहेर एकंदर जो प्रकार चालला होता त्यामुळे लोकांचं अजिबात लक्ष

नव्हतं. डॉक्टरांना शोधायला मला चांगली पंधरा मिनिटं लागली. शेवटी एकदाचे ते सापडले ते ही *जीजा*च्या मदतीनंच.

आम्ही केबिनपाशी पोहोचलो तेव्हा कसल्याशा भीतीच्या जाणीवेनं माझ्रा ताबा घेतला. डॉक्टर आणि *जीजा* आत गेले आणि मी मात्र बाहेरच थांबून राहिलो. मला त्यांच्या मागोमाग आत जाण्याचा धीरच झाला नाही. मग मी दार लावून तिथेच थांबलो... डोळे बंद करून... वाट बघत... आणि मग अचानक *चीनता*च्या आसपास घालवलेल्या इतक्या साऱ्या वर्षांच्या आठवणी मनात दाटून आल्या. मिडवेस्टमधल्या ग्रंथालयाबाहेर त्या लहानशा बोळकांड्यात एका बोचऱ्या थंडीच्या दिवशी आम्ही पहिल्यांदा बोललो तेव्हापासून ते आत्ता काही मिनिटांपूर्वी तिनं केबिनमध्ये मला उद्देशून उच्चारलेल्या त्या शब्दांपर्यंत. "मला माहीत होतं, एक दिवस तू मला फार मोठी भेट देणाए आहेस ते."

तिनं माझ्यावर मैत्रीचा एवढा वर्षाव का केला असेल त्याची आत्ता कुठे मला पुसटशी कल्पना आली. एक ना एक दिवस आम्ही एकमेकांना इथे – काळ आणि अवकाशाच्या ह्या सांध्यावर घेऊन येऊ हे तिला जाणवलं असणार आणि ते घडेपर्यंत मुलीच्या विरहाच्या दुःखातून आपण मुक्त होणार नाही हे ही तिला आतून कुठेतरी कळलं असणार. ज्ञानप्राप्तीच्या त्या क्षणी पुन्हा एकदा तिचा परिचित आवाज माझ्या कानात घुमला, ला सलूते मधला - *उनदे ओरीगो इन्दे सालूस*... "आदितत्त्वातूनच मुक्तीचाही जन्म होतो." आणि मग त्या दिवशी ती काय सांगायचा प्रयत्न करत होती ते मला उमगलं. मोक्ष मिळण्याची शक्यता भविष्यात लपलेली नसते तर भूतकाळात असते. आठवणीच्या पलिकडे अस्तित्त्वात असणाऱ्या त्या गूढतेत असते.

मग एखाद्या हाताचा स्पर्श व्हावा तशी जाणीव मला झाली. हळुवारपणे कोणी गालावरून हात फिरवावा तशी जाणीव. मी डोळे उघडले आणि '*चीनता?*' असं म्हणणार तेवढ्यात, तो केबिनचं दार उघडल्यामुळे बाहेर आलेला वाऱ्याचा झोत आहे हे माझ्या लक्षात आलं.

*जीजा*नं दार उघडलं होतं आणि ती आता डोळे पुसत माझ्यासमोर उभी होती.

"आपल्याला यायला खूप उशीर झाला," ती म्हणाली, "*चीनता* गेली."

ऋणनिर्देश

शाऊल बासी, हजना ऐना दालिया, एलिजाबेथ क्राउजेत-पवान, रोबेर्तो बेनादूचे, शैल झा, आरोन लॉबो, कनिष्क थरूर, आंतोनिओ फ्रासकीलिया, सारा सकराफिआ, नोरमान गोबैती आणि *चिवीतेला रानीएरी फाउंडेशन* ह्या सर्वांचे अनेक आभार.